ਸੰਭੋਗ ਤੋਂ
ਪਰਮਚੇਤਨਾ ਵੱਲ

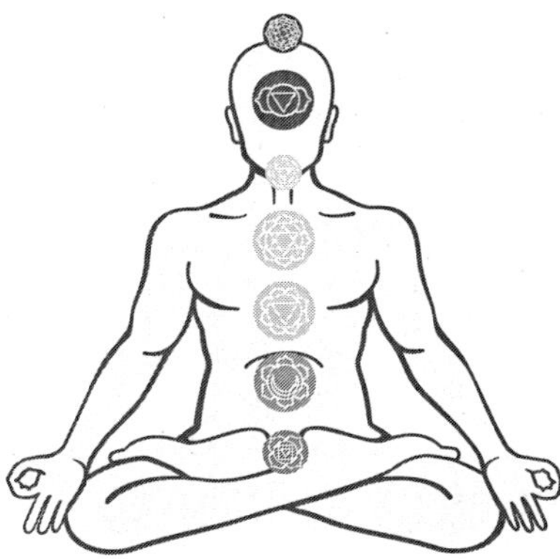

सम्भोग से समाधि की ओर

From SEX to SUPERCONSCIOUSNESS
[Talks given from 01/08/1968 to 30/10/1968 Original in Hindi]

ISBN: 978-93-90718-11-5

Published by:

QFORD®
New Delhi [India]
Ph.: +91-9911-114045/224045
Email: info@QFORD.com
Website: https://www.QFORD.org
https://www.QFORD.Education

From SEX to SUPERCONSCIOUSNESS
by OSHO Rajneesh

Published in association with **OSHO WORLD FOUNDATION**

ਓਸ਼ੋ

ਸੰਭੋਗ ਤੋਂ ਪਰਮਚੇਤਨਾ ਵੱਲ

ਓਸ਼ੋ ਵਰਲਡ ਫ਼ਾਊਂਡੇਸ਼ਨ

ਕਿਊਫ਼ੋਰਡ

ਓਸ਼ੋ

ਨਾ ਕਦੇ ਆਏ, ਨਾ ਕਿਤੇ ਗਏ,
ਉਨ੍ਹਾਂ ਨੇ 11 ਦਸੰਬਰ 1931 ਤੋਂ 19 ਜਨਵਰੀ 1990 ਦੇ ਵਿਚਕਾਰ
ਇਸ ਧਰਤੀ ਉੱਤੇ ਵਿਚਰਨ ਕੀਤਾ।

ਅਧਿਆਇ-1

ਸੰਭੋਗ : ਪ੍ਰਮਾਤਮਾ ਦੀ ਸਿਰਜਣ-ਊਰਜਾ

ਮੇਰੇ ਪਿਆਰੇ ਆਪਣੇ, ਪ੍ਰੇਮ ਕੀ ਹੈ ?

ਜੀਣਾ ਅਤੇ ਜਾਣਨਾ ਤਾਂ ਅਸਾਨ ਹੈ, ਲੇਕਿਨ ਕਹਿਣਾ ਬਹੁਤ ਕਠਨ ਹੈ। ਜਿਵੇਂ ਕੋਈ ਮੱਛੀ ਤੋਂ ਪੁੱਛੇ ਕਿ ਸਾਗਰ ਕੀ ਹੈ? ਤਾਂ ਮੱਛੀ ਕਹਿ ਸਕਦੀ ਹੈ, ਇਹ ਹੈ ਸਾਗਰ, ਇਹ ਰਿਹਾ ਚਾਰੇ ਪਾਸੇ, ਉਹੀ ਹੈ। ਪਰ ਕੋਈ ਪੁੱਛੇ ਕਿ ਕਹਿ ਕੀ ਹੈ, ਦੱਸ ਨਾ, ਤਾਂ ਬਹੁਤ ਕਠਨ ਹੋ ਜਾਏਗਾ ਮੱਛੀ ਨੂੰ। ਆਦਮੀ ਦੇ ਜੀਵਨ ਵਿਚ ਜੋ ਵੀ ਸ੍ਰੇਸ਼ਠ ਹੈ, ਸੁੰਦਰ ਹੈ, ਅਤੇ ਸੱਚ ਹੈ, ਉਸਨੂੰ ਜੀਵਿਆ ਜਾ ਸਕਦਾ ਹੈ, ਜਾਣਿਆ ਜਾ ਸਕਦਾ ਹੈ, ਹੋਇਆ ਜਾ ਸਕਦਾ ਹੈ। ਲੇਕਿਨ ਕਹਿਣਾ ਬਹੁਤ ਮੁਸ਼ਕਲ ਹੈ।

ਅਤੇ ਦੁਰਘਟਨਾ ਅਤੇ ਦੁਰਭਾਗ ਇਹ ਹੈ ਕਿ ਜਿਸ ਵਿਚ ਜੀਵਿਆ ਜਾਣਾ ਚਾਹੀਦਾ ਹੈ, ਜਿਸ ਵਿਚ ਹੋਇਆ ਜਾਣਾ ਚਾਹੀਦਾ ਹੈ, ਉਸਦੇ ਸੰਬੰਧ ਵਿਚ ਮਨੁੱਖੀ-ਜਾਤੀ ਪੰਜ-ਛੇ ਹਜ਼ਾਰ ਵਰ੍ਹਿਆਂ ਤੋਂ ਸਿਰਫ਼ ਗੱਲਾਂ ਕਰ ਰਹੀ ਹੈ। ਪ੍ਰੇਮ ਦੀ ਗੱਲ ਚੱਲ ਰਹੀ ਹੈ, ਪ੍ਰੇਮ ਦੇ ਗੀਤ ਗਾਏ ਜਾ ਰਹੇ ਹਨ, ਪ੍ਰੇਮ ਦੇ ਭਜਨ ਗਾਏ ਜਾ ਰਹੇ ਹਨ ਅਤੇ ਪ੍ਰੇਮ ਦਾ ਮਨੁੱਖ ਦੇ ਜੀਵਨ ਵਿਚ ਕੋਈ ਸਥਾਨ ਨਹੀਂ ਹੈ।

ਜੇਕਰ ਆਦਮੀ ਦੇ ਅੰਦਰ ਖੋਜਣ ਜਾਈਏ ਤਾਂ ਪ੍ਰੇਮ ਤੋਂ ਜ਼ਿਆਦਾ ਝੂਠਾ ਸ਼ਬਦ ਦੂਜਾ ਨਹੀਂ ਮਿਲੇਗਾ। ਅਤੇ ਜਿਨ੍ਹਾਂ ਲੋਕਾਂ ਨੇ ਪ੍ਰੇਮ ਨੂੰ ਕੂੜ ਸਿੱਧ ਕਰ ਦਿੱਤਾ ਹੈ ਅਤੇ ਜਿਨ੍ਹਾਂ ਨੇ ਪ੍ਰੇਮ ਦੀਆਂ ਸਮੁੱਚੀਆਂ ਧਾਰਾਵਾਂ ਨੂੰ ਰੋਕ ਦਿੱਤਾ ਹੈ...ਅਤੇ ਵੱਡਾ ਦੁਰਭਾਗ ਇਹ ਹੈ ਕਿ ਲੋਕ ਸਮਝਦੇ ਹਨ ਕਿ ਉਹ ਕੀ ਪ੍ਰੇਮ ਦੇ ਜਨਮਦਾਤਾ ਹਨ।

ਧਰਮ ਪ੍ਰੇਮ ਦੀਆਂ ਗੱਲਾਂ ਕਰਦਾ ਹੈ, ਲੇਕਿਨ ਅੱਜ ਤਕ ਜਿਸ ਤਰ੍ਹਾਂ ਦਾ ਧਰਮ ਮਨੁੱਖ-ਜਾਤੀ ਦੇ ਉਪਰ ਦੁਰਭਾਗ ਦੇ ਵਾਂਗ ਛਾਇਆ ਹੋਇਆ ਹੈ, ਉਸ ਧਰਮ ਨੇ ਮਨੁੱਖ ਦੀ ਜੀਵਨ ਤੋਂ ਪ੍ਰੇਮ ਦੇ ਸਾਰੇ ਦੁਆਰ ਬੰਦ ਕਰ ਦਿੱਤੇ ਹਨ। ਅਤੇ ਨਾ ਇਸ ਸੰਬੰਧ ਵਿਚ ਪੂਰਬ ਤੇ ਪੱਛਮ ਵਿਚ ਕੋਈ ਫ਼ਰਕ ਹੈ, ਨਾ ਹਿੰਦੁਸਤਾਨ ਵਿਚ ਅਤੇ ਨਾ ਅਮਰੀਕਾ ਵਿਚ ਕੋਈ ਫ਼ਰਕ ਹੈ।

ਮਨੁੱਖ ਦੇ ਜੀਵਨ ਵਿਚ ਪ੍ਰੇਮ ਦੀ ਧਾਰਾ ਪ੍ਰਗਟ ਹੀ ਨਹੀਂ ਹੋ ਪਾਈ। ਅਤੇ ਨਹੀਂ ਹੋ ਪਾਈ ਤਾਂ ਅਸੀਂ ਦੱਸ ਦਿੰਦੇ ਹਾਂ ਕਿ ਮਨੁੱਖ ਹੀ ਬੁਰਾ ਹੈ, ਇਸ ਲਈ ਨਹੀਂ ਪ੍ਰਗਟ ਹੋ ਪਾਈ। ਅਸੀਂ ਦੋਸ਼ ਦਿੰਦੇ ਹਾਂ ਕਿ ਇਹ ਮਨ ਹੀ ਜ਼ਹਿਰ ਹੈ, ਇਸ ਲਈ ਪ੍ਰਗਟ ਨਹੀਂ ਹੋ ਪਾਈ। ਮਨ ਜ਼ਹਿਰ ਨਹੀਂ ਹੈ। ਅਤੇ ਜਿਹੜੇ ਲੋਕ ਮਨ ਨੂੰ ਜ਼ਹਿਰ ਕਹਿੰਦੇ ਰਹੇ ਹਨ, ਉਹਨਾਂ ਨੇ ਹੀ ਪ੍ਰੇਮ ਨੂੰ ਜ਼ਹਿਰੀਲਾ ਕਰ ਦਿੱਤਾ, ਪ੍ਰੇਮ ਨੂੰ ਪ੍ਰਗਟ ਹੋਣ ਦਿੱਤਾ ਹੈ।

ਮਨ ਜ਼ਹਿਰ ਕਿਵੇਂ ਹੋ ਸਕਦਾ ਹੈ ? ਇਸ ਜਗਤ ਵਿਚ ਕੁਝ ਵੀ ਜ਼ਹਿਰ ਨਹੀਂ ਹੈ। ਪ੍ਰਮਾਤਮਾ ਦੇ ਇਸ ਸਾਰੇ ਕੀਤੇ-ਕੱਤਰੇ ਵਿਚ ਕੁਝ ਵੀ ਵਿਹੁ ਨਹੀਂ ਹੈ, ਸਭ ਅੰਮ੍ਰਿਤ ਹੈ। ਲੇਕਿਨ ਆਦਮੀ ਨੇ ਸਾਰੇ ਅੰਮ੍ਰਿਤ ਨੂੰ ਜ਼ਹਿਰ ਕਰ ਲਿਆ ਹੈ ਅਤੇ ਇਸ ਨੂੰ ਜ਼ਹਿਰ ਕਰਨ ਵਿਚ ਅਧਿਆਪਕ, ਸਾਧੂ, ਸੰਤ ਅਤੇ ਅਖੌਤੀ ਧਾਰਮਿਕ ਲੋਕਾਂ ਦਾ ਸਭ ਤੋਂ ਵੱਧ ਹੱਥ ਹੈ।

ਇਸ ਗੱਲ ਨੂੰ ਜ਼ਰਾ ਸਮਝ ਲੈਣਾ ਜ਼ਰੂਰੀ ਹੈ। ਕਿਉਂਕਿ ਜੇ ਇਹ ਗੱਲ ਦਿਖਾਈ ਨਾ ਪਵੇ ਤਾਂ ਮਨੁੱਖ ਦੇ ਜੀਵਨ ਵਿਚ ਕਦੀ ਵੀ ਪ੍ਰੇਮ...ਭਵਿੱਖ ਵਿਚ ਵੀ ਨਹੀਂ ਹੋ ਸਕੇਗਾ। ਕਿਉਂਕਿ ਜਿਨ੍ਹਾਂ ਕਾਰਨਾਂ ਕਰਕੇ ਪ੍ਰੇਮ ਪੈਦਾ ਨਹੀਂ ਹੋ ਸਕਿਆ ਹੈ, ਉਹਨਾਂ ਹੀ ਕਾਰਨਾਂ ਨੂੰ ਅਸੀਂ ਪ੍ਰੇਮ ਪ੍ਰਗਟ ਰਕਨ ਦੇ ਅਧਾਰ ਅਤੇ ਕਾਰਨ ਬਣਾ ਰਹੇ ਹਾਂ।

ਹਾਲਤਾਂ ਅਜਿਹੀਆਂ ਹਨ ਕਿ ਗ਼ਲਤ ਸਿਧਾਂਤਾਂ ਨੂੰ ਜੇਕਰ ਹਜ਼ਾਰ ਵਰ੍ਹਿਆਂ ਤਕ ਦੁਹਰਾਇਆ ਜਾਵੇ ਤਾਂ ਫਿਰ ਅਸੀਂ ਇਹ ਭੁੱਲ ਹੀ ਜਾਂਦੇ ਹਾਂ ਕਿ ਸਿਧਾਂਤ ਗ਼ਲਤ ਹਨ ਅਤੇ ਦਿਖਾਈ ਪੈਣ ਲੱਗਦਾ ਹੈ ਕਿ ਆਦਮੀ ਗ਼ਲਤ ਹੈ ! ਕਿਉਂਕਿ ਉਹ ਉਹਨਾਂ ਸਿਧਾਂਤਾਂ ਨੂੰ ਪੂਰਾ ਨਹੀਂ ਕਰ ਪਾ ਰਿਹਾ ਹੈ।

ਮੈਂ ਸੁਣਿਆ ਹੈ, ਇਕ ਸਮਰਾਟ ਦੇ ਮਹਿਲ ਦੇ ਹੇਠਾਂ ਦੀ ਇਕ ਪੱਖੇ ਵੇਚਣ ਵਾਲਾ ਲੰਘ ਰਿਹਾ ਸੀ ਅਤੇ ਜ਼ੋਰ ਨਾਲ ਚਿੱਲਾ ਰਿਹਾ ਸੀ ਕਿ ਨਿਆਰੇ ਤੇ ਅਨੋਖੇ ਪੱਖੇ ਮੈਂ ਬਣਾਏ ਹਨ। ਅਜਿਹੇ ਪੱਖੇ ਕਦੇ ਵੀ ਨਹੀਂ ਬਣਾਏ ਗਏ ਹਨ। ਇਹ ਪੱਖੇ ਕਦੇ ਦੇਖੇ ਵੀ ਨਹੀਂ ਗਏ ਹਨ। ਸਮਰਾਟ ਨੇ ਖਿੜਕੀ ਵਿਚੋਂ ਝਾਕ ਕੇ ਦੇਖਿਆ ਕਿ ਕੌਣ ਹੈ, ਜਿਹੜਾ ਅਨੋਖੇ ਪੱਖੇ ਲੈ ਆਇਆ ਹੈ। ਸਮਰਾਟ ਦੇ ਕੋਲ ਹਰ ਤਰ੍ਹਾਂ ਦੇ ਪੱਖੇ ਸਨ—ਦੁਨੀਆਂ ਦੇ ਕੋਨੇ-ਕੋਨੇ ਵਿਚ ਜੋ ਮਿਲ ਸਕਦੇ ਸਨ ਅਤੇ ਹੇਠਾਂ ਦੇਖਿਆ, ਰਾਹਦਾਰੀ ਵਿਚ ਖੜ੍ਹਾ ਹੋਇਆ ਇਕ ਆਦਮੀ ਹੈ, ਸਧਾਰਨ ਦੋ-ਦੋ ਪੈਸੇ ਦੇ ਪੱਖੇ ਹੋਣਗੇ ਅਤੇ ਚਿੱਲਾ ਰਿਹਾ ਹੈ—ਅਨੋਖੇ, ਬੇਮਿਸਾਲ !

ਉਸ ਆਦਮੀ ਨੂੰ ਉਪਰ ਸੱਦਿਆ ਅਤੇ ਪੁੱਛਿਆ ਕਿ ਇਹਨਾਂ ਪੱਖਿਆਂ ਵਿਚ ਕੀ ਖ਼ੂਬੀ ਹੈ ? ਮੁੱਲ ਕੀ ਹੈ ਇਹਨਾਂ ਪੱਖਿਆਂ ਦਾ ? ਉਸ ਪੱਖੇ ਵਾਲੇ ਨੇ ਕਿਹਾ ਕਿ ਮਹਾਰਾਜ ! ਮੁੱਲ ਜ਼ਿਆਦਾ ਨਹੀਂ ਹੈ। ਪੱਖੇ ਦੇ ਲਿਹਾਜ਼ ਨਾਲ ਮੁੱਲ ਬਹੁਤ ਘੱਟ ਹੈ, ਸਿਰਫ਼ ਸੌ ਰੁਪਏ ਦਾ ਪੱਖਾ ਹੈ।

ਸਮਰਾਟ ਨੇ ਕਿਹਾ, ਸੌ ਰੁਪਏ ! ਇਹ ਦੋ ਪੈਸੇ ਦਾ ਪੱਖਾ ਹੈ, ਜੋ ਬਜ਼ਾਰ ਵਿਚ ਥਾਂ-ਥਾਂ ਮਿਲਦਾ ਹੈ, ਅਤੇ ਸੌ ਰੁਪਏ ਮੁੱਲ ? ਕੀ ਹੈ ਇਸ ਦੀ ਖ਼ੂਬੀ ?

ਉਸ ਆਦਮੀ ਨੇ ਕਿਹਾ, ਖ਼ੂਬੀ ! ਇਹ ਪੱਖਾ ਸੌ ਸਾਲ ਚੱਲਦਾ ਹੈ। ਸੌ ਸਾਲ ਦੇ ਲਈ ਗਰੰਟੀ ਹੈ। ਸੌ ਸਾਲ ਤੋਂ ਘੱਟ ਵਿਚ ਖ਼ਰਾਬ ਨਹੀਂ ਹੁੰਦਾ ਹੈ।

ਸਮਰਾਟ ਨੇ ਕਿਹਾ, ਇਸਨੂੰ ਦੇਖ ਕੇ ਤਾਂ ਅਜਿਹਾ ਹੀ ਲੱਗਦਾ ਹੈ ਕਿ ਹਫ਼ਤਾ ਵੀ ਚੱਲ ਜਾਏ, ਪੂਰਾ ਤਾਂ ਮੁਸ਼ਕਲ ਹੈ। ਧੋਖਾ ਦੇਣ ਦੀ ਕੋਸ਼ਿਸ਼ ਕਰ ਰਿਹਾ ਹੈਂ ? ਸਰਾਸਰ ਬੇਈਮਾਨੀ ਅਤੇ ਉਹ ਵੀ ਸਮਰਾਟ ਦੇ ਸਾਹਮਣੇ !

ਉਸ ਆਦਮੀ ਨੇ ਕਿਹਾ, ਤੁਸੀਂ ਮੈਨੂੰ ਚੰਗੀ ਤਰ੍ਹਾਂ ਜਾਣਦੇ ਹੋ। ਇਸੇ ਰਾਹਦਾਰੀ ਵਿਚ ਰੋਜ਼ ਪੱਖੇ ਵੇਚਦਾ ਹਾਂ। ਸੌ ਰੁਪਏ ਮੁੱਲ ਹੈ ਇਸਦਾ ਅਤੇ ਸੌ ਸਾਲ ਨਾ ਚੱਲੇ ਤਾਂ ਜ਼ਿੰਮੇਵਾਰ ਮੈਂ ਹਾਂ। ਰੋਜ਼ ਤਾਂ ਹੇਠਾਂ ਮੌਜੂਦ ਹੁੰਦਾ ਹਾਂ। ਫਿਰ ਤੁਸੀਂ ਸਮਰਾਟ ਹੋ, ਤੁਹਾਨੂੰ ਧੋਖਾ ਦੇ ਕੇ ਜਾਵਾਂਗਾ ਕਿਥੇ ?

ਉਹ ਪੱਖਾ ਖ਼ਰੀਦ ਲਿਆ ਗਿਆ। ਸਮਰਾਟ ਨੂੰ ਯਕੀਨ ਤਾਂ ਨਹੀਂ ਸੀ, ਪਰ ਹੈਰਾਨੀ ਵੀ ਸੀ ਕਿ ਇਹ ਆਦਮੀ ਸਰਾਸਰ ਝੂਠ ਬੋਲ ਰਿਹਾ ਹੈ, ਕਿਸ ਬਲ 'ਤੇ ਬੋਲ ਰਿਹਾ ਹੈ ! ਪੱਖਾ ਸੌ ਰੁਪਏ ਵਿਚ ਖ਼ਰੀਦ ਲਿਆ ਗਿਆ ਅਤੇ ਉਸਨੂੰ ਕਿਹਾ ਗਿਆ ਕਿ ਸੱਤਵੇਂ ਦਿਨ ਤੂੰ ਹਾਜ਼ਰ ਹੋ ਜਾਵੀਂ।

ਦੋ-ਚਾਰ ਦਿਨਾਂ ਵਿਚ ਹੀ ਪੱਖੇ ਦੀ ਡੰਡੀ ਬਾਹਰ ਨਿਕਲ ਗਈ। ਸੱਤਵੇਂ ਦਿਨ ਤਾਂ ਉਹ ਬਿਲਕੁਲ ਮੁਰਦਾ ਹੋ ਗਿਆ। ਲੇਕਿਨ ਸਮਰਾਟ ਨੇ ਸੋਚਿਆ, ਸ਼ਾਇਦ ਪੱਖੇ ਵਾਲਾ ਆਏਗਾ ਨਹੀਂ।

ਐਪਰ ਠੀਕ ਸਮੇਂ 'ਤੇ, ਸੱਤਵੇਂ ਦਿਨ ਉਹ ਪੱਖੇ ਵਾਲੇ ਹਾਜ਼ਰ ਹੋ ਗਿਆ ਅਤੇ ਉਸਨੇ ਕਿਹਾ : 'ਕਹੋ ਮਹਾਰਾਜ।' ਉਹਨਾਂ ਨੇ ਕਿਹਾ: ਕਹਿਣਾ ਨਹੀਂ ਹੈ, ਇਹ ਪੱਖਾ ਪਿਆ ਹੈ ਟੁੱਟਿਆ ਹੋਇਆ। ਇਹ ਸੱਤ ਦਿਨਾਂ ਵਿਚ ਹੀ ਇਹ ਗਤਿ ਹੋ ਗਈ। ਤੂੰ ਕਹਿੰਦਾ ਸੀ, ਸੌ ਸਾਲ ਚੱਲੇਗਾ। ਪਾਗ਼ਲ ਹੈਂ ਜਾਂ ਧੋਖੇਬਾਜ਼ ! ਕੀ ਹੈਂ ?

ਉਸ ਆਦਮੀ ਨੇ ਕਿਹਾ ਕਿ 'ਜਾਪਦਾ ਹੈ ਤੁਹਾਨੂੰ ਪੱਖਾ ਝੱਲਣਾ ਨਹੀਂ ਆਉਂਦਾ। ਪੱਖਾ ਤਾਂ ਸੌ ਸਾਲ ਚੱਲਦਾ ਹੀ। ਪੱਖਾ ਤਾਂ ਗਰੰਟੀਡ ਹੈ। ਤੁਸੀਂ ਪੱਖਾ ਝੱਲਦੇ ਕਿਵੇਂ ਸੀ ?'

ਸਮਰਾਟ ਨੇ ਕਿਹਾ, ਹੋਰ ਵੀ ਸੁਣੋ, ਹੁਣ ਮੈਨੂੰ ਇਹ ਵੀ ਸਿੱਖਣਾ ਪਏਗਾ ਕਿ ਪੱਖਾ ਕਿਵੇਂ ਝੱਲਿਆ ਜਾਂਦਾ ਹੈ।

ਉਸ ਆਦਮੀ ਨੇ ਕਿਹਾ, ਕਿਰਪਾ ਕਰਕੇ ਦੱਸੋ ਕਿ ਇਸ ਪੱਖੇ ਦੀ ਗਤਿ ਸੱਤ ਦਿਨਾਂ ਵਿਚ ਅਜਿਹੀ ਕਿਵੇਂ ਬਣਾ ਦਿੱਤੀ ਤੁਸੀਂ ? ਕਿਸ ਤਰ੍ਹਾਂ ਪੱਖਾ ਝੱਲਿਆ ਸੀ ?

ਸਮਰਾਟ ਨੇ ਪੱਖਾ ਚੁੱਕ ਕੇ ਝੱਲ ਕੇ ਦਿਖਾਇਆ ਕਿ ਇਸ ਤਰ੍ਹਾਂ ਮੈਂ ਪੱਖਾ ਝੱਲਿਆ ਸੀ। ਤਾਂ ਉਸ ਆਦਮੀ ਨੇ ਕਿਹਾ ਕਿ, 'ਸਮਝ ਗਿਆ ਭੁੱਲ। ਇਸ ਤਰ੍ਹਾਂ ਪੱਖਾ ਨਹੀਂ ਝੱਲਿਆ ਜਾਂਦਾ।'

ਸਮਰਾਟ ਨੇ ਕਿਹਾ, 'ਹੋਰ ਕੀ ਤਰੀਕਾ ਹੈ ਪੱਖਾ ਝੱਲਣਾ ਦਾ ?'

ਉਸ ਆਦਮੀ ਨੇ ਕਿਹਾ ਕਿ 'ਪੱਖਾ ਫੜੋ ਸਾਹਮਣੇ ਅਤੇ ਸਿਰ ਨੂੰ ਹਿਲਾਓ। ਪੱਖਾ ਸੌ ਸਾਲ ਚੱਲੇਗਾ। ਤੁਸੀਂ ਖ਼ਤਮ ਹੋ ਜਾਓਗੇ, ਪਰ ਪੱਖਾ ਬਚੇਗਾ। ਪੱਖਾ ਗ਼ਲਤ ਨਹੀਂ ਹੈ। ਤੁਹਾਡੇ ਝੱਲਣ ਦਾ ਢੰਗ ਗ਼ਲਤ ਹੈ।'

ਇਹ ਆਦਮੀ ਪੈਦਾ ਹੋਇਆ ਹੈ—ਪੰਜ-ਛੇ ਹਜ਼ਾਰ, ਦਸ ਹਜ਼ਾਰ ਸਾਲ ਦੀ ਸੰਸਕ੍ਰਿਤੀ ਦਾ ਇਹ ਆਦਮੀ ਫਲ ਹੈ। ਲੇਕਿਨ ਸੰਸਕ੍ਰਿਤੀ ਗ਼ਲਤ ਨਹੀਂ ਹੈ, ਇਹ ਆਦਮੀ ਗ਼ਲਤ ਹੈ। ਆਦਮੀ ਮਰਦਾ ਜਾਂਦਾ ਹੈ ਰੋਜ਼ ਅਤੇ ਸੰਸਕ੍ਰਿਤੀ ਦੀ ਦੁਹਾਈ ਚਲਦੀ ਚਲੀ ਜਾਂਦੀ ਹੈ ਕਿ ਮਹਾਨ-ਸੰਸਕ੍ਰਿਤੀ, ਮਹਾਨ ਧਰਮ, ਮਹਾਨ ਸਭ-ਕੁਝ ! ਅਤੇ ਉਸਦਾ ਇਹ ਫਲ ਹੈ ਆਦਮੀ। ਅਤੇ ਉਸੇ ਸੰਸਕ੍ਰਿਤੀ ਵਿਚੋਂ ਗੁਜ਼ਰਿਆ ਹੈ ਅਤੇ ਇਹ ਨਤੀਜਾ ਹੈ ਉਸਦਾ। ਐਪਰ ਨਹੀਂ। ਆਦਮੀ ਗ਼ਲਤ ਹੈ ਅਤੇ ਆਦਮੀ ਨੂੰ ਬਦਲਣਾ ਚਾਹੀਦਾ ਹੈ ਆਪਣੇ-ਆਪ ਨੂੰ।

ਅਤੇ ਕੋਈ ਕਹਿਣ ਦਾ ਹੌਸਲਾ ਨਹੀਂ ਕਰਦਾ ਕਿ ਕਿਤੇ ਅਜਿਹਾ ਤਾਂ ਨਹੀਂ ਹੈ ਕਿ ਦਸ ਹਜ਼ਾਰ ਵਰ੍ਹਿਆਂ ਵਿਚ ਜੋ ਸੰਸਕ੍ਰਿਤੀ ਅਤੇ ਧਰਮ ਆਦਮੀ ਨੂੰ ਪ੍ਰੇਮ ਨਾਲ ਨਹੀਂ ਭਰ ਸਕੇ, ਉਹ ਸਸੰਕ੍ਰਿਤੀ ਅਤੇ ਧਰਮ ਗ਼ਲਤ ਹੋਣ। ਅਤੇ ਜੇ ਦਸ ਹਜ਼ਾਰ ਵਰ੍ਹਿਆਂ ਵਿਚ ਆਦਮੀ ਪ੍ਰੇਮ ਨਾਲ ਨਹੀਂ ਭਰ ਪਾਇਆ ਤਾਂ ਅੱਗੇ ਕੋਈ ਸੰਭਾਵਨਾ ਹੈ ਇਸੇ ਧਰਮ ਅਤੇ

ਇਸੇ ਸੰਸਕ੍ਰਿਤੀ ਦੇ ਅਧਾਰ 'ਤੇ ਕਿ ਆਦਮੀ ਕਦੇ ਪ੍ਰੇਮ ਨਾਲ ਭਰ ਜਾਵੇ ?

ਦਸ ਹਜ਼ਾਰ ਵਰ੍ਹਿਆਂ ਵਿਚ ਜੋ ਨਹੀਂ ਹੋ ਪਾਇਆ, ਉਹ ਅੱਗੇ ਵੀ ਦਸ ਹਜ਼ਾਰ ਵਰ੍ਹਿਆਂ ਵਿਚ ਹੋਣ ਵਾਲਾ ਨਹੀਂ ਹੈ। ਕਿਉਂਕਿ ਆਦਮੀ ਇਹੀ ਹੈ, ਕਲ੍ਹ ਵੀ ਇਹੀ ਹੋਵੇਗਾ ਆਦਮੀ। ਆਦਮੀ ਹਮੇਸ਼ਾ ਤੋਂ ਇਹੀ ਹੈ ਅਤੇ ਹਮੇਸ਼ਾ ਇਹੀ ਹੋਵੇਗਾ ਅਤੇ ਸੰਸਕ੍ਰਿਤੀ ਤੇ ਧਰਮ ਜਿਨ੍ਹਾਂ ਦੇ ਅਸੀਂ ਨਾਅਰੇ ਲਾਈ ਚਲੇ ਜਾਂਦੇ ਹਾਂ, ਅਤੇ ਸੰਤ ਤੇ ਮਹਾਤਮਾ ਜਿਨ੍ਹਾਂ ਦੀਆਂ ਦੁਹਾਈਆਂ ਦੇਈ ਚਲੇ ਜਾਂਦੇ ਹਾਂ ! ਸੋਚਣ ਦੇ ਲਹੀ ਵੀ ਅਸੀਂ ਤਿਆਰ ਨਹੀਂ ਕਿ ਕਿਤੇ ਸਾਡੀ ਬੁਨਿਆਦੀ ਸੋਚਣੀ ਦੀ ਦਿਸ਼ਾ ਹੀ ਤਾਂ ਗ਼ਲਤ ਨਹੀਂ ਹੈ ?

ਮੈਂ ਕਹਿਣਾ ਚਾਹੁੰਦਾ ਹਾਂ ਕਿ ਉਹ ਗ਼ਲਤ ਹੈ। ਅਤੇ ਗ਼ਲਤ-ਸਬੂਤ ਹੈ ਇਹ ਆਦਮੀ। ਹੋਰ ਕੀ ਸਬੂਤ ਹੁੰਦਾ ਹੈ ?

ਇਕ ਬੀਜ ਨੂੰ ਅਸੀਂ ਬੀਜੀਏ ਅਤੇ ਫਲ ਜ਼ਹਿਰੀਲੇ ਤੇ ਕੌੜੇ ਹੋਣ ਤਾਂ ਕੀ ਸਿੱਧ ਹੁੰਦਾ ਹੈ ? ਸਿੱਧ ਹੁੰਦਾ ਹੈ ਕਿ ਉਹ ਬੀਜ ਜ਼ਹਿਰੀਲਾ ਅਤੇ ਕੌੜਾ ਰਿਹਾ ਹੋਵੇਗਾ। ਹਾਲਾਂਕਿ, ਬੀਜ ਵਿਚ ਪਤਾ ਲਾਉਣਾ ਮੁਸ਼ਕਲ ਹੈ ਕਿ ਉਸ ਤੋਂ ਜੋ ਫਲ ਪੈਦਾ ਹੋਣਗੇ, ਉਹ ਕੌੜੇ ਪੈਦਾ ਹੋਣਗੇ। ਬੀਜ ਵਿਚ ਕੁਝ ਖੋਜ-ਬੀਣ ਨਹੀਂ ਕੀਤੀ ਜਾ ਸਕਦੀ। ਬੀਜ ਨੂੰ ਤੋੜੇ-ਭੰਨੇ, ਕੋਈ ਪਤਾ ਨਹੀਂ ਲੱਗ ਸਕਦਾ ਕਿ ਇਸ ਤੋਂ ਜੋ ਫਲ ਪੈਦਾ ਹੋਣਗੇ, ਉਹ ਕੌੜੇ ਹੋਣਗੇ। ਬੀਜ ਨੂੰ ਬੀਜੋ, ਸੌ ਸਾਲ ਲੱਗ ਜਾਣਗੇ—ਬਿਰਛ ਹੋਵੇਗਾ, ਵੱਡਾ ਹੋਵੇਗਾ, ਅਕਾਸ਼ ਵਿਚ ਫੈਲੇਗਾ, ਤਦ ਫਲ ਆਉਣਗੇ ਅਤੇ ਤਦ ਪਤਾ ਲੱਗੇਗਾ ਕਿ ਉਹ ਕੌੜੇ ਹਨ।

ਦਸ ਹਜ਼ਾਰ ਵਰ੍ਹਿਆਂ ਵਿਚ ਸੰਸਕ੍ਰਿਤੀ ਅਤੇ ਧਰਮ ਦੇ ਜੋ ਬੀਜ ਬੀਜੇ ਗਏ ਹਨ, ਇਹ ਆਦਮੀ ਉਸਦਾ ਫਲ ਹੈ ਅਤੇ ਇਹ ਕੌੜਾ ਹੈ ਅਤੇ ਘਿਰਣਾ ਨਾਲ ਭਰਿਆ ਹੋਇਆ ਹੈ। ਐਪਰ ਉਸੇ ਦੀ ਦੁਹਾਈ ਦੇਈ ਚਲੇ ਜਾਂਦੇ ਹਾਂ ਅਤੇ ਅਸੀਂ ਸੋਚਦੇ ਹਾਂ ਉਸ ਨਾਲ ਪ੍ਰੇਮ ਹੋ ਜਾਏਗਾ। ਮੈਂ ਤੁਹਾਨੂੰ ਕਹਿਣਾ ਚਾਹੁੰਦਾ ਹਾਂ, ਉਸ ਨਾਲ ਪ੍ਰੇਮ ਨਹੀਂ ਹੋ ਸਕਦਾ ਹੈ। ਕਿਉਂਕਿ ਪ੍ਰੇਮ ਦੇ ਪੈਦਾ ਹੋਣ ਦੀ ਜੋ ਬੁਨਿਆਦੀ ਸੰਭਾਵਨਾ ਹੈ, ਧਰਮਾਂ ਨੇ ਉਸਦੀ ਹੀ ਹੱਤਿਆ ਕਰ ਦਿਤੀ ਹੈ, ਅਤੇ ਉਸ ਵਿਚ ਹੀ ਜ਼ਹਿਰ ਘੋਲ ਦਿੱਤਾ ਹੈ।

ਮਨੁੱਖ ਤੋਂ ਵੀ ਵੱਧ ਪ੍ਰੇਮ ਪਸ਼ੂ ਅਤੇ ਪੰਛੀਆਂ ਵਿਚ ਅਤੇ ਪੌਦਿਆਂ ਵਿਚ ਨਜ਼ਰ ਆਉਂਦਾ ਹੈ, ਜਿਨ੍ਹਾਂ ਕੋਲ ਨਾ ਕੋਈ ਸੰਸਕ੍ਰਿਤੀ ਹੈ, ਨਾ ਕੋਈ ਧਰਮ ਹੈ। ਸੰਸਕਾਰੀ ਅਤੇ ਚੰਗੇ ਸੰਸਕਾਰੀ ਅਤੇ ਸੱਭਯ ਮਨੁੱਖ ਦੀ ਬਜਾਇ ਅਸੱਭਯ ਅਤੇ ਜੰਗਲ ਦੇ ਆਦਮੀ ਵਿਚ ਵਧੇਰੇ ਪ੍ਰੇਮ ਦਿਖਾਈ ਪੈਂਦਾ ਹੈ; ਜਿਸਦੇ ਕੋਲ ਨਾ ਕੋਈ ਵਿਕਸਤ ਧਰਮ ਹੈ, ਨਾ ਕੋਈ ਸੱਭਯਤਾ ਹੈ, ਨਾ ਕੋਈ ਸੰਸਕ੍ਰਿਤੀ ਹੈ। ਜਿੰਨਾਂ ਆਦਮੀ ਸੱਭਯ, ਚੰਗਾ ਸੰਸਕਾਰੀ ਅਤੇ ਅਖੌਤੀ ਧਰਮਾਂ ਦੇ ਪ੍ਰਭਾਵ ਵਿਚ ਮੰਦਰਾਂ ਅਤੇ ਚਰਚਾਂ ਵਿਚ ਪ੍ਰਾਰਥਨਾ ਕਰਨ ਲੱਗਦਾ ਹੈ, ਉਨਾਂ ਹੀ ਪ੍ਰੇਮ ਤੋਂ ਸ਼ੂਨਯ ਕਿਉਂ ਹੁੰਦਾ ਚਲਿਆ ਜਾਂਦਾ ਹੈ ?

ਜ਼ਰੂਰ ਕੁਝ ਕਾਰਨ ਹਨ। ਅਤੇ ਦੋ ਕਾਰਨਾਂ ਉਤੇ ਮੈਂ ਵਿਚਾਰ ਕਰਨਾ ਚਾਹੁੰਦਾ ਹਾਂ। ਜੇਕਰ ਉਹ ਖ਼ਿਆਲ ਵਿਚ ਆ ਜਾਣ ਤਾਂ ਪ੍ਰੇਮ ਦੇ ਅਟਕੇ ਸੋਮੇ ਫੁੱਟ ਸਕਦੇ ਹਨ ਅਤੇ ਪ੍ਰੇਮ ਦੀ ਗੰਗਾ ਵਹਿ ਸਕਦੀ ਹੈ। ਉਹ ਹਰ ਆਦਮੀ ਦੇ ਅੰਦਰ ਹੈ, ਉਸਨੂੰ ਕਿਤੋਂ ਲਿਆਉਣਾ ਨਹੀਂ ਹੈ।

ਪ੍ਰੇਮ ਕੋਈ ਅਜਿਹੀ ਗੱਲ ਨਹੀਂ ਹੈ ਕਿ ਕਿਤੇ ਭਾਲਣ ਜਾਣਾ ਹੈ ਉਸਨੂੰ। ਉਹ ਹੈ। ਉਹ ਪ੍ਰਾਣਾਂ ਦੀ ਪਿਆਸ ਹੈ ਹਰੇਕ ਦੇ ਅੰਦਰ, ਉਹ ਪ੍ਰਾਣਾਂ ਦੀ ਸੁਗੰਧ ਹੈ ਹਰੇਕ ਦੇ ਅੰਦਰ। ਲੇਕਿਨ ਚਾਰੇ ਪਾਸੇ ਓਟਾ ਹੈ ਉਸਦੇ ਅਤੇ ਉਹ ਪ੍ਰਗਟ ਨਹੀਂ ਹੋ ਪਾਂਦੀ। ਸਭ

ਪਾਸੇ ਪੱਥਰ ਦੀ ਕੰਧ ਹੈ ਅਤੇ ਉਹ ਝਰਨੇ ਫੁੱਟ ਨਹੀਂ ਪਾਂਦੇ। ਤਾਂ ਪ੍ਰੇਮ ਦੀ ਚੋਜ ਅਤੇ ਪ੍ਰੇਮ ਦੀ ਸਾਧਨਾ ਕੋਈ ਪਾੱਜ਼ਿਟਿਵ, ਕੋਈ ਵਿਧਾਇਕ ਖੋਜ ਅਤੇ ਸਾਧਨਾ ਨਹੀਂ ਹੈ ਕਿ ਅਸੀਂ ਜਾਈਏ ਅਤੇ ਕਿਤੋਂ ਪ੍ਰੇਮ ਸਿੱਖ ਲਈਏ।

ਇਕ ਮੂਰਤੀਕਾਰ ਇਕ ਪੱਥਰ ਨੂੰ ਤੋੜ ਰਿਹਾ ਸੀ। ਕੋਈ ਦੇਖਣ ਗਿਆ ਸੀ ਕਿ ਮੂਰਤੀ ਕਿਵੇਂ ਬਣਾਈ ਜਾਂਦੀ ਹੈ। ਉਸਨੇ ਦੇਖਿਆ ਕਿ ਮੂਰਤੀ ਤਾਂ ਬਿਲਕੁਲ ਨਹੀਂ ਬਣਾਈ ਜਾ ਰਹੀ ਹੈ, ਸਿਰਫ਼ ਛੈਣੀ ਅਤੇ ਹਥੌੜੇ ਨਾਲ ਪੱਥਰ ਤੋੜਿਆ ਜਾ ਰਿਹਾ ਸੀ। ਉਸ ਆਦਮੀ ਨੇ ਪੁੱਛਿਆ, 'ਇਹ ਤੁਸੀਂ ਕੀ ਕਰ ਰਹੇ ਹੋ ਮੂਰਤੀ ਨਹੀਂ ਬਣਾਉਗੇ, ਮੈਂ ਤਾਂ ਮੂਰਤੀ ਦਾ ਬਣਨਾ ਦੇਖਣ ਆਇਆ ਹਾਂ। ਤੁਸੀਂ ਤਾਂ ਸਿਰਫ਼ ਪੱਥਰ ਤੋੜ ਰਹੇ ਹੋ।'

ਅਤੇ ਉਸ ਮੂਰਤੀਕਾਰ ਨੇ ਕਿਹਾ ਕਿ ਮੂਰਤੀ ਤਾਂ ਪੱਥਰ ਦੇ ਅੰਦਰ ਛੁਪੀ ਹੈ, ਉਸਨੂੰ ਬਨਾਉਣ ਦੀ ਲੋੜ ਨਹੀਂ ਹੈ, ਸਿਰਫ਼ ਉਸਦੇ ਉਪਰ ਜੋ ਫਾਲਤੂ ਪੱਥਰ ਜੁੜਿਆ ਹੈ ਉਸਨੂੰ ਅਲੱਗ ਕਰ ਦੇਣ ਦੀ ਲੋੜ ਹੈ ਅਤੇ ਮੂਰਤੀ ਪ੍ਰਗਟ ਹੋ ਜਾਵੇ। ਮੂਰਤੀ ਬਣਾਈ ਨਹੀਂ ਜਾਂਦੀ ਹੈ, ਮੂਰਤੀ ਸਿਰਫ਼ ਕੱਢੀ ਜਾਂਦੀ ਹੈ, ਡਿਸਕਵਰ ਹੁੰਦੀ ਹੈ। ਪਰਦਾ ਹਟਾਇਆ ਜਾਣਾ ਹੁੰਦਾ ਹੈ, ਉਘਾੜੀ ਜਾਂਦੀ ਹੈ।

ਮਨੁੱਖ ਦੇ ਅੰਦਰ ਪ੍ਰੇਮ ਛੁਪਿਆ ਹੈ, ਸਿਰਫ ਉਘਾੜਨ ਦੀ ਗੱਲ ਹੈ। ਉਸਨੂੰ ਪੈਦਾ ਕਰਨ ਦਾ ਸਵਾਲ ਨਹੀਂ ਹੈ। ਪਰਦਾ ਹਟਾਉਣ ਦੀ ਗੱਲ ਹੈ। ਕੁਝ ਹੈ, ਜੋ ਅਸੀਂ ਉਪਰ ਤੋਂ ਓੜ੍ਹਿਆ ਹੋਇਆ ਹੈ, ਜੋ ਉਸਨੂੰ ਪ੍ਰਗਟ ਨਹੀਂ ਹੋਣ ਦਿੰਦਾ।

ਇਕ ਇਲਾਜ-ਕਰਤਾ ਨੂੰ ਜਾ ਕੇ ਤੁਸੀਂ ਪੁਛੋ ਕਿ ਤੰਦਰੁਸਤੀ ਕੀ ਹੈ ? ਅਤੇ ਦੁਨੀਆਂ ਦਾ ਕੋਈ ਇਲਾਜ-ਕਰਤਾ ਨਹੀਂ ਦੱਸ ਸਕਦਾ ਕਿ ਤੰਦਰੁਸਤੀ ਕੀ ਹੈ। ਬੜੀ ਹੈਰਾਨੀ ਦੀ ਗੱਲ ਹੈ। ਤੰਦਰੁਸਤੀ ਉਤੇ ਹੀ ਤਾਂ ਸਾਰਾ ਇਲਾਜ-ਸ਼ਾਸਤਰ ਖੜ੍ਹਾ ਹੈ, ਸਾਰੀ ਮੈਡੀਕਲ ਸਾਇੰਸ ਖੜ੍ਹੀ ਹੈ ਅਤੇ ਕੋਈ ਨਹੀਂ ਦੱਸ ਸਕਦਾ ਕਿ ਤੰਦਰੁਸਤੀ ਕੀ ਹੈ। ਲੇਕਿਨ ਇਲਾਜ-ਕਰਤਾ ਤੋਂ ਪੁੱਛੋ ਕਿ ਤੰਦਰੁਸਤੀ ਕੀ ਹੈ ਤਾਂ ਉਹ ਕਹੇਗਾ, ਬੀਮਾਰੀਆਂ ਦੇ ਬਾਬਤ ਅਸੀਂ ਦੱਸ ਸਕਦੇ ਹਾਂ ਕਿ ਬੀਮਾਰੀਆਂ ਕੀ ਹਨ, ਉਹਨਾਂ ਦੇ ਲੱਛਣ ਸਾਨੂੰ ਪਤਾ ਹਨ, ਇਕ-ਇਕ ਬੀਮਾਰੀ ਦੀ ਅਲੱਗ-ਅਲੱਗ ਪਰਿਭਾਸ਼ਾ ਸਾਨੂੰ ਪਤਾ ਹੈ। ਤੰਦਰੁਸਤੀ ? ਤੰਦਰੁਸਤੀ ਦਾ ਸਾਨੂੰ ਕੋਈ ਵੀ ਪਤਾ ਨਹੀਂ ਹੈ। ਇੰਨਾ ਅਸੀਂ ਕਹਿ ਸਕਦੇ ਹਾਂ ਕਿ ਜਦ ਕੋਈ ਬੀਮਾਰੀ ਨਹੀਂ ਹੁੰਦੀ, ਤਦ ਜੋ ਹੁੰਦਾ ਹੈ, ਉਹ ਤੰਦਰੁਸਤੀ ਹੈ। ਤੰਦਰੁਸਤੀ ਤਾਂ ਮਨੁੱਖ ਦੇ ਅੰਦਰ ਛੁਪੀ ਹੈ, ਇਸ ਲਈ ਮਨੁੱਖ ਦੀ ਪਰਿਭਾਸ਼ਾ ਦੇ ਬਾਹਰ ਹੈ। ਬੀਮਾਰੀ ਬਾਹਰ ਤੋਂ ਆਉਂਦੀ ਹੈ, ਇਸ ਲਈ ਬਾਹਰ ਤੋਂ ਪਰਿਭਾਸ਼ਾ ਕੀਤੀ ਜਾ ਸਕਦੀ ਹੈ। ਤੰਦਰੁਸਤੀ ਅੰਦਰ ਤੋਂ ਆਉਂਦੀ ਹੈ, ਉਸ ਦੀ ਕੋਈ ਪਰਿਭਾਸ਼ਾ ਨਹੀਂ ਕੀਤੀ ਜਾ ਸਕਦੀ। ਇੰਨਾ ਹੀ ਅਸੀਂ ਕਹਿ ਸਕਦੇ ਹਾਂ ਕਿ ਬੀਮਾਰੀਆਂ ਦੀ ਅਣਹੋਂਦ ਤੰਦਰੁਸਤੀ ਹੈ। ਪਰ ਇਹ ਤੰਦਰੁਸਤੀ ਦੀ ਪਰਿਭਾਸ਼ਾ ਕਿਥੇ ਹੋਈ ? ਤੰਦਰੁਸਤੀ ਦੇ ਸਬੰਧ ਵਿਚ ਤਾਂ ਅਸੀਂ ਕੁਝ ਵੀ ਨਾ ਕਿਹਾ। ਕਿਹਾ ਕਿ ਬੀਮਾਰੀਆਂ ਨਹੀਂ ਹਨ, ਤਾਂ ਬੀਮਾਰੀਆਂ ਦੇ ਸਬੰਧ ਵਿਚ ਕਿਹਾ। ਸੱਚ ਇਹ ਹੈ ਕਿ ਤੰਦਰੁਸਤੀ ਪੈਦਾ ਨਹੀਂ ਕਰਨੀ ਹੁੰਦੀ ਹੈ। ਜਾਂ ਤਾਂ ਛੁਪ ਜਾਂਦੀ ਹੈ ਬੀਮਾਰੀਆਂ ਵਿਚ ਜਾਂ ਬੀਮਾਰੀਆਂ ਹਟ ਜਾਂਦੀਆਂ ਹਨ ਤਾਂ ਪ੍ਰਗਟ ਹੋ ਜਾਂਦੀ ਹੈ। ਤੰਦਰੁਸਤੀ ਸਾਡੇ ਵਿਚ ਹੈ :

ਤੰਦਰੁਸਤੀ ਸਾਡਾ ਸੁਭਾਅ ਹੈ।

ਪ੍ਰੇਮ ਸਾਡੇ ਵਿਚ ਹੈ, ਪ੍ਰੇਮ ਸਾਡਾ ਸੁਭਾਅ ਹੈ।

ਇਸ ਲਈ ਇਹ ਗੱਲ ਗ਼ਲਤ ਹੈ ਕਿ ਮਨੁੱਖ ਨੂੰ ਸਮਝਾਇਆ ਜਾਵੇ ਕਿ ਤੂੰ ਪ੍ਰੇਮ ਪੈਦਾ ਕਰ। ਸੋਚਣਾ ਇਹ ਹੈ ਕਿ ਪ੍ਰੇਮ ਪੈਦਾ ਕਿਉਂ ਨਹੀਂ ਹੋ ਪਾ ਰਿਹਾ ਹੈ, ਵਿਘਨ ਕੀ ਹੈ, ਅੜਿੱਚਣ ਕੀ ਹੈ, ਕਿਥੇ ਰੁਕਾਵਟ ਪਾ ਦਿਤੀ ਗਈ ਹੈ ? ਜੇਕਰ ਕੋਈ ਵੀ ਰੁਕਾਵਟ ਨਾ ਹੋਵੇ ਤਾਂ ਪ੍ਰੇਮ ਪ੍ਰਗਟ ਹੋਵੇਗਾ ਹੀ, ਉਸਨੂੰ ਸਿਖਾਉਣ ਦੀ ਅਤੇ ਸਮਝਾਉਣ ਦੀ ਕੋਈ ਵੀ ਜ਼ਰੂਰਤ ਨਹੀਂ ਹੈ।

ਜੇ ਮਨੁੱਖ ਦੇ ਉਪਰ ਗ਼ਲਤ ਸੰਸਕ੍ਰਿਤੀ ਅਤੇ ਗਲਤ ਸੰਸਕਾਰ ਦੀਆਂ ਧਾਰਾਵਾਂ ਤੇ ਰੁਕਾਵਟਾਂ ਨਾ ਹੋਣ, ਤਾਂ ਹਰ ਆਦਮੀ ਨੂੰ ਪ੍ਰੇਮ ਉਪਲੱਬਧ ਹੋਵੇਗਾ ਹੀ। ਇਹ ਲਾਜ਼ਮਤਾ ਹੈ। ਪ੍ਰੇਮ ਤੋਂ ਕੋਈ ਬਚ ਹੀ ਨਹੀਂ ਸਕਦਾ। ਪ੍ਰੇਮ ਸੁਭਾਅ ਹੈ।

ਗੰਗਾ ਵਗਦੀ ਹੈ ਹਿਮਾਲੀਆਂ ਤੋਂ। ਵਗੇਗੀ ਗੰਗਾ, ਉਸਦੇ ਪ੍ਰਾਣ ਹਨ, ਉਸਦੇ ਕੋਲ ਪਾਣੀ ਹੈ। ਉਹ ਵਗੇਗੀ ਅਤੇ ਸਾਗਰ ਨੂੰ ਲੱਭ ਹੀ ਲਵੇਗੀ। ਨਾ ਕਿਸੇ ਪੁਲੀਸ ਵਾਲੇ ਤੋਂ ਪੁਛੇਗੀ, ਨਾ ਕਿਸੇ ਪੁਰੋਹਤ ਤੋਂ ਪੁਛੇਗੀ ਕਿ ਸਾਗਰ ਕਿਥੇ ਹੈ ? ਦੇਖਿਐ ਕਿਸੇ ਗੰਗਾ ਨੂੰ ਚੁਰੱਸਤੇ 'ਤੇ ਖੜ੍ਹੇ ਹੋ ਕੇ ਪੁਛਦਿਆਂ ਕਿ ਸਾਗਰ ਕਿਥੇ ਹੇ ? ਉਸਦੇ ਪ੍ਰਾਣਾਂ ਵਿਚ ਛੁਪੀ ਹੈ ਸਾਗਰ ਦੀ ਖੋਜ। ਅਤੇ ਊਰਜਾ ਹੈ ਤਾਂ ਪਹਾੜ ਤੋੜੇਗੀ, ਮੈਦਾਨ ਤੋੜੇਗੀ ਅਤੇ ਪਹੁੰਚ ਜਾਏਗੀ ਸਾਗਰ ਤਕ। ਸਾਗਰ ਕਿੰਨਾ ਹੀ ਦੂਰ ਹੋਵੇ, ਕਿੰਨਾ ਹੀ ਛੁਪਿਆ ਹੋਵੇ, ਲੱਭ ਹੀ ਲਏਗੀ। ਹੋਰ ਕੋਈ ਰਾਹ ਨਹੀਂ ਹੈ, ਕੋਈ ਗਾਈਡ-ਬੁਕ ਨਹੀਂ ਹੈ ਜਿਸ ਤੋਂ ਪਤਾ ਲਾ ਲਵੇ ਕਿ ਕਿਥੋਂ ਤੋਂ ਜਾਣਾ ਹੈ, ਪਰ ਪਹੁੰਚ ਜਾਂਦੀ ਹੈ।

ਲੇਕਿਨ ਬੰਨ੍ਹ ਸਾਨੂੰ ਦਿੱਤੇ ਜਾਣ, ਚਾਰੇ ਪਾਸੇ ਓਟੇ ਉਸਾਰ ਦਿੱਤੇ ਜਾਣ, ਕੁਦਰਤ ਦੀਆਂ ਰੁਕਾਵਟਾਂ ਨੂੰ ਤਾਂ ਤੋੜ ਕੇ ਗੰਗਾ ਸਾਗਰ ਤਕ ਪਹੁੰਚ ਜਾਂਦੀ ਹੈ, ਪਰ ਜੇ ਆਦਮੀ ਦੀ ਇੰਜੀਨੀਅਰਿੰਗ ਦੀਆਂ ਰੁਕਾਵਟਾਂ ਖੜ੍ਹੀਆਂ ਕਰ ਦਿੱਤੀਆਂ ਜਾਣ, ਤਾਂ ਹੋ ਸਕਦਾ ਹੈ ਕਿ ਗੰਗਾ ਸਾਗਰ ਤਕ ਨਾ ਪਹੁੰਚ ਪਾਏ। ਇਹ ਫਰਕ ਸਮਝ ਲੈਣਾ ਜ਼ਰੂਰੀ ਹੈ।

ਕੁਦਰਤ ਦੀ ਕੋਈ ਵੀ ਰੁਕਾਵਟ ਅਸਲ ਵਿਚ ਰੁਕਾਵਟ ਨਹੀਂ ਹੈ, ਇਸ ਲਈ ਗੰਗਾ ਸਾਗਰ ਤਕ ਪਹੁੰਚ ਜਾਂਦੀ ਹੈ, ਹਿਮਾਲੀਆ ਨੂੰ ਕੱਟ ਕੇ ਪਹੁੰਚ ਜਾਦੀ ਹੈ। ਐਪਰ ਜੇ ਆਦਮੀ ਈਜ਼ਾਦ ਕਰੇ, ਇੰਤਜ਼ਾਮ ਕਰੇ, ਤਾਂ ਗੰਗਾ ਨੂੰ ਸਾਗਰ ਤਕ ਨਹੀਂ ਵੀ ਪਹੁੰਚਣ ਦੇ ਸਕਦਾ ਹੈ।

ਕੁਦਰਤ ਦਾ ਤਾਂ ਇਕ ਸਹਿਯੋਗ ਹੈ, ਕੁਦਰਤ ਤਾਂ ਇਕ ਹਾਰਮਨੀ ਹੈ। ਉਥੇ ਜੋ ਰੁਕਾਵਟ ਵੀ ਦਿਖਾਈ ਪੈਂਦੀ ਹੈ, ਉਹ ਵੀ ਸ਼ਾਇਦ ਸ਼ਕਤੀ ਨੂੰ ਜਗਾਉਣ ਦੇ ਲਈ ਚੁਣੌਤੀ ਹੈ। ਉਥੇ ਜੋ ਵਿਰੋਧ ਵੀ ਦਿਖਾਈ ਪੈਂਦਾ ਹੈ, ਉਹ ਵੀ ਸ਼ਾਇਦ ਅੰਦਰ ਪ੍ਰਾਣਾਂ ਵਿਚ ਜੋ ਛੁਪਿਆ ਹੈ, ਉਸਨੂੰ ਪ੍ਰਗਟ ਕਰਨ ਦੇ ਲਈ ਬੁਲਾਵਾ ਹੈ। ਉਥੇ ਸ਼ਾਇਦ ਕੋਈ ਰੁਕਾਵਟ ਨਹੀਂ ਹੈ। ਉਥੇ ਅਸੀਂ ਬੀਜ ਨੂੰ ਦਬਾਉਂਦੇ ਹਾਂ ਜ਼ਮੀਨ ਵਿਚ। ਦਿਖਾਈ ਪੈਂਦਾ ਹੈ ਕਿ ਜ਼ਮੀਨ ਦੀ ਇਕ ਪਰਤ ਬੀਜ ਦੇ ਉਪਰ ਪਈ ਹੈ, ਰੁਕਾਵਟ ਪਾ ਰਹੀ ਹੈ। ਪਰ ਉਹ ਰੁਕਾਵਟ ਨਹੀਂ ਪਾ ਰਹੀ ਹੈ। ਜੇ ਉਹ ਪਰਤ ਨਹੀਂ ਹੋਵੇਗੀ, ਤਾਂ ਬੀਜ ਅੰਕੁਰਤ ਵੀ ਨਹੀਂ ਹੋ ਪਾਏਗਾ। ਅਜਿਹਾ ਦਿਖਾਈ ਪੈਂਦਾ ਹੈ ਕਿ ਇਕ ਪਰਤ ਜ਼ਮੀਨ ਦੀ ਬੀਜ ਨੂੰ ਹੇਠਾਂ ਦਬਾ ਰਹੀ ਹੈ, ਲੇਕਿਨ ਉਹ ਪਰਤ ਇਸ ਲਈ ਦਬਾ ਰਹੀ ਹੈ, ਤਾਂ ਜੋ ਬੀਜ ਦਬੇ, ਗਲੇ ਅਤੇ ਟੁੱਟ ਜਾਵੇ ਅਤੇ ਅੰਕੁਰ ਬਣ ਜਾਵੇ ? ਉਪਰ ਤੋਂ ਦਿਖਾਈ ਪੈਂਦਾ ਹੈ ਕਿ ਉਹ ਜ਼ਮੀਨ ਰੁਕਾਵਟ ਪਾ ਰਹੀ ਹੈ, ਪਰ ਉਹ ਜ਼ਮੀਨ ਮਿੱਤਰ ਹੈ ਅਤੇ ਸਹਿਯੋਗ ਕਰ ਰਹੀ

ਹੈ ਬੀਜ ਨੂੰ ਪ੍ਰਗਟ ਕਰਨ ਵਿਚ।

ਕੁਦਰਤ ਤਾਂ ਇਕ ਹਾਰਮਨੀ ਹੈ, ਇਕ ਸੰਗੀਤਪੂਰਨ ਲੈਅਬੱਧਤਾ ਹੈ।

ਲੇਕਿਨ ਆਦਮੀ ਨੇ ਜੋ-ਜੋ ਕੁਦਰਤ ਦੇ ਉਪਰ ਇੰਜੀਨੀਅਰਿੰਗ ਕੀਤੀ ਹੈ, ਜੋ-ਜੋ ਉਸਨੇ ਆਪਣੀਆਂ ਮਸ਼ੀਨੀ ਧਾਰਨਾਵਾਂ ਨੂੰ ਠੋਕਣ ਅਤੇ ਬਿਠਾਉਣ ਦੀ ਕੋਸ਼ਿਸ਼ ਕੀਤੀ ਹੈ, ਉਸ ਨਾਲ ਗੰਗਾਵਾਂ ਰੁਕ ਗਈਆਂ ਹਨ, ਥਾਂ-ਥਾਂ ਅਟਕ ਗਈਆਂ ਹਨ। ਅਤੇ ਫਿਰ ਆਦਮੀ ਨੂੰ ਦੋਸ਼ ਦਿੱਤਾ ਜਾਂਦਾ ਹੈ ! ਕਿਸੇ ਬੀਜ ਨੂੰ ਦੋਸ਼ ਦੇਣ ਦੀ ਜ਼ਰੂਰਤ ਨਹੀਂ ਹੈ। ਜੇ ਉਹ ਪੌਦਾ ਨਾ ਬਣ ਪਾਇਆ, ਤਾਂ ਅਸੀਂ ਕਹਾਂਗੇ ਕਿ ਜ਼ਮੀਨ ਨਹੀਂ ਮਿਲੀ ਹੋਵੇਗੀ ਠੀਕ, ਪਾਣੀ ਨਹੀਂ ਮਿਲਿਆ ਹੋਵੇਗਾ ਠੀਕ, ਸੂਰਜ ਦੀ ਰੌਸ਼ਨੀ ਨਹੀਂ ਮਿਲੀ ਹੋਵੇਗੀ ਠੀਕ।

ਐਪਰ ਆਦਮੀ ਦੇ ਜੀਵਨ ਵਿਚ ਖਿੜ ਨਾ ਪਾਏ ਫੁੱਲ ਪ੍ਰੇਮ ਦਾ ਤਾਂ ਅਸੀਂ ਕਹਿੰਦੇ ਹਾਂ ਕਿ ਤੂੰ ਹੈਂ ਜ਼ਿੰਮੇਵਾਰ। ਅਤੇ ਕੋਈ ਨਹੀਂ ਕਹਿੰਦਾ ਕਿ ਭੂਮੀ ਨਹੀਂ ਮਿਲੀ ਹੋਵੇਗੀ ਠੀਕ, ਪਾਣੀ ਨਹੀਂ ਮਿਲਿਆ ਹੋਵੇਗਾ ਠੀਕ, ਸੂਰਜ ਦੀ ਰੌਸ਼ਨੀ ਨਹੀਂ ਮਿਲੀ ਹੋਵੇਗੀ ਠੀਕ। ਇਸ ਲਈ ਇਹ ਆਦਮੀ ਦਾ ਪੌਦਾ ਅਟਕਿਆ ਰਹਿ ਗਿਆ, ਵਿਕਸਤ ਨਹੀਂ ਹੋ ਪਾਇਆ, ਫੁੱਲ ਤਕ ਨਹੀਂ ਪਹੁੰਚ ਪਾਇਆ।

ਮੈਂ ਤੁਹਾਨੂੰ ਕਹਿਣਾ ਚਾਹੁੰਦਾ ਹਾਂ ਕਿ ਬੁਨਿਆਦੀ ਰੁਕਾਵਟਾਂ ਆਦਮੀ ਨੇ ਖੜ੍ਹੀਆ ਕੀਤੀਆਂ ਹਨ। ਪ੍ਰੇਮ ਦੀ ਗੰਗਾ ਤਾਂ ਵਗ ਸਕਦੀ ਹੈ ਅਤੇ ਪ੍ਰਮਾਤਮਾ ਦੇ ਸਾਗਰ ਤਕ ਪਹੁੰਚ ਸਕਦੀ ਹੈ। ਅਦਮੀ ਬਣਿਆ ਇਸ ਲਈ ਹੈ ਕਿ ਉਹ ਵਗੇ ਅਤੇ ਪ੍ਰੇਮ ਵਗੇ ਅਤੇ ਪ੍ਰਮਾਤਮਾ ਤਕ ਪਹੁੰਚ ਜਾਵੇ। ਲੇਕਿਨ ਅਸੀਂ ਕਿਹੜੀਆਂ ਰੁਕਾਵਟਾਂ ਖੜ੍ਹੀਆਂ ਕਰ ਲਈਆਂ ?

ਪਹਿਲੀ ਗੱਲ, ਅੱਜ ਤਕ ਮਨੁੱਖ ਦੀਆਂ ਸਾਰੀਆਂ ਸੰਸਕ੍ਰਿਤੀਆਂ ਨੇ ਸੈਕਸ ਦਾ, ਕਾਮ ਦਾ, ਵਾਸਨਾ ਦਾ ਵਿਰੋਧ ਕੀਤਾ ਹੈ। ਇਸ ਵਿਰੋਧ ਨੇ, ਮਨੁੱਖ ਦੇ ਅੰਦਰ ਪ੍ਰੇਮ ਦੇ ਜਨਮ ਦੀ ਸੰਭਾਵਨਾ ਤੋੜ ਦਿੱਤੀ, ਨਸ਼ਟ ਕਰ ਦਿੱਤੀ। ਇਸ ਵਰਜਣਾ ਨੇ, ਕਿਉਂਕਿ ਸੱਚਾਈ ਇਹ ਹੈ ਕਿ ਪ੍ਰੇਮ ਦੀ ਸਾਰੀ ਯਾਤਰਾ ਦਾ ਮੁੱਢਲਾ ਬਿੰਦੂ ਕਾਮ ਹੈ, ਸੈਕਸ ਹੈ।

ਪ੍ਰੇਮ ਦੀ ਯਾਤਰਰਾ ਦਾ ਜਨਮ, ਗੰਗੋਤ੍ਰੀ—ਜਿੱਥੋਂ ਤੋਂ ਗੰਗਾ ਪੈਦਾ ਹੋਵੇਗੀ ਪ੍ਰੇਮ ਦੀ—ਉਹ ਸੈਕਸ ਹੈ, ਉਹ ਕਾਮ ਹੈ।

ਅਤੇ ਉਸਦੇ ਸਭ ਦੁਸ਼ਮਣ ਹਨ। ਸਾਰੀਆਂ ਸੰਸਕ੍ਰਿਤੀਆਂ ਅਤੇ ਸਾਰੇ ਧਰਮ ਅਤੇ ਸਾਰੇ ਗੁਰੂ ਅਤੇ ਸਾਰੇ ਮਹਾਤਮਾ—ਤਾਂ ਗੰਗ੍ਰੋਤੀ ਉਤੇ ਹੀ ਚੋਟ ਕਰ ਦਿੱਤੀ। ਉਥੇ-ਈ ਰੋਕ ਦਿੱਤਾ। ਪਾਪ ਹੇ ਕਾਮ, ਨੀਚ ਹੈ ਕਾਮ, ਜ਼ਹਿਰ ਹੈ-ਕਾਮ। ਅਤੇ ਅਸੀਂ ਸੋਚਿਆ ਵੀ ਨਹੀਂ ਕਿ ਕਾਮ ਦੀ ਊਰਜਾ ਹੀ, ਸੈਕਸ ਏਨਰਜੀ ਹੀ, ਆਖ਼ਰਕਾਰ ਪ੍ਰੇਮ ਵਿਚ ਤਬਦੀਲ ਹੁੰਦੀ ਹੈ ਅਤੇ ਰੂਪ ਪਰਤਾਉਂਦੀ ਹੈ।

ਪ੍ਰੇਮ ਦਾ ਜੋ ਵਿਕਾਸ ਹੈ, ਉਹ ਕਾਮ ਦੀ ਸ਼ਕਤੀ ਦਾ ਹੀ ਟ੍ਰਾਂਸਫਾਰਮੇਸ਼ਨ ਹੈ। ਉਹ ਉਸੇ ਦਾ ਰੂਪ-ਪਰਤਣ ਹੈ।

ਇਕ ਕੋਲਾ ਪਿਆ ਹੋਵੇ ਅਤੇ ਤੁਹਾਨੂੰ ਖ਼ਿਆਲ ਵੀ ਨਹੀਂ ਆਏਗਾ ਕਿ ਕੋਲਾ ਹੀ ਰੂਪ ਪਰਤਾ ਦੇ ਹੀਰਾ ਬਣ ਜਾਂਦਾ ਹੈ। ਹੀਰੇ ਅਤੇ ਕੋਲੇ ਵਿਚ ਬੁਨਿਆਦੀ ਰੂਪ ਨਾਲ ਕੋਈ ਵੀ ਫ਼ਰਕ ਨਹੀਂ ਹੈ। ਹੀਰੇ ਵਿਚ ਵੀ ਉਹ ਹੀ ਤੱਤ ਹਨ, ਜੋ ਕੋਲੇ ਵਿਚ ਹਨ ਅਤੇ ਕੋਲਾ ਹੀ ਹਜ਼ਾਰਾਂ ਵਰ੍ਹਿਆਂ ਦੀ ਪ੍ਰਕਿਰਿਆ ਵਿਚੋਂ ਲੰਘ ਕੇ ਹੀਰਾ ਬਣ ਜਾਂਦਾ ਹੈ। ਲੇਕਿਨ ਕੋਲੇ ਦੀ ਕੋਈ ਕੀਮਤ ਨਹੀਂ ਹੈ, ਉਸਨੂੰ ਕੋਈ ਘਰ ਵਿਚ ਰਖਦਾ ਵੀ ਹੈ ਤਾਂ ਅਜਿਹੀ

ਥਾਂ ਜਿਥੋਂ ਕਿ ਦਿਖਾਈ ਨਾ ਪਵੇ। ਅਤੇ ਹੀਰੇ ਨੂੰ ਲੋਕ ਛਾਤੀਆਂ ਉਤੇ ਲਟਕਾ ਕੇ ਘੁੰਮਦੇ ਹਨ, ਕਿ ਉਹ ਦਿਖਾਈ ਪਵੇ। ਅਤੇ ਹੀਰਾ ਤੇ ਕੋਲਾ ਇਕ ਹੀ ਹਨ, ਐਪਰ ਕੋਈ ਨਜ਼ਰ ਨਹੀਂ ਆਉਂਦਾ ਕਿ ਇਹਨਾਂ ਦੋਹਾਂ ਦੇ ਵਿਚਾਲੇ ਅੰਤਰ-ਸਬੰਧ ਹੈ, ਇਕ ਯਾਤਰਾ ਹੈ। ਕੋਲੇ ਦੀ ਸ਼ਕਤੀ ਹੀ ਹੀਰਾ ਬਣਦੀ ਹੈ, ਅਤੇ ਜੇ ਤੁਸੀਂ ਕੋਲੇ ਦੇ ਦੁਸ਼ਮਣ ਹੋ ਗਏ ਜੋ ਕਿ ਹੋ ਜਾਣਾ ਬਿਲਕੁਲ ਅਸਾਨ ਹੈ, ਕਿਉਂਕਿ ਕੋਲੇ ਵਿਚ ਕੁਝ ਵੀ ਨਹੀਂ ਦਿਖਾਈ ਪੈਂਦਾ ਹੈ—ਤਾਂ ਹੀਰੇ ਦੇ ਪੈਦਾ ਹੋਣ ਦੀ ਸੰਭਾਵਨਾ ਵੀ ਖ਼ਤਮ ਹੋ ਗਈ, ਕਿਉਂਕਿ ਕੋਲਾ ਹੀ ਹੀਰਾ ਬਣ ਸਕਦਾ ਸੀ।

ਸੈਕਸ ਦੀ ਸ਼ਕਤੀ ਹੀ, ਕਾਮ ਦੀ ਸ਼ਕਤੀ ਹੀ ਪ੍ਰੇਮ ਬਣਦੀ ਹੈ।

ਲੇਕਿਨ ਉਸਦੇ ਵਿਰੋਧ ਵਿਚ—ਸਾਰੇ ਦੁਸ਼ਮਣ ਹਨ ਉਸਦੇ ! ਚੰਗੇ ਆਦਮੀ ਉਸਦੇ ਦੁਸ਼ਮਣ ਹਨ ਅਤੇ ਉਸਦੇ ਵਿਰੋਧ ਵਿਚ ਪ੍ਰੇਮ ਦੇ ਅੰਕੁਰ ਵੀ ਨਹੀਂ ਫੁੱਟਣ ਦਿੱਤੇ ਹਨ। ਅਤੇ ਜ਼ਮੀਨ ਤੋਂ, ਮੁੱਢ ਤੋਂ, ਪਹਿਲੀ ਪੌੜੀ ਤੋਂ ਨਸ਼ਟ ਕਰ ਦਿੱਤਾ ਭਵਨ ਨੂੰ। ਫਿਰ ਉਹ ਹੀਰਾ ਨਹੀਂ ਬਣ ਪਾਂਦਾ ਕੋਲਾ, ਕਿਉਂਕਿ ਉਸਦੇ ਬਣਨ ਦੇ ਲਈ ਜੋ ਸਵੀਕਾਰਨਾ ਚਾਹੀਦੀ ਹੈ, ਜੋ ਉਸਦਾ ਵਿਕਾਸ ਚਾਹੀਦਾ ਹੈ, ਜੋ ਉਸਦਾ ਰੂਪ-ਪਰਤਣ ਕਰਨ ਦੀ ਪ੍ਰਕਿਰਿਆ ਚਾਹੀਦੀ ਹੈ, ਉਸਦਾ ਸਵਾਲ ਹੀ ਨਹੀਂ ਉਠਦਾ। ਜਿਸਦੇ ਅਸੀਂ ਦੁਸ਼ਮਣ ਹੋ ਗਏ, ਜਿਸਦੇ ਅਸੀਂ ਵੈਰੀ ਬਣ ਗਏ, ਜਿਸਦੇ ਨਾਲ ਸਾਡੀ ਦੂੰਧ ਦੀ ਹਾਲਤ ਬਣ ਗਈ ਹੋਵੇ ਅਤੇ ਜਿਸ ਨਾਲ ਅਸੀਂ ਲਗਾਤਾਰ ਲੜਨਾ ਲੱਗੇ—ਆਪਣੀ ਹੀ ਸ਼ਕਤੀ ਨਾਲ ਆਦਮੀ ਨੂੰ ਲੜਾ ਦਿੱਤਾ ਗਿਆ ਹੈ ! ਸੈਕਸ ਦੀ ਸ਼ਕਤੀ ਨਾਲ ਆਦਮੀ ਨੂੰ ਲੜਾ ਦਿੱਤਾ ਗਿਆ ਹੈ। ਅਤੇ ਸਿੱਖਿਆਵਾਂ ਦਿੱਤੀਆਂ ਜਾਂਤੀਆਂ ਹਨ ਕਿ ਦੂੰਧ ਛੱਡਣਾ ਚਾਹੀਦਾ ਹੈ, ਕਾਨਫਲਿੱਕਟੱਸ ਛੱਡਣੀ ਚਾਹੀਦੀ ਹੈ, ਲੜਨਾ ਨਹੀਂ ਚਾਹੀਦਾ ਅਤੇ ਸਾਰੀਆਂ ਸਿੱਖਿਆਵਾਂ ਬੁਨਿਆਦ ਵਿਚ ਸਿਖਾ ਰਹੀਆਂ ਹਨ ਕਿ ਲੜੋ !

ਮਨ ਜ਼ਹਿਰ ਹੈ ਤਾਂ ਮਨ ਨਾਲ ਲੜੋ। ਜ਼ਹਿਰ ਨਾਲ ਤਾਂ ਲੜਨਾ ਪਏਗਾ। ਸੈਕਸ ਪਾਪ ਹੈ ਤਾਂ ਉਸ ਨਾਲ ਲੜੋ। ਅਤੇ ਉਪਰ ਤੋਂ ਕਿਹਾ ਜਾ ਰਿਹਾ ਹੈ ਕਿ ਦੂੰਧ ਛੱਡੋ। ਜਿਨ੍ਹਾਂ ਸਿੱਖਿਆਵਾਂ ਦੇ ਅਧਾਰ 'ਤੇ ਮਨੁੱਖ ਦੂੰਦ ਨਾਲ ਭਰ ਰਿਹਾ ਹੈ, ਉਹੀ ਹੀ ਸਿੱਖਿਆਵਾਂ ਦੂਜੇ ਪਾਸੇ ਕਹਿ ਰਹੀਆਂ ਹਨ ਕਿ ਦੂੰਧ ਛੱਡੋ। ਇਕ ਪਾਸੇ ਆਦਮੀ ਨੂੰ ਪਾਗਲ ਬਣਾਉ ਅਤੇ ਦੂਜੇ ਪਾਸੇ ਪਾਗਲਖਾਨੇ ਖੋਲ੍ਹੋ ਕਿ ਉਹਨਾਂ ਦਾ ਇਲਾਜ ਕਰਨਾ ਹੈ। ਇਕ ਪਾਸੇ ਕੀਟਾਣੂ ਫੈਲਾਉ ਬੀਮਾਰੀਆਂ ਦੇ ਅਤੇ ਫਿਰ ਹਸਪਤਾਲ ਖੋਲ੍ਹੋ ਕਿ ਬੀਮਾਰੀਆਂ ਦਾ ਇਲਾਜ ਇਥੇ ਕੀਤਾ ਜਾਂਦਾ ਹੈ। ਇਕ ਗੱਲ ਸਮਝ ਲੈਣੀ ਜ਼ਰੂਰੀ ਹੈ ਇਸ ਸਬੰਧ ਵਿਚ।

ਮਨੁੱਖ ਕਦੇ ਵੀ ਕਾਮ ਤੋਂ ਮੁਕਤ ਨਹੀਂ ਹੋ ਸਕੇਗਾ। ਕਾਮ ਉਸਦੇ ਜੀਵਨ ਦਾ ਮੁੱਢਲਾ ਬਿੰਦੂ ਹੈ। ਉਸੇ ਤੋਂ ਜਨਮ ਹੁੰਦਾ ਹੈ। ਪ੍ਰਮਾਤਮਾ ਨੇ ਕਾਮ ਦੀ ਸ਼ਕਤੀ ਨੂੰ ਹੀ, ਸੈਕਸ ਨੂੰ ਹੀ ਸ੍ਰਿਸ਼ਟੀ ਦਾ ਮੂਲ ਬਿੰਦੂ ਸਵੀਕਾਰ ਕੀਤਾ ਹੈ ਅਤੇ ਪ੍ਰਮਾਤਮਾ ਜਿਸ ਨੂੰ ਪਾਪ ਨਹੀਂ ਸਮਝ ਰਿਹਾ ਹੈ, ਮਹਾਤਮਾ ਉਸਨੂੰ ਪਾਪ ਦੱਸ ਰਹੇ ਹਨ। ਜੇ ਪ੍ਰਮਾਤਮਾ ਉਸਨੂੰ ਪਾਪ ਸਮਝਦਾ ਹੈ, ਤਾਂ ਪ੍ਰਮਾਤਮਾ ਤੋਂ ਵੱਡਾ ਪਾਪੀ ਇਸ ਪ੍ਰਿਥਵੀ ਉਤੇ, ਇਸ ਜਗਤ ਵਿਚ, ਇਸ ਵਿਸ਼ਵ ਵਿਚ ਕੋਈ ਵੀ ਨਹੀਂ ਹੈ।

ਫੁੱਲ ਖਿੜਿਆ ਹੋਇਆ ਦਿਖਾਈ ਦੇ ਰਿਹਾ ਹੈ। ਕਦੇ ਸੋਚਿਆ ਹੈ ਕਿ ਫੁੱਲ ਦਾ ਖਿੜ ਜਾਣਾ ਵੀ ਸੈਕਸੂਅਲ ਐੱਕਟ ਹੈ, ਫੁੱਲ ਦਾ ਖਿੜ ਜਾਣਾ ਪੀ ਕਾਮ ਦੀ ਇਕ ਘਟਨਾ ਹੈ, ਵਾਸਨਾ ਦੀ ਇਕ ਘਟਖ਼ਨਾ ਹੈ ? ਫੁੱਲ ਵਿਚ ਹੈ ਕੀ—ਉਸਦੇ ਖਿੜ ਜਾਣ ਵਿਚ, ਉਸ

ਦੇ ਖਿੜ ਜਾਣ ਵਿਚ ਕੁਝ ਵੀ ਨਹੀਂ ਹੈ। ਉਹ ਬਿੰਦੂ ਹਨ ਪਰਾਗ ਦੇ, ਵੀਰਜ ਦੇ ਕਣ ਹਨ ਜਿਨ੍ਹਾਂ ਨੂੰ ਤਿੱਤਲੀਆਂ ਉਡਾ ਕੇ ਦੂਜੇ ਫੁੱਲਾਂ ਉਤੇ ਲੈ ਜਾਣਗੀਆਂ ਅਤੇ ਨਵਾਂ ਜਨਮ ਦੇਣਗੀਆਂ।

ਇਕ ਮੋਰ ਨੱਚ ਰਿਹਾ ਹੈ—ਅਤੇ ਕਵੀ ਗੀਤ ਗਾ ਰਹੇ ਹਨ ਅਤੇ ਸੰਤ ਵੀ ਦੇਖ ਕੇ ਪ੍ਰਸੰਨ ਹੋਣਗੇ—ਲੇਕਿਨ ਉਹਨਾਂ ਨੂੰ ਖ਼ਿਆਲ ਨਹੀਂ ਹੈ ਕਿ ਨਾਚ ਇਕ ਸੈਕਸੁਅਲ ਐਕਟ ਹੈ। ਮੋਰ ਪੁਕਾਰ ਰਿਹਾ ਹੈ ਆਪਣੀ ਪ੍ਰੇਮਿਕਾ ਨੂੰ ਜਾ ਆਪਣੇ ਪ੍ਰੇਮੀ ਨੂੰ। ਉਹ ਨਾਚ ਕਿਸੇ ਨੂੰ ਰਿਝਾਣ ਦੇ ਲਈ ਹੈ ? ਪਪੀਹਾ ਗੀਤ ਗਾ ਰਿਹਾ ਹੈ, ਕੋਇਲ ਬੋਲ ਰਹੀ ਹੈ। ਇਕ ਆਦਮੀ ਜਵਾਨ ਹੋ ਗਿਆ ਹੈ, ਇਕ ਯੁਵਤੀ ਸੋਹਣੀ ਹੋ ਕੇ ਵਿਕਸਤ ਹੋ ਗਈ ਹੈ। ਇਹ ਸਭ ਦੇ ਸਭ ਸੈਕਸੁਅਲ ਏਨਰਜੀ ਦੇ ਪ੍ਰਗਟਾਵੇ ਹਨ। ਇਹ ਸਭ ਦਾ ਸਭ ਕਾਮ ਦਾ ਹੀ ਰੂਪ ਪਰਤਣ ਹੈ। ਇਹ ਸਭ ਦਾ ਸਭ ਕਾਮ ਦਾ ਹੀ ਪ੍ਰਗਟਾਵਾ, ਕਾਮ ਦਾ ਹੀ ਜ਼ਾਹਰ ਹੋਣਾ ਹੈ।

ਸਾਰਾ ਜੀਵਨ, ਸਾਰਾ ਪ੍ਰਗਟਾਅ, ਸਾਰੀ ਫਲਾਵਰਿੰਗ ਕਾਮ ਦੀ ਹੈ।

ਅਤੇ ਉਸ ਕਾਮ ਦੇ ਖ਼ਿਲਾਫ਼ ਸੰਸਕ੍ਰਿਤੀ ਤੇ ਧਰਮ ਆਦਮੀ ਦੇ ਮਨ ਵਿਚ ਜ਼ਹਿਰ ਪਾ ਰਹੇ ਹਨ। ਉਸ ਨਾਲ ਲੜਾਉਣ ਦੀ ਕੋਸ਼ਿਸ਼ ਕਰ ਰਹੇ ਹਨ। ਮੌਲਿਕ ਸ਼ਕਤੀ ਨਾਲ ਮਨੁੱਖ ਨੂੰ ਉਲਝਾ ਦਿੰਦਾ ਹੈ ਲੜਨ ਦੇ ਲਈ, ਇਸ ਲਈ ਮਨੁੱਖ ਦੀਨ-ਹੀਣ, ਪ੍ਰੇਮ ਤੋਂ ਸੱਖਣਾ ਅਤੇ ਖੋਟਾ ਅਤੇ ਨਾ-ਕੁਝ ਹੋ ਗਿਆ ਹੈ।

ਕਾਮ ਨਾਲ ਲੜਨਾ ਨਹੀਂ ਹੈ, ਕਾਮ ਦੇ ਨਾਲ ਮਿੱਤਰਤਾ ਕਾਇਮ ਕਰਨੀ ਹੈ ਅਤੇ ਕਾਮ ਦਾ ਧਾਰਾ ਨੂੰ ਹੋਰ ਉਚਾਈਆਂ ਤਕ ਲੈ ਜਾਣਾ ਹੈ।

ਕਿਸੇ ਰਿਸ਼ੀ ਨੇ ਕਿਸੇ ਲਾੜੀ ਨੂੰ, ਨਵੇਂ ਲਾੜੇ ਅਤੇ ਲਾੜੀ ਨੂੰ ਅਸ਼ੀਰਵਾਦ ਦਿੰਦੇ ਹੋਏ ਕਿਹਾ ਸੀ ਕਿ 'ਤੇਰੇ ਦਸ ਪੁੱਤਰ ਹੋਣ ਅਤੇ ਆਖ਼ਰਕਾਰ ਤੇਰਾ ਪਤੀ ਤੇਰਾ ਗਿਆਰ੍ਹਵਾਂ ਪੁੱਤਰ ਹੋ ਜਾਵੇ।'

ਵਾਸਨਾ ਰੂਪ ਪਰਤਾਵੇ, ਤਾ ਪਤਨੀ ਮਾਂ ਬਣ ਸਕਦੀ ਹੈ।

ਵਾਸਨਾ ਰੂਪ ਪਰਤਾਵੇ, ਤਾਂ ਕਾਮ ਪ੍ਰੇਮ ਬਣ ਸਕਦਾ ਹੈ।

ਲੇਕਿਨ ਕਾਮ ਹੀ ਪ੍ਰੇਮ ਬਣਦਾ ਹੈ, ਕਾਮ ਦੀ ਊਰਜਾ ਹੀ ਪ੍ਰੇਮ ਦੀ ਊਰਜਾ ਵਿਚ ਵਿਕਸਤ ਹੁੰਦੀ ਹੈ, ਪ੍ਰਗਟ ਹੁੰਦੀ ਹੈ।

ਐਪਰ ਅਸੀਂ ਮਨੁੱਖ ਨੂੰ ਭਰ ਦਿੱਤਾ ਹੈ, ਕਾਮ ਦੇ ਵਿਰੋਧ ਵਿਚ। ਇਸਦਾ ਨਤੀਜਾ ਇਹ ਹੋਇਆ ਕਿ ਪ੍ਰੇਮ ਤਾਂ ਪੈਦਾ ਨਹੀਂ ਹੋ ਸਕਿਆ, ਕਿਉਂਕਿ ਉਹ ਤਾਂ ਅੱਗੇ ਦਾ ਵਿਕਾਸ ਸੀ, ਕਾਮ ਦੀ ਸਵੀਕਾਰਨਾ ਤੋਂ ਆਉਂਦਾ। ਪ੍ਰੇਮ ਤਾਂ ਵਿਕਸਤ ਨਹੀਂ ਹੋਇਆ ਅਤੇ ਕਾਮ ਦੇ ਵਿਰੋਧ ਵਿਚ ਖੜ੍ਹੇ ਹੋਣ ਦੇ ਕਾਰਨ ਮਨੁੱਖ ਦਾ ਚਿੱਤ ਵਧੇਰੇ ਕਾਮੁਕ ਅਤੇ ਸੈਕਸੁਅਲ ਹੁੰਦਾ ਚਲਿਆ ਗਿਆ। ਸਾਡੇ ਸਾਰੇ ਗੀਤ, ਸਾਡੀਆਂ ਸਾਰੀਆਂ ਕਵਿਤਾਵਾਂ, ਸਾਡੇ ਚਿੱਤਰ, ਸਾਡੀ ਪੇਂਟਿੰਗਜ਼, ਸਾਡੇ ਮੰਦਰ, ਸਾਡੀਆਂ ਮੂਰਤੀਆਂ ਸਭ ਘੁੰਮ ਫਿਰ ਕੇ ਸੈਕਸ ਦੇ ਆਲੇ-ਦੁਆਲੇ ਕੇਂਦਰਤ ਹੋ ਗਈਆਂ ਹਨ। ਸਾਡਾ ਮਨ ਹੀ ਸੈਕਸ ਦੇ ਆਸ-ਪਾਸ ਕੇਂਦਰਤ ਹੋ ਗਿਆ। ਇਸ ਜਗਤ ਵਿਚ ਵੀ ਪਸ਼ੂ, ਮਨੁੱਖ ਦੀ ਤਰ੍ਹਾਂ ਸੈਕਸੁਅਲ ਨਹੀਂ ਹੈ। ਮਨੁੱਖ ਚੌਵੀ ਘੰਟੇ ਸੈਕਸੁਅਲ ਹੋ ਗਿਆ ਹੈ। ਉਠਦੇ-ਬੈਠਦੇ, ਸੌਂਦੇ-ਜਾਗਦੇ, ਸੈਕਸ ਹੀ ਸਭ-ਕੁਝ ਹੋ ਗਿਆ ਹੈ। ਉਸਦੇ ਪ੍ਰਾਣ ਵਿਚ ਇਕ ਜ਼ਖ਼ਮ ਹੋ ਗਿਆ ਹੈ—ਵਿਰੋਧ ਦੇ ਕਾਰਨ, ਦੁਸ਼ਮਣੀ ਦੇ ਕਾਰਨ, ਵੈਰ ਦੇ ਕਾਰਨ। ਜੋ ਜੀਵਨ ਦਾ ਮੂਲ ਸੀ, ਉਸ ਤੋਂ ਮੁਕਤ

ਤਾਂ ਹੋਇਆ ਨਹੀਂ ਜਾ ਸਕਦਾ ਸੀ, ਲੇਕਿਨ ਉਸ ਨਾਲ ਲੜਨ ਦੀ ਚੇਸ਼ਟਾ ਵਿਚ ਸਾਰਾ ਜੀਵਨ ਰੋਗੀ ਜ਼ਰੂਰ ਹੋ ਸਕਦਾ ਸੀ, ਉਹ ਰੋਗੀ ਹੋ ਗਿਆ ਹੈ।

ਅਤੇ ਇਹ ਜੋ ਮਨੁੱਖ ਜਾਤੀ ਇੰਨੀ ਜ਼ਿਆਦਾ ਕਾਮੁਕ ਦਿਖਾਈ ਪੈ ਰਹੀ ਹੈ, ਇਸਦੇ ਪਿਛੇ ਅਖੌਤੀ ਧਰਮਾਂ ਅਤੇ ਸੰਸਕ੍ਰਿਤੀ ਦਾ ਬੁਨਿਆਦੀ ਹੱਥ ਹੈ। ਇਸਦੇ ਪਿਛੇ ਬੁਰੇ ਲੋਕਾਂ ਦਾ ਨਹੀਂ, ਸੱਜਣਾਂ ਅਤੇ ਸੰਤਾਂ ਦਾ ਹੱਥ ਹੈ। ਅਤੇ ਜਦ ਤਕ ਮਨੁੱਖ-ਜਾਤੀ ਸੱਜਣਾਂ ਅਤੇ ਸੰਤਾਂ ਦੀ ਇਸ ਧੱਕੇਸ਼ਾਹੀ ਤੋਂ ਮੁਕਤ ਨਹੀਂ ਹੋ ਜਾਂਦੀ, ਤਦ ਤਕ ਪ੍ਰੇਮ ਦੇ ਵਿਕਾਸ ਦੀ ਕੋਈ ਸੰਭਾਵਨਾ ਨਹੀਂ ਹੈ।

ਮੈਨੂੰ ਇਕ ਘਟਨਾ ਯਾਦ ਆਉਂਦੀ ਹੈ। ਇਕ ਫ਼ਕੀਰ ਆਪਣੇ ਘਰ 'ਚੋਂ ਨਿਕਲਿਆ ਸੀ। ਕਿਸੇ ਮਿੱਤਰ ਦੇ ਕੋਲ ਮਿਲਣ ਜਾ ਰਿਹਾ ਸੀ। ਨਿਕਲਿਆ ਹੈ ਕਿ ਘੋੜੇ ਉਤੇ ਸਵਾਰ ਹੋਇਆ ਉਸਦਾ ਇਕ ਬਚਪਨ ਦਾ ਦੋਸਤ ਘਰ ਆ ਕੇ ਸਾਹਮਣੇ ਖੜ੍ਹਾ ਹੋ ਗਿਆ ਹੈ। ਉਸਨੇ ਕਿਹਾ ਕਿ ਦੋਸਤ ! ਤੂੰ ਘਰ 'ਚ ਰੁਕ, ਵਰ੍ਹਿਆਂ ਤੋਂ ਉਡੀਕ ਕਰਦਾ ਸੀ ਕਿ ਤੂੰ ਆਏਂਗਾ ਤਾਂ ਬੈਠਾਂਗੇ ਅਤੇ ਗੱਲਾਂ ਕਰਾਂਗੇ। ਅਤੇ ਦੁਰਭਾਗ ਕਿ ਮੈਂ ਕਿਸੇ ਮਿੱਤਰ ਨੂੰ ਮਿਲਣ ਜਾਣਾ ਹੈ। ਮੈਂ ਬਚਨ ਦੇ ਚੁਕਿਆ ਹਾਂ ਕਿ ਮੈਂ ਉਥੇ ਜਾਵਾਂਗਾ। ਘੰਟੇ ਭਰ ਵਿਚ ਛੇਤੀ ਤੋਂ ਛੇਤੀ ਮੁੜ ਆਵਾਂਗਾ। ਤਦ ਤਕ ਤੂੰ ਆਰਾਮ ਕਰ।

ਉਸਦੇ ਮਿੱਤਰ ਨੇ ਕਿਹਾ, ਮੈਨੂੰ ਤਾਂ ਚੈਨ ਨਹੀਂ ਹੈ, ਚੰਗਾ ਹੋਵੇਗਾ ਕਿ ਮੈਂ ਤੇਰੇ ਨਾਲ ਹੀ ਚਲਿਆ ਚੱਲਾਂ। ਪਰ ਉਸਨੇ ਕਿਹਾ ਕਿ ਮੇਰੇ ਕੱਪੜੇ ਸਭ ਮੈਲੇ ਹੋ ਗਏ ਹਨ ਰਾਹ ਦੀ ਧੂੜ ਨਾਲ। ਜੇ ਤੇਰੇ ਕੋਲ ਕੋਈ ਚੰਗਾ ਕੱਪੜਾ ਹੋਵੇ, ਤਾਂ ਦੇ ਦੇ ਮੈਂ ਪਹਿਨ ਲਵਾਂ ਅਤੇ ਨਾਲ ਹੋ ਜਾਵਾਂ।

ਯਕੀਨਨ ਸੀ ਉਸ ਫ਼ਕੀਰ ਦੇ ਕੋਲ। ਕਿਸੇ ਸਮਰਾਟ ਨੇ ਉਸਨੂੰ ਇਕ ਬੇਸ਼ਕੀਮਤੀ ਕੋਟ, ਇਕ ਪਗੜੀ ਅਤੇ ਧੋਤੀ ਭੇਟਾ ਕੀਤੀ ਸੀ। ਉਸ ਨੇ ਸਾਂਭ ਦੇ ਰੱਖ ਛੱਡੇ ਸਨ, ਕਿ ਕਦੇ ਲੋੜ ਪਏਗੀ ਤਾਂ ਪਹਿਨਾਂਗਾ। ਉਹ ਲੋੜ ਨਹੀਂ ਆਈ। ਕੱਢ ਕੇ ਲੈ ਆਇਆ ਖ਼ੁਸ਼ੀ ਵਿਚ।

ਮਿੱਤਰ ਨੇ ਜਦ ਪਹਿਨ ਲਏ, ਤਦ ਉਸਨੂੰ ਕੁਝ ਈਰਖਾ ਪੈਦਾ ਹੋਈ। ਮਿੱਤਰ ਨੇ ਪਹਿਨੇ ਤਾਂ ਸਮਰਾਟ ਲੱਗਣ ਲਗਿਆ। ਬੇਸ਼ਕੀਮਤੀ ਕੋਟ ਸੀ, ਪਗੜੀ ਸੀ, ਧੋਤੀ ਸੀ, ਸ਼ਾਨਦਾਰ ਜੁੱਤੀ ਸੀ ਅਤੇ ਉਸਦੇ ਸਾਹਮਣੇ ਹੀ ਉਹ ਫ਼ਕੀਰ ਬਿਲਕੁਲ ਹੀ ਨੌਕਰ-ਚਾਕਰ, ਦੀਨ-ਹੀਣ ਦਿਖਾਈ ਪੈਣ ਲਗਿਆ ਅਤੇ ਉਸਨੇ ਸੋਚਿਆ ਕਿ ਇਹ ਤਾਂ ਬੜੀ ਮੁਸ਼ਕਲ ਹੋਈ, ਇਹ ਤਾਂ ਬੜਾ ਗ਼ਲਤ ਹੋਇਆ। ਜਿਨ੍ਹਾਂ ਦੇ ਘਰ ਮੈਂ ਲੈ ਜਾਵਾਂਗਾ, ਧਿਆਨ ਇਸ ਉਤੇ ਜਾਏਗਾ। ਮੇਰੇ ਉਤੇ ਕਿਸੇ ਦਾ ਵੀ ਧਿਆਨ ਜਾਏਗਾ ਨਹੀਂ। ਆਪਣੇ ਹੀ ਕੱਪੜੇ...ਅਤੇ ਅੱਜ ਆਪਣੇ ਹੀ ਕੱਪੜਿਆਂ ਦੇ ਕਾਰਨ ਮੈਂ ਦੀਨ-ਹੀਣ ਹੋ ਜਾਵਾਂਗਾ। ਲੇਕਿਨ ਵਾਰ-ਵਾਰ ਮਨ ਨੂੰ ਸਮਝਾਇਆ ਕਿ ਮੈਂ ਫ਼ਕੀਰ ਹਾਂ—ਆਤਮਾ ਪ੍ਰਮਾਤਮਾ ਦੀ ਗੱਲ ਕਰਨਾ ਵਾਲਾ। ਕੀ ਰਖਿਆ ਹੈ ਕੋਟ ਵਿਚ, ਪਗੜੀ ਵਿਚ, ਛੱਡੋ ! ਪਹਿਨੀਂ ਰੱਖਣ ਦਿਉ, ਕਿੰਨਾਂ ਫ਼ਰਕ ਪੈਂਦਾ ਹੈ। ਪਰ ਜਿੰਨਾਂ ਸਮਝਾਉਣ ਦੀ ਕੋਸ਼ਿਸ਼ ਕੀਤੀ, ਕਿ ਕੋਟ ਪਗੜੀ ਵਿਚ ਕੀ ਰਖਿਆ ਹੈ—ਕੋਟ-ਪਗੜੀ, ਕੋਟ-ਪਗੜੀ ਹੀ ਉਸਦੇ ਮਨ ਵਿਚ ਘੁੰਮਣ ਲੱਗੀ।

ਮਿੱਤਰ ਦੂਜੀ ਗੱਲ ਕਰਨ ਲਗਿਆ। ਪਰ ਉਹ ਅੰਦਰ ਤਾਂ...ਉਪਰ ਕੁਝ ਹੋਰ ਦੂਜੀਆਂ ਗੱਲਾਂ ਕਰ ਰਿਹਾ ਹੈ, ਲੇਕਿਨ ਉਥੇ ਉਸਦਾ ਮਨ ਨਹੀਂ ਹੈ। ਅੰਦਰ ਉਸਦੇ ਬਸ

ਕੋਟ ਅਤੇ ਪਗੜੀ ! ਰਾਹ ਵਿਚ ਜਿਹੜਾ ਵੀ ਆਦਮੀ ਦੇਖਦਾ, ਉਹ ਬੜੀ ਮੁਸ਼ਕਿਲ ਵਿਚ ਪੈ ਗਿਆ। ਇਹ ਤਾਂ ਅੱਜ ਭੁੱਲ ਕਰ ਲਈ—ਆਪਣੇ ਹੱਥੀਂ ਭੁੱਲ ਕਰ ਲਈ।

ਜਿਨ੍ਹਾਂ ਦੇ ਘਰ ਜਾਣਾ ਸੀ, ਉਥੇ ਪਹੁੰਚਿਆ। ਜਾ ਕੇ ਜਾਣ-ਪਛਾਣ ਕਰਵਾਈ ਕਿ ਮੇਰੇ ਮਿੱਤਰ ਹਨ ਜਮਾਲ, ਬਚਪਨ ਦੇ ਦੋਸਤ ਹਨ, ਬਹੁਤ ਪਿਆਰੇ ਆਦਮੀ ਹਨ ਅਤੇ ਫਿਰ ਅਚਾਨਕ ਅਣਜਾਣੇ ਮੂੰਹੋਂ ਨਿਕਲ ਗਿਆ ਕਿ ਰਹਿ ਗਏ ਕੱਪੜੇ, ਸੋ ਕੱਪੜੇ ਮੇਰੇ ਹਨ। ਕਿਉਂਕਿ ਮਿੱਤਰ ਵੀ, ਜਿਨ੍ਹਾਂ ਦੇ ਘਰ ਗਏ ਸਨ, ਉਹ ਵੀ ਉਸਦੇ ਕੱਪੜਿਆਂ ਨੂੰ ਦੇਖ ਰਹੇ ਸਨ ਅਤੇ ਅੰਦਰ ਉਸਦੇ ਚੱਲ ਰਿਹਾ ਸੀ ਕਿ ਕੋਟ, ਪਗੜੀ। ਮੇਰਾ ਕੋਟ-ਪਗੜੀ ਅਤੇ ਉਹਨਾਂ ਦੀ ਵਜ੍ਹਾ ਤੋਂ ਪਰੇਸ਼ਾਨ ਹੋ ਰਿਹਾ ਹਾਂ। ਨਿਕਲ ਗਿਆ ਮੂੰਹ ’ਚੋਂ—ਕਿ ਰਹਿ ਗਏ ਕੱਪੜੇ, ਕੱਪੜੇ ਮੇਰੇ ਹਨ।

ਮਿੱਤਰ ਵੀ ਹੈਰਾਨ ਹੋਇਆ। ਘਰ ਦੇ ਲੋਕ ਵੀ ਹੈਰਾਨ ਹੋਏ ਕਿ ਇਹ ਕੀ ਪਾਗਲਪਣ ਦੀ ਗੱਲ ਹੈ। ਖ਼ਿਆਲ ਉਸਨੂੰ ਵੀ ਆਇਆ, ਬੋਲੇ ਜਾਣ ਤੋਂ ਬਾਅਦ। ਤਦ ਪਛਤਾਇਆ ਕਿ ਇਹ ਤਾਂ ਗ਼ਲਤੀ ਹੋ ਗਈ। ਪਛਤਾਇਆ ਤਾਂ ਹੋਰ ਦਬਾਇਆ ਆਪਣੇ ਮਨ ਨੂੰ। ਬਾਹਰ ਨਿਕਲ ਕੇ ਮਾਫ਼ੀ ਮੰਗਣ ਲਗਿਆ ਕਿ ਮਾਫ਼ ਕਰ ਦੇ, ਬੜੀ ਗ਼ਲਤੀ ਹੋ ਗਈ। ਮਿੱਤਰ ਨੇ ਕਿਹਾ, ਮੈਂ ਤਾਂ ਹੈਰਾਨ ਹੋਇਆ ਕਿ ਤੈਥੋਂ ਨਿਕਲ ਕਿਵੇਂ ਗਿਆ ? ਉਸਨੇ ਕਿਹਾ, ਕੁਝ ਨਹੀਂ, ਸਿਰਫ਼ ਜ਼ਬਾਨ ਸੀ, ਚੁੱਕ ਹੋ ਗਈ। ਹਾਲਾਂਕਿ ਜ਼ਬਾਨ ਦੀ ਚੁੱਕ ਕਦੇ ਵੀ ਨਹੀਂ ਹੁੰਦੀ। ਅੰਦਰ ਕੁਝ ਚਲਦਾ ਹੁੰਦਾ ਹੈ, ਤਾਂ ਕਦੇ ਕਦੇ ਬੇਮੌਕੇ ਜ਼ਬਾਨ ’ਚੋਂ ਨਿਕਲ ਜਾਂਦਾ ਹੈ। ਚੁੱਕ ਕਦੇ ਨਹੀਂ ਹੁੰਦੀ ਹੈ। ‘ਮਾਫ਼ ਕਰ ਦੇ, ਭੁੱਲ ਹੋ ਗਈ। ਕਿਵੇਂ ਇਹ ਕੀ ਖ਼ਿਆਲ ਆ ਗਿਆ, ਕੁਝ ਸਮਝ ਵਿਚ ਨਹੀਂ ਆਉਂਦਾ।’ ਹਾਲਾਂਕਿ ਪੂਰੀ ਤਰ੍ਹਾਂ ਸਮਝ ਵਿਚ ਆ ਰਿਹਾ ਸੀ ਕਿ ਖ਼ਿਆਲ ਕਿਵੇਂ ਆਇਆ ਹੈ।

ਦੂਜੇ ਮਿੱਤਰ ਦੇ ਘਰ ਗਏ। ਹੁਣ ਵੁਹ ਤੈਅ ਕਰਦਾ ਰਿਹਾ ਰਾਹ ਵਿਚ ਹੁਣ ਭਾਵੇਂ ਕੁਝ ਵੀ ਹੋ ਜਾਵੇ, ਇਹ ਨਹੀਂ ਕਹਿਣਾ ਹੈ ਕਿ ਕੱਪੜੇ ਮੇਰੇ ਹਨ, ਪੱਕਾ ਕਰ ਲੈਣਾ ਹੈ ਆਪਣੇ ਮਨ ਨੂੰ। ਘਰ ਦੇ ਦਰਵਾਜ਼ੇ ’ਤੇ ਜਾ ਕੇ ਉਸਨੇ ਬਿਲਕੁਲ ਦ੍ਰਿੜ੍ਹ ਸੰਕਲਪ ਕਰ ਲਿਆ ਕਿ ਇਹ ਗੱਲ ਨਹੀਂ ਉਠਾਉਣੀ ਹੈ ਕਿ ਕੱਪੜੇ ਮੇਰੇ ਹਨ। ਲੇਕਿਨ ਉਸ ਪਾਗਲ ਨੂੰ ਪਤਾ ਨਹੀਂ ਕਿ ਉਹ ਜਿੰਨਾ ਹੀ ਦ੍ਰਿੜ੍ਹ ਸੰਕਲਪ ਕਰ ਰਿਹਾ ਹੈ ਇਸ ਗੱਲ ਦਾ, ਉਹ ਦ੍ਰਿੜ੍ਹ ਸੰਕਲਪ ਦੱਸ ਰਿਹਾ ਹੈ ਇਸ ਗੱਲ ਨੂੰ ਕਿ ਉਨੇ ਹੀ ਜ਼ੋਰ ਨਾਲ ਉਸਦੇ ਅੰਦਰ ਇਹ ਭਾਵਨਾ ਘਰ ਕਰ ਰਹੀ ਹੈ ਕਿ ਇਹ ਕੱਪੜੇ ਮੇਰੇ ਹਨ।

ਆਖ਼ਰ ਦ੍ਰਿੜ੍ਹ ਸੰਕਲਪ ਕਿਉਂ ਕੀਤਾ ਜਾਂਦਾ ਹੈ ?

ਇਕ ਆਦਮੀ ਕਹਿੰਦਾ ਹੈ ਕਿ ਮੈਂ ਬ੍ਰਹਮਚਰਜ ਦਾ ਦ੍ਰਿੜ੍ਹ ਵਰਤ ਲੈਂਦਾ ਹਾਂ, ਉਸਦਾ ਮਤਲਬ ਹੈ ਕਿ ਉਸਦੇ ਅੰਦਰ ਕਾਮੁਕਤਾ ਦ੍ਰਿੜ੍ਹਤਾ ਨਾਲ ਧੱਕੇ ਮਾਰ ਰਹੀ ਹੈ, ਨਹੀਂ ਤਾਂ ਹੋਰ ਕਾਰਨ ਕੀ ਹੈ ? ਇਕ ਆਦਮੀ ਕਹਿੰਦਾ ਹੈ ਕਿ ਮੈਂ ਕਸਮ ਖਾਂਦਾ ਹਾਂ ਕਿ ਅੱਜ ਤੋਂ ਘੱਟ ਖਾਣਾ ਖਾਵਾਂਗਾ। ਉਸਦਾ ਮਤਲਬ ਹੈ ਕਿ ਕਸਮ ਖਾਣੀ ਪੈ ਰਹੀ ਹੈ, ਜ਼ਿਆਦਾ ਖਾਣ ਦਾ ਮਨ ਹੈ ਉਸਦਾ ਅਤੇ ਤਦ ਲਾਜ਼ਮੀ ਤੌਰ ’ਤੇ ਦੂੰਧ ਪੈਦਾ ਹੁੰਦਾ ਹੈ। ਜਿਸ ਨਾਲ ਅਸੀਂ ਲੜਨਾ ਚਾਹੁੰਦੇ ਹਾਂ, ਉਹੀ ਸਾਡੀ ਕਮਜ਼ੋਰੀ ਹੈ ਅਤੇ ਤਦ ਦੂੰਧ ਪੈਦਾ ਹੋ ਜਾਣਾ ਸੁਭਾਵਕ ਹੈ।

ਉਹ ਲੜਦਾ ਹੋਇਆ ਦਰਵਾਜ਼ੇ ਦੇ ਅੰਦਰ ਗਿਆ, ਸੰਭਲ-ਸੰਭਲ ਕੇ ਬੋਲਿਆ ਕਿ ਮੇਰੇ ਮਿੱਤਰ ਹਨ। ਲੇਕਿਨ ਜਦ ਉਹ ਬੋਲ ਰਿਹਾ ਹੈ, ਤਦ ਉਸਨੂੰ ਕੋਈ ਵੀ ਨਹੀਂ ਦੇਖ

ਰਿਹਾ ਹੈ। ਉਸਦੇ ਮਿੱਤਰ ਨੂੰ ਉਸ ਘਰ ਦੇ ਲੋਕ ਦੇਖ ਰਹੇ ਹਨ। ਤਦ ਫਿਰ ਉਸਨੂੰ ਖ਼ਿਆਲ ਆਇਆ—ਮੇਰਾ ਕੋਟ, ਮੇਰੀ ਪਗੜੀ। ਉਸਨੇ ਕਿਹਾ ਕਿ ਦ੍ਰਿੜ੍ਹਤਾ ਨਾਲ ਕਸਮ ਖਾਧੀ ਹੈ, ਇਸਦੀ ਗੱਲ ਨਹੀਂ ਉਠਾਉਣੀ ਹੈ। ਮੇਰਾ ਕੀ ਹੈ—ਕੱਪੜਾ ਲੀੜਾ ! ਕੱਪੜੇ-ਲੀੜੇ ਕਿਸੇ ਦੇ ਹੁੰਦੇ ਹਨ, ਇਹ ਤਾਂ ਸਭ ਸੰਸਾਰ ਹੈ, ਇਹ ਤਾਂ ਸਭ ਮਾਯਾ ਹੈ ! ਐਪਰ ਇਹ ਸਭ ਸਮਝਾ ਰਿਹਾ ਹੈ। ਲੇਕਿਨ ਅਸਲੀਅਤ ਤਾਂ ਬਾਹਰ ਤੋਂ ਅੰਦਰ, ਅੰਦਰ ਤੋਂ ਬਾਹਰ ਹੋ ਰਹੀ ਹੈ। ਸਮਝਾਇਆ ਕਿ ਮੇਰੇ ਮਿੱਤਰ ਹਨ, ਬਚਪਨ ਦੇ ਦੋਸਤ ਹਨ, ਬਹੁਤ ਪਿਆਰੇ ਆਦਮੀ ਹਨ: ਰਹਿ ਗਏ ਕੱਪੜੇ, ਕੱਪੜੇ ਉਹਨਾਂ ਦੇ ਹੀ ਹਨ, ਮੇਰੇ ਨਹੀਂ ਹਨ। ਪਰ ਘਰ ਦੇ ਲੋਕਾਂ ਨੂੰ ਖ਼ਿਆਲ ਆਇਆ ਕਿ 'ਕੱਪੜੇ ਉਹਨਾਂ ਦੇ ਹੀ ਹਨ, ਮੇਰੇ ਨਹੀਂ ਹਨ'—ਅੱਜ ਤਕ ਅਜਿਹੀ ਜਾਣ-ਪਛਾਣ ਕਦੇ ਦੇਖੀ ਨਹੀਂ ਗਈ ਸੀ।

ਬਾਹਰ ਨਿਕਲ ਕੇ ਮਾਫ਼ੀ ਮੰਗਣ ਲਗਿਆ ਕਿ ਬੜੀ ਭੁੱਲ ਹੋਈ ਜਾ ਰਹੀ ਹੈ, ਮੈਂ ਕੀ ਕਰਾਂ, ਕੀ ਨਾ ਕਰਾਂ, ਇਹ ਕੀ ਹੋ ਗਿਆ ਹੈ ਮੈਨੂੰ। ਅੱਜ ਤਕ ਮੇਰੀ ਜ਼ਿੰਦਗੀ ਵਿਚ ਕੱਪੜਿਆਂ ਨੇ ਮੈਨੂੰ ਇਸ ਤਰ੍ਹਾਂ ਨਾਲ ਨਹੀਂ ਪਕੜਿਆ ਸੀ। ਕਿਸੇ ਨੂੰ ਨਹੀਂ ਪਕੜਿਆ ਸੀ। ਐਪਰ ਜੇਕਰ ਤਰਕੀਬ ਵਰਤੋਂ ਵਿਚ ਲਿਆਵੋ ਤਾਂ ਕੱਪੜੇ ਪਕੜ ਸਕਦੇ ਹਨ। ਮਿੱਤਰ ਨੇ ਕਿਹਾ, ਮੈਂ ਨਹੀਂ ਜਾਂਦਾ ਤੇਰੇ ਨਾਲ। ਪਰ ਉਹ ਹੱਥ ਜੋੜਨ ਲਗਿਆ ਕਿ 'ਨਹੀਂ, ਅਜਿਹਾ ਨਾ ਕਰ। ਜ਼ਿੰਦਗੀ ਭਰ ਦੇ ਲਈ ਦੁਖ ਰਹਿ ਜਾਏਗਾ ਕਿ ਗੱਲ ਹੀ ਨਹੀਂ ਉਠਾਉਣੀ ਹੈ, ਮੈਂ ਬਿਲਕੁਲ ਭਗਵਾਨ ਦੀ ਕਸਮ ਖਾਂਦਾ ਹਾਂ ਕਿ ਕੱਪੜੇ ਦੀ ਗੱਲ ਨਹੀਂ ਉਠਾਉਣੀ ਹੈ।'

ਅਤੇ ਕਸਮ ਖਾਣ ਵਾਲਿਆਂ ਕੋਲੋਂ ਹਮੇਸ਼ਾ ਸਾਵਧਾਨ ਰਹਿਣਾ ਜ਼ਰੂਰੀ ਹੈ, ਕਿਉਂਕਿ ਜਿਹੜਾ ਵੀ ਕਸਮ ਖਾਂਦਾ ਹੈ, ਉਸਦੇ ਅੰਦਰ ਉਸ ਕਸਮ ਤੋਂ ਵੀ ਮਜ਼ਬੂਤ ਕੋਈ ਬੈਠਾ ਹੈ, ਜਿਸ ਦੇ ਖ਼ਿਲਾਫ਼ ਉਹ ਕਸਮ ਖਾ ਰਿਹਾ ਹੈ। ਅਤੇ ਉਹ ਜੋ ਅੰਦਰ ਬੈਠਾ ਹੈ, ਉਹ ਜ਼ਿਆਦਾ ਅੰਦਰ ਹੈ। ਕਸਮ ਉਪਰ ਹੈ ਅਤੇ ਬਾਹਰ ਹੈ। ਕਸਮ ਚੇਤਨ ਮਨ ਨਾਲ ਖਾਧੀ ਗਈ ਹੈ। ਅਤੇ ਜੋ ਅੰਦਰ ਬਰੈਠਾ ਹੈ, ਉਹ ਅਚੇਤਨ ਦੀਆਂ ਪਰਤਾਂ ਤਕ ਸਮਾਇਆ ਹੋਇਆ ਹੈ। ਜੇਕਰ ਮਨ ਦੀ ਦਸ ਹਿੱਸੇ ਕਰ ਦੇਈਏ ਤਾਂ ਕਸਮ ਇਕ ਹਿੱਸੇ ਨੇ ਖਾਧੀ ਹੈ, ਨੌਂ ਹਿੱਸਾ ਉਲਟਾ ਅੰਦਰ ਖੜ੍ਹਾ ਹੋਇਆ ਹੈ। ਬ੍ਰਹਮਚਰਜ ਦੀਆਂ ਕਸਮਾਂ ਇਕ ਹਿੱਸਾ ਖਾ ਰਿਹਾ ਹੈ ਮਨ ਦਾ ਅਤੇ ਨੌਂ ਹਿੱਸਾ ਪ੍ਰਮਾਤਮਾ ਦੀ ਦੁਹਾਈ ਦੇ ਰਿਹਾ ਹੈ। ਉਹ ਜੋ ਪ੍ਰਮਾਤਮਾ ਨੇ ਬਣਾਇਆ ਹੈ, ਉਹ ਉਹਦੇ ਲਈ ਹੀ ਆਖੀ ਚਲਿਆ ਜਾ ਰਿਹਾ ਹੈ।

ਗਏ ਤੀਜੇ ਮਿੱਤਰ ਦੇ ਘਰ। ਹੁਣ ਉਸਨੇ ਬਿਲਕੁਲ ਹੀ ਆਪਣੇ ਸਾਹਾਂ ਤਕ ਦਾ ਸੰਜਮ ਕਰ ਰਖਿਆ ਹੈ।

ਸੰਜਮੀ ਬੜੇ ਖ਼ਤਰਨਾਕ ਹੁੰਦੇ ਹਨ, ਕਿਉਂਕਿ ਉਹਨਾਂ ਦੇ ਅੰਦਰ ਜੁਆਲਾਮੁਖੀ ਉਬਲ ਰਿਹਾ ਹੈ, ਉਪਰ ਤੋਂ ਉਸਨੇ ਸੰਜਮ ਸਾਧਿਆ ਹੋਇਆ ਹੈ।

ਅਤੇ ਇਸ ਗੱਲ ਨੂੰ ਚੇਤੇ ਰੱਖਣਾ ਕਿ ਜਿਸ ਚੀਜ਼ ਨੂੰ ਸਾਧਣਾ ਪੈਂਦਾ ਹੈ-ਸਾਧਣ ਵਿਚ ਇੰਨੀ ਮਿਹਨਤ ਲੱਗ ਜਾਂਦੀ ਹੈ ਕਿ ਸਾਧਨਾ ਪੂਰੇ ਵਕਤ ਨਹੀਂ ਹੋ ਸਕਦੀ। ਫਿਰ ਢਿੱਲਾ ਹੋਣਾ ਪਏਗਾ, ਅਰਾਮ ਕਰਨਾ ਪਏਗਾ। ਜੇਕਰ ਮੈਂ ਜ਼ੋਰ ਨਾਲ ਮੁੱਠੀ ਬੰਨ੍ਹ ਲਵਾਂ, ਤਾਂ ਕਿੰਨਾ ਚਿਰ ਬੰਨ੍ਹੀਂ ਰੱਖ ਸਕਦਾ ਹਾਂ। ਚੌਵੀ ਘੰਟੇ ? ਜਿੰਨੀ ਜ਼ੋਰ ਨਾਲ ਬੰਨ੍ਹਾਂਗਾ, ਉਨਾ ਹੀ ਛੇਤੀ ਥੱਕ ਜਾਵਾਂਗਾ ਅਤੇ ਮੁੱਠੀ ਖੁੱਲ੍ਹ ਜਾਏਗੀ। ਜਿਸ ਚੀਜ਼ ਵਿਚ ਵੀ ਮਿਹਨਤ ਕਰਨੀ ਪੈਂਦੀ ਹੈ, ਜਿੰਨੀ ਵਧ ਮਿਹਨਤ ਕਰਨੀ ਪੈਂਦੀ ਹੈ, ਉਨੀ ਛੇਤੀ ਥਕਾਵਟ ਆ ਜਾਂਦੀ ਹੈ,

ਸ਼ਕਤੀ ਖ਼ਤਮ ਹੋ ਜਾਦੀ ਹੈ ਅਤੇ ਉਲਟਾ ਹੋਖ਼ਣਾ ਸ਼ੁਰੂ ਹੋ ਜਾਂਦਾ ਹੈ। ਮੁੱਠੀ ਬੰਨ੍ਹੀਂ ਜਿੰਨੇ ਜ਼ੋਰ ਨਾਲ, ਉਨੀ ਹੀ ਛੇਤੀ ਮੁੱਠੀ ਖੁੱਲ੍ਹ ਜਾਏਗੀ। ਮੁੱਠੀ ਖੁੱਲ੍ਹੀ ਰੱਖੀ ਜਾ ਸਕਦੀ ਹੈ ਚੌਵੀ ਘੰਟੇ, ਪਰ ਬੰਨ੍ਹ ਕੇ ਨਹੀਂ ਰੱਖੀ ਜਾ ਸਕਦੀ। ਜਿਸ ਕੰਮ ਵਿਚ ਮਿਹਨਤ ਲੱਗਦੀ ਹੈ ਉਸ ਕੰਮ ਨੂੰ ਤੁਸੀਂ ਜੀਵਨ ਨਹੀਂ ਬਣਾ ਸਕਦੇ। ਕਦੇ ਸਹਿਜ ਨਹੀਂ ਹੋ ਸਕਦਾ ਉਹ ਕੰਮ। ਮਿਹਨਤ ਲੱਗੇਗੀ ਤਾਂ ਫਿਰ ਅਰਾਮ ਦਾ ਵਕਤ ਆਏਗਾ ਹੀ।

ਇਸ ਲਈ ਜਿੰਨਾ ਸਧਿਆ ਹੋਇਆ ਸੰਤ ਹੈ ਉਨਾ ਹੀ ਖ਼ਤਰਨਾਕ ਆਦਮੀ ਹੁੰਦਾ ਹੈ, ਕਿਉਂਕਿ ਉਸਦੇ ਅਰਾਮ ਦਾ ਵਕਤ ਆਏਗਾ। ਚੌਵੀ ਘੰਟੇ ਵਿਚ, ਘੰਟਾ ਭਰ ਤਾਂ ਉਸਨੂੰ ਢਿੱਲਾ ਹੋਣਾ ਹੀ ਪਏਗਾ। ਉਸੇ ਦੌਰਾਨ ਦੁਨੀਆਂ ਭਰ ਦੇ ਪਾਪ ਉਸਦੇ ਅੰਦਰ ਖੜ੍ਹੇ ਹੋ ਜਾਣਗੇ। ਨਰਕ ਸਾਹਮਣੇ ਆ ਜਾਏਗਾ।

ਤਾਂ ਉਸਨੇ ਬਿਲਕੁਲ ਹੀ ਆਪਣੇ-ਆਪ ਨੂੰ ਸੁਆਸ-ਸੁਆਸ ਰੋਕ ਲਿਆ ਅਤੇ ਕਿਹਾ ਕਿ ਕਸਮ ਖਾਂਦਾ ਹਾਂ, ਇਹਨਾਂ ਕੱਪੜਿਆਂ ਦੀ ਗੱਲ ਹੀ ਨਹੀਂ ਉਠਾਉਣੀ ਹੈ।

ਲੇਕਿਨ ਤੁਸੀਂ ਸੋਚ ਲਵੋ ਉਸਦੀ ਹਾਲਤ ! ਜੇਕਰ ਤੁਸੀਂ ਥੋੜ੍ਹੇ ਬਹੁਤ ਵੀ ਧਾਰਮਕ ਆਦਮ ਹੋਵੋਗੇ, ਤਾਂ ਤੁਹਾਨੂੰ ਆਪਣੇ ਅਨੁਭਵ ਨਾਲ ਹੀ ਪਤਾ ਲੱਗ ਸਕਦਾ ਹੈ ਕਿ ਉਸਦੀ ਕੀ ਹਾਲਤ ਹੋਈ ਹੋਵੇਗੀ ? ਜੇਕਰ ਤੁਸੀਂ ਕਸਮ ਖਾਧੀ ਹੋਵੇ, ਵਰਤ ਲਏ ਹੋਣ, ਸੰਕਲਪ ਸਾਧੇ ਹੋਣ, ਤਾਂ ਤੁਹਾਨੂੰ ਭਲੀ-ਭਾਂਤ ਪਤਾ ਹੋਵੇਗਾ ਕਿ ਅੰਦਰ ਕੀ ਹਾਲਤ ਹੋ ਜਾਂਦੀ ਹੈ।

ਅੰਦਰ ਗਿਆ। ਉਸਦੇ ਮੱਥੇ ’ਤੇ ਮੁੜ੍ਹਕਾ ਚੋਅ ਰਿਹਾ ਹੈ। ਇੰਨੀ ਮਿਹਨਤ ਲੱਗ ਰਹੀ ਹੈ। ਮਿੱਤਰ ਡਰਿਆ ਹੋਇਆ ਹੈ ਉਸਦੇ ਮੁੜ੍ਹਕੇ ਨੂੰ ਦੇਖ ਕੇ। ਉਸ ਦੀਆਂ ਸਭ ਨਸਾਂ ਖਿੱਚੀਆਂ ਹੋਈਆਂ ਹਨ। ਉਹ ਬੋਲ ਰਿਹਾ ਹੈ ਕਿ ਇਕ-ਇਕ ਸ਼ਬਦ ਕਿ ਮੇਰੇ ਮਿੱਤਰ ਹਨ, ਬੜੇ ਪੁਰਾਣੇ ਦੋਸਤ ਹਨ। ਬਹੁਤ ਚੰਗੇ ਆਦਮੀ ਹਨ ਅਤੇ ਇਕ ਛਿਨ ਲਈ ਉਹ ਰੁਕਿਆ। ਜਿਵੇਂ ਅੰਦਰੋਂ ਕੋਈ ਜ਼ੋਰ ਦਾ ਧੱਕਾ ਆਇਆ ਹੋਵੇ ਅਤੇ ਸਭ ਵਹਿ ਗਿਆ ਹੋਵੇ। ਹੜ੍ਹ ਆ ਗਿਆ ਹੋਵੇ ਅਤੇ ਸਭ ਵਹਿ ਗਿਆ ਹੋਵੇ ਅਤੇ ਉਸਨੇ ਕਿਹਾ ਕਿ ਰਹਿ ਗਈ ਕੱਪੜਿਆਂ ਦੀ ਗੱਲ, ਸੋ ਮੈਂ ਕਸਮ ਖਾ ਲਈ ਹੈ ਕਿ ਕੱਪੜਿਆਂ ਦੀ ਗੱਲ ਹੀ ਨਹੀਂ ਕਰਨੀ ਹੈ।

ਤਾਂ ਇਹ ਜੋ ਇਸ ਆਦਮੀ ਦੇ ਨਾਲ ਹੋਇਆ ਹੈ, ਉਹ ਪੂਰੀ ਮਨੁੱਖੀ-ਜਾਤੀ ਦੇ ਨਾਲ ਸੈਕਸ ਦੇ ਸਬੰਧ ਵਿਚ ਹੋ ਗਿਆ ਹੈ। ਸੈਕਸ ਨੂੰ ਆੱਬਸੇਸ਼ਨ ਬਣਾ ਦਿਤਾ ਹੈ। ਸੈਕਸ ਨੂੰ ਰੋਗ ਬਣਾ ਦਿਤਾ ਹੈ, ਜ਼ਖ਼ਮ ਬਣਾ ਦਿਤਾ ਹੈ ਅਤੇ ਸਭ ਜ਼ਹਿਰੀਲਾ ਕਰ ਦਿਤਾ ਹੈ।

ਸਭ ਜ਼ਹਿਰੀਲਾ ਕਰ ਦਿਤਾ ਹੈ। ਛੋਟੇ-ਛੋਟੇ ਬੱਚਿਆਂ ਨੂੰ ਸਮਝਾਇਆ ਜਾ ਰਿਹਾ ਹੈ ਕਿ ਸੈਕਸ ਪਾਪ ਹੈ ! ਲੜਕੀਆਂ ਨੂੰ ਸਮਝਾਇਆ ਜਾ ਰਿਹਾ ਹੈ, ਲੜਕਿਆਂ ਨੂੰ ਸਮਝਾਇਆ ਜਾ ਰਿਹਾ ਹੈ ਕਿ ਸੈਕਸ ਪਾਪ ਹੈ। ਫਿਰ ਇਹ ਲੜਕੀ ਜਵਾਨ ਹੁੰਦੀ ਹੈ, ਇਹ ਲੜਕਾ ਜਵਾਨ ਹੁੰਦਾ ਹੈ; ਇਹਨਾਂ ਦੇ ਵਿਆਹ ਹੋਣਗੇ ਅਤੇ ਸੈਕਸ ਦੀ ਦੁਨੀਆਂ ਸ਼ੁਰੂ ਹੋਵੇਗੀ ਅਤੇ ਇਹਨਾਂ ਦੋਹਾਂ ਦੇ ਅੰਦਰ ਇਹ ਭਾਵ ਹੈ ਕਿ ਇਹ ਪਾਪ ਹੈ ਅਤੇ ਫਿਰ ਕਿਹਾ ਜਾਏਗਾ ਇਸਤ੍ਰੀ ਨੂੰ ਕਿ ਪਤੀ ਨੂੰ ਪ੍ਰਮਾਤਮਾ ਮੰਨ। ਜਿਹੜਾ ਪਾਪ ਵਿਚ ਲੈ ਜਾ ਰਿਹਾ ਹੈ, ਉਸ ਨੂੰ ਪ੍ਰਮਾਤਮਾ ਕਿਵੇਂ ਮੰਨਿਆ ਜਾ ਸਕਦਾ ਹੈ ? ਇਹ ਕਿਵੇਂ ਸੰਭਵ ਹੈ ਕਿ ਜਿਹੜਾ ਪਾਪ ਵਿਚ ਘਸੀਟ ਰਿਹਾ ਹੈ ਉਹ ਪ੍ਰਮਾਤਮਾ ਹੋਵੇ ? ਅਤੇ ਉਸ ਲੜਕੇ ਨੂੰ ਕਿਹਾ ਜਾਏਗਾ, ਉਸ ਯੁਵਕ ਨੂੰ ਕਿਹਾ ਜਾਏਗਾ ਕਿ ਤੇਰੀ ਪਤਨੀ ਹੈ, ਤੇਰੀ ਸਾਥਣ ਹੈ,

ਤੇਰੀ ਸੰਗਣ ਹੈ। ਲੇਕਿਨ ਉਹ ਨਰਕ ਵਿਚ ਲੈ ਜਾ ਰਹੀ ਹੈ ! ਸ਼ਾਸਤਰ ਵਿਚ ਲਿਖਿਆ ਹੈ ਕਿ ਇਸਤ੍ਰੀ ਨਰਕ ਦਾ ਦੁਆਰ ਹੈ। ਇਹ ਨਰਕ ਦਾ ਦੁਆਰ ਸੰਗਣ ਅਤੇ ਸਾਥਣ ? ਇਹ ਮੇਰਾ ਅੱਧਾ ਅੰਗ—ਇਹ ਨਰਕ ਦਵੇ ਵਲ ਜਾਂਦਾ ਹੋਇਆ ਮੇਰਾ ਅੱਧਾ ਅੰਗ। ਇਸਦੇ ਨਾਲ ਕਿਹੜਾ ਤਾਲਮੇਲ ਬਣ ਸਕਦਾ ਹੈ ?

ਸਾਰੀ ਦੁਨੀਆਂ ਦਾ ਵਿਆਹੁਤਾ-ਜੀਵਨ ਨਸ਼ਟ ਕੀਤਾ ਹੈ ਇਸ ਸਿੱਖਿਆ ਨੇ। ਅਤੇ ਜਦ ਪਤੀ-ਪਤਨੀ ਦਾ ਜੀਵਨ ਨਸ਼ਟ ਹੋ ਜਾਵੇ ਤਾਂ ਪ੍ਰੇਮ ਦੀ ਕੋਈ ਸੰਭਾਵਨਾ ਨਹੀਂ ਰਹੀ। ਕਿਉਂਕਿ ਜਦ ਪਤੀ ਅਤੇ ਪਤਨੀ ਪ੍ਰੇਮ ਨਾ ਕਰ ਸਕਣ ਇਕ-ਦੂਜੇ ਨੂੰ, ਜੋ ਕਿ ਬੜਾ ਹੀ ਸਹਿਜ ਅਤੇ ਕੁਦਰਤੀ ਪ੍ਰੇਮ ਹੈ, ਤਾਂ ਫਿਰ ਕੌਣ ਹੋਰ ਕਿਸਨੂੰ ਪ੍ਰੇਮ ਇੰਨਾ ਵਿਕਸਤ ਹੋਵੇ, ਇੰਨਾ ਉਚ-ਪੱਧਰੀ ਹੋਵੇ, ਇੰਨੀ ਉਚਾ ਬਣੇ ਕਿ ਹੌਲੀ-ਹੌਲੀ ਬੰਧ ਤੋੜ ਦੇਵੇ ਅਤੇ ਦੂਜਿਆਂ ਤਕ ਫੈਲ ਜਾਵੇ। ਇਹ ਹੋ ਸਕਦਾ ਹੈ। ਪਰ ਇਸਨੂੰ ਖ਼ਤਮ ਹੀ ਕਰ ਦਿਤਾ ਜਾਵੇ, ਤੋੜ ਹੀ ਦਿਤਾ ਜਾਵੇ, ਜ਼ਹਿਰੀਲਾ ਕਰ ਦਿਤਾ ਜਾਵੇ, ਤਾਂ ਫੈਲੇਗਾ ਕੀ, ਵਧੇਗਾ ਕੀ ?

ਰਾਮਾਨੁਜ ਇਕ ਪਿੰਡ ਵਿਚ ਠਹਿਰੇ ਹੋਏ ਸਨ। ਇਕ ਆਦਮੀ ਨੇ ਆ ਕੇ ਕਿਹਾ ਕਿ ਮੈਂ ਪ੍ਰਮਾਤਮਾ ਨੂੰ ਪਾਣਾ ਹੈ। ਤਾਂ ਉਹਨਾਂ ਨੇ ਕਿਹਾ ਕਿ ਤੂੰ ਕਦੇ ਕਿਸੇ ਨੂੰ ਪ੍ਰੇਮ ਕੀਤਾ ਹੈ ? ਉਸ ਆਦਮੀ ਨੇ ਕਿਹਾ, ਇਸ ਝੰਜਟ ਵਿਚ ਮੈਂ ਕਦੇ ਪਿਆ ਹੀ ਨਹੀਂ। ਪ੍ਰੇਮ ਵਗੈਰਾ ਦੀ ਝੰਜਟ ਵਿਚ ਨਹੀਂ ਪਿਆ। ਮੈਂ ਤਾਂ ਪ੍ਰਮਾਤਮਾ ਨੂੰ ਖੋਜਣਾ ਹੈ।

ਰਾਮਾਨੁਜ ਨੇ ਕਿਹਾ, ਤੂੰ ਝੰਜਟ ਹੀ ਨਹੀਂ ਕੀਤੀ ਪ੍ਰੇਮ ਦੀ ? ਉਸਨੇ ਕਿਹਾ, ਮੈਂ ਬਿਲਕੁਲ ਸੱਚ ਕਹਿੰਦਾ ਹਾਂ, ਤੁਹਾਨੂੰ।

ਉਹ ਵਿਚਾਰਾ ਠੀਕ ਹੀ ਕਹਿ ਰਿਹਾ ਸੀ। ਕਿਉਂਕਿ ਧਰਮ ਦੀ ਦੁਨੀਆ ਵਿਚ ਪ੍ਰੇਮ ਇਕ ਡਿੱਸਕੁਆਲੀਫਿਕੇਸ਼ਨ ਹੈ, ਇਕ ਅਯੋਗਤਾ ਹੈ।

ਤਾਂ ਉਸਨੇ ਸੋਚਿਆ ਕਿ ਜੇ ਮੈਂ ਕਹਾਂ ਕਿਸੇ ਨੂੰ ਪ੍ਰੇਮ ਕੀਤਾ ਹੈ, ਤਾਂ ਉਹ ਕਹਿਣਗੇ ਕਿ ਹੁਣ ਪ੍ਰੇਮ-ਪਰੂਮ ਛੱਡ, ਇਹ ਰਾਗ-ਰੂਗ ਛੱਡ, ਪਹਿਲਾਂ ਇਹਨਾਂ ਸਭ ਨੂੰ ਛੱਡ ਕੇ ਆ, ਤਦ ਇਧਰ ਆਵੀਂ। ਤਾਂ ਉਸ ਵਿਚਾਰੇ ਨੇ ਕੀਤਾ ਵੀ ਹੋਵੇ ਤਾਂ ਵੀ ਉਹ ਕਹਿੰਦਾ ਗਿਆ ਕਿ ਮੈਂ ਨਹੀਂ ਕੀਤਾ ਹੈ। ਅਜਿਹਾ ਕੌਣ ਆਦਮੀ ਹੋਵੇਗਾ, ਜਿਸਨੇ ਥੋੜ੍ਹਾ-ਬਹੁਤ ਪ੍ਰੇਮ ਨਾ ਕੀਤਾ ਹੋਵੇ ?

ਰਾਮਾਨੁਜ ਨੇ ਤੀਜੀ ਵਾਰ ਪੁਛਿਆ ਕਿ ਤੂੰ ਕੁਝ ਤਾਂ ਦੱਸ, ਥੋੜ੍ਹਾ ਬਹੁਤ ਵੀ, ਕਦੇ ਕਿਸੇ ਨੂੰ ? ਉਸਨੇ ਕਿਹਾ, ਮਾਫ਼ ਕਰੋ, ਤੁਸੀਂ ਕਿਉਂ ਵਾਰ-ਵਾਰ ਉਹੀ ਗੱਲਾਂ ਪੁੱਛੀ ਚਲੇ ਜਾ ਰਹੇ ਹੋ ? ਮੈਂ ਪ੍ਰੇਮ ਦੇ ਵਲ ਅੱਖ ਚੁੱਕ ਕੇ ਨਹੀਂ ਦੇਖਿਆ। ਮੈਂ ਤਾਂ ਪ੍ਰਮਾਤਮਾ ਨੂੰ ਖੋਜਣਾ ਹੈ।

ਤਾਂ ਰਾਮਾਨੁਜ ਨੇ ਕਿਹਾ; ਮੈਨੂੰ ਮਾਫ਼ ਕਰ, ਤੂੰ ਕਿਤੇ ਹੋਰ ਖੋਜ। ਕਿਉਂਕਿ ਮੇਰਾ ਅਨੁਭਵ ਇਹ ਹੈ ਕਿ ਜੇ ਤੂੰ ਕਿਸੇ ਨੂੰ ਪ੍ਰੇਮ ਕੀਤਾ ਹੋਵੇ ਤਾਂ ਫਿਰ ਉਸ ਪ੍ਰੇਮ ਨੂੰ ਇੰਨਾ ਵੱਡਾ ਜ਼ਰੂਰ ਕੀਤਾ ਜਾ ਸਕਦਾ ਹੈ ਕਿ ਉਹ ਪ੍ਰਮਾਤਮਾ ਤਕ ਪਹੁੰਚ ਜਾਵੇ। ਪਰ ਜੇ ਤੂੰ ਪ੍ਰੇਮ ਹੀ ਨਹੀਂ ਕੀਤਾ ਤਾਂ ਮੇਰੇ ਕੋਲ ਕੁਝ ਹੈ ਨਹੀਂ, ਜਿਸ ਨੂੰ ਵੱਡਾ ਕੀਤਾ ਜਾ ਸਕੇ। ਬੀਜ ਹੀ ਨਹੀਂ ਹੈ ਤੇਰੇ ਕੋਲ ਜੋ ਬਿਰਛ ਬਣ ਸਕੇ। ਸੋ ਤੂੰ ਜਾਹ ਕਿਤੇ ਹੋਰ ਪੁੱਛ।

ਅਤੇ ਜਦ ਪਤੀ ਅਤੇ ਪਤਨੀ ਵਿਚ ਪ੍ਰੇਮ ਨਾ ਹੋਵੇ, ਜਿਸ ਪਤਨੀ ਨੇ ਆਪਣੇ ਪਤੀ ਨੂੰ ਪ੍ਰੇਮ ਨਾ ਕੀਤਾ ਹੋਵੇ ਅਤੇ ਜਿਸ ਪਤੀ ਨੇ ਆਪਣੀ ਪਤਨੀ ਨੂੰ ਪ੍ਰੇਮ ਨਾ ਕੀਤਾ ਹੋਵੇ, ਉਹ

ਬੇਟਿਆਂ ਨੂੰ, ਬੱਚਿਆਂ ਨੂੰ ਪ੍ਰੇਮ ਕਰ ਸਕਦੇ ਹਨ ਤਾਂ ਤੁਸੀਂ ਗਲਤੀ ਵਿਚ ਹੋ। ਪਤਨੀ ਉਸੇ ਮਿਕਦਾਰ ਵਿਚ ਬੇਟੇ ਨੂੰ ਪ੍ਰੇਮ ਕਰੇਗੀ, ਜਿਸ ਮਿਕਦਾਰ ਵਿਚ ਉਸਨੇ ਆਪਣੇ ਪਤੀ ਨੂੰ ਪ੍ਰੇਮ ਕੀਤਾ ਹੈ। ਕਿਉਂਕਿ ਇਹ ਬੇਟਾ ਪਤੀ ਦਾ ਫਲ ਹੈ; ਉਸਦਾ ਹੀ ਪ੍ਰਤੀਫਲ ਹੈ, ਉਸਦਾ ਹੀ ਰਿਫੱਲੈਕਸ਼ਨ ਹੈ। ਇਹ ਇਕ ਬੇਟੇ ਦੇ ਪ੍ਰਤੀ ਜੋ ਪ੍ਰੇਮ ਹੋਣ ਵਾਲਾ ਹੈ, ਉਹ ਉਨਾ ਹੀ ਹੋਵੇਗਾ, ਜਿੰਨਾ ਉਸਨੇ ਪਤੀ ਨੂੰ ਚਾਹਿਆ ਅਤੇ ਪ੍ਰੇਮ ਕੀਤਾ ਹੋਵੇ। ਇਹ ਪਤੀ ਦੀ ਹੀ ਮੂਰਤੀ ਹੈ ਜੋ ਫਿਰ ਨਵੀਂ ਹੋ ਕੇ ਵਾਪਸ ਪਰਤ ਆਈ ਹੈ। ਜੇਕਰ ਪਤੀ ਦੇ ਪ੍ਰਤੀ ਪ੍ਰੇਮ ਨਹੀਂ ਹੈ, ਤਾਂ ਬੇਟੇ ਦੇ ਪ੍ਰਤੀ ਪ੍ਰੇਮ ਸੱਚਾ ਕਦੇ ਵੀ ਨਹੀਂ ਹੋ ਸਕਦਾ ਅਤੇ ਜੇ ਬੇਟੇ ਨੂੰ ਪ੍ਰੇਮ ਨਹੀਂ ਕੀਤਾ ਗਿਆ—ਪਾਲਣਾ, ਪੋਸਣਾ ਅਤੇ ਵੱਡਾ ਕਰ ਦੇਣਾ ਪ੍ਰੇਮ ਨਹੀਂ ਹੈ—ਤਾਂ ਬੇਟਾ ਮਾਂ ਨੂੰ ਕਿਵੇਂ ਪ੍ਰੇਮ ਕਰ ਸਕਦਾ ਹੈ, ਬਾਪ ਨੂੰ ਕਿਵੇਂ ਪ੍ਰੇਮ ਕਰ ਸਕਦਾ ਹੈ ?

ਇਹ ਜੋ ਯੂਨਿਟ ਹੈ ਜੀਵਨ ਦਾ—ਪਰਿਵਾਰ, ਉਹ ਜ਼ਹਿਰੀਲਾ ਹੋ ਗਿਆ ਹੈ। ਸੈਕਸ ਨੂੰ ਦੂਸ਼ਤ ਕਹਿਣ ਨਾਲ, ਕੰਡੇਮ ਕਰਨ ਨਾਲ, ਨਿੰਦਤ ਕਰਨ ਨਾਲ।

ਅਤੇ ਪਰਿਵਾਰ ਹੀ ਫੈਲ ਕੇ ਪੂਰਾ ਜਗਤ ਹੈ, ਪੂਰਾ ਵਿਸ਼ਵ ਹੈ।

ਅਤੇ ਫਿਰ ਅਸੀਂ ਕਹਿੰਦੇ ਹਾਂ ਕਿ ਪ੍ਰੇਮ ਬਿਲਕੁਲ ਦਿਖਾਈ ਨਹੀਂ ਪੈਂਦਾ ਹੈ। ਪ੍ਰੇਮ ਕਿਵੇਂ ਦਿਖਾਈ ਪਏਗਾ ? ਹਾਲਾਂਕਿ ਹਰ ਆਦਮੀ ਕਹਿੰਦਾ ਹੈ ਕਿ ਮੈਂ ਪ੍ਰੇਮ ਕਰਦਾ ਹਾਂ। ਮਾਂ ਕਹਿੰਦੀ ਹੈ, ਪਤਨੀ ਕਹਿੰਦੀ ਹੈ, ਬਾਪ ਕਹਿੰਦਾ ਹੈ, ਭਰਾ ਕਹਿੰਦਾ ਹੈ, ਭੈਣ ਕਹਿੰਦੀ ਹੈ, ਮਿੱਤਰ ਕਹਿੰਦੇ ਹਨ ਕਿ ਅਸੀਂ ਪ੍ਰੇਮ ਕਰਦੇ ਹਾਂ ! ਸਾਰੀ ਦੁਨੀਆਂ ਵਿਚ ਹਰ ਆਦਮੀ ਕਹਿੰਦਾ ਹੈ ਕਿ ਅਸੀਂ ਪ੍ਰੇਮ ਕਰਦੇ ਹਾਂ ਅਤੇ ਦੁਨੀਆਂ ਵਿਚ ਇਕੱਠਾ ਦੇਖੋ ਤਾਂ ਪ੍ਰੇਮ ਕਿਤੇ ਦਿਖਾਈ ਹੀ ਨਹੀਂ ਪੈਂਦਾ ! ਇੰਨੇ ਲੋਕ ਜੇਕਰ ਪ੍ਰੇਮ ਕਰਦੇ ਹਨ ਤਾਂ ਦੁਨੀਆ ਵਿਚ ਤਾਂ ਪ੍ਰੇਮ ਦੀ ਵਰਖਾ ਹੋ ਜਾਣੀ ਚਾਹੀਦੀ ਸੀ। ਪ੍ਰੇਮ ਦੇ ਫੁੱਲ ਖਿੜ ਜਾਣੇ ਚਾਹੀਦੇ ਸਨ। ਪ੍ਰੇਮ ਦੇ ਦੀਵੇ ਹੀ ਦੀਵੇ ਜਗ ਜਾਂਦੇ। ਘਰ-ਘਰ ਵਿਚ ਪ੍ਰੇਮ ਦਾ ਦੀਵਾ ਹੁੰਦਾ ਤਾਂ ਦੁਨੀਆ ਵਿਚ ਇਕੱਠੀ ਇੰਨੀ ਰੌਸ਼ਨੀ ਹੁੰਦੀ ਪ੍ਰੇਮ ਦੀ।

ਲੇਕਿਨ ਉਥੇ ਤਾਂ ਘਿਰਣਾ ਦੀ ਰੋਸ਼ਨੀ ਦਿਖਾਈ ਪੈਂਦੀ ਹੈ, ਕ੍ਰੋਧ ਦੀ ਰੋਸ਼ਨੀ ਦਿਖਾਈ ਪੈਂਦੀ ਹੈ, ਜੰਗਾਂ ਦੀ ਰੋਸ਼ਨੀ ਦਿਖਾਈ ਪੈਂਦੀ ਹੈ। ਪ੍ਰੇਮ ਦਾ ਤਾਂ ਕੋਈ ਪਤਾ ਨਹੀਂ ਲੱਗਦਾ। ਝੂਠੀ ਹੈ ਇਹ ਗੱਲ ਅਤੇ ਇਹ ਝੂਠ ਜਦ ਤਕ ਅਸੀਂ ਮੰਨਦੇ ਚਲੇ ਜਾਵਾਂਗੇ, ਤਦ ਤਕ ਸੱਚ ਦੀ ਦਿਸ਼ਾ ਵਿਚ ਖੋਜ ਵੀ ਨਹੀਂ ਹੋ ਸਕਦੀ। ਕੋਈ ਕਿਸੇ ਨੂੰ ਪ੍ਰੇਮ ਨਹੀਂ ਕਰ ਰਿਹਾ ਹੈ।

ਜਦ ਤਕ ਕਾਮ ਦੀ ਕੁਦਰਤੀ-ਦਾਤ ਨੂੰ ਸੰਪੂਰਨ ਆਤਮਾ ਤੋਂ ਸਵੀਕਾਰਨਾ ਨਹੀਂ ਮਿਲਦੀ, ਤਦ ਤਕ ਕੋਈ ਕਿਸੇ ਨੂੰ ਪ੍ਰੇਮ ਕਰ ਵੀ ਨਹੀਂ ਸਕਦਾ। ਮੈਂ ਤੁਹਾਨੂੰ ਕਹਿਣਾ ਚਾਹੁੰਦਾ ਹਾਂ ਕਿ ਕਾਮ ਦਿੱਬ ਹੈ, ਡਿਵਾਇਨ ਹੈ।

ਸੈਕਸ ਦੀ ਸ਼ਕਤੀ ਪ੍ਰਮਾਤਮਾ ਦੀ ਸ਼ਕਤੀ ਹੈ, ਈਸ਼ਵਰ ਦੀ ਸ਼ਕਤੀ ਹੈ।

ਅਤੇ ਇਸੇ ਲਈ ਤਾਂ ਉਸ ਤੋਂ ਊਰਜਾ ਪੈਦਾ ਹੁੰਦੀ ਹੈ ਅਤੇ ਨਵਾਂ ਜੀਵਨ ਵਿਕਸਤ ਹੁੰਦਾ ਹੈ। ਉਹੀ ਤਾਂ ਸਭ ਤੋਂ ਰਹੱਸਪੂਰਨ ਸ਼ਕਤੀ ਹੈ, ਉਹੀ ਤਾਂ ਸਭ ਤੋਂ ਜ਼ਿਆਦਾ ਮਿੱਸਟੀਰਿਸਅਸ ਫੋਰਸ ਹੈ। ਉਸ ਨਾਲ ਦੁਸ਼ਮਣੀ ਛੱਡ ਦਿਉ। ਜੇ ਤੁਸੀਂ ਚਾਹੁੰਦੇ ਹੋ ਕਿ ਕਦੇ ਤੁਹਾਡੀ ਜੀਵਨ ਵਿਚ ਪ੍ਰੇਮ ਦੀ ਵਰਖਾ ਹੋ ਜਾਵੇ ਤਾਂ ਉਸ ਨਾਲ ਦੁਸ਼ਮਣੀ ਛੱਡ ਦਿਉ। ਉਸਨੂੰ ਅਨੰਦ ਨਾਲ ਸਵੀਕਾਰ ਕਰੋ। ਉਸਦੀ ਪਵਿੱਤਰਤਾ ਨੂੰ ਸਵੀਕਾਰ ਕਰੋ, ਉਸਦੀ ਧੰਨਤਾ ਨੂੰ ਸਵੀਕਾਰ ਕਰੋ। ਅਤੇ ਖੋਜੋ ਉਸ ਵਿਚ ਹੋਰ ਗਹਿਰੇ, ਹੋਰ

ਗਹਿਰੇ—ਤਾਂ ਤੁਸੀਂ ਹੈਰਾਨ ਹੋ ਜਾਉਗੇ। ਜਿੰਨੀ ਪਵਿੱਤਰਤਾ ਨਾਲ ਕਾਮ ਦੀ ਸਵੀਕਾਰਨਾ ਹੋਵੇਗੀ, ਉਨਾ ਹੀ ਕਾਮ ਪਵਿੱਤਰ ਹੁੰਦਾ ਚਲਿਆ ਜਾਂਦਾ ਹੈ ਅਤੇ ਜਿੰਨੀ ਅਪਵਿੱਤਰਤਾ ਤੇ ਪਾਪ ਦੀ ਦ੍ਰਿਸ਼ਟੀ ਨਾਲ ਕਾਮ ਦਾ ਵਿਰੋਧ ਹੋਵੇਗਾ ਕਾਮ ਉਨਾ ਹੀ ਪਾਪ-ਪੂਰਨ ਅਤੇ ਕੋਝਾ ਹੁੰਦਾ ਚਲਿਆ ਜਾਂਦਾ ਹੈ।

ਜਦ ਕੋਈ ਆਪਣੀ ਪਤਨੀ ਦੇ ਕੋਲ ਇਉਂ ਜਾਵੇ ਜਿਵੇਂ ਕੋਈ ਮੰਦਰ ਦੇ ਕੋਲ ਜਾਂਦਾ ਹੈ, ਜਦ ਕੋਈ ਪਤਨੀ ਆਪਣੇ ਪਤੀ ਦੇ ਕੋਲ ਇਉਂ ਜਾਵੇ ਜਿਵੇਂ ਸਚਮੁਚ ਕੋਈ ਪ੍ਰਮਾਤਮਾ ਦੇ ਕੋਲ ਜਾਂਦਾ ਹੈ। ਕਿਉਂਕਿ ਜਦ ਦੋ ਪ੍ਰੇਮੀ ਕਾਮ ਨਾਲ ਨੇੜੇ ਆਉਂਦੇ ਹਨ, ਜਦ ਉਹ ਸੰਭੋਗ ਵਿਚੋਂ ਗੁਜ਼ਰਦੇ ਹਨ, ਤਦ ਸਚਮੁਚ ਹੀ ਉਹ ਪ੍ਰਮਾਤਮਾ ਦੇ ਮੰਦਰ ਦੇ ਨੇੜੇ ਤੋਂ ਗੁਜ਼ਰ ਰਹੇ ਹਨ। ਉਹੀ ਪ੍ਰਮਾਤਮਾ ਕੰਮ ਕਰ ਰਿਹਾ ਹੈ, ਉਹਨਾਂ ਦੀ ਉਸ ਨੇੜਤਾ ਵਿਚ। ਉਹੀ ਪ੍ਰਮਾਤਮਾ ਦੀ ਸਿਰਜਣ ਸ਼ਕਤੀ ਕੰਮ ਕਰ ਰਹੀ ਹੈ।

ਅਤੇ ਮੇਰੀ ਆਪਣੀ ਦ੍ਰਿਸ਼ਟੀ ਇਹ ਹੈ ਕਿ ਮਨੁੱਖ ਨੂੰ ਸਮਾਧੀ ਦਾ, ਧਿਆਨ ਦਾ ਜੋ ਪਹਿਲਾ ਅਨੁਭਵ ਮਿਲਿਆ ਹੈ ਕਦੇ ਵੀ ਇਤਿਹਾਸ ਵਿਚ, ਤਾਂ ਉਹ ਸੰਭੋਗ ਦੇ ਛਿਨ ਵਿਚ ਮਿਲਿਆ ਹੈ ਹੋਰ ਕਦੇ ਨਹੀਂ। ਸੰਭੋਗ ਦੇ ਛਿਨ ਵਿਚ ਹੀ ਪਹਿਲੀ ਵਾਰ ਇਹ ਚੇਤਾ ਆਇਆ ਹੈ ਆਦਮੀ ਨੂੰ ਕਿ ਇੰਨੇ ਆਨੰਦ ਦੀ ਵਰਖਾ ਹੋ ਸਕਦੀ ਹੈ।

ਅਤੇ ਜਿਨ੍ਹਾਂ ਨੇ ਸੋਚਿਆ, ਜਿੰਨਾ ਨੇ ਮੈਡੀਟੇਟ ਕੀਤਾ, ਜਿਨ੍ਹਾਂ ਲੋਕਾਂ ਨੇ ਕਾਮ ਦੇ ਸਬੰਧ ਉਤੇ ਅਤੇ ਮੈਥੁਨ ਉਤੇ ਸੋਚ-ਵਿਚਾਰ ਕੀਤੀ ਅਤੇ ਧਿਆਨ ਕੀਤਾ, ਓਹਨਾ ਨੂੰ ਇਹ ਦਿਖਾਈ ਪਿਆ ਕਿ ਕਾਮ ਦੇ ਛਿਨ ਵਿਚ, ਮੈਥੁਨ ਦੇ ਛਿਨ ਵਿਚ, ਸੰਭੋਗ ਦੇ ਛਿਨ ਵਿਚ, ਮਨ ਵਿਚਾਰਾਂ ਤੋਂ ਸ਼ੂਨਯ ਹੋ ਜਾਂਦਾ ਹੈ। ਇਕ ਛਿਨ ਲਈ ਮਨ ਦੇ ਸਾਰੇ ਵਿਚਾਰ ਰੁਕ ਜਾਂਦੇ ਹਨ ਅਤੇ ਉਹ ਵਿਚਾਰਾਂ ਦਾ ਰੁਕ ਜਾਣਾ ਅਤੇ ਉਹ ਮਨ ਦਾ ਠਹਿਰ ਜਾਣਾ ਹੀ ਅਨੰਦ ਦੀ ਵਰਖਾ ਦਾ ਕਾਰਨ ਹੁੰਦਾ ਹੈ।

ਤਦ ਉਹਨਾਂ ਨੂੰ ਸੀਕ੍ਰੇਟ ਮਿਲ ਗਿਆ, ਰਾਜ਼ ਮਿਲ ਗਿਆ ਕਿ ਜੇਕਰ ਮਨ ਨੂੰ, ਵਿਚਾਰਾਂ ਤੋਂ ਮੁਕਤ ਕੀਤਾ ਜਾ ਸਕੇ ਕਿਸੇ ਹੋਰ ਵਿਧੀ ਨਾਲ ਤਾਂ ਵੀ ਇੰਨਾ ਹੀ ਅਨੰਦ ਮਿਲ ਸਕਦਾ ਹੈ। ਅਤੇ ਤਦ ਸਮਾਧੀ ਅਤੇ ਯੋਗ ਦੀਆਂ ਸਾਰੀਆਂ ਵਿਵਸਥਾਵਾਂ ਵਿਕਸਤ ਹੋਈਆਂ, ਜਿਨ੍ਹਾਂ ਵਿਚ ਧਿਆਨ ਅਤੇ ਸਮਾਯਕਿ ਅਤੇ ਮੇਡੀਟੇਸ਼ਨ ਅਤੇ ਪ੍ਰੇਯਰ, ਇਹਨਾਂ ਦੀਆਂ ਸਾਰੀਆਂ ਵਿਵਸਥਾਵਾਂ ਵਿਕਸਤ ਹੋਈਆਂ। ਇਹਨਾਂ ਸਭ ਦੇ ਮੂਲ ਵਿਚ ਸੰਭੋਗ ਦਾ ਅਨੁਭਵ ਹੈ। ਅਤੇ ਫਿਰ ਮਨੁੱਖ ਨੂੰ ਅਨੁਭਵ ਹੋਇਆ ਕਿ ਬਿਨਾਂ ਸੰਭੋਗ ਵਿਚ ਜਾਇਆਂ ਵੀ ਚਿੱਤ ਸ਼ੂਨਯ ਹੋ ਸਕਦਾ ਹੈ ਅਤੇ ਜੋ ਰਸ ਦਾ ਅਹਿਸਾਸ ਸੰਭੋਗ ਵਿਚ ਹੋਇਆ ਸੀ, ਉਹ ਬਿਨਾਂ ਸੰਭੋਗ ਦੇ ਵੀ ਬਰਸ ਸਕਦਾ ਹੈ। ਫਿਰ ਸੰਭੋਗ ਛਿਨ-ਕੁ ਦਾ ਹੋ ਸਕਦਾ ਹੈ, ਕਿਉਂਕਿ ਸ਼ਕਤੀ ਅਤੇ ਊਰਜਾ ਦਾ ਉਹ ਨਿਕਾਸ ਅਤੇ ਵਹਾਓ ਹੈ। ਲੇਕਿਨ ਧਿਆਨ ਲਗਾਤਾਰ ਹੋ ਸਕਦਾ ਹੈ।

ਤਾਂ ਮੈਂ ਤੁਹਾਨੂੰ ਕਹਿਣਾ ਚਾਹੁੰਦਾ ਹਾਂ ਕਿ ਇਕ ਜੋੜਾ ਸੰਭੋਗ ਦੇ ਛਿਨ ਵਿਚ ਜਿਸ ਅਨੰਦ ਨੂੰ ਅਨੁਭਵ ਕਰਦਾ ਹੈ, ਇਕ ਯੋਗੀ ਚੌਵੀ ਘੰਟੇ ਉਸ ਅਨੰਦ ਨੂੰ ਅਨੁਭਵ ਕਰ ਲੈਂਦਾ ਹੈ। ਲੇਕਿਨ ਇਹਨਾਂ ਦੋਹਾਂ ਅਨੰਦਾਂ ਵਿਚ ਬੁਨਿਆਦੀ ਵਿਰੋਧ ਨਹੀਂ ਹੈ ਅਤੇ ਇਸ ਲਈ ਜਿਨ੍ਹਾਂ ਨੇ ਕਿਹਾ ਕਿ ਵਿਸ਼ਿਆਨੰਦ ਤੇ ਬ੍ਰਹਮਾਨੰਦ ਭਾਈ-ਭਾਈ ਹਨ, ਉਹਨਾਂ ਨੇ ਜ਼ਰੂਰ ਸੱਚ ਕਿਹਾ ਹੈ। ਉਹ ਸਹਿਜਾਏ ਹਨ, ਇਕ ਹੀ ਢਿਡੋਂ ਪੈਦਾ ਹੋਏ ਹਨ, ਇਕ ਹੀ ਅਨੁਭਵ ਤੋਂ ਵਿਕਸਤ ਹੋਏ ਹਨ। ਉਹਨਾਂ ਨੇ ਯਕੀਨਨ ਹੀ ਸੱਚ ਕਿਹਾ ਹੈ।

ਸੋ ਪਹਿਲਾਂ ਸੂਤਰ ਤੁਹਾਨੂੰ ਕਹਿਣਾ ਚਾਹੁੰਦਾ ਹਾਂ। ਜੇ ਤੁਸੀਂ ਚਾਹੁੰਦੇ ਹੋ ਕਿ ਪਤਾ ਲੱਗੇ ਕਿ ਪ੍ਰੇਮ ਤੱਤ ਕੀ ਹੈ—ਤਾਂ ਪਹਿਲਾਂ ਸੂਤਰ ਹੈ ਕਾਮ ਦੀ ਪਵਿੱਤਰਤਾ, ਦਿੱਬਤਾ, ਉਸਦੇ ਰੱਬੀ-ਅਹਿਸਾਸ ਦੀ ਸਵੀਕਾਰਨਾ, ਉਸਦਾ ਪਰਮ ਹਿਰਦੇ ਨਾਲ, ਪੂਰਨ ਹਿਰਦੇ ਨਾਲ ਅੰਗੀਕਾਰ। ਅਤੇ ਤੁਸੀਂ ਹੈਰਾਨ ਹੋ ਜਾਉਗੇ, ਜਿੰਨੇ ਭਰੇ-ਪੂਰੇ ਹਿਰਦੇ ਨਾਲ ਕਾਮ ਦੀ ਸਵੀਕਾਰਨਾ ਹੋਵੇਗੀ, ਉਨੇ ਹੀ ਤੁਸੀਂ ਕਾਮ ਤੋਂ ਮੁਕਤ ਹੁੰਦੇ ਚਲੇ ਜਾਉਗੇ। ਜਿੰਨਾ ਅਸਵੀਕਾਰ ਹੁੰਦਾ ਹੈ, ਉਨਾ ਹੀ ਅਸੀਂ ਬੱਝਦੇ ਹਾਂ। ਜਿਵੇਂ ਉਹ ਫ਼ਕੀਰ ਕਪੜਿਆਂ ਵਿਚ ਬੱਝ ਗਿਆ ਹੈ।

ਜਿੰਨਾ ਸਵੀਕਾਰ ਹੁੰਦਾ ਹੈ, ਉਨੇ ਅਸੀਂ ਮੁਕਤ ਹੁੰਦੇ ਹਾਂ।

ਜੇ ਸੰਪੂਰਨ ਸਵੀਕਾਰ ਹੈ, ਟੋਟਲ ਐਕਸੇੱਪਟੇਬਿਲਿਟੀ ਹੈ ਜੀਵਨ ਦੀ, ਜੋ ਰੱਬੀ-ਦਾਤ ਹੈ ਉਸਦੀ, ਤਾਂ ਤੁਸੀਂ ਪਾਉਗੇ...ਉਹ ਸੰਪੂਰਲ ਸਵੀਕਾਰਨਾ ਨੂੰ ਹੀ ਮੈਂ ਆਸਤਕਤਾ ਆਖਦਾ ਹਾਂ। ਉਹੀ ਆਸਤਕਤਾ ਵਿਅਕਤੀ ਨੂੰ ਮੁਕਤ ਕਰਦੀ ਹੈ।

ਨਾਸਤਕ ਮੈਂ ਉਹਨਾਂ ਨੂੰ ਕਹਿੰਦਾ ਹਾਂ, ਜਿਹੜੇ ਜੀਵਨ ਦੀ ਰੱਬੀ-ਦੇਣ ਨੂੰ ਅਸਵੀਕਾਰ ਕਰਦੇ ਹਨ, ਵਰਜਤ ਕਰਦੇ ਹਨ—ਇਹ ਬੁਰਾ ਹੈ, ਇਹ ਪਾਪ ਹੈ, ਇਹ ਬਿਖ ਹੈ, ਇਹ ਛੱਡੋ, ਇਹ ਛੱਡੋ, ਇਹ ਛੱਡੋ। ਜਿਹੜੇ ਛੱਡਣ ਦੀਆਂ ਗੱਲਾਂ ਕਰ ਰਹੇ ਹਨ, ਉਹ ਹੀ ਨਾਸਤਕ ਹਨ।

ਜੀਵਨ ਜਿਹੋ-ਜਿਹਾ ਹੈ, ਉਸਨੂੰ ਸਵੀਕਾਰ ਕਰੋ ਅਤੇ ਜੀਵੋ ਉਸਦੀ ਸੰਪੂਰਨਤਾ ਵਿਚ। ਉਹੀ ਸੰਪੂਰਨਤਾ ਨਿੱਤ-ਨਿੱਤ ਪੌੜੀਆਂ-ਪੌੜੀਆਂ ਉਪਰ ਚੁੱਕਦੀ ਜਾਂਦੀ ਹੈ। ਉਹੀ ਸਵੀਕਾਰਨਾ ਮਨੁੱਖ ਨੂੰ ਉਪਰ ਲੈ ਜਾਂਦੀ ਹੈ ਅਤੇ ਇਕ ਦਿਨ ਉਸਦੇ ਦਰਸ਼ਨ ਹੁੰਦੇ ਹਨ, ਜਿਸਦਾ ਕਾਮ ਵਿਚ ਪਤਾ ਵੀ ਨਹੀਂ ਲੱਗਦਾ ਸੀ। ਕਾਮ ਜੇਕਰ ਕੋਲਾ ਸੀ ਤਾਂ ਇਕ ਦਿਨ ਹੀਰਾ ਪ੍ਰਗਟ ਹੁੰਦਾ ਹੈ ਪ੍ਰੇਮ ਦਾ। ਸੋ ਪਹਿਲਾ ਸੂਤਰ ਇਹ ਹੈ।

ਦੂਜਾ ਸੂਤਰ ਤੁਹਾਨੂੰ ਦੱਸਣ ਚਾਹੁੰਦਾ ਹਾਂ ਅਤੇ ਉਹ ਦੂਜਾ ਸੂਤਰ ਵੀ ਸੰਸਕ੍ਰਿਤੀ ਨੇ, ਅੱਜ ਤੱਕ ਵੀ ਸੱਭਯਤਾ ਨੇ ਅਤੇ ਧਰਮਾਂ ਨੇ ਸਾਡੇ ਅੰਦਰ ਮਜ਼ਬੂਤ ਕੀਤਾ ਹੈ। ਦੂਜਾ ਸੂਤਰ ਵੀ ਚੇਤੇ ਰੱਖਣਯੋਗ ਹੈ, ਕਿਉਂਕਿ ਪਹਿਲਾ ਸੂਤਰ ਤਾਂ ਕਾਮ ਦੀ ਊਰਜਾ ਨੂੰ ਪ੍ਰੇਮ ਬਣਾ ਦੇਵੇਗਾ। ਅਤੇ ਦੂਜੇ ਸੂਤਰ ਨੇ ਦੁਆਰ ਦੀ ਤਰ੍ਹਾਂ ਰੋਕਿਆ ਹੋਇਆ ਹੈ ਉਸ ਊਰਜਾ ਨੂੰ ਵਗਣ ਤੋਂ—ਉਹ ਵਗ ਨਹੀਂ ਪਾਏਗੀ।

ਉਹ ਦੂਜ਼ਾ ਸੂਤਰ ਹੈ ਮਨੁੱਖ ਦਾ ਇਹ ਭਾਵ 'ਮੈਂ ਹਾਂ', 'ਈਗੋ', ਉਸਦਾ ਹੰਕਾਰ, ਕਿ ਮੈਂ ਹਾਂ। ਬੁਰੇ ਲੋਕ ਤਾਂ ਕਹਿੰਦੇ ਹਨ ਮੈਂ ਹਾਂ। ਚੰਗੇ ਲੋਕ ਹੋਰ ਜ਼ੋਰ ਨਾਲ ਕਹਿੰਦੇ ਹਾਂ ਕਿ ਮੈਂ ਹਾਂ—ਅਤੇ ਮੈਂ ਸਵਰਗ ਜਾਣਾ ਹੈ ਅਤੇ ਮੋਕਸ਼ ਜਾਣਾ ਹੈ ਅਤੇ ਮੈਂ ਇਹ ਕਰਨਾ ਹੈ ਤੇ ਮੈਂ ਉਹ ਕਰਨਾ ਹੈ ! ਪਰ 'ਮੈਂ—ਉਹ 'ਮੈਂ', ਖੜਾ ਹੋਇਆ ਹੈ ਉਥੇ ਅੰਦਰ।

ਅਤੇ ਜਿਸ ਆਦਮੀ ਦਾ 'ਮੈਂ', ਜਿੰਨਾ ਮਜ਼ਬੂਤ ਹੈ, ਉਨੀ ਹੀ ਉਸ ਆਦਮੀ ਦੀ ਸਮਰੱਥਾ ਦੂਜੇ ਨਾਲ ਜੁੜ ਜਾਣ ਦੀ ਘੱਟ ਹੁੰਦੀ ਹੈ। ਕਿਉਂਕਿ 'ਮੈਂ' ਇਕ ਕੰਧ ਹੈ, ਇਕ ਐਲਾਨ ਹੈ ਕਿ 'ਮੈਂ' ਹਾਂ। 'ਮੈਂ' ਦਾ ਐਲਾਨ ਕਹਿ ਦਿੰਦਾ ਹੈ, ਤੂੰ-ਤੂੰ ਹੈਂ, ਮੈਂ ਮੈਂ ਹਾਂ। ਦੋਹਾਂ ਦੇ ਵਿਚਾਲੇ ਫ਼ਾਸਲਾ ਹੈ। ਫਿਰ ਮੈਂ ਕਿੰਨਾ ਹੀ ਪ੍ਰੇਮ ਕਰਾਂ ਅਤੇ ਤੁਹਾਨੂੰ ਹਿੱਕ ਨਾਲ ਲਾ ਲਵਾਂ, ਪਰ ਫਿਰ ਵੀ ਅਸੀਂ ਦੋ ਹਾਂ। ਹਿੱਕਾਂ ਕਿੰਨੀਆਂ ਹੀ ਨੇੜੇ ਆ ਜਾਣ, ਫਿਰ ਵੀ ਵਿਚਾਲੇ ਫ਼ਾਸਲਾ ਹੈ—ਮੈਂ ਮੈਂ ਹਾਂ, ਤੂੰ ਤੂੰ ਹੈਂ। ਇਸ ਲਈ ਨੇੜੇ ਤੋਂ ਨੇੜੇ ਦੇ ਅਨੁਭਵ ਵੀ ਨੇੜੇ ਨਹੀਂ ਲਿਆ ਪਾਂਦੇ। ਸਰੀਰ ਕੋਲ-ਕੋਲ ਬੈਠ ਜਾਂਦੇ ਹਨ, ਆਦਮੀ ਦੂਰ-ਦੂਰ

ਬਣੇ ਰਹਿ ਜਾਂਦੇ ਹਨ। ਜਦ ਤਕ ਅੰਦਰ 'ਮੈਂ' ਬੈਠਾ ਹੋਇਆ ਹੈ, ਤਦ ਤੱਕ 'ਦੂਜੇ' ਦਾ ਭਾਵ ਮਿਟ ਨਹੀਂ ਪਾਂਦਾ।

ਸਾਰੱਤ੍ਰ ਨੇ ਕਿਤੇ ਇਕ ਅਨੋਖਾ ਬਚਨ ਕਿਹਾ ਹੈ। ਕਿਹਾ ਹੈ ਕਿ 'ਦਿ ਅਦਰ ਇਜ਼ ਹੈੱਲ'। ਇਹ ਜੋ ਦੂਜਾ ਹੈ, ਉਹ ਨਰਕ ਹੈ। ਐਪਰ ਸਾਰੱਤ੍ਰ ਨੇ ਇਹ ਨਹੀਂ ਕਿਹਾ ਕਿ 'ਵਾਈ ਦਿ ਅਦਰ ਇਜ਼ ਅਦਰ', ਉਹ ਦੂਜਾ 'ਦੂਜਾ' ਕਿਉਂ ਹੈ ? ਉਹ ਦੂਜਾ 'ਦੂਜਾ' ਇਸ ਲਈ ਹੈ ਕਿ ਮੈਂ 'ਮੈਂ' ਹਾਂ ਅਤੇ ਜਦ ਤੱਕ ਮੈਂ 'ਮੈਂ' ਹਾਂ, ਤਦ ਤੱਕ ਦੁਨੀਆਂ ਵਿਚ ਹਰ ਚੀਜ਼ ਦੂਜੀ ਹੈ, ਹੋਰ ਹੈ, ਭਿੰਨ ਹੈ। ਅਤੇ ਜਦ ਤੱਕ ਭਿੰਨਤਾ ਹੈ, ਤਦ ਤਕ ਪ੍ਰੇਮ ਦਾ ਅਨੁਭਵ ਨਹੀਂ ਹੋ ਸਕਦਾ।

ਪ੍ਰੇਮ ਹੈ ਇਕਾਤਮ ਦਾ ਅਨੁਭਵ।

ਪ੍ਰੇਮ ਹੈ ਇਸ ਗੱਲ ਦਾ ਅਨੁਭਵ ਕਿ ਢਹਿ ਗਈ ਕੰਧ ਅਤੇ ਦੋ ਊਰਜਾਵਾਂ ਮਿਲ ਗਈਆਂ ਅਤੇ ਜੁੜ ਗਈਆਂ।

ਪ੍ਰੇਮ ਹੈ ਇਸ ਗੱਲ ਦਾ ਅਨੁਭਵ ਕਿ ਇੱਕ ਵਿਅਕਤੀ ਅਤੇ ਦੂਜੇ ਵਿਅਕਤੀ ਦੀਆਂ ਸਾਰੀਆਂ ਕੰਧਾਂ ਢਹਿ ਗਈਆਂ ਅਤੇ ਪ੍ਰਾਣ ਸਾਂਝੇ ਹੋਏ, ਮਿਲੇ ਅਤੇ ਇਕ ਹੋ ਗਏ।

ਜਦ ਇਹੀ ਅਨੁਭਵ ਇਕ ਵਿਅਕਤੀ ਅਤੇ ਕੁਲ ਦੇ ਵਿਚਾਲੇ ਪ੍ਰਗਟ ਹੁੰਦਾ ਹੈ, ਤਾਂ ਉਸ ਅਨੁਭਵ ਨੂੰ ਮੈਂ ਕਹਿੰਦਾ ਹਾਂ—ਪ੍ਰਮਾਤਮਾ ! ਅਤੇ ਜਦ ਦੋ ਵਿਅਕਤੀਆਂ ਦੇ ਵਿਚਾਲੇ ਪ੍ਰਗਟ ਹੁੰਦਾ ਹੈ ਤਾਂ ਮੈਂ ਉਸ ਨੂੰ ਕਹਿੰਦਾ ਹਾਂ—ਪ੍ਰੇਮ।

ਜੇਕਰ ਮੇਰੇ ਅਤੇ ਕਿਸੇ ਦੂਜੇ ਵਿਅਕਤੀ ਦੇ ਵਿਚਾਲੇ ਇਹ ਅਨੁਭਵ ਪ੍ਰਗਟ ਹੋ ਜਾਵੇ ਕਿ ਸਾਡੀਆਂ ਕੰਧਾਂ ਢਹਿ ਜਾਣ, ਅਸੀਂ ਕਿਸੇ ਅਨੰਦ ਦੇ ਤਲ 'ਤੇ ਇਕ ਹੋ ਜਾਈਏ; ਇਕ ਸੰਗੀਤ, ਇਕ ਧਾਰਾ, ਇਕ ਪ੍ਰਾਣ, ਤਾਂ ਇਹ ਅਨੁਭਵ ਹੈ ਪ੍ਰਮਾਤਮਾ।

ਇਸੇ ਲਈ ਮੈਂ ਕਹਿੰਦਾ ਹਾਂ ਕਿ ਪ੍ਰੇਮ ਹੈ ਪੌੜੀ ਅਤੇ ਪ੍ਰਮਾਤਮਾ ਹੈ ਉਸ ਸਫ਼ਰ ਦੀ ਆਖ਼ਰੀ ਮੰਜ਼ਿਲ। ਇਹ ਕਿਵੇਂ ਸੰਭਵ ਹੈ ਕਿ ਦੂਜਾ ਮਿਟ ਜਾਵੇ ਜਦ ਤੱਕ ਮੈਂ ਨਾ ਮਿਟਾਂ ? ਤਦ ਤੱਕ ਦੂਜਾ ਕਿਵੇਂ ਮਿਟ ਸਕਦਾ ਹੈ ? ਉਹ ਦੂਜਾ ਪੈਦਾ ਕੀਤਾ ਹੈ ਮੇਰੇ 'ਮੈਂ' ਦੀ ਪਰਤਵੀਂ-ਆਵਾਜ਼ ਨੇ। ਜਿੰਨੇ ਜ਼ੋਰ ਨਾਲ ਮੈਂ ਚਿੱਲਾਂਦਾ ਹਾਂ ਕਿ 'ਮੈਂ', ਉਨੇ ਹੀ ਜ਼ੋਰ ਨਾਲ ਉਹ ਦੂਜਾ ਪੈਦਾ ਹੋ ਜਾਂਦਾ ਹੈ। ਉਹ ਦੂਜੀ ਪਰਤਵੀਂ-ਆਵਾਜ਼ ਹੈ, ਉਸ ਪਾਸੇ 'ਈਕੋ ; ਹੋ ਰਹੀ ਹੈ ਮੇਰੇ 'ਮੈਂ' ਦੀ ਅਤੇ ਇਹ ਹੰਕਾਰ, ਇਹ 'ਈਗੋ' ਦੁਆਰ ਕੰਧ ਬਣ ਕੇ ਖੜ੍ਹੀ ਹੈ।

ਅਤੇ 'ਮੈਂ' ਹੈ ਕੀ ? ਕਦੇ ਸੋਚਿਐ ਤੁਸੀਂ, ਇਹ 'ਮੈਂ' ਹੈ ਕੀ ? ਤੁਹਾਡਾ ਹੱਥ ਹੈ 'ਮੈਂ'; ਤੁਹਾਡਾ ਪੈਰ ਹੈ, ਦਿਮਾਗ ਹੈ, ਤੁਹਾਡਾ ਹਿਰਦਾ ਹੈ ? ਕੀ ਹੈ ਤੁਹਾਡਾ 'ਮੈਂ' ?

ਜੇ ਤੁਸੀਂ ਇੱਕ ਛਿਨ ਲਈ ਵੀ ਸ਼ਾਂਤ ਹੋ ਕੇ ਅੰਦਰ ਖੋਜਣ ਜਾਓਗੇ ਕਿ ਕਿੱਥੇ ਹੈ 'ਮੈਂ', ਕਿਹੜੀ ਚੀਜ਼ ਵਿਚ ਹੈ, 'ਮੈਂ' ਤਾਂ ਤੁਸੀਂ ਇੱਕਦਮ ਹੈਰਾਨ ਰਹਿ ਜਾਓਗੇ ਕਿ ਅੰਦਰ ਕੋਈ 'ਮੈਂ' ਭਾਲਿਆਂ ਮਿਲਣ ਵਾਲਾ ਨਹੀਂ ਹੈ, ਜਿੰਨਾ ਗਹਿਰਾ ਭਾਲੋਗੇ, ਉਨਾ ਹੀ ਪਾਓਗੇ ਅੰਦਰ ਇਕ ਸੰਨਾਟਾ ਅਤੇ ਸ਼ੂਨਯ ਹੈ, ਉਥੇ ਕੋਈ 'ਆਈ' ਨਹੀਂ, ਉਥੇ ਕੋਈ 'ਮੈਂ' ਨਹੀਂ, ਉਥੇ ਕੋਈ 'ਈਗੋ' ਨਹੀਂ।

ਇਕ ਭਿੱਕਸ਼ੂ ਨਾਗਸੇਨ ਨੂੰ ਇਕ ਸਮਰਾਟ ਮਿਲਿੰਦ ਨੇ ਨਿਉਤਾ ਦਿੱਤਾ ਸੀ ਕਿ ਤੂੰ ਆ ਦਰਬਾਰ ਵਿਚ। ਤਾਂ ਜਿਹੜਾ ਰਾਜਦੂਤ ਗਿਆ ਸੀ ਨਿਉਤਾ ਦੇਣ, ਉਸਨੇ ਨਾਗਸੇਨ ਨੂੰ ਕਿਹਾ ਕਿ ਭਿੱਕਸ਼ੂ ਨਾਗਸੇਨ, ਤੁਹਾਨੂੰ ਸੱਦਿਆ ਹੈ ਸਮਰਾਟ ਮਿਲਿੰਦ ਨੇ। ਮੈਂ ਨਿਉਂਦਾ

ਪਰ ਉਹ ਕਦੇ ਆਉਂਦਾ, ਕਦੇ ਨਾ ਆਉਂਦਾ ਤਾਂ ਬਿਰਛ ਉਦਾਸ ਹੋ ਜਾਂਦਾ।

ਪ੍ਰੇਮੀ ਦੀ ਇਕ ਹੀ ਉਦਾਸੀ ਹੈ—ਜਦ ਉਹ ਵੰਡ ਨਹੀਂ ਪਾਉਂਦਾ ਹੈ, ਤਾਂ ਉਦਾਸ ਹੋ ਜਾਂਦਾ ਹੈ। ਜਦ ਉਹ ਦੇ ਨਹੀਂ ਪਾਉਂਦਾ, ਤਾਂ ਉਦਾਸ ਹੋ ਜਾਂਦਾ ਹੈ।

ਅਤੇ ਪ੍ਰੇਮ ਦੀ ਇਕ ਹੀ ਧੰਨਤਾ ਹੈ ਕਿ ਜਦ ਉਹ ਵੰਡ ਦਿੰਦਾ ਹੈ, ਲੁਟਾ ਦਿੰਦਾ ਹੈ ਤਾਂ ਅਨੰਦਤ ਹੋ ਜਾਂਦਾ ਹੈ।

ਫਿਰ ਲੜਕਾ ਹੋਰ ਵੱਡਾ ਹੁੰਦਾ ਚਲਿਆ ਗਿਆ ਅਤੇ ਬਿਰਛ ਦੇ ਕੋਲ ਆਉਣ ਦੇ ਦਿਨ ਘੱਟ ਹੁੰਦੇ ਚਲੇ ਗਏ।

ਜੋ ਆਦਮੀ ਜਿੰਨਾ ਵੱਡਾ ਹੁੰਦਾ ਚਲਿਆ ਜਾਂਦਾ ਹੈ ਉੱਚੀ—ਆਸ ਦੇ ਜਗਤ ਵਿਚ, ਪ੍ਰੇਮ ਦੇ ਨੇੜੇ ਆਉਣ ਦੀ ਸਹੂਲਤ ਉਨੀ ਹੀ ਘੱਟ ਹੁੰਦੀ ਚਲੀ ਜਾਂਦੀ ਹੈ। ਉਸ ਲੜਕੇ ਦੀ ਏਮਬੀਸ਼ਨ, ਉੱਚੀ-ਆਸ ਵੱਧ ਰਹੀ ਸੀ। ਕਿਥੇ ਬਿਰਛ, ਕਿਥੇ ਜਾਣਾ !

ਫਿਰ ਇਕ ਦਿਨ ਉਥੋਂ ਦੀ ਲੰਘਿਆ ਤਾਂ ਉਸ ਬਿਰਛ ਨੇ ਉਸਨੂੰ ਕਿਹਾ, ਸੁਣ ! ਹਵਾਵਾਂ ਵਿਚ ਉਸਦੀ ਗੂੰਜ ਨੂੰ ਸੁਣ, ਤੂੰ ਆਉਂਦਾ ਨਹੀਂ, ਮੈਂ ਉਡੀਕ ਕਰਦਾ ਹਾਂ। ਮੈਂ ਤੇਰੇ ਲਈ ਉਡੀਕ...ਰਾਹ ਕਰਦਾ ਹਾਂ, ਰਾਹ ਦੇਖਦਾ ਹਾਂ, ਵਾਟ ਤੱਕਦਾ ਹਾਂ।

ਉਸ ਲੜਕੇ ਨੇ ਕਿਹਾ, ਕੀ ਹੈ ਤੇਰੇ ਕੋਲ ਜੋ ਮੈਂ ਆਵਾਂ ? ਮੈਨੂੰ ਰੁਪਏ ਚਾਹੀਦੇ ਹਨ।

ਹੰਕਾਰ ਹਮੇਸ਼ਾ ਪੁੱਛਦਾ ਹੈ ਕਿ ਕੀ ਹੇ ਤੇਰੇ ਕੋਲ, ਜੋ ਮੈਂ ਆਵਾਂ ? ਹੰਕਾਰ ਮੰਗਦਾ ਹੈ ਕਿ ਕੁਝ ਹੋਵੇ ਤਾਂ ਮੈਂ ਆਵਾਂ। ਨਾ ਕੁਝ ਹੋਵੇ ਤਾਂ ਆਉਣ ਦੀ ਕੋਈ ਜ਼ਰੂਰਤ ਨਹੀਂ।

ਹੰਕਾਰ ਇਕ ਮਕਦਸ ਹੈ, ਇਕ ਪਰਪਜ਼ ਹੈ। ਮਕਸਦ ਪੂਜਾ ਹੁੰਦਾ ਹੋਵੇ ਤਾਂ ਮੈਂ ਆਵਾਂ ! ਜੇ ਕੋਈ ਮਕਸਦ ਨਾ ਹੋਵੇ ਤਾਂ ਆਉਣ ਦੀ ਲੋੜ ਕੀ ਹੈ।

ਅਤੇ ਪ੍ਰੇਮ ਬਿਨ-ਮਕਸਦ ਹੈ। ਪ੍ਰੇਮ ਦਾ ਕੋਈ ਮਕਸਦ ਨਹੀਂ, ਪ੍ਰੇਮ ਆਪਣੇ-ਆਪ ਵਿਚ ਹੀ ਆਪਣਾ ਮਕਸਦ ਹੈ, ਉਹ ਬਿਲਕੁਲ 'ਪਰਪਜ਼ਲੈੱਸ ਹੈ।'

ਬਿਰਛ ਤਾਂ ਚੌਂਕ ਗਿਆ। ਉਸਨੇ ਕਿਹਾ, ਤੂੰ ਤਦੇ ਆਏਂਗਾ, ਜਦ ਮੈਂ ਤੈਨੂੰ ਕੁਝ ਦੇ ਸਕਾਂ ! ਮੈਂ ਤੈਨੂੰ ਸਭ ਦੇ ਸਕਦਾ ਹਾਂ। ਕਿਉਂਕਿ ਪ੍ਰੇਮ ਕੁਝ ਵੀ ਰੋਕਣਾ ਨਹੀਂ ਚਾਹੁੰਦਾ ਹੈ। ਜੇ ਰੋਕ ਲਵੇ ਉਹ ਪ੍ਰੇਮ ਨਹੀਂ ਹੈ। ਹੰਕਾਰ ਰੋਕਦਾ ਹੈ। ਪ੍ਰੇਮ ਤਾਂ ਬੇਸ਼ਰਤ ਦੇ ਦਿੰਦਾ ਹੈ। ਲੇਕਿਨ ਰੁਪਏ ਮੇਰੇ ਕੋਲ ਨਹੀਂ ਹਨ। ਇਹ ਰੁਪਏ ਤਾਂ ਸਿਰਫ਼ ਆਦਮੀ ਦੀ ਈਜਾਦ ਹਨ। ਬਿਰਛਾਂ ਨੇ ਇਹ ਬੀਮਾਰ ਨਹੀਂ ਪਾਲੀ ਹੈ।

ਉਸ ਬਿਰਛ ਨੇ ਕਿਹਾ, ਇਸੇ ਲਈ ਤਾਂ ਅਸੀਂ ਇੰਨੇ ਅਨੰਦਤ ਹੁੰਦੇ ਹਾਂ। ਇੰਨੇ ਫੁੱਲ ਖਿੜਦੇ ਹਨ, ਇੰਨੇ ਫਲ ਲਗਦੇ ਹਨ, ਇੰਨੀ ਵੱਡੀ ਛਾਂ ਹੁੰਦੀ ਹੈ। ਅਸੀਂ ਇੰਨੇ ਨੱਚਦਾ ਹਾਂ ਅਕਾਸ਼ ਵਿਚ, ਅਸੀਂ ਇੰਨੇ ਗੀਤ ਗਾਉਂਦੇ ਹਾਂ। ਪੰਛੀ ਉਹਨਾਂ ਉਤੇ ਆਉਂਦੇ ਹਨ ਅਤੇ ਸੰਗੀਤ ਦੀ ਗੁੰਜਾਰ ਕਰਦੇ ਹਨ; ਕਿਉਂਕਿ ਸਾਡੇ ਕੋਲ ਰੁਪਏ ਨਹੀਂ ਹਨ। ਜਿਸ ਦਿਨ ਸਾਡੇ ਕੋਲ ਵੀ ਰੁਪਏ ਹੋ ਜਾਣਗੇ ਤਾਂ ਅਸੀਂ ਆਦਮੀ ਵਾਂਗ ਦੀਨ-ਹੀਨ ਮੰਦਰਾਂ ਵਿਚ ਬੈਠ ਕੇ ਸੁਣਾਂਗੇ ਕਿ ਸ਼ਾਂਤੀ ਕਿਵੇਂ ਪਾਈ ਜਾਵੇ, ਪ੍ਰੇਮ ਕਿਵੇਂ ਪਾਇਆ ਜਾਵੇ ! ਨਹੀਂ, ਨਹੀਂ, ਸਾਡੇ ਕੋਲ ਰੁਪਏ ਨਹੀਂ ਹਨ।

ਤਾਂ ਉਸ ਨੇ ਕਿਹਾ, ਫਿਰ ਮੈਂ ਕਿਉਂ ਆਵਾਂ ਤੇਰੇ ਕੋਲ ! ਜਿੱਥੇ ਰੁਪਏ ਹਨ, ਮੈਨੂੰ ਉਥੇ ਜਾਣਾ ਪਏਗਾ। ਮੈਨੂੰ ਰੁਪਿਆਂ ਦੀ ਜ਼ਰੂਰਤ ਹੈ।

ਹੰਕਾਰ ਰੁਪਏ ਮੰਗਦਾ ਹੈ, ਕਿਉਂਕਿ ਰੁਪਿਆ ਸ਼ਕਤੀ ਹੈ। ਹੰਕਾਰ ਸ਼ਕਤੀ ਮੰਗਦਾ

ਹੈ।

ਉਸ ਬਿਰਛ ਨੇ ਬਹੁਤ ਸੋਚਿਆ, ਫਿਰ ਉਸਨੂੰ ਖ਼ਿਆਲ ਆਇਆ: "ਤੂੰ ਇਕ ਕੰਮ ਕਰ, ਮੇਰੇ ਸਾਰੇ ਫਲਾਂ ਨੂੰ ਤੋੜ ਕੇ ਲੈ ਜਾ ਅਤੇ ਵੇਚ ਦੇ ਤਾਂ ਸ਼ਾਇਦ ਰੁਪਏ ਮਿਲ ਜਾਣ।"

ਉਸ ਲੜਕੇ ਨੂੰ ਵੀ ਖ਼ਿਆਲ ਆਇਆ। ਉਹ ਚੜ੍ਹਿਆ ਅਤੇ ਉਸਨੇ ਸਾਰੇ ਫਲ ਤੋੜ ਸੁੱਟੇ। ਕੱਚੇ ਵੀ ਡੇਗ ਛੱਡੇ। ਟਹਿਣੀਆਂ ਵੀ ਟੁੱਟੀਆਂ, ਪੱਤੇ ਵੀ ਟੁੱਟੇ, ਪਰ ਬਿਰਛ ਬਹੁਤ ਖ਼ੁਸ਼ ਹੋਇਆ, ਬਹੁਤ ਅਨੰਦਤ ਹੋਇਆ।

ਟੁੱਟ ਕੇ ਵੀ ਪ੍ਰੇਮ ਅਨੰਦਤ ਹੁੰਦਾ ਹੈ।

ਹੰਕਾਰ ਪਾ ਕੇ ਵੀ ਅਨੰਦਤ ਨਹੀਂ ਹੁੰਦਾ, ਪਾ ਕੇ ਵੀ ਦੁਖੀ ਹੁੰਦਾ ਹੈ। ਉਸ ਲੜਕੇ ਨੇ ਤਾਂ ਧੰਨਵਾਦ ਵੀ ਨਹੀਂ ਦਿੱਤਾ ਪਿੱਛੇ ਮੁੜ ਕੇ !

ਲੇਕਿਨ ਉਸ ਬਿਰਛ ਨੂੰ ਪਤਾ ਵੀ ਨਹੀਂ ਲਗਿਆ। ਉਸਨੂੰ ਤਾਂ ਧੰਨਵਾਦ ਮਿਲ ਗਿਆ ਇਸੇ ਵਿਚ ਕਿ ਉਸਨੇ ਉਸਦੇ ਪ੍ਰੇਮ ਨੂੰ ਸਵੀਕਾਰ ਕੀਤਾ ਅਤੇ ਉਸਦੇ ਫਲਾਂ ਨੂੰ ਲੈ ਗਿਆ ਅਤੇ ਬਜ਼ਾਰ ਵਿਚ ਵੇਚਿਆ।

ਪਰ ਫੇਰ ਉਹ ਬਹੁਤ ਦਿਨਾਂ ਤੱਕ ਨਹੀਂ ਆਇਆ। ਉਸਦੇ ਕੋਲ ਰੁਪਏ ਸਨ ਅਤੇ ਰੁਪਿਆਂ ਤੋਂ ਰੁਪਏ ਪੈਦਾ ਕਰਨ ਦੀ ਉਹ ਕੋਸ਼ਿਸ਼ ਵਿਚ ਲੱਗ ਗਿਆ ਸੀ। ਉਹ ਭੁੱਲ ਗਿਆ। ਵਰ੍ਹੇ ਬੀਤ ਗਏ।

ਅਤੇ ਬਿਰਛ ਉਦਾਸ ਹੈ ਅਤੇ ਉਸਦੇ ਪ੍ਰਾਣਾਂ ਵਿਚ ਰਸ ਵਹਿ ਰਿਹਾ ਹੈ ਕਿ ਉਹ ਆਏ ਉਸਦਾ ਪ੍ਰੇਮ ਅਤੇ ਉਸਦੇ ਰਸ ਨੂੰ ਲੈ ਜਾਵੇ। ਜਿਵੇਂ ਕਿਸੇ ਮਾਂ ਦੇ ਥਣਾਂ ਵਿਚ ਦੁੱਧ ਭਰਿਆ ਹੋਵੇ ਅਤੇ ਉਸਦਾ ਬੇਟਾ ਗੁਆਚ ਗਿਆ ਹੋਵੇ ਅਤੇ ਉਸਦੇ ਪ੍ਰਾਣ ਤੜਫ਼ ਰਹੇ ਹੋਣ ਕਿ ਉਸਦਾ ਬੇਟਾ ਕਿੱਥੇ ਹੈ ਜਿਸਨੂੰ ਉਹ ਲੱਭੇ, ਜੋ ਉਸਨੂੰ ਹੌਲਾ ਕਰ ਦੇਵੇ, ਨਿਰਭਰ ਕਰ ਦੇਵੇ। ਇਉਂ ਉਸ ਬਿਰਛ ਦੇ ਪ੍ਰਾਣ ਪੀੜਤ ਹੋਣ ਲੱਗੇ ਕਿ ਉਹ ਆਵੇ—ਆਵੇ, ਆਵੇ। ਉਸਦਾ ਸਾਰੀ ਆਵਾਜ਼ ਵਿਚ ਇਹੀ ਗੂੰਜ ਗੂੰਜਣ ਲੱਗੀ ਕਿ ਆ।

ਬਹੁਤ ਦਿਨਾਂ ਦੇ ਬਾਅਦ ਉਹ ਆਇਆ। ਉਹ ਲੜਕਾ ਪ੍ਰੌੜ੍ਹ ਹੋ ਗਿਆ ਸੀ। ਬਿਰਛ ਨੇ ਉਸਨੂੰ ਕਿਹਾ ਕਿ ਆ ਮੇਰੇ ਕੋਲ। ਮੇਰੀ ਗਲਵਕੜੀ ਵਿਚ ਆ। ਉਸਨੇ ਕਿਹਾ, ਛੱਡ ਇਹ ਬਕਵਾਸ। ਇਹ ਬਚਪਨ ਦੀਆਂ ਗੱਲਾਂ ਹਨ।

ਹੰਕਾਰ ਪ੍ਰੇਮ ਨੂੰ ਪਾਗਲਪਨ ਸਮਝਦਾ ਹੈ, ਬਚਪਨ ਦੀਆਂ ਗੱਲਾਂ ਸਮਝਦਾ ਹੈ !

ਉਸ ਬਿਰਛ ਨੇ ਕਿਹਾ, ਆ ਮੇਰੀਆਂ ਡਾਲੀਆਂ ਨਾਲ ਝੂਲ...ਨੱਚ।

ਉਸਨੇ ਕਿਹਾ, ਛੱਡ ਇਹ ਫ਼ਜ਼ੂਲ ਦੀਆਂ ਗੱਲਾਂ। ਮੈਂ ਇਕ ਮਕਾਨ ਬਨਾਉਣਾ ਹੈ। ਮਕਾਨ ਦੇ ਸਕਦਾ ਹੈਂ ਤੂੰ ?

ਬਿਰਛ ਨੇ ਕਿਹਾ, ਮਕਾਨ ? ਅਸੀਂ ਤਾਂ ਬਿਨਾਂ ਮਕਾਨ ਦੇ ਹੀ ਰਹਿੰਦੇ ਹਾਂ। ਮਕਾਨ ਵਿਚ ਤਾਂ ਸਿਰਫ ਆਦਮੀ ਰਹਿੰਦਾ ਹੈ। ਦੁਨੀਆਂ ਵਿਚ ਹੋਰ ਕੋਈ ਮਕਾਨ ਵਿਚ ਨਹੀਂ ਰਹਿੰਦਾ ਹੈ, ਸਿਰਫ਼ ਆਦਮੀ ਰਹਿੰਦਾ ਹੈ। ਤਾਂ ਦੇਖਦਾ ਹੈਂ ਆਦਮੀ ਦੀ ਹਾਲਤ—ਮਕਾਨ ਵਿਚ ਰਹਿਣ ਵਾਲੇ ਆਦਮੀ ਦੀ ਹਾਲਤ ? ਉਸਦੇ ਮਾਕਨ ਜਿੰਨੇ ਵੱਡੇ ਹੁੰਦੇ ਜਾਂਦੇ ਹਨ, ਆਦਮੀ ਉਨਾ ਛੋਟਾ ਹੁੰਦਾ ਚਲਿਆ ਜਾਂਦਾ ਹੈ। ਅਸੀਂ ਤਾਂ ਬਿਨਾਂ ਮਕਾਨ ਦੇ ਰਹਿੰਦੇ ਹਾਂ। ਪਰ ਇਕ ਗੱਲ ਹੋ ਸਕਦੀ ਹੈ ਕਿ ਤੂੰ ਮੇਰੀਆਂ ਟਹਿਣੀਆਂ-ਟਾਹਣਿਆਂ ਨੂੰ ਵੱਢ ਕੇ ਲੈ ਜਾ, ਤਾਂ ਸ਼ਾਇਦ ਤੂੰ ਮਕਾਨ ਬਣਾ ਲਵੇਂ।

ਅਤੇ ਉਹ ਪ੍ਰੌੜ੍ਹ ਕੁਹਾੜੀ ਲੈ ਕੇ ਆ ਗਿਆ ਅਤੇ ਉਸਨੇ ਬਿਰਛ ਦੀਆਂ ਟਹਿਣੀਆਂ ਟਾਹਣੇ ਕੱਟ ਸੁੱਟੇ। ਬਿਰਛ ਇਕ ਠੂੰਠ ਰਹਿ ਗਿਆ, ਲੇਕਿਨ ਬਿਰਛ ਬਹੁਤ ਅਨੰਦਤ ਸੀ।

ਪ੍ਰੇਮ ਸਦਾ ਅਨੰਦਤ ਹੈ, ਭਾਵੇਂ ਉਸਦੇ ਅੰਗ ਵੀ ਕੱਟੇ ਜਾਣ। ਪਰ ਕੋਈ ਲੈ ਜਾਵੇ, ਕੋਈ ਲੈ ਜਾਵੇ, ਕੋਈ ਵੰਡ ਲਵੇ, ਕੋਈ ਸ਼ਾਮਲ ਹੋ ਜਾਵੇ, ਭਾਈਵਾਲ ਹੋ ਜਾਵੇ।

ਅਤੇ ਉਸ ਲੜਕੇ ਨੇ ਤਾਂ ਪਿੱਛੇ ਮੁੜ ਕੇ ਵੀ ਨਹੀਂ ਦੇਖਿਆ ! ਉਸਨੇ ਮਕਾਨ ਬਣਾ ਲਿਆ !

ਅਤੇ ਵਕਤ ਗੁਜ਼ਰਦਾ ਗਿਆ। ਉਹ ਠੂੰਠ ਰਾਹ ਦੇਖਦਾ ਹੈ, ਉਹ ਚਿੱਲਾਣਾ ਚਾਹੁੰਦਾ ਹੈ, ਪਰ ਹੁਣ ਉਸ ਕੋਲ ਪੱਤੇ ਵੀ ਨਹੀਂ ਸਨ, ਟਹਿਣੀਆਂ ਵੀ ਨਹੀਂ ਸਨ। ਹਵਾਵਾਂ ਆਉਂਦੀਆਂ ਅਤੇ ਉਹ ਬੋਲ ਵੀ ਨਾ ਪਾਂਦਾ, ਬੁਲਾ ਵੀ ਨਾ ਪਾਂਦਾ। ਐਪਰ ਉਸਦੇ ਪ੍ਰਾਣਾਂ ਵਿਚ ਤਾਂ ਇਕ ਹੀ ਗੂੰਜ ਸੀ ਕਿ...ਆ, ਆ।

ਅਤੇ ਬਹੁਤ ਦਿਨ ਬੀਤ ਗਏ। ਤਦ ਉਹ ਆਦਮੀ ਬੁੱਢਾ ਹੋ ਗਿਆ ਸੀ, ਉਹ ਬੱਚਾ। ਉਹ ਲੰਘ ਰਿਹਾ ਸੀ ਕੋਲੋਂ ਦੀ। ਬਿਰਛ ਦੇ ਕੋਲ ਆ ਕੇ ਖੜ੍ਹਾ ਹੋ ਗਿਆ, ਤਾਂ ਬਿਰਛ ਨੇ ਪੁੱਛਿਆ ਕਿ ਕੀ ਕਰ ਸਕਦਾ ਹਾਂ ਹੋਰ ਮੈਂ ਤੇਰੀ ਖ਼ਾਤਰ ਤੂੰ ਬਹੁਤ ਦਿਨਾਂ ਪਿੱਛੋਂ ਆਇਆਂ ?

ਉਸਨੇ ਕਿਹਾ, ਤੂੰ ਕੀ ਕਰ ਸਕੇਂਗਾ ? ਮੈਂ ਦੂਰ ਦੇਸ਼ ਜਾਣਾ ਹੈ ਧਨ ਕਮਾਉਣ ਦੇ ਲਈ। ਮੈਨੂੰ ਇਕ ਕਿਸ਼ਤੀ ਦੀ ਜ਼ਰੂਰਤ ਹੈ।

ਉਸਨੇ ਕਿਹਾ, ਤੂੰ ਮੈਨੂੰ ਵੱਢ ਲੈ ਤਾਂ ਮੇਰੇ ਇਸ ਤਣੇ ਨਾਲ ਕਿਸ਼ਤੀ ਬਣ ਜਾਏਗੀ ਅਤੇ ਮੈਂ ਬਹੁਤ ਧੰਨ ਹੋਵਾਂਗਾ ਕਿ ਮੈਂ ਤੇਰੀ ਕਿਸ਼ਤੀ ਬਣ ਸਕਾਂ ਅਤੇ ਤੈਨੂੰ ਦੂਰ ਦੇਸ਼ ਲੈ ਜਾ ਸਕਾਂ। ਪਰ ਤੂੰ ਛੇਤੀ ਮੁੜ ਆਵੀਂ, ਅਤੇ ਰਾਜ਼ੀ-ਖੁਸ਼ੀ ਮੁੜ ਆਵੀਂ। ਮੈਂ ਤੇਰੀ ਉਡੀਕ ਕਰਾਂਗਾ।

ਅਤੇ ਉਸਨੇ ਆਰੇ ਨਾਲ ਉਸ ਬਿਰਛ ਨੂੰ ਵੱਢ ਸੁੱਟਿਆ। ਤਦ ਉਹ ਇਕ ਛੋਟਾ ਜਿਹਾ ਠੂੰਠ ਰਹਿ ਗਿਆ। ਅਤੇ ਉਹ ਦੂਰ ਯਾਤਰਾ 'ਤੇ ਨਿਕਲ ਗਿਆ ਅਤੇ ਉਹ ਠੂੰਠ ਵੀ ਉਡੀਕ ਕਰਦਾ ਰਿਹਾ ਕਿ ਉਹ ਆਵੇ, ਆਵੇ। ਪਰ ਹੁਣ ਉਸਦੇ ਕੋਲ ਕੁਝ ਵੀ ਨਹੀਂ ਹੈ ਦੇਣ ਨੂੰ। ਸ਼ਾਇਦ ਉਹ ਨਹੀਂ ਆਵੇਗਾ, ਕਿਉਂਕਿ ਹੰਕਾਰ ਉਥੇ ਹੀ ਆਉਂਦਾ ਹੈ ਜਿਥੇ ਕੁਝ ਪਾਣ ਨੂੰ ਹੈ। ਹੰਕਾਰ ਉੱਥੇ ਨਹੀਂ ਜਾਂਦਾ, ਜਿਥੇ ਕੁਝ ਪਾਣ ਨੂੰ ਨਹੀਂ ਹੈ।

ਮੈਂ ਉਸ ਠੂੰਠ ਦੇ ਕੋਲ ਇਕ ਰਾਤ ਮਹਿਮਾਨ ਹੋਇਆ ਸੀ, ਤਾਂ ਉਹ ਠੂੰਠ ਮੈਨੂੰ ਕਹਿਣ ਲਗਿਆ ਕਿ ਉਹ ਮੇਰਾ ਮਿੱਤਰ ਹੁਣ ਤੱਕ ਨਹੀਂ ਆਇਆ। ਅਤੇ ਮੈਨੂੰ ਬੜੀ ਪੀੜ ਹੁੰਦੀ ਹੇ ਕਿ ਕਿਤੇ ਕਿਸ਼ਤੀ ਡੁੱਬ ਨਾ ਗਈ ਹੋਵੇ, ਕਿਤੇ ਉਹ ਭਟਕ ਨਾ ਗਿਆ ਹੋਵੇ, ਕਿਤੇ ਕਿਸੇ ਦੂਰ ਕੰਢੇ 'ਤੇ ਵਿਦੇਸ਼ ਵਿਚ ਕਿਤੇ ਭੁੱਲ ਨਾ ਗਿਆ ਹੋਵੇ, ਕਿਤੇ ਉਹ ਡੁੱਬ ਨਾ ਗਿਆ ਹੋਵੇ, ਕਿਤੇ ਉਹ ਖ਼ਤਮ ਨਾ ਹੋ ਗਿਆ ਹੋਵੇ ! ਮੈਨੂੰ ਬਸ ਇਕ ਖ਼ਬਰ ਕੋਈ ਉਸਦੀ ਲਿਆ ਦੇਵੇ; ਹੁਣ ਮੈਂ ਮਰਨ ਦੇ ਕਰੀਬ ਹਾਂ। ਇਕ ਖ਼ਬਰ ਭਰ ਆ ਜਾਵੇ ਕਿ ਉਹ ਰਾਜ਼ੀ ਖੁਸ਼ੀ ਹੈ, ਫਿਰ ਕੋਈ ਗੱਲ ਨਹੀਂ। ਫਿਰ ਸਭ ਠੀਕ ਹੈ। ਹੁਣ ਤਾਂ ਮੇਰੇ ਕੋਲ ਦੇਣ ਨੂੰ ਕੁਝ ਵੀ ਨਹੀਂ ਹੈ। ਇਸ ਲਈ ਬੁਲਾਵਾਂ ਵੀ ਤਾਂ ਸ਼ਾਇਦ ਉਹ ਨਹੀਂ ਆਵੇਗਾ, ਕਿਉਂਕਿ ਉਹ ਲੈਣ ਦੀ ਹੀ ਭਾਸ਼ਾ ਸਮਝਦਾ ਹੈ।

ਹੰਕਾਰ ਲੈਣ ਦੀ ਭਾਸ਼ਾ ਸਮਝਦਾ ਹੈ।

ਪ੍ਰੇਮ ਦੇਣ ਦੀ ਭਾਸ਼ਾ ਹੈ।

ਇਸ ਤੋਂ ਜ਼ਿਆਦਾ ਹੋਰ ਕੁਝ ਵੀ ਮੈਂ ਨਹੀਂ ਕਹਾਂਗਾ।

ਜੀਵਨ ਇਕ ਅਜਿਹਾ ਬਿਰਛ ਬਣ ਜਾਵੇ ਅਤੇ ਉਸ ਬਿਰਛ ਦੀਆਂ ਟਹਿਣੀਆਂ ਅਨੰਤ ਤਕ ਫੈਲ ਜਾਣ। ਸਭ ਉਸਦੀ ਛਾਂ ਵਿਚ ਹੋਣ ਅਤੇ ਸਭ ਤਕ ਉਸਦੀਆਂ ਬਾਹਾਂ ਫੈਲ ਜਾਣ ਤਾਂ ਪਤਾ ਲੱਗ ਸਕਦਾ ਹੈ ਕਿ ਪ੍ਰੇਮ ਕੀ ਹੈ ?

ਪ੍ਰੇਮ ਦਾ ਕੋਈ ਸ਼ਾਸਤਰ ਨਹੀਂ ਹੈ, ਨਾ ਕੋਈ ਪਰਿਭਾਸ਼ਾ ਹੈ, ਨਾ ਪ੍ਰੇਮ ਦਾ ਕੋਈ ਸਿਧਾਂਤ ਹੈ।

ਤਾਂ ਮੈਂ ਬਹੁਤ ਹੈਰਾਨੀ ਵਿਚ ਸੀ ਕਿ ਕੀ ਕਹਾਂਗਾ ਤੁਹਾਨੂੰ ਕੀ ਪ੍ਰੇਮ ਕੀ ਹੈ ? ਤਾਂ ਦੱਸਣਾ ਮੁਸ਼ਕਲ ਹੈ। ਆ ਕੇ ਬੈਠ ਸਕਦਾ ਹਾਂ ਅਤੇ ਜੇਕਰ ਮੇਰੀਆਂ ਅੱਖਾਂ ਵਿਚ ਉਹ ਦਿਖਾਈ ਪੈ ਜਾਵੇ ਤਾਂ ਦਿਖਾਈ ਪੈ ਸਕਦਾ ਹੈ, ਜੇਕਰ ਮੇਰੇ ਹੱਥਾਂ ਵਿਚ ਦਿਖਾਈ ਪੈ ਜਾਵੇ ਤਾਂ ਦਿਖਾਈ ਪੈ ਸਕਦਾ ਹੈ। ਮੈਂ ਕਹਿ ਸਕਦਾ ਹਾਂ ਕਿ ਇਹ ਹੈ ਪ੍ਰੇਮ।

ਲੇਕਿਨ ਪ੍ਰੇਮ ਕੀ ਹੈ ? ਜੇ ਮੇਰੀਆਂ ਅੱਖਾਂ ਵਿਚ ਨਾ ਦਿਖਾਈ ਪਵੇ, ਮੇਰੇ ਹੱਥਾਂ ਵਿਚ ਨਾ ਦਿਖਾਈ ਪਵੇ, ਤਾਂ ਸ਼ਬਦਾਂ ਵਿਚ ਤਾਂ ਬਿਲਕੁਲ ਵੀ ਦਿਖਾਈ ਨਹੀਂ ਪੈ ਸਕਦਾ ਕਿ ਪ੍ਰੇਮ ਕੀ ਹੈ ?

ਮੇਰੀਆਂ ਗੱਲਾਂ ਨੂੰ ਇੰਨੇ ਪ੍ਰੇਮ ਅਤੇ ਸ਼ਾਂਤੀ ਨਾਲ ਸੁਣਿਆ, ਉਸ ਤੋਂ ਬਹੁਤ-ਬਹੁਤ ਧੰਨਵਾਦੀ ਹਾਂ। ਅਤੇ ਅੰਤ ਵਿਚ ਸਭ ਦੇ ਅੰਦਰ ਬੈਠੇ ਪ੍ਰਮਾਤਮਾ ਨੂੰ ਪ੍ਰਣਾਮ ਕਰਦਾ ਹਾਂ, ਮੇਰਾ ਪ੍ਰਣਾਮ ਸਵੀਕਾਰ ਕਰੋ।

ਅਧਿਆਇ-2

ਸੰਭੋਗ : ਅਹੰ-ਸ਼ੂਨਯਤਾ ਦੀ ਝਲਕ

ਮੇਰੇ ਪਿਆਰੇ ਆਪਣੇ,

ਇਕ ਸਵੇਰ, ਅਜੇ ਸੂਰਜ ਵੀ ਨਹੀਂ ਨਿਕਲਿਆ ਸੀ ਅਤੇ ਇਕ ਮਛੇਰਾ ਨਦੀ ਦੇ ਕੰਢੇ ਪਹੁੰਚ ਗਿਆ ਸੀ। ਉਸਦਾ ਪੈਰ ਕਿਸੇ ਚੀਜ਼ ਨਾਲ ਟਕਰਾ ਗਿਆ। ਝੁਕ ਕੇ ਉਸਨੇ ਦੇਖਿਆ, ਪੱਥਰਾਂ ਨਾਲ ਭਰਿਆ ਇਕ ਝੋਲਾ ਪਿਆ ਸੀ। ਉਸਨੇ ਆਪਣਾ ਜਾਲ ਕੰਢੇ 'ਤੇ ਰੱਖ ਦਿੱਤਾ, ਉਹ ਸੂਰਜ ਦੇ ਉਗਣ ਦੀ ਉਡੀਕ ਕਰਨ ਲਗਿਆ। ਸੂਰਜ ਉਗ ਆਵੇ, ਉਹ ਆਪਣਾ ਜਾਲ ਸੁੱਟੇ ਅਤੇ ਮੱਛੀਆਂ ਫੜੇ। ਉਹ ਜੋ ਝੋਲਾ ਉਸਨੂੰ ਪਿਆ ਮਿਲ ਗਿਆ ਸੀ, ਜਿਸ ਵਿਚ ਪੱਥਰ ਸਨ, ਉਹ ਇਕ-ਇਕ ਪੱਥਰ ਕੱਢ ਕੇ ਸ਼ਾਂਤ ਨਦੀ ਵਿਚ ਸੁੱਟਣ ਲਗਿਆ। ਸਵੇਰ ਦੇ ਸੰਨਾਟੇ ਵਿਚ ਉਹਨਾਂ ਪੱਥਰਾਂ ਦੇ ਡਿਗਣ ਦੀ ਛਪਾਕ ਦੀ ਅਵਾਜ਼ ਸੁਣਦਾ, ਫਿਰ ਦੂਜਾ ਪੱਥਰ ਸੁੱਟਦਾ।

ਹੌਲੀ-ਹੌਲੀ ਸਵੇਰ ਦਾ ਸੂਰਜ ਨਿਕਲਿਆ, ਰੋਸ਼ਨੀ ਹੋਈ। ਤਦ ਤਕ ਉਸਨੇ ਝੋਲੇ ਦੇ ਸਾਰੇ ਪੱਥਰ ਸੁੱਟ ਦਿੱਤੇ ਸਨ, ਸਿਰਫ਼ ਇਕ ਪੱਥਰ ਉਸਦੇ ਹੱਥ ਵਿਚ ਰਹਿ ਗਿਆ ਸੀ। ਸੂਰਜ ਦੀ ਰੋਸ਼ਨੀ ਵਿਚ ਦੇਖਦਿਆਂ ਹੀ ਜਿਵੇਂ ਉਸਦੇ ਦਿਲ ਦੀ ਧੜਕਣ ਬੰਦ ਹੋ ਗਈ, ਸਾਹ ਰੁਕ ਗਿਆ। ਉਸਨੇ ਜਿਨ੍ਹਾਂ ਨੂੰ ਪੱਥਰ ਸਮਝ ਕੇ ਨਦੀ ਵਿਚ ਸੁੱਟ ਦਿੱਤਾ ਸੀ, ਉਹ ਹੀਰੇ-ਜਵਾਹਰਾਤ ਸਨ; ਪਰ ਹੁਣ ਤਾਂ ਅਖੀਰਲਾ ਟੁਕੜਾ ਹੱਥ ਵਿਚ ਬਚਿਆ ਸੀ ਅਤੇ ਉਹ ਪੂਰੇ ਝੋਲੇ ਨੂੰ ਸੁੱਟ ਚੁਕਿਆ ਸੀ। ਉਹ ਰੋਣ ਲਗਿਆ, ਚਿੱਲਾਣ ਲੱਗਿਆ। ਇੰਨੀ ਸੰਪਦਾ ਉਸਨੂੰ ਮਿਲ ਗਈ ਸੀ ਕਿ ਅਨੰਤ ਜਨਮਾਂ ਦੇ ਲਈ ਕਾਫ਼ੀ ਸੀ, ਲੇਕਿਨ ਹਨੇਰੇ ਵਿਚ ਅਣਜਾਣ, ਅਣਵਾਕਫ, ਉਸਨੇ ਉਸ ਸਾਰੀ ਸੰਪਦਾ ਨੂੰ ਪੱਥਰ ਸਮਝ ਕੇ ਸੁੱਟ ਦਿੱਤਾ ਸੀ।

ਐਪਰ ਫਿਰ ਵੀ ਉਹ ਮਛੇਰਾ ਖੁਸ਼ਕਿਸਮਤ ਸੀ, ਕਿਉਂਕਿ ਅਖ਼ੀਰਲਾ ਪੱਥਰ ਸੁੱਟਣ ਤੋਂ ਪਹਿਲਾਂ ਸੂਰਜ ਨਿਕਲ ਆਇਆ ਸੀ ਅਤੇ ਉਸਨੂੰ ਦਿਖਾਈ ਪੈ ਗਿਆ ਸੀ ਕਿ ਉਸਦੇ ਹੱਥ ਵਿਚ ਹੀਰਾ ਹੈ। ਆਮ ਤੌਰ ਤੇ ਸਾਰੇ ਲੋਕ ਇੰਨੇ ਖ਼ੁਸ਼ਕਿਸਮਤ ਨਹੀਂ ਹੁੰਦੇ। ਜ਼ਿੰਦਗੀ ਬੀਤ ਜਾਂਦੀ ਹੈ, ਸੂਰਜ ਨਹੀਂ ਨਿਕਲਦਾ, ਸਵੇਰ ਨਹੀਂ ਹੁੰਦੀ, ਰੋਸ਼ਨੀ ਨਹੀਂ ਆਉਂਦੀ ਅਤੇ ਸਾਰੇ ਜੀਵਨ ਦੇ ਹੀਰੇ ਅਸੀਂ ਪੱਥਰ ਸਮਝ ਕੇ ਸੁੱਟ ਚੁੱਕੇ ਹੁੰਦੇ ਹਾਂ।

ਜੀਵਨ ਇਕ ਵੱਡੀ ਸੰਪਦਾ ਹੈ, ਲੇਕਿਨ ਆਦਮੀ ਸਿਵਾਇ ਉਸਨੂੰ ਸੁੱਟਣ ਅਤੇ ਗਵਾਉਣ ਦੇ ਕੁਝ ਵੀ ਨਹੀਂ ਕਰਦਾ ਹੈ !

ਜੀਵਨ ਕੀ ਹੈ, ਇਹ ਵੀ ਪਤਾ ਨਹੀਂ ਲੱਗ ਪਾਂਦਾ ਅਤੇ ਅਸੀਂ ਉਸਨੂੰ ਸੁੱਟ ਦਿੰਦੇ ਹਾਂ

! ਜੀਵਨ ਵਿਚ ਕੀ ਛੁਪਿਆ ਸੀ, ਕਿਹੜਾ ਰਾਜ, ਕਿਹੜਾ ਰਹੱਸ, ਕਿਹੜਾ ਸਵਰਗ, ਕਿਹੜਾ ਅਨੰਦ, ਕਿਹੜੀ ਮੁਕਤੀ, ਉਸ ਸਭ ਦਾ ਕੋਈ ਵੀ ਅਨੁਭਵ ਨਹੀਂ ਹੋ ਪਾਂਦਾ ਅਤੇ ਜੀਵਨ ਸਾਡੇ ਹੱਥੋਂ ਕਿਰ ਜਾਂਦਾ ਹੈ !

ਇਹਨਾਂ ਆਉਣ ਵਾਲੇ ਤਿੰਨ ਦਿਨਾਂ ਵਿਚ ਜੀਵਨ ਦੀ ਸੰਪਦਾ ਉਤੇ ਇਹ ਥੋੜ੍ਹੀਆਂ-ਜਿਹੀਆਂ ਗੱਲਾਂ ਮੈਂ ਕਹਿਣੀਆਂ ਹਨ। ਐਪਰ ਜਿਹੜੇ ਲੋਕ ਜੀਵਨ ਦੀ ਸੰਪਦਾ ਨੂੰ ਪੱਥਰ ਮੰਨ ਕੇ ਬੈਠ ਗਏ ਹਨ, ਉਹ ਕਦੇ ਅੱਖ ਖੋਲ੍ਹ ਕੇ ਦੇਖ ਪਾਉਣਗੇ ਕਿ ਜਿਨ੍ਹਾਂ ਨੂੰ ਉਹਨਾਂ ਨੇ ਪੱਥਰ ਸਮਝਿਆ ਹੈ, ਉਹ ਹੀਰੇ-ਮਾਣਕ ਹਨ, ਇਹ ਬਹੁਤ ਕਠਨ ਹੈ। ਅਤੇ ਜਿਨ੍ਹਾਂ ਲੋਕਾਂ ਨੇ ਜੀਵਨ ਨੂੰ ਪੱਥਰ ਮੰਨ ਕੇ ਸੁੱਟ ਵਿਚ ਹੀ ਸਮਾਂ ਗਵਾ ਦਿੱਤਾ ਹੈ, ਜੇਕਰ ਅੱਜ ਉਹਨਾਂ ਨੂੰ ਕੋਈ ਕਹਿਣ ਜਾਵੇ ਕਿ ਜਿਨ੍ਹਾਂ ਨੂੰ ਤੁਸੀਂ ਪੱਥਰ ਸਮਝ ਕੇ ਸੁੱਟ ਰਹੇ ਸੀ, ਉਥੇ ਹੀਰੇ-ਮੋਤੀ ਵੀ ਸਨ, ਤਾਂ ਉਹ ਨਰਾਜ਼ ਹੋਣਗੇ। ਕ੍ਰੋਧ ਨਾਲ ਭਰ ਜਾਣਗੇ। ਇਸ ਲਈ ਕਿ ਜੋ ਗੱਲ ਕਹੀ ਗਈ ਹੈ ਉਹ ਗਲਤ ਹੈ, ਬਲਕਿ ਇਸ ਲਈ ਕਿ ਇਹ ਗੱਲ ਇਸ ਗੱਲ ਦੀ ਯਾਦ ਦਿਵਾਉਂਦੀ ਹੈ ਕਿ ਉਹਨਾਂ ਨੇ ਬਹੁਤ ਸਾਰੀ ਸੰਪਦਾ ਸੁੱਟ ਦਿੱਤੀ ਹੈ।

ਲੇਕਿਨ ਭਾਵੇਂ ਤੁਸੀਂ ਕਿੰਨੀ ਹੀ ਸੰਪਦਾ ਸੁੱਟ ਦਿੱਤੀ ਹੋਵੇ, ਜੇਕਰ ਇਕ ਛਿਨ ਵੀ ਜੀਵਨ ਦਾ ਬਾਕੀ ਹੈ ਤਾਂ ਫਿਰ ਵੀ ਅਸੀਂ ਕੁਝ ਬਚਾ ਸਕਦੇ ਹਾਂ ਅਤੇ ਕੁਝ ਜਾਣ ਸਕਦੇ ਹਾਂ ਅਤੇ ਕੁਝ ਪਾ ਸਕਦੇ ਹਾਂ। ਜੀਵਨ ਦੀ ਖੋਜ ਵਿਚ ਕਦੇ ਵੀ ਇੰਨੀ ਦੇਰ ਨਹੀਂ ਹੁੰਦੀ ਕਿ ਕੋਈ ਆਦਮੀ ਨਿਰਾਸ਼ ਹੋਣ ਦਾ ਕਾਰਨ ਪਾਵੇ।

ਪਰ ਅਸੀਂ ਇਹ ਮੰਨ ਹੀ ਲਿਆ ਹੈ—ਹਨੇਰੇ ਵਿਚ, ਅਗਿਆਨ ਵਿਚ ਕਿ ਜੀਵਨ ਵਿਚ ਕੁਝ ਵੀ ਨਹੀਂ ਹੈ ਸਿਵਾਇ ਪੱਥਰਾਂ ਦੇ ! ਜਿਹੜੇ ਲੋਕ ਅਜਿਹਾ ਮੰਨ ਕੇ ਬੈਠ ਗਏ ਹਨ, ਉਹਨਾਂ ਨੇ ਖੋਜ ਤੋਂ ਪਹਿਲਾਂ ਹੀ ਹਾਰ ਮੰਨ ਲਈ ਹੈ।

ਮੈਂ ਇਸ ਹਾਰ ਦੇ ਸਬੰਧ ਵਿਚ, ਇਸ ਨਿਰਾਸ਼ਾ ਦੇ ਸਬੰਧ ਵਿਚ, ਇਸ ਮੰਨ ਲਈ ਗਈ ਹਾਰ ਦੇ ਸਬੰਧ ਵਿਚ ਸਭ ਤੋਂ ਪਹਿਲਾਂ ਚਿਤਾਵਨੀ ਇਹ ਦੇਣਾ ਚਾਹੁੰਦਾ ਹਾਂ ਕਿ ਜੀਵਨ ਮਿੱਟੀ ਅਤੇ ਪੱਥਰ ਨਹੀਂ ਹੈ। ਜੀਵਨ ਵਿਚ ਬਹੁਤ ਕੁਝ ਹੈ। ਜੀਵਨ ਦੇ ਮਿੱਟੀ-ਪੱਥਰ ਦੇ ਦਰਮਿਆਨ ਬਹੁਤ ਕੁਝ ਛੁਪਿਆ ਹੈ। ਜੇਕਰ ਖੋਜਣ ਵਾਲੀਆਂ ਅੱਖਾਂ ਹੋਣ ਤਾਂ ਜੀਵਨ ਤੋਂ ਉਹ ਪੌੜੀ ਵੀ ਨਿਕਲਦੀ ਹੈ, ਜੋ ਪ੍ਰਮਾਤਮਾ ਤੱਕ ਪਹੁੰਚਦੀ ਹੈ। ਇਸ ਸਰੀਰ ਵਿਚ ਵੀ, ਜੋ ਦੇਖਣ ਨੂੰ ਹੱਡੀ, ਮਾਸ ਅਤੇ ਚਮੜੀ ਤੋਂ ਜ਼ਿਆਦਾ ਨਹੀਂ ਹੈ, ਉਹ ਛੁਪਿਆ ਹੈ, ਜਿਸਦਾ ਹੱਡੀ ਮਾਸ ਅਤੇ ਚਮੜੀ ਨਾਲ ਕੋਈ ਵੀ ਸਬੰਧ ਨਹੀਂ ਹੈ। ਇਸ ਸਧਾਰਨ ਜਿਹੀ ਦੇਹ ਵਿਚ, ਜੋ ਅੱਜ ਜਨਮਦੀ ਹੈ, ਕਲ੍ਹ ਮਰ ਜਾਂਦੀ ਹੈ, ਅਤੇ ਮਿੱਟੀ ਹੋ ਜਾਂਦੀ ਹੈ, ਉਸਦਾ ਵਾਸਾ ਹੈ—ਜੋ ਅੰਮ੍ਰਿਤ ਹੈ, ਜੋ ਕਦੇ ਜਨਮਦਾ ਨਹੀਂ ਅਤੇ ਕਦੇ ਖ਼ਤਮ ਵੀ ਨਹੀਂ ਹੁੰਦਾ।

ਰੂਪ ਦੇ ਅੰਦਰ ਅਰੂਪ ਛੁਪਿਆ ਹੈ ਅਤੇ ਦ੍ਰਿਸ਼ ਦੇ ਅੰਦਰ ਅਦ੍ਰਿਸ਼ ਦਾ ਵਾਸਾ ਹੈ ਅਤੇ ਮੌਤ ਦੀ ਧੁੰਦ ਵਿਚ ਅੰਮ੍ਰਿਤ ਦੀ ਜੋਤ ਛੁਪੀ ਹੈ। ਮੌਤ ਦੇ ਧੂੰਏਂ ਵਿਚ ਅੰਮ੍ਰਿਤ ਦੀ ਲੋਅ ਵੀ ਛੁਪੀ ਹੋਈ ਹੈ। ਉਹ ਫਲੇਮ, ਉਹ ਜੋਤੀ ਵੀ ਛੁਪੀ ਹੋਈ ਹੈ, ਜਿਸਦੀ ਕਿ ਕੋਈ ਮੌਤ ਨਹੀਂ ਹੈ।

ਐਪਰ ਅਸੀਂ ਧੂੰਏਂ ਨੂੰ ਦੇਖ ਕੇ ਹੀ ਵਾਪਸ ਮੁੜ ਆਉਂਦੇ ਹਾਂ ਅਤੇ ਜੋਤ ਨੂੰ ਨਹੀਂ ਖੋਜ ਪਾਂਦੇ ਹਾਂ। ਜਾਂ ਜਿਹੜੇ ਲੋਕ ਕੁਝ ਹਿੰਮਤ ਕਰਦੇ ਹਨ, ਉਹ ਧੂੰਏਂ ਵਿਚ ਹੀ ਖੋ ਜਾਂਦੇ

ਹਨ ਅਤੇ ਜੋਤ ਤਕ ਨਹੀਂ ਪਹੁੰਚ ਪਾਂਦੇ ਹਨ।

ਇਹ ਯਾਤਰਾ ਕਿਵੇਂ ਹੋ ਸਕਦੀ ਹੈ ਕਿ ਕੀ ਅਸੀਂ ਧੂੰਏਂ ਦੇ ਅੰਦਰ ਛੁਪੀ ਹੋਈ ਜੋਤ ਨੂੰ ਜਾਣ ਸਕੀਏ, ਸਰੀਰ ਦੇ ਅੰਦਰ ਛੁਪੀ ਹੋਈ ਆਤਮਾ ਨੂੰ ਪਛਾਣ ਸਕੀਏ, ਪ੍ਰਕਿਰਤੀ ਦੇ ਅੰਦਰ ਛੁਪੇ ਹੋਏ ਪ੍ਰਮਾਤਮਾ ਦੇ ਦਰਸ਼ਨ ਕਰ ਸਕੀਏ ? ਇਹ ਕਿਵੇਂ ਹੋ ਸਕਦਾ ਹੈ ? ਉਸ ਸਬੰਧ ਵਿਚ ਹੀ ਤਿੰਨ ਪੜਾਵਾਂ ਵਿਚ ਮੈਂ ਗੱਲਾਂ ਕਰਨੀਆਂ ਹਨ।

ਪਹਿਲੀ ਗੱਲ, ਅਸੀਂ ਜੀਵਨ ਦੇ ਸਬੰਧ ਵਿਚ ਅਜਿਹੇ ਨਜ਼ਰੀਏ ਬਣਾ ਲਏ ਹਨ, ਅਸੀਂ ਜੀਵਨ ਦੇ ਸਬੰਧ ਵਿਚ ਅਜਿਹੀਆਂ ਧਾਰਨਾਵਾਂ ਬਣਾ ਲਈਆਂ ਹਨ, ਅਸੀਂ ਜੀਵਨ ਦੇ ਸਬੰਧ ਵਿਚ ਅਜਿਹਾ ਫਲਸਫਾ ਖੜ੍ਹਾ ਕਰ ਰਖਿਆ ਹੈ ਕਿ ਉਹ ਨਜ਼ਰੀਏ ਅਤੇ ਧਾਰਨਾ ਦੇ ਕਾਰਨ ਹੀ ਜੀਵਨ ਦੇ ਸੱਚ ਨੂੰ ਦੇਖਣ ਤੋਂ ਅਸੀਂ ਵਾਂਝੇ ਰਹਿ ਜਾਂਦੇ ਹਾਂ। ਅਸੀਂ ਮੰਨ ਹੀ ਲਿਆ ਹੈ ਕਿ ਜੀਵਨ ਕੀ ਹੈ—ਬਿਨਾਂ ਖੋਜੇ, ਬਿਨਾਂ ਪਛਾਣੇ, ਬਿਨਾਂ ਜਿਗਿਆਸਾ ਕੀਤੇ। ਅਸੀਂ ਜੀਵਨ ਦੇ ਸਬੰਧ ਵਿਚ ਕੋਈ ਨਿਸ਼ਚਿਤ ਗੱਲ ਹੀ ਸਮਝ ਰੱਖੀ ਹੈ।

ਹਜ਼ਾਰਾਂ ਵਰ੍ਹਿਆਂ ਤੋਂ ਸਾਨੂੰ ਇਕ ਹੀ ਗੱਲ ਮੰਤਰ ਦੀ ਤਰ੍ਹਾਂ ਪੜ੍ਹਾਈ ਜਾ ਰਹੀ ਹੈ ਕਿ ਜੀਵਨ ਅਸਾਰ ਹੈ, ਜੀਵਨ ਫ਼ਜ਼ੂਲ ਹੈ, ਜੀਵਨ ਦੁੱਖ ਹੈ, ਸੰਮੋਹਣ ਦੀ ਤਰ੍ਹਾਂ ਸਾਡੇ ਪ੍ਰਾਣਾਂ 'ਤੇ ਇਹ ਮੰਤਰ ਦੁਹਰਾਇਆ ਗਿਆ ਹੈ ਕਿ ਜੀਵਨ ਵਿਅਰਥ ਹੈ, ਜੀਵਨ ਅਸਾਰ ਹੈ, ਜੀਵਨ ਦੁੱਖ ਹੈ। ਜੀਵਨ ਛੱਡ ਦੇਣ ਯੋਗ ਹੈ। ਇਹ ਗੱਲ ਸੁਣ-ਸੁਣ ਕੇ ਹੌਲੀ-ਹੌਲੀ ਸਾਡੇ ਪ੍ਰਾਣਾਂ ਵਿਚ ਪੱਥਰ ਦੀ ਤਰ੍ਹਾਂ ਮਜ਼ਬੂਤ ਹੋ ਕੇ ਬੈਠ ਗਈ ਹੈ। ਇਸ ਗੱਲ ਦੇ ਕਾਰਨ ਜੀਵਨ ਅਸਾਰ ਦਿਖਾਈ ਪੈਣ ਲਗਿਆ ਹੈ, ਜੀਵਨ ਦੁੱਖ ਦਿਖਾਈ ਪੈਣ ਲਗਿਆ ਹੈ। ਇਸ ਗੱਲ ਦੇ ਕਾਰਨ ਜੀਵਨ ਨੇ ਸਾਰਾ ਅਨੰਦ, ਸਾਰਾ ਪ੍ਰੇਮ, ਸਾਰਾ ਸੁਹੱਪਣ ਖੋ ਦਿੱਤਾ ਹੈ। ਮਨੁੱਖ ਇਕ ਕੋਝ ਬਣ ਗਿਆ ਹੈ। ਮਨੁੱਖ ਇਕ ਦੁੱਖ ਦਾ ਅੱਡਾ ਬਣ ਗਿਆ ਹੈ।

ਅਤੇ ਜਦ ਅਸੀਂ ਇਹ ਮੰਨ ਹੀ ਲਿਆ ਹੈ ਕਿ ਜੀਵਨ ਵਿਅਰਥ ਹੈ, ਅਸਾਰ ਹੈ, ਤਾਂ ਉਸਨੂੰ ਸਾਰਥਕ ਬਣਾਉਣ ਦੀ ਸਾਰੀ ਚੇਸ਼ਟਾ ਵੀ ਬੰਦ ਹੋ ਗਈ ਹੋਵੇ ਤਾਂ ਅਸਚਰਜ ਨਹੀਂ ਹੈ। ਜੇ ਅਸੀਂ ਇਹ ਮੰਨ ਹੀ ਲਿਆ ਹੈ ਕਿ ਜੀਵਨ ਇਕ ਕੋਝ ਹੈ, ਤਾਂ ਫਿਰ ਉਸਦੇ ਅੰਦਰ ਸੋਹਜ ਦੀ ਖੋਜ ਕਿਵੇਂ ਹੋ ਸਕਦੀ ਹੈ ? ਅਤੇ ਜੇ ਅਸੀਂ ਇਹ ਮੰਨ ਹੀ ਲਿਆ ਹੈ ਕਿ ਜੀਵਨ ਸਿਰਫ਼ ਛੱਡ ਦੇਣ ਯੋਗ ਹੈ, ਤਾਂ ਜਿਸ ਨੂੰ ਛੱਡ ਹੀ ਦੇਣਾ ਹੈ, ਉਸਨੂੰ ਸਜਾਉਣਾ, ਉਸਨੂੰ ਖੋਜਣਾ, ਉਸਨੂੰ ਨਿਖਾਰਨਾ, ਇਸ ਦੀ ਕੋਈ ਵੀ ਜ਼ਰੂਰਤ ਨਹੀਂ ਹੈ।

ਅਸੀਂ ਜੀਵਨ ਦੇ ਨਾਲ ਉਹੋ-ਜਿਹਾ ਸਲੂਕ ਕਰ ਰਹੇ ਹਾਂ, ਜਿਹੋ ਜਿਹਾ ਕੋਈ ਆਦਮੀ ਸਟੇਸ਼ਨ 'ਤੇ ਉਡੀਕ-ਘਰ ਦੇ ਨਾਲ ਸਲੂਕ ਕਰਦਾ ਹੈ, ਵੇਟਿੰਗ-ਰੂਮ ਦੇ ਨਾਲ ਸਲੂਕ ਕਰਦਾ ਹੈ। ਉਹ ਜਾਣਦਾ ਹੈ ਕਿ ਘੜੀ ਭਰ ਲਈ ਇਸ ਵੇਟਿੰਗ-ਰੂਮ ਵਿਚ ਠਹਿਰੇ ਹੋਏ ਹਾਂ, ਘੜੀ ਭਰ ਬਾਅਦ ਛੱਡ ਦੇਣਾ ਹੈ, ਇਸ ਵੇਟਿੰਗ-ਰੂਪ ਨਾਲ ਵਾਸਤਾ ਕੀ ਹੈ, ਅਰਥ ਕੀ ਹੈ ? ਉਹ ਉਥੇ ਮੁੰਗਫਲੀ ਦੇ ਛਿੱਲੜ ਵੀ ਸੁੱਟਦਾ ਹੈ, ਪਾਨ ਵੀ ਥੁੱਕ ਦਿੰਦਾ ਏ, ਗੰਦਾ ਵੀ ਕਰਦਾ ਹੈ ਅਤੇ ਫਿਰ ਸੋਚਦਾ ਹੈ, ਮੈਨੂੰ ਕੀ ਸਰੋਕਾਰ ਹੈ। ਘੜੀ-ਭਰ ਬਾਅਦ ਮੈਂ ਚਲਿਆ ਜਾਣਾ ਹੈ।

ਜੀਵਨ ਦੇ ਸਬੰਧ ਵਿਚ ਵੀ ਅਸੀਂ ਇਸੇ ਤਰ੍ਹਾਂ ਦਾ ਸਲੂਕ ਕਰ ਰਹੇ ਹਾਂ, ਜਿਥੋਂ ਤੋਂ ਅਸੀਂ ਘੜੀ-ਭਰ ਬਾਅਦ ਚਲੇ ਜਾਣਾ ਹੈ ! ਉਥੇ ਸੁੰਦਰ ਅਤੇ ਸੱਚ ਦੀ ਖੋਜ ਤੇ ਉਸਾਰੀ ਕਰਨ ਦੀ ਲੋੜ ਕੀ ਹੈ ?

ਲੇਕਿਨ ਮੈਂ ਤੁਹਾਨੂੰ ਕਹਿਣਾ ਚਾਹੁੰਦਾ ਹਾਂ, ਜ਼ਿੰਦਗੀ ਜ਼ਰੂਰ ਅਸੀਂ ਛੱਡ ਕੇ ਚਲੇ ਜਾਣਾ

ਹੈ, ਪਰ ਜੋ ਅਸਲੀ ਜ਼ਿੰਦਗੀ ਹੈ, ਉਸਨੂੰ ਕਦੇ ਵੀ ਛੱਡਣ ਦਾ ਕੋਈ ਉਪਾਅ ਨਹੀਂ ਹੈ। ਅਸੀਂ ਇਹ ਘਰ ਛੱਡ ਦੇਵਾਂਗੇ, ਇਹ ਥਾਂ ਛੱਡ ਦੇਵਾਂਗੇ, ਐਪਰ ਜੋ ਜ਼ਿੰਦਗੀ ਦਾ ਸੱਚ ਹੈ, ਉਹ ਸਦਾ ਸਾਡੇ ਨਾਲ ਹੋਵੇਗਾ, ਉਹ ਅਸੀਂ ਖ਼ੁਦ ਹਾਂ। ਥਾਂ ਬਦਲ ਜਾਣਗੇ, ਮਕਾਨ ਬਦਲ ਜਾਣਗੇ, ਲੇਕਿਨ ਜ਼ਿੰਦਗੀ ? ਜ਼ਿੰਦਗੀ ਸਾਡੇ ਨਾਲ ਹੋਵੇਗੀ। ਉਸਦੇ ਬਦਲਣ ਦਾ ਕੋਈ ਉਪਾਅ ਨਹੀਂ ਹੈ।

ਅਤੇ ਸਵਾਲ ਇਹ ਨਹੀਂ ਹੈ ਕਿ ਜਿੱਥੇ ਅਸੀਂ ਠਹਿਰੇ ਹੋਏ ਸੀ ਉਸਨੂੰ ਅਸੀਂ ਸੋਹਣਾ ਬਣਾਇਆ ਸੀ, ਜਿੱਥੇ ਅਸੀਂ ਰੁਕੇ ਸੀ ਉਥੇ ਅਸੀਂ ਪਿਆਰੀ ਹਵਾ ਪੈਦਾ ਕੀਤੀ ਸੀ, ਜਿੱਥੇ ਅਸੀਂ ਦੋ ਘੜੀ ਲਈ ਠਹਿਰੇ ਸੀ ਉਥੇ ਅਸੀਂ ਅਨੰਦ ਦਾ ਗੀਤ ਗਾਇਆ ਸੀ। ਸਵਾਲ ਇਹ ਨਹੀਂ ਹੈ ਕਿ ਉਥੇ ਅਸੀਂ ਅਨੰਦ ਦਾ ਗੀਤ ਗਾਇਆ ਸੀ। ਸਵਾਲ ਇਹ ਹੈ ਕਿ ਜਿਸਨੇ ਅਨੰਦ ਦਾ ਗੀਤ ਗਾਇਆ ਸੀ, ਉਸਨੇ ਅੰਦਰ ਅਨੰਦ ਦੀਆਂ ਹੋਰ ਵੱਡੀਆਂ ਸੰਭਾਵਨਾਵਾਂ ਦੇ ਦੁਆਰ ਖੋਲ੍ਹ ਲਏ। ਜਿਸਨੇ ਉਸ ਮਕਾਨ ਨੂੰ ਸੋਹਣਾ ਬਣਾਇਆ ਸੀ, ਉਸਨੇ ਹੋਰ ਵੱਡੇ ਸੁਹੱਪਣ ਨੂੰ ਪਾਣ ਦੀ ਸਮਰੱਥਾ ਹਾਸਲ ਕਰ ਲਈ ਹੈ। ਜਿਸਨੇ ਦੋ ਘੜੀਆਂ ਉਸ ਵੇਟਿੰਗ-ਰੂਮ ਵਿਚ ਵੀ ਪ੍ਰੇਮ ਨਾਲ ਗੁਜ਼ਾਰੀਆਂ ਸਨ, ਉਸਨੇ ਹੋਰ ਵੱਡੇ ਪ੍ਰੇਮ ਨੂੰ ਪਾਉਣ ਦੀ ਪਾਤਰਤਾ ਅਰਜਤ ਕਰ ਲਈ ਹੈ।

ਅਸੀਂ ਜੋ ਕਰਦੇ ਹਾਂ ਉਸ ਨਾਲ ਅਸੀਂ ਉੱਸਰਦੇ ਹਾਂ। ਸਾਡਾ ਕਰਮ ਆਖ਼ਰਕਾਰ ਸਾਨੂੰ ਉਸਾਰਦਾ ਹੈ, ਸਾਨੂੰ ਬਣਾਉਂਦਾ ਹੈ। ਅਸੀਂ ਜੋ ਕਰਦੇ ਹਾਂ, ਉਹ ਹੌਲੀ-ਹੌਲੀ ਸਾਡੇ ਪ੍ਰਾਣ ਅਤੇ ਸਾਡੀ ਆਤਮਾ ਦਾ ਨਿਰਮਾਤਾ ਹੋ ਜਾਂਦਾ ਹੈ। ਜੀਵਨ ਦੇ ਨਾਲ ਅਸੀਂ ਕੀ ਕਰ ਰਹੇ ਹਾਂ, ਇਸ ਉਤੇ ਨਿਰਭਰ ਕਰੇਗਾ ਕਿ ਅਸੀਂ ਕਿਹੋ-ਜਿਹੇ ਬਣ ਰਹੇ ਹਾਂ। ਜੀਵਨ ਦੇ ਨਾਲ ਸਾਡਾ ਕੀ ਸਲੂਕ ਹੈ, ਇਸ ਉਤੇ ਨਿਰਭਰ ਹੋਵੇਗਾ ਕਿ ਸਾਡੀ ਆਤਮਾ ਕਿਨ੍ਹਾਂ ਦਿਸ਼ਾਵਾਂ ਵਿਚ ਯਾਤਰਾ ਕਰੇਗੀ, ਕਿਨ੍ਹਾਂ ਰਾਹਾਂ ਉੱਤੇ ਜਾਏਗੀ, ਕਿਨ੍ਹਾਂ ਨਵੇਂ ਜਗਤਾਂ ਦੀ ਖੋਜ ਕਰੇਗੀ।

ਜੀਵਨ ਦੇ ਨਾਲ ਸਾਡਾ ਸਲੂਕ ਸਾਨੂੰ ਉਸਾਰਦਾ ਹੈ—ਜੇਕਰ ਇਹ ਚੇਤੇ ਹੋਵੇ, ਤਾਂ ਸ਼ਾਇਦ ਜੀਵਨ ਨੂੰ ਅਸਾਰ, ਫ਼ਜ਼ੂਲ ਮੰਨਣ ਦੀ ਦ੍ਰਿਸ਼ਟੀ ਸਾਨੂੰ ਗਲਤ ਜਾਪੇ, ਤਾਂ ਸ਼ਾਇਦ ਜੀਵਨ ਨੂੰ ਦੁਖ-ਪੂਰਨ ਮੰਨਣ ਦੀ ਗੱਲ ਗਲਤ ਲੱਗੇ, ਤਾਂ ਸ਼ਾਇਦ ਸਾਨੂੰ ਜੀਵਨ ਤੋਂ ਵਿਰੋਧੀ ਰੁਖ ਅਧਾਰਮਕ ਮਲੂਮ ਪਵੇ।

ਐਪਰ ਹੁਣ ਤੱਕ ਧਰਮ ਦੇ ਨਾਂ 'ਤੇ ਜੀਵਨ ਦਾ ਵਿਰੋਧ ਹੀ ਸਿਖਾਇਆ ਗਿਆ ਹੈ ! ਸੱਚ ਤਾਂ ਇਹ ਹੈ ਕਿ ਹੁਣ ਤੱਕ ਦਾ ਸਾਰਾ ਧਰਮ ਮੌਤਵਾਦੀ ਹੈ, ਜੀਵਨਵਾਦੀ ਨਹੀਂ। ਉਸਦੀ ਦ੍ਰਿਸ਼ਟੀ ਵਿਚ ਮੌਤ ਦੇ ਬਾਅਦ ਜੋ ਹੈ, ਉਹੀ ਮਹੱਤਵਪੂਰਨ ਹੈ, ਮੌਤ ਤੋਂ ਪਹਿਲਾਂ ਜੋ ਹੈ ਉਹ ਮਹੱਤਵਪੂਰਨ ਨਹੀਂ ਹੈ ! ਹੁਣ ਤੱਕ ਦੇ ਧਰਮ ਦੀ ਦ੍ਰਿਸ਼ਟੀ ਵਿਚ ਮੌਤ ਦੀ ਪੂਜਾ ਹੈ, ਜੀਵਨ ਦਾ ਸਨਮਾਨ ਨਹੀਂ ! ਜੀਵਨ ਦੇ ਫੁੱਲਾਂ ਦਾ ਆਦਰ ਨਹੀਂ, ਮੌਤ ਦੇ ਕੁਮਲਾ ਗਏ, ਜਾ ਚੁੱਕੇ, ਮਿੱਟ ਗਏ, ਫੁੱਲਾਂ ਦੀਆਂ ਕਬਰਾਂ ਦੀ, ਪ੍ਰਸੰਸਾ ਅਤੇ ਸ਼ਰਧਾ ਹੈ।

ਹੁਣ ਤਕ ਦੀ ਸਾਰੀ ਧਰਮ-ਸੋਚਣੀ ਕਹਿੰਦੀ ਹੈ ਕਿ ਮੌਤ ਦੇ ਬਾਅਦ ਕੀ ਹੈ—ਸਵਰਗ, ਮੋਕਸ਼ ! ਮੌਤ ਤੋਂ ਪਹਿਲਾਂ ਕੀ ਹੈ। ਉਸ ਨਾਲ ਅੱਜ ਤੱਕ ਦੇ ਧਰਮ ਦਾ ਜਿਵੇਂ ਕੋਈ ਸਬੰਧ ਹੀ ਨਹੀਂ ਰਿਹਾ ਹੈ।

ਅਤੇ ਮੈਨੂੰ ਤੁਹਾਨੂੰ ਕਹਿਣਾ ਚਾਹੁੰਦਾ ਹਾਂ ਕਿ ਮੌਤ ਦੇ ਪਹਿਲਾਂ ਜੋ ਹੈ, ਜੇਕਰ ਅਸੀਂ ਉਸਨੂੰ ਹੀ ਸੰਭਾਲਣ ਵਿਚ ਅਸਮਰੱਥ ਹਾਂ, ਤਾਂ ਮੌਤ ਦੇ ਬਾਅਦ ਜੋ ਹੈ ਉਸਨੂੰ ਅਸੀਂ

ਸੰਭਾਲਣ ਵਿਚ ਕਦੇ ਵੀ ਸਮਰੱਥ ਨਹੀਂ ਹੋ ਸਕਦੇ। ਮੌਤ ਦੇ ਪਹਿਲਾਂ ਜੋ ਹੈ ਜੇਕਰ ਉਹੀ ਵਿਅਰਥ ਛੁੱਟ ਜਾਂਦਾ ਹੈ, ਤਾਂ ਜੋ ਮੌਤ ਤੋਂ ਬਾਅਦ ਕਦੇ ਵੀ ਸਾਰਥਕਤਾ ਦੀ ਕੋਈ ਗੁੰਜਾਇਸ਼, ਕੋਈ ਪਾਤਰਤਾ ਅਸੀਂ ਆਪਣੇ ਆਪ ਵਿਚ ਪੈਦਾ ਨਹੀਂ ਕਰ ਸਕਾਂਗੇ। ਮੌਤ ਦੀ ਤਿਆਰੀ ਵੀ ਇਸ ਜੀਵਨ ਵਿਚ ਜੋ ਆਸ-ਪਾਸ ਹੈ, ਮੌਜੂਦ ਹੈ, ਉਸਦੇ ਦੁਆਰਾ ਕਰਨੀ ਹੈ। ਮੌਤ ਦੇ ਬਾਅਦ ਵੀ ਜੇਕਰ ਕੋਈ ਲੋਕ ਹੈ, ਤਾਂ ਉਸ ਲੋਕ ਵਿਚ ਸਾਨੂੰ ਉਸੇ ਦਾ ਦਰਸ਼ਨ ਹੋਵੇਗਾ, ਜੋ ਅਸੀਂ ਜੀਵਨ ਵਿਚ ਅਨੁਭਵ ਕੀਤਾ ਹੈ ਅਤੇ ਉਸਾਰਿਆ ਹੈ। ਐਪਰ ਜੀਵਨ ਨੂੰ ਭੁਲਾ ਦੇਣ ਦੀ, ਜੀਵਨ ਨੂੰ ਵਿਸਾਰ ਦੇਣ ਦੀ ਗੱਲ ਹੀ ਹੁਣ ਤੱਕ ਆਖੀ ਗਈ ਹੈ।

ਮੈਂ ਤੁਹਾਨੂੰ ਕਹਿਣਾ ਚਾਹੁੰਦਾ ਹਾਂ ਕਿ ਜੀਵਨ ਦੇ ਇਲਾਵਾ ਨਾ ਕੋਈ ਪ੍ਰਮਾਤਮਾ ਹੈ, ਨਾ ਹੋ ਸਕਦਾ ਹੈ।

ਮੈਂ ਤੁਹਾਨੂੰ ਇਹ ਵੀ ਕਹਿਣਾ ਚਾਹੁੰਦਾ ਹਾਂ ਕਿ ਜੀਵਨ ਨੂੰ ਸਾਧ ਲੈਣਾ ਹੀ ਧਰਮ ਦੀ ਸਾਧਨਾ ਹੈ ਅਤੇ ਜੀਵਨ ਵਿਚ ਹੀ ਪਰਮ-ਸੱਚ ਨੂੰ ਅਨੁਭਵ ਕਰ ਲੈਣਾ ਮੋਕਸ਼ ਨੂੰ ਉਪਲੱਬਧ ਕਰ ਲੈਣ ਦੀ ਪਹਿਲੀ ਪੌੜੀ ਹੈ।

ਜਿਹੜਾ ਜੀਵਨ ਨੂੰ ਹੀ ਚੁੱਕ ਜਾਂਦਾ ਹੈ, ਉਹ ਹੋਰ ਸਭ ਵੀ ਚੁੱਕ ਜਾਏਗਾ, ਇਹ ਨਿਸਚਿਤ ਹੈ।

ਲੇਕਿਲ ਹੁਣ ਤੱਕ ਦਾ ਰੁਖ ਉਲਟਾ ਰਿਹਾ ਹੈ। ਉਹ ਰੁਖ ਕਹਿੰਦਾ ਹੈ, ਜੀਵਨ ਨੂੰ ਛੱਡੋ। ਉਹ ਰੁਖ ਕਹਿੰਦਾ ਹੈ, ਜੀਵਨ ਨੂੰ ਤਿਆਗੋ, ਉਹ ਇਹ ਨਹੀਂ ਕਹਿੰਦਾ ਕਿ ਜੀਵਨ ਵਿਚ ਖੋਜੋ। ਉਹ ਇਹ ਨਹੀਂ ਕਹਿੰਦਾ ਕਿ ਜੀਵਨ ਨੂੰ ਜੀਣ ਦੀ ਕਲਾ ਸਿੱਖੋ, ਉਹ ਇਹ ਨਹੀਂ ਕਹਿੰਦਾ ਕਿ ਜੀਵਨ ਨੂੰ ਜੀਣ ਦੇ ਢੰਗ ਉੱਤੇ ਨਿਰਭਰ ਕਰਦਾ ਹੈ ਕਿ ਜੀਵਨ ਕਿਹੋ ਜਿਹਾ ਮਲੂਮ ਪਏਗਾ। ਜੇਕਰ ਜੀਵਨ ਹਨੇਰ-ਭਰਿਆ ਜਾਪਦਾ ਹੈ, ਤਾਂ ਉਹ ਜੀਣ ਦਾ ਢੰਗ ਗਲਤ ਹੈ। ਇਹੀ ਜੀਵਨ ਅਨੰਦ ਦੀ ਵਰਖਾ ਵੀ ਬਣ ਸਕਦਾ ਹੈ, ਜੋ ਜੀਣ ਦਾ ਸਹੀ ਢੰਗ ਨਾਲ ਹਾਸਲ ਹੋ ਜਾਵੇ।

ਧਰਮ ਨੂੰ ਮੈਂ ਜੀਣ ਦੀ ਕਲਾ ਆਖਦਾ ਹਾਂ। ਉਹ 'ਆਰਟ ਆਫ਼ ਲਿਵਿੰਗ' ਹੈ। ਧਰਮ ਜੀਵਨ ਦਾ ਤਿਆਗ ਨਹੀਂ ਹੈ, ਜੀਵਨ ਦੀਆਂ ਗਹਿਰਾਈਆਂ ਵਿਚ ਉਤਰਨ ਦੀਆਂ ਪੌੜੀਆਂ ਹਨ।

ਧਰਮ ਜੀਵਨ ਦੀ ਤਰਫ਼ ਪਿੱਠ ਕਰ ਲੈਣਾ ਨਹੀਂ ਹੈ, ਧਰਮ ਜੀਵਨ ਦੀ ਤਰਫ਼ ਪੂਰੀ ਤਰ੍ਹਾਂ ਅੱਖ ਖੋਲ੍ਹਣਾ ਹੈ।

ਧਰਮ ਜੀਵਨ ਤੋਂ ਨੱਸਣਾ ਨਹੀਂ ਹੈ, ਜੀਵਨ ਨੂੰ ਪੂਰਾ ਕਲਾਵੇ ਵਿਚ ਲੈਣ ਦਾ ਨਾਂ ਹੈ।

ਧਰਮ ਹੈ ਜੀਵਨ ਦਾ ਪੂਰਾ ਸਾਖਿਆਤਕਾਰ।

ਇਹੀ ਸ਼ਾਇਦ ਕਾਰਨ ਹੈ ਕਿ ਅੱਜ ਤੱਕ ਦੇ ਧਰਮ ਵਿਚ ਸਿਰਫ਼ ਬੁੱਢੇ ਲੋਕਾਂ ਦੀ ਹੀ ਦਿਲਸਚਪੀ ਰਹੀ ਹੈ। ਮੰਦਰਾਂ ਵਿਚ ਜਾਉ, ਚਰਚਾਂ ਵਿਚ, ਗਿਰਜਾ ਘਰਾਂ ਵਿਚ, ਗੁਰਦਵਾਰਿਆਂ ਵਿਚ—ਅਤੇ ਉਥੇ ਬਿਰਧ ਲੋਕ ਦਿਖਾਈ ਪੈਣਗੇ। ਉਥੇ ਨੌਜਵਾਨ ਨਹੀਂ ਦਿਖਾਈ ਪੈਂਦੇ, ਉਥੇ ਛੋਟੇ ਬੱਚੇ ਦਿਖਾਈ ਨਹੀਂ ਪੈਂਦੇ, ਕੀ ਕਾਰਨ ਹੈ ?

ਇਕ ਹੀ ਕਾਰਨ ਹੈ। ਹੁਣ ਤੱਕ ਦਾ ਸਾਡਾ ਧਰਮ ਸਿਰਫ਼ ਬੁੱਢੇ ਦਾ ਧਰਮ ਹੈ। ਉਹਨਾਂ ਲੋਕਾਂ ਦਾ ਧਰਮ ਹੈ, ਜਿਨ੍ਹਾਂ ਦੀ ਮੌਤ ਕਰੀਬ ਆ ਗਈ ਹੈ, ਅਤੇ ਹੁਣ ਜੋ ਮੌਤ ਤੋਂ

ਭੈਮਾਨ ਹੋ ਗਏ ਹਨ ਅਤੇ ਮੌਤ ਤੋਂ ਬਾਅਦ ਦੀ ਸੋਚ-ਵਿਚਾਰ ਦੇ ਸਬੰਧ ਵਿਚ ਤਾਂਘਵਾਨ ਹਨ, ਅਤੇ ਜਾਣਨਾ ਚਾਹੁੰਦੇ ਹਨ ਕਿ ਮੌਤ ਦੇ ਬਾਅਦ ਕੀ ਹੈ ?

ਜੋ ਧਰਮ ਮੌਤ 'ਤੇ ਅਧਾਰਤ ਹੈ, ਉਹ ਧਰਮ ਪੂਰੇ ਜੀਵਨ ਨੂੰ ਕਿਵੇਂ ਪ੍ਰਭਾਵਤ ਕਰ ਸਕੇਗਾ ? ਜੋ ਧਰਮ ਮੌਤ ਦੀ ਸੋਚ-ਵਿਚਾਰ ਕਰਦਾ ਹੈ, ਉਹ ਪ੍ਰਿਥਵੀ ਨੂੰ ਕਿਵੇਂ ਧਾਰਮਿਕ ਬਣਾ ਸਕੇਗਾ ?

ਉਹ ਨਹੀਂ ਬਣਾ ਸਕਿਆ। ਪੰਜ ਹਜ਼ਾਰ ਵਰ੍ਹਿਆਂ ਦੀ ਧਾਰਮਿਕ ਸਿੱਖਿਆ ਦੇ ਬਾਅਦ ਵੀ ਪ੍ਰਿਥਵੀ ਰੋਜ਼ ਅਧਾਰਮਕ ਤੋਂ ਅਧਾਰਮਕ ਹੁੰਦੀ ਚਲੀ ਗਈ ਹੈ। ਮੰਦਰ ਹਨ, ਮਸਜਿਦ ਹਾਂ, ਚਰਚਾਂ ਹਨ, ਪੁਜਾਰੀ ਹਨ, ਪੁਰੋਹਤ ਹਨ, ਸੰਨਿਆਸੀ ਹਨ, ਲੇਕਿਨ ਪ੍ਰਿਥਵੀ ਧਾਰਮਕ ਨਹੀਂ ਹੋ ਸਕੀ ਹੈ ! ਅਤੇ ਨਹੀਂ ਹੋ ਸਕੇਗੀ, ਕਿਉਂਕਿ ਧਰਮ ਦਾ ਅਧਾਰ ਹੀ ਗਲਤ ਹੈ। ਧਰਮ ਦਾ ਅਧਾਰ ਜੀਵਨ ਨਹੀਂ, ਧਰਮ ਦਾ ਅਧਾਰ ਮੌਤ ਹੈ। ਧਰਮ ਦਾ ਅਧਾਰ ਖਿੜਕੇ ਹੋਏ ਫੁੱਲ ਨਹੀਂ ਹਨ, ਕਬਰਾਂ ਹਨ। ਜਿਸ ਧਰਮ ਦਾ ਅਧਾਰ ਮੌਤ ਹੈ, ਉਹ ਧਰਮ ਜੇਕਰ ਜੀਵਨ ਦੇ ਪ੍ਰਾਣਾਂ ਨੂੰ ਲਹਿਰਾ ਨਾ ਪਾਂਦਾ ਹੋਵੇ, ਤਾਂ ਅਸਚਰਜ ਕੀ ਹੈ ? ਜ਼ਿੰਮੇਵਾਰੀ ਕਿਸਦੀ ਹੈ ?

ਮੈਂ ਇਹਨਾਂ ਤਿੰਨ ਦਿਨਾਂ ਵਿਚ ਜੀਵਨ ਦੇ ਧਰਮ ਦੇ ਸੰਬੰਧ ਵਿਚ ਗੱਲ ਕਰਨਾ ਚਾਹੁੰਦਾ ਹਾਂ ਅਤੇ ਇਸੇ ਲਈ ਪਹਿਲਾ ਸੂਤਰ ਸਮਝ ਲੈਣਾ ਜ਼ਰੂਰੀ ਹੈ ਅਤੇ ਇਸ ਸੂਤਰ ਦੇ ਸਬੰਧ ਵਿਚ ਅੱਜ ਤੱਕ ਛੁਪਾਉਣ ਦੀ, ਦਬਾਉਣ ਦੀ, ਭੁੱਲ ਜਾਣ ਦੀ ਸਾਰੀ ਚੇਸ਼ਟਾ ਕੀਤੀ ਗਈ ਹੈ; ਪਰ ਜਾਣਨ ਅਤੇ ਖੋਜਣ ਦੀ ਨਹੀਂ। ਉਸ ਭੁੱਲਣ ਅਤੇ ਵਿਸਾਰ ਦੇਣ ਦੀ ਚੇਸ਼ਟਾ ਦੇ ਭੈੜੇ ਸਿੱਟੇ ਸਾਰੇ ਜਗਤ ਵਿਚ ਫੈਲ ਗਏ ਹਨ।

ਮਨੁੱਖ ਦੇ ਆਮ ਜੀਵਨ ਵਿਚ ਕੇਂਦਰੀ ਤੱਤ ਕੀ ਹੈ—ਪ੍ਰਮਾਤਮਾ ? ਆਤਮਾ ? ਸੱਚ ? ਨਹੀਂ। ਮਨੁੱਖ ਦੇ ਪ੍ਰਾਣਾਂ ਵਿਚ, ਆਮ ਮਨੁੱਖ ਦੇ ਪ੍ਰਾਣਾਂ ਵਿਚ, ਜਿਸ ਨੇ ਕੋਈ ਖੋਜ ਨਹੀਂ ਕੀਤੀ, ਜਿਸ ਨੇ ਕੋਈ ਯਾਤਰਾ ਨਹੀਂ ਕੀਤੀ, ਜਿਸਨੇ ਕੋਈ ਸਾਧਨਾ ਨਹੀਂ ਕੀਤੀ। ਉਸਦੇ ਪ੍ਰਾਣਾਂ ਦੀ ਗਹਿਰਾਈ ਵਿਚ ਕੀ ਹੈ। ਪ੍ਰਾਰਥਨਾ ? ਪੂਜਾ ? ਨਹੀਂ, ਬਿਲਕੁਲ ਨਹੀਂ।

ਜੇਕਰ ਅਸੀਂ ਆਮ ਮਨੁੱਖ ਦੀ ਜੀਵਨ ਊਰਜਾ ਵਿਚ ਖੋਜ ਕਰੀਏ, ਉਸਦੀ ਜੀਵਨ ਸ਼ਕਤੀ ਨੂੰ ਅਸੀਂ ਖੋਜਣ ਜਾਈਏ, ਤਾਂ ਨਾ ਤਾਂ ਉਥੇ ਪ੍ਰਮਾਤਮਾ ਦਿਖਾਈ ਪਏਗਾ, ਨਾ ਪੂਜਾ, ਨਾ ਪ੍ਰਾਰਥਨਾ, ਨਾ ਧਿਆਨ। ਉਥੇ ਕੁਝ ਹੋਰ ਹੀ ਦਿਖਾਈ ਪਏਗਾ ਅਤੇ ਜੋ ਦਿਖਾਈ ਪਏਗਾ, ਉਸਨੂੰ ਭੁਲਾਉਣ ਦੀ ਚੇਸ਼ਟਾ ਕੀਤੀ ਗਈ ਹੈ, ਉਸਨੂੰ ਜਾਣਨ ਅਤੇ ਸਮਝਣ ਦੀ ਨਹੀਂ !

ਉਥੇ ਕੀ ਦਿਖਾਈ ਪਏਗਾ, ਜੇਕਰ ਅਸੀਂ ਆਦਮੀ ਦੇ ਪ੍ਰਾਣਾਂ ਨੂੰ ਚੀਰੀਏ ਅਤੇ ਪਾੜੀਏ ਅਤੇ ਉੱਥੇ ਖੋਜੀਏ ? ਆਦਮੀ ਨੂੰ ਛੱਡ ਦਿਉ, ਜੇ ਅਸੀਂ ਆਦਮੀ ਤੋਂ ਨਿਚਲੇ ਜਗਤ ਦੀ ਵੀ ਖੋਜ-ਬੀਣ ਕਰੀਏ, ਤਾਂ ਉਥੇ ਪ੍ਰਾਣਾਂ ਦੀਆਂ ਗਹਿਰਾਈਆਂ ਵਿਚ ਕੀ ਮਿਲੇਗਾ ? ਜੇ ਅਸੀਂ ਇਕ ਪੌਦੇ ਦੀ ਜਾਂਚ-ਪਰਖ ਕਰੀਏ, ਤਾਂ ਕੀ ਮਿਲੇਗਾ ? ਇਕ ਪੌਦਾ ਕੀ ਕਰ ਰਿਹਾ ਹੈ ?

ਇਕ ਪੌਦਾ ਪੂਰੀ ਚੇਸ਼ਟਾ ਕਰ ਰਿਹਾ ਹੈ—ਨਵੇਂ ਬੀਜ ਪੈਦਾ ਕਰਨ ਦੀ। ਇਕ ਪੌਦੇ ਦੇ ਸਾਰੇ ਪ੍ਰਾਣ, ਸਾਰਾ ਰਸ, ਨਵੇਂ ਬੀਜ ਇਕੱਠੇ ਕਰਨ, ਜਨਮਣ ਦੀ ਚੇਸ਼ਟਾ ਕਰ ਰਿਹਾ ਹੈ। ਇਕ ਪੰਛੀ ਕੀ ਕਰ ਰਿਹਾ ਹੈ, ਇਕ ਪਸ਼ੂ ਕੀ ਕਰ ਰਿਹਾ ਹੈ ?

ਜੇ ਅਸੀਂ ਸਾਰੀ ਪ੍ਰਕਿਰਤੀ ਵਿਚ ਖੋਜਣ ਜਾਈਏ ਤਾਂ ਅਸੀਂ ਪਾਵਾਂਗੇ, ਸਾਰੀ ਪ੍ਰਕਿਰਤੀ ਵਿਚ ਇਕ ਹੀ, ਇਕ ਹੀ ਕਿਰਿਆ ਜ਼ੋਰ ਨਾਲ ਪ੍ਰਾਣਾਂ ਨੂੰ ਘੇਰ ਕੇ ਚੱਲ ਰਹੀ ਹੈ ਅਤੇ ਉਹ ਕਿਰਿਆ ਹੈ ਲਗਾਤਾਰ ਸਿਰਜਣਾ ਦੀ ਕਿਰਿਆ। ਉਹ ਕਿਰਿਆ ਹੈ 'ਕ੍ਰਿਏਸ਼ਨ' ਦੀ ਕਿਰਿਆ। ਉਹ ਕਿਰਿਆ ਹੈ ਜੀਵਨ ਨੂੰ ਮੁੜ-ਸੁਰਜੀਤ, ਨਵੇਂ-ਨਵੇਂ ਰੂਪਾਂ ਵਿਚ ਜੀਵਨ ਦੇਣ ਦੀ ਕਿਰਿਆ। ਫੁੱਲ ਬੀਜ ਨੂੰ ਸੰਭਾਲ ਰਹੇ ਹਨ, ਫਲ ਬੀਜ ਨੂੰ ਸੰਭਾਲ ਰਹੇ ਹਨ। ਬੀਜ ਕੀ ਕਰੇਗਾ। ਬੀਜ ਕੀ ਕਰੇਗਾ ? ਬੀਜ ਫਿਰ ਪੌਦਾ ਬਣੇਗਾ, ਫਿਰ ਫੁੱਲ ਬਣੇਗਾ, ਫਿਰ ਫਲ ਬਣੇਗਾ।

ਜੇਕਰ ਅਸੀਂ ਸਾਰੇ ਜੀਵਨ ਨੂੰ ਦੇਖੀਏ, ਤਾਂ ਜੀਵਨ ਜਨਮਣ ਦੀ ਇਕ ਅਨੰਤ ਕਿਰਿਆ ਦਾ ਨਾਂ ਹੈ। ਜੀਵਨ ਇਕ ਊਰਜਾ ਹੈ, ਜੋ ਖ਼ੁਦ ਨੂੰ ਪੈਦਾ ਕਰਨ ਦੇ ਲਈ ਲਗਾਤਾਰ ਜੁਟੀ ਹੋਈ ਹੈ ਅਤੇ ਲਗਾਤਾਰ ਯਤਨਸ਼ੀਲ ਹੈ।

ਆਦਮੀ ਦੇ ਅੰਦਰ ਵੀ ਉਹੀ ਹੈ। ਆਦਮੀ ਦੇ ਅੰਦਰ ਉਸ ਲਗਾਤਾਰ ਸਿਰਜਣਾ ਦੀ ਚੇਸ਼ਟਾ ਦਾ ਨਾਂ ਅਸਾਂ ਨੇ 'ਸੈਕਸ' ਦੇ ਰਖਿਆ ਹੈ, ਕਾਮ ਦੇ ਰਖਿਆ ਹੈ। ਇਸ ਨਾਂ ਦੇ ਕਾਰਨ ਉਸ ਊਰਜਾ ਨੂੰ ਇਕ ਗਾਲ੍ਹ ਮਿਲ ਗਈ, ਇਕ ਅਪਮਾਨ। ਇਸ ਨਾਂ ਦੇ ਕਾਰਨ ਇਕ ਨਿੰਦਿਆ ਦਾ ਭਾਵ ਪੈਦਾ ਹੋ ਗਿਆ ਹੈ। ਮਨੁੱਖ ਦੇ ਅੰਦਰ ਵੀ ਜੀਵਨ ਨੂੰ ਜਨਮ ਦੇਣ ਦੀ ਲਗਾਤਾਰ ਚੇਸ਼ਟਾ ਚੱਲ ਰਹੀ ਹੈ। ਅਸੀਂ ਉਸਨੂੰ ਸੈਕਸ ਅਖਦੇ ਹਾਂ, ਅਸੀਂ ਉਸਨੂੰ ਕਾਮ ਦੀ ਸ਼ਕਤੀ ਕਹਿੰਦੇ ਹਾਂ।

ਐਪਰ ਕਾਮ ਦੀ ਸ਼ਕਤੀ ਕੀ ਹੈ ?

ਸਮੁੰਦਰ ਦੀਆਂ ਲਹਿਰਾਂ ਆ ਕੇ ਟਕਰਾ ਰਹੀਆਂ ਹਨ ਸਮੁੰਦਰ ਦੇ ਤਟ ਨਾਲ ਹਜ਼ਾਰਾਂ, ਲੱਖਾਂ ਵਰ੍ਹਿਆਂ ਤੋਂ। ਲਹਿਰਾਂ ਚਲੀਆਂ ਆਉਂਦੀਆਂ ਹਨ, ਟਕਰਾਉਂਦੀਆਂ ਹਨ, ਪਰਤ ਜਾਂਦੀਆਂ ਹਨ। ਫਿਰ ਆਉਂਦੀਆਂ ਹਨ, ਟਕਰਾਉਂਦੀਆਂ ਹਨ, ਪਰਤ ਜਾਂਦੀਆਂ ਹਨ। ਜੀਵਨ ਵੀ ਹਜ਼ਾਰਾਂ ਵਰ੍ਹਿਆਂ ਤੋਂ ਅਨੰਤ-ਅਨੰਤ ਲਹਿਰਾਂ ਨਾਲ ਟਕਰਾ ਰਿਹਾ ਹੈ। ਜ਼ਰੂਰ ਜੀਵਨ ਕਿਤੇ ਉਠਣਾ ਚਾਹੁੰਦਾ ਹੈ। ਇਹ ਸਮੁੰਦਰ ਦੀਆਂ ਲਹਿਰਾਂ, ਜੀਵਨ ਦੀਆਂ ਇਹ ਲਹਿਰਾਂ, ਕਿਤੇ ਉਪਰ ਪਹੁੰਚਣਾ ਚਾਹੁੰਦੀਆਂ ਹਨ; ਲੇਕਿਨ ਕਿਨਾਰਿਆਂ ਨਾਲ ਟਕਰਾਉਂਦੀਆਂ ਹਨ ਅਤੇ ਨਸ਼ਟ ਹੋ ਜਾਂਦੀਆਂ ਹਨ। ਫਿਰ ਨਵੀਆਂ ਲਹਿਰਾਂ ਆਉਂਦੀਆਂ ਹਨ, ਟਕਰਾਉਂਦੀਆਂ ਹਨ ਅਤੇ ਨਸ਼ਟ ਹੋ ਜਾਂਦੀਆਂ ਹਨ। ਇਹ ਜੀਵਨ ਦਾ ਸਾਗਰ ਇੰਨੇ ਅਰਬਾਂ ਵਰ੍ਹਿਆਂ ਤੋਂ ਟਕਰਾ ਰਿਹਾ ਹੈ, ਸੰਘਰਸ਼ ਲੈ ਰਿਹਾ ਹੈ, ਰੋਜ਼ ਉਠਦਾ ਹੈ, ਡਿੱਗ ਜਾਂਦਾ ਹੈ। ਕੀ ਹੋਵੇਗਾ ਮਕਸਦ ਇਸਦੇ ਪਿੱਛੇ ? ਜ਼ਰੂਰ ਇਸਦੇ ਪਿੱਛੇ ਕੋਈ ਉਚੇਰੀਆਂ ਉਚਾਈਆਂ ਨੂੰ ਛੋਹਣ ਦਾ ਆਯੋਜਨ ਚੱਲ ਰਿਹਾ ਹੈ। ਜ਼ਰੂਰ ਇਸ ਦੇ ਪਿੱਛੇ ਕੁਝ ਹੋਰ ਗਹਿਰਾਈਆਂ ਜਾਣਨ ਦਾ ਮਕਸਦ ਚੱਲ ਰਿਹਾ ਹੈ। ਜ਼ਰੂਰ ਜੀਵਨ ਦੀ ਲਗਾਤਾਰ ਪ੍ਰਕਿਰਿਆ ਦੇ ਪਿੱਛੇ ਕੁਝ ਹੋਰ ਮਹਾਨ ਜੀਵਨ ਪੈਦਾ ਕਰਨ ਦਾ ਯਤਨ ਚੱਲ ਰਿਹਾ ਹੈ।

ਮਨੁੱਖ ਨੂੰ ਜੀਵਨ ਉੱਤੇ ਆਇਆਂ ਬਹੁਤੇ ਦਿਨ ਨਹੀਂ ਹੋਏ, ਕੁਝ ਲੱਖ ਵਰ੍ਹੇ ਹੋਏ ਹਨ। ਉਸਦੇ ਪਹਿਲਾਂ ਮਨੁੱਖ ਨਹੀਂ ਸੀ, ਲੇਕਿਨ ਪਸ਼ੂ ਸਨ। ਪਸ਼ੂਟਾ ਨੂੰ ਵੀ ਆਇਆਂ ਹੋਇਆਂ ਬਹੁਤਾ ਜ਼ਿਆਦਾ ਸਮਾਂ ਨਹੀਂ ਹੋਇਆ। ਇਕ ਜ਼ਮਾਨਾ ਸੀ ਕਿ ਪਸ਼ੂ ਵੀ ਨਹੀਂ ਸਨ, ਲੇਕਿਨ ਪੌਦੇ ਸਨ, ਪੌਦਿਆਂ ਨੂੰ ਵੀ ਆਇਆਂ ਹੋਇਆਂ ਬਹੁਤਾ ਸਮਾਂ ਨਹੀਂ ਹੋਇਆ। ਇਕ ਸਮਾਂ ਸੀ ਕਿ ਪੌਦੇ ਵੀ ਨਹੀਂ ਸਨ। ਪੱਥਰ ਸਨ, ਪਹਾੜ ਸਨ, ਨਦੀਆਂ

ਸਨ, ਸਾਗਰ ਸਨ। ਪੱਥਰ, ਪਹਾੜ, ਨਦੀਆਂ ਦੀ ਉਹ ਜੋ ਦੁਨੀਆਂ ਸੀ, ਉਹ ਕਿਸ ਗੱਲ ਦੇ ਲਈ ਪੀੜਿਤ ਸੀ ?

ਉਹ ਪੌਦਿਆਂ ਨੂੰ ਪੈਦਾ ਕਰਨਾ ਚਾਹੁੰਦੀ ਸੀ। ਪੌਦੇ ਹੌਲੀ-ਹੌਲੀ ਪੈਦਾ ਹੋਏ। ਜੀਵਨ ਨੇ ਇਕ ਨਵਾਂ ਰੂਪ ਲਿਆ। ਪ੍ਰਿਥਵੀ ਹਰਿਆਵਲ ਨਾਲ ਭਰ ਗਈ। ਫੁੱਲ ਖਿੜੇ।

ਲੇਕਿਨ ਪੌਦੇ ਵੀ ਆਪਣੇ-ਆਪ ਵਿਚ ਤ੍ਰਿਪਤ ਨਹੀਂ ਸਨ। ਉਹ ਲਗਾਤਾਰ ਜੀਵਨ ਨੂੰ ਜਨਮ ਦਿੰਦੇ ਰਹੇ। ਉਹਨਾਂ ਦੀ ਵੀ ਕੋਈ ਚੇਸ਼ਟਾ ਚੱਲ ਰਹੀ ਸੀ। ਉਹ ਪਸ਼ੂਆਂ ਨੂੰ, ਪੰਛੀਆਂ ਨੂੰ ਜਨਮ ਦੇਣਾ ਚਾਹੁੰਦੇ ਸਨ। ਪਸ਼ੂ, ਪੰਛੀ ਪੈਦਾ ਹੋਏ।

ਹਜ਼ਾਰਾਂ ਲੱਖਾਂ ਵਰ੍ਹਿਆਂ ਤੱਕ ਪਸ਼ੂ, ਪੰਛੀਆਂ ਨਾਲ ਭਰਿਆ ਸੀ ਇਹ ਜਗਤ, ਪਰ ਮਨੁੱਖ ਦਾ ਕੋਈ ਪਤਾ ਨਹੀਂ ਸੀ। ਪਸ਼ੂਆਂ ਅਤੇ ਪੰਛੀਆਂ ਦੇ ਪ੍ਰਾਣਾਂ ਦੇ ਅੰਦਰ ਲਗਾਤਾਰ ਮਨੁੱਖ ਵੀ ਨਿਵਾਸ ਕਰ ਰਿਹਾ ਸੀ, ਪੈਦਾ ਹੋਣ ਦੀ ਚੇਸ਼ਟਾ ਕਰ ਰਿਹਾ ਸੀ। ਫਿਰ ਮਨੁੱਖ ਪੈਦਾ ਹੋਇਆ।

ਹੁਣ ਮਨੁੱਖ ਕਿਸ ਲਈ ਹੈ ?

ਮਨੁੱਖ ਲਗਾਤਾਰ ਨਵੇਂ ਜੀਵਨ ਨੂੰ ਪੈਦਾ ਕਰਨ ਦੇ ਲਈ ਤਾਂਘਵਾਨ ਹੈ। ਉਸਨੂੰ ਅਸੀਂ ਸੈਕਸ ਕਹਿੰਦੇ ਹਾਂ, ਅਸੀਂ ਉਸਨੂੰ ਕਾਮ ਦੀ ਵਾਸਨਾ ਕਹਿੰਦੇ ਹਾਂ। ਐਪਰ ਉਸ ਵਾਸਨਾ ਦਾ ਮੂਲ ਅਰਥ ਕੀ ਹੈ ? ਮੂਲ ਅਰਥ ਇੰਨਾ ਹੈ ਕਿ ਮਨੁੱਖ ਆਪਣੇ 'ਤੇ ਖ਼ਤਮ ਨਹੀਂ ਹੋਣਾ ਚਾਹੁੰਦਾ, ਅੱਗੇ ਵੀ ਜੀਵਨ ਨੂੰ ਪੈਦਾ ਕਰਨਾ ਚਾਹੁੰਦਾ ਹੈ। ਲੇਕਿਨ ਕਿਉਂ ? ਕੀ ਮਨੁੱਖ ਦੇ ਪ੍ਰਾਣਾਂ ਵਿਚ, ਮਨੁੱਖ ਤੋਂ ਉਪਰ ਕਿਸੇ 'ਸੁਪਰਮੈਨ' ਨੂੰ, ਕਿਸੇ ਮਹਾਂਮਾਵਨ ਨੂੰ ਪੈਦਾ ਕਰਨ ਦੀ ਕੋਈ ਚੇਸ਼ਟਾ ਚੱਲ ਰਹੀ ਹੈ ?

ਨਿਸਚਿਤ ਹੀ ਚੱਲ ਰਹੀ ਹੈ। ਨਿਸਚਿਤ ਹੀ ਮਨੁੱਖ ਦੇ ਪ੍ਰਾਣ ਇਸ ਚੇਸ਼ਟਾ ਵਿਚ ਜੁੱਟੇ ਹੋਏ ਹਨ ਕਿ ਮਨੁੱਖ ਤੋਂ ਸ੍ਰੇਸ਼ਠ ਜੀਵਨ ਜਨਮ ਪਾ ਸਕੇ। ਮਨੁੱਖ ਤੋਂ ਸ੍ਰੇਸ਼ਠ ਪ੍ਰਾਣੀ ਪ੍ਰਗਟ ਹੋ ਸਕੇ। ਨੀਤਸ਼ੇ ਤੋਂ ਲੈ ਕੇ ਅਰਵਿੰਦ ਤੱਕ, ਪਤੰਜਲੀ ਤੋਂ ਲੈ ਕੇ ਬਰਟ੍ਰੇਂਡ ਰਸਲ ਤੱਕ, ਸਾਰੇ ਮਨੁੱਖਾਂ ਦੇ ਪ੍ਰਾਣਾਂ ਵਿਚ ਇਕ ਕਲਪਨਾ, ਇਕ ਸੁਫ਼ਨੇ ਦੀ ਤਰ੍ਹਾਂ ਬੈਠੀ ਰਹੀ ਕਿ ਮਨੁੱਖ ਤੋਂ ਵੱਡਾ ਪ੍ਰਾਣੀ ਪੈਦਾ ਕਿਵੇਂ ਹੋ ਸਕੇ ? ਐਪਰ ਮਨੁੱਖ ਤੋਂ ਵੱਡਾ ਪ੍ਰਾਣੀ ਪੈਦਾ ਕਿਵੇਂ ਹੋਵੇਗਾ ?

ਅਸੀਂ ਤਾਂ ਹਜ਼ਾਰਾਂ ਵਰ੍ਹਿਆਂ ਤੋਂ ਇਸ ਪੈਦਾ ਹੋਣ ਦੀ ਕਾਮਨਾ ਨੂੰ ਹੀ ਨਿੰਦਿਤ ਕਰ ਰਖਿਆ ਹੈ। ਅਸੀਂ ਤਾਂ ਸੈਕਸ ਨੂੰ ਸਿਵਾਇ ਗਾਲ੍ਹ ਦੇ ਅੱਜ ਤੱਕ ਕੋਈ ਦੂਜਾ ਸਨਮਾਨ ਨਹੀਂ ਦਿੱਤਾ। ਅਸੀਂ ਤਾਂ ਗੱਲ ਕਰਨ ਵਿਚ ਭੈਮਾਨ ਹੁੰਦੇ ਹਾਂ। ਅਸੀਂ ਤਾਂ ਸੈਕਸ ਨੂੰ ਇਸ ਤਰ੍ਹਾਂ ਛੁਪਾ ਕੇ ਰੱਖ ਦਿੱਤਾ ਹੈ, ਜਿਵੇਂ ਉਹ ਹੈ ਹੀ ਨਹੀਂ, ਜਿਵੇਂ ਉਸਦੀ ਜੀਵਨ ਵਿਚ ਕੋਈ ਥਾਂ ਨਹੀਂ ਹੈ। ਜਦਕਿ ਸਚਾਈ ਇਹ ਹੈ ਕਿ ਉਸ ਤੋਂ ਜ਼ਿਆਦਾ ਮਹੱਤਵਪੂਰਨ ਮਨੁੱਖ ਦੇ ਜੀਵਨ ਵਿਚ ਹੋਰ ਕੁਝ ਵੀ ਨਹੀਂ ਹੈ। ਪਰ ਉਸਨੂੰ ਛੁਪਾਇਆ ਹੈ, ਉਸਨੂੰ ਦਬਾਇਆ ਹੈ।

ਦਬਾਉਣ ਅਤੇ ਛੁਪਾਉਣ ਨਾਲ ਮਨੁੱਖ ਸੈਕਸ ਤੋਂ ਮੁਕਤ ਨਹੀਂ ਹੋ ਗਿਆ ਹੈ, ਬਲਕਿ ਮਨੁੱਖ ਹੋਰ ਵੀ ਬੁਰੀ ਤਰ੍ਹਾਂ ਸੈਕਸ ਨਾਲ ਗ੍ਰਸਤ ਹੋ ਗਿਆ ਹੈ। ਦਮਨ ਉਲਟੇ ਨਤੀਜੇ ਲਿਆਇਆ ਹੈ।

ਸ਼ਾਇਦ ਤੁਹਾਡੇ ਵਿਚੋਂ ਕਿਸੇ ਨੇ ਇਕ ਫ੍ਰੈਂਚ ਵਿਗਿਆਨਕ ਕੁਯੇ ਦੇ ਇਕ ਨਿਯਮ ਦੇ ਸਬੰਧ ਵਿਚ ਸੁਣਿਆ ਹੋਵੇਗਾ। ਉਹ ਨਿਯਮ ਹੈ 'ਲਾ ਆੱਫ ਰਿਵਰਸ ਇਫੇਕੱਟ'। ਕੁਯੇ

ਨੇ ਇਕ ਨਿਯਮ ਈਜ਼ਾਦ ਕੀਤਾ ਹੈ, 'ਉਲਟੇ ਨਤੀਜੇ ਦਾ ਨਿਯਮ'। ਅਸੀਂ ਜੋ ਕਰਨਾ ਚਾਹੁੰਦੇ ਹਾਂ, ਅਸੀਂ ਇਸ ਢੰਗ ਨਾਲ ਕਰ ਸਕਦੇ ਹਾਂ ਕਿ ਜੋ ਨਤੀਜਾ ਅਸੀਂ ਚਾਹੁੰਦੇ ਸੀ, ਉਸ ਨਾਲੋਂ ਉਲਟਾ ਨਤੀਜਾ ਹੋ ਜਾਵੇ।

ਇਕ ਆਦਮੀ ਸਾਈਕਲ ਚਲਾਉਣਾ ਸਿਖਦਾ ਹੈ। ਵੱਡਾ ਰਾਹ ਹੈ, ਚੌੜਾ ਰਾਹ ਹੈ। ਇਕ ਛੋਟਾ ਜਿਹਾ ਪੱਥਰ ਰਾਹ ਦੇ ਕੰਢੇ ਪਿਆ ਹੋਇਆ ਹੈ। ਉਹ ਸਾਈਕਲ ਚਲਾਉਣ ਵਾਲਾ ਘਬਰਾਉਂਦਾ ਹੈ ਕਿ ਕਿਤੇ ਮੈਂ ਉਸ ਪੱਥਰ ਨਾਲ ਨਾ ਟਕਰਾ ਜਾਵਾਂ। ਹੁਣ ਇੰਨਾਂ ਚੌੜਾ ਰਾਹ ਹੈ ਕਿ ਜੇ ਅੱਖਾਂ ਬੰਦ ਕਰਕੇ ਵੀ ਉਹ ਚਲਾਵੇ, ਤਾਂ ਵੀ ਪੱਥਰ ਨਾਲ ਟਕਰਾਉਣਾ ਅਸਾਨ ਗੱਲ ਨਹੀਂ ਹੈ। ਇਸਦਾ ਸੌ 'ਚੋਂ ਇਕ ਹੀ ਮੌਕਾ ਹੈ ਕਿ ਉਹ ਪੱਥਰ ਨਾਲ ਟਕਰਾਵੇ। ਇੰਨੇ ਚੌੜੇ ਰਾਹ 'ਤੇ ਕਿਧਰੇ ਤੋਂ ਵੀ ਨਿਕਲ ਸਕਦਾ ਹੈ, ਪਰ ਉਹ ਦੇਖ ਕੇ ਘਬਰਾਉਂਦਾ ਹੈ ਕਿ ਕਿਤੇ ਮੈਂ ਪੱਥਰ ਨਾਲ ਨਾ ਟਕਰਾ ਜਾਵਾਂ। ਅਤੇ ਜਿਵੇਂ ਹੀ ਉਹ ਘਬਰਾਉਂਦਾ ਹੈ, ਮੈਂ ਪੱਥਰ ਨਾਲ ਨਾ ਟਕਰਾ ਜਾਵਾਂ, ਸਾਰਾ ਰਾਹ ਅਲੋਪ ਹੋ ਗਿਆ, ਸਿਰਫ਼ ਪੱਥਰ ਹੀ ਦਿਖਾਈ ਪੈਣ ਲੱਗਦਾ ਹੈ ਉਸਨੂੰ। ਹੁਣ ਉਸਦੀ ਸਾਈਕਲ ਦਾ ਪਹੀਆ ਪੱਥਰ ਹੀ ਦਿਖਾਈ ਪੈਣ ਲੱਗਦਾ ਹੈ ਉਸਨੂੰ। ਹੁਣ ਉਸਦੀ ਸਾਈਕਲ ਦਾ ਪਹੀਆ ਪੱਥਰ ਦੀ ਤਰਫ਼ ਮੁੜਨ ਲੱਗਦਾ ਹੈ। ਉਹ ਹੱਥਾਂ ਪੈਰਾਂ ਤੋਂ ਘਬਰਾਉਂਦਾ ਹੈ। ਉਸਦੀ ਸਾਰੀ ਚੇਤਨਾ ਉਸ ਪੱਥਰ ਨੂੰ ਹੀ ਦੇਖਣ ਲੱਗਦੀ ਹੈ ਅਤੇ ਇਕ ਸੰਮੋਹਤ, 'ਹਿੱਪਨੋਟਾਈਜ਼ਡ' ਆਦਮੀ ਦੀ ਤਰ੍ਹਾਂ ਉਹ ਪੱਥਰ ਦੀ ਤਰਫ਼ ਖਿੱਚਿਆ ਜਾਂਦਾ ਹੈ ਅਤੇ ਜਾ ਕੇ ਪੱਥਰ ਨਾਲ ਟਕਰਾ ਜਾਂਦਾ ਹੈ। ਨਵਾਂ ਸਾਈਕਲ ਸਿੱਖਣ ਵਾਲਾ ਉਸੇ ਨਾਲ ਟਕਰਾ ਜਾਂਦਾ ਹੈ, ਜਿਸ ਤੋਂ ਬਚਣਾ ਚਾਹੁੰਦਾ ਹੈ। ਲੈਂਪਾਂ ਨਾਲ ਟਕਰਾ ਜਾਂਦਾ ਹੈ, ਪੱਥਰ ਨਾਲ ਟਕਰਾ ਜਾਂਦਾ ਹੈ। ਇੰਨਾ ਵੱਡਾ ਰਾਹ ਹੈ ਕਿ ਜੇਕਰ ਕੋਈ ਨਿਸ਼ਾਨੇਬਾਜ਼ ਹੀ ਚਲਾਉਣ ਦੀ ਕੋਸ਼ਿਸ਼ ਕਰਦਾ, ਤਾਂ ਉਹ ਪੱਥਰ ਨਾਲ ਟਕਰਾ ਸਕਦਾ ਸੀ। ਐਪਰ ਇਹ ਸਿਖਾਂਦਰੂ ਆਦਮੀ ਕਿਵੇਂ ਉਸ ਪੱਥਰ ਨਾਲ ਟਕਰਾ ਗਿਆ।

ਕੁਯੇ ਕਹਿੰਦਾ ਹੈ ਕਿ ਸਾਡੀ ਚੇਤਨਾ ਦਾ ਇਕ ਨਿਯਮ ਹੈ, 'ਲਾ ਆੱਫ ਰਿਵਰਸ ਇਫੈੱਕਟ'। ਅਸੀਂ ਜਿਸ ਚੀਜ਼ ਤੋਂ ਬਚਣਾ ਚਾਹੁੰਦੇ ਹਾਂ, ਚੇਤਨਾ ਉਸੇ ਉੱਤੇ ਕੇਂਦਰਿਤ ਹੋ ਜਾਂਦੀ ਅਤੇ ਨਤੀਜੇ ਵਜੋਂ ਅਸੀਂ ਉਸੇ ਨਾਲ ਟਕਰਾਅ ਜਾਂਦੇ ਹਾਂ। ਪੰਜ ਹਜ਼ਾਰ ਵਰ੍ਹਿਆਂ ਤੋਂ ਆਦਮੀ ਸੈਕਸ ਤੋਂ ਬਚਣਾ ਚਾਹ ਰਿਹਾ ਹੈ ਅਤੇ ਨਤੀਜਾ ਇੰਨਾ ਹੋਇਆ ਹੈ ਕਿ ਗਲੀ ਕੂਚੇ, ਹਰ ਜਗ੍ਹਾ, ਜਿੱਥੇ ਵੀ ਆਦਮੀ ਜਾਂਦਾ ਹੈ, ਉਥੇ ਈ ਸੈਕਸ ਨਾਲ ਟਕਰਾਅ ਜਾਂਦਾ ਹੈ। 'ਲਾ ਆੱਫ ਰਿਵਰਸ ਇਫੈੱਕਟ' ਨੇ ਮਨੁੱਖ ਦੀ ਆਤਮਾ ਨੂੰ ਪਕੜਿਆ ਹੋਇਆ ਹੈ।

ਕੀ ਕਦੇ ਤੁਸੀਂ ਇਹ ਸੋਚਿਆ ਹੈ ਕਿ ਤੁਸੀਂ ਚਿੱਤ ਨੂੰ ਜਿਥੋਂ ਤੋਂ ਬਚਾਉਣਾ ਚਾਹੁੰਦੇ ਹੋ, ਚਿੱਤ ਉਥੇ-ਈ ਆਕਰਸ਼ਤ ਹੋ ਜਾਂਦਾ ਹੈ, ਉਥੇ-ਈ ਸੱਦ ਲਿਆ ਗਿਆ ਹੋ ਜਾਂਦਾ ਹੈ। ਜਿਨ੍ਹਾਂ ਲੋਕਾਂ ਨੇ ਮਨੁੱਖ ਨੂੰ ਸੈਕਸ ਦੇ ਵਿਰੋਧ ਵਿਚ ਸਮਝਾਇਆ, ਉਹਨਾਂ ਲੋਕਾਂ ਨੇ ਹੀ ਮਨੁੱਖ ਨੂੰ ਕਾਮੁਕ ਬਣਾਉਣ ਦਾ ਜਿੰਮਾ ਵੀ ਆਪਣੇ ਉਪਰ ਲੈ ਲਿਆ ਹੈ।

ਮਨੁੱਖ ਦੀ ਅਤਿ-ਕਾਮੁਕਤਾ ਗਲਤ ਸਿੱਖਿਆਵਾਂ ਦਾ ਸਿੱਟਾ ਹੈ।

ਅਤੇ ਅੱਜ ਵੀ ਅਸੀਂ ਭੈਮਾਨ ਹਾਂ ਕਿ ਸੈਕਸ ਦੀ ਗੱਲ ਨਾ ਕੀਤੀ ਜਾਵੇ। ਕਿਉਂ ਭੈਮਾਨ ਹੁੰਦੇ ਹਾਂ ? ਭੈਮਾਨ ਦਿਖਾਈ ਹੁੰਦੇ ਹਾਂ ਕਿ ਸਾਨੂੰ ਡਰ ਹੈ ਕਿ ਸੈਕਸ ਦੇ ਸਬੰਧ ਵਿਚ ਗੱਲ ਕਰਨ ਨਾਲ ਲੋਕ ਹੋਰ ਕਾਮੁਕ ਹੋ ਜਾਣਗੇ।

ਮੈਂ ਤੁਹਾਨੂੰ ਦੱਸਣਾ ਚਾਹੁੰਦਾ ਹਾਂ ਕਿ ਇਹ ਬਿਲਕੁਲ ਹੀ ਗਲਤ ਭਰਮ ਹੈ। ਇਹ ਸੌ ਫੀਸਦੀ ਗਲਤ ਹੈ। ਪ੍ਰਿਥਵੀ ਉਸੇ ਦਿਨ ਸੈਕਸ ਤੋਂ ਮੁਕਤ ਹੋਵੇਗੀ ਜਦ ਅਸੀਂ ਸੈਕਸ ਦੇ ਸਬੰਧ ਵਿਚ ਆਮ, ਨਰੋਈ ਗੱਲਬਾਤ ਕਰਨ ਵਿਚ ਸਮਰੱਥ ਹੋ ਜਾਵਾਂਗੇ।

ਜਦ ਅਸੀਂ ਸੈਕਸ ਨੂੰ ਪੂਰੀ ਤਰ੍ਹਾਂ ਸਮਝ ਲਵਾਂਗੇ, ਤਾਂ ਹੀ ਅਸੀਂ ਸੈਕਸ ਨੂੰ ਉਲਾਂਘ ਸਕਾਂਗੇ।

ਜਗਤ ਵਿਚ ਬ੍ਰਹਮਚਰਜ ਦਾ ਜਨਮ ਹੋ ਸਕਦਾ ਹੈ। ਮਨੁੱਖ ਸੈਕਸ ਦੇ ਉਪਰ ਉਠ ਸਕਦਾ ਹੈ, ਐਪਰ ਸੈਕਸ ਨੂੰ ਸਮਝ ਕੇ, ਸੈਕਸ ਨੂੰ ਪੂਰੀ ਤਰ੍ਹਾਂ ਪਛਾਣ ਕੇ। ਉਸ ਊਰਜਾ ਦੇ ਪੂਰੇ ਅਰਥ, ਰਾਹ, ਵਿਵਸਥਾ ਨੂੰ ਜਾਣ ਕੇ, ਉਸ ਤੋਂ ਮੁਕਤ ਹੋ ਸਕਦਾ ਹੈ।

ਅੱਖਾਂ ਬੰਦ ਕਰ ਲੈਣ ਨਾਲ ਕੋਈ ਕਦੇ ਮੁਕਤ ਨਹੀਂ ਹੋ ਸਕਦਾ। ਅੱਖਾਂ ਬੰਦ ਕਰ ਲੈਣ ਵਾਲੇ ਸੋਚਦੇ ਹੋਣ ਕਿ ਅੱਖਾਂ ਬੰਦ ਕਰ ਲੈਣ ਨਾਲ ਵੈਰੀ ਖ਼ਤਮ ਹੋ ਗਿਆ ਹੈ, ਤਾਂ ਉਹ ਪਾਗਲ ਹਨ। ਮਾਰੂਥਲ ਵਿਚ ਸ਼ੁਤੁਰਮੁਰਗ ਵੀ ਅਜਿਹਾ ਹੀ ਸੋਚਦਾ ਹੈ। ਦੁਸ਼ਮਣ ਹਮਲੇ ਕਰਦੇ ਹਨ ਤਾਂ ਸ਼ੁਤੁਰਮੁਰਗ ਰੇਤ ਵਿਚ ਸਿਰ ਛੁਪਾ ਕੇ ਖੜ੍ਹਾ ਹੋ ਜਾਂਦਾ ਹੈ ਅਤੇ ਸੋਚਦਾ ਹੈ ਕਿ ਜਦ ਦੁਸ਼ਮਣ ਮੈਨੂੰ ਦਿਖਾਈ ਨਹੀਂ ਪੈ ਰਿਹਾ, ਤਾਂ ਦੁਸ਼ਮਣ ਨਹੀਂ ਹੈ। ਲੇਕਿਨ ਇਹ ਦਲੀਲ ਸ਼ੁਤੁਰਮੁਰਗ ਨੂੰ ਅਸੀਂ ਮਾਫ ਵੀ ਕਰ ਸਕਦੇ ਹਾਂ, ਆਦਮੀ ਨੂੰ ਮਾਫ਼ ਨਹੀਂ ਕੀਤਾ ਜਾ ਸਕਦਾ।

ਸੈਕਸ ਦੇ ਸਬੰਧ ਵਿਚ ਆਦਮੀ ਨੇ ਸ਼ੁਤੁਰਮੁਰਗ ਵਰਗਾ ਵਤੀਰਾ ਕੀਤਾ ਹੈ ਅੱਜ ਤੱਕ। ਉਹ ਸੋਚਦਾ ਹੈ, ਅੱਖਾਂ ਬੰਦ ਕਰ ਲਵੋ ਸੈਕਸ ਦੇ ਪ੍ਰਤੀ ਤਾਂ ਸੈਕਸ ਮਿਟ ਗਿਆ। ਜੇ ਅੱਖਾਂ ਬੰਦ ਕਰ ਲੈਣ ਨਾਲ ਚੀਜ਼ਾਂ ਮਿਟਦੀਆਂ ਹੁੰਦੀਆਂ ਤਾਂ ਬਹੁਤ ਅਸਾਨ ਸੀ ਜ਼ਿੰਦਗੀ, ਬਹੁਤ ਅਸਾਨ ਹੁੰਦੀ ਦੁਨੀਆਂ। ਅੱਖਾਂ ਬੰਦ ਕਰਨ ਨਾਲ ਕੁਝ ਮਿਟਦਾ ਨਹੀਂ, ਬਲਕਿ ਜਿਸ ਚੀਜ਼ ਦੇ ਸਬੰਧ ਵਿਚ ਅਸੀਂ ਅੱਖਾਂ ਬੰਦ ਕਰਦੇ ਹਾਂ, ਅਸੀਂ ਸਬੂਤ ਦਿੰਦੇ ਹਾਂ ਕਿ ਅਸੀਂ ਉਸ ਤੋਂ ਭੈਮਾਨ ਹੋ ਗਏ ਹਾਂ, ਅਸੀਂ ਡਰ ਗਏ ਹਾਂ। ਉਹ ਸਾਥੋਂ ਜਿਆਦਾ ਮਜ਼ਬੂਤ ਹੈ। ਉਸ ਤੋਂ ਅਸੀਂ ਜਿੱਤ ਨਹੀਂ ਸਕਦੇ ਹਾਂ, ਇਸ ਲਈ ਅੱਖਾਂ ਬੰਦ ਕਰਦੇ ਹਾਂ। ਅੱਖਾਂ ਬੰਦ ਕਰਨਾ ਕਮਜ਼ੋਰੀ ਦਾ ਲੱਛਣ ਹੈ।

ਅਤੇ ਸੈਕਸ ਦੇ ਬਾਬਤ ਸਾਰੀ ਮਨੁੱਖ-ਜਾਤੀ ਅੱਖਾਂ ਬੰਦ ਕਰਕੇ ਬੈਠ ਗਈ ਹੈ, ਨਾ ਸਿਰਫ਼ ਅੱਖਾਂ ਬੰਦ ਕਰਕੇ ਬੈਠ ਗਈ ਹੈ, ਬਲਕਿ ਉਸਨੇ ਸਭ ਤਰ੍ਹਾਂ ਦੀ ਲੜਾਈ ਵੀ ਸੈਕਸ ਨਾਲ ਲਈ ਹੈ ਅਤੇ ਉਸਦੇ ਨਤੀਜੇ, ਉਸਦੇ ਭੈੜੇ ਨਤੀਜੇ ਸਾਰੇ ਜਗਤ ਵਿਚ ਜ਼ਾਹਰ ਹਨ।

ਜੇਕਰ ਸੌ ਆਦਮੀ ਪਾਗਲ ਹੁੰਦੇ ਹਨ, ਤਾਂ ਉਸ ਵਿਚ 98 ਆਦਮੀ ਸੈਕਸ ਨੂੰ ਦਬਾਉਣ ਦੀ ਵਜ੍ਹਾ ਨਾਲ ਪਾਗਲ ਹੁੰਦੇ ਹਨ। ਜੇਕਰ ਹਜ਼ਾਰਾਂ ਇਸਤ੍ਰੀਆਂ ਹਿਸਟੀਰੀਆ ਨਾਲ ਪਰੇਸ਼ਾਨ ਹਨ, ਤਾਂ ਉਸ ਵਿਚ ਸੌ 'ਚੋਂ 99 ਇਸਤ੍ਰੀਆਂ ਦੇ ਪਿੱਛੇ ਹਿਸਟੀਰੀਆ ਦੇ, ਮਿਰਗੀ ਦੇ, ਬੇਹੋਸ਼ੀ ਦੇ, ਸੈਕਸ ਦੀ ਮੌਜੂਦਗੀ ਹੈ। ਸੈਕਸ ਦਾ ਦਮਨ ਮੌਜੂਦ ਹੈ।

ਜੋ ਆਦਮੀ ਇੰਨਾ ਬੇਚੈਨ, ਅਸ਼ਾਂਤ, ਇੰਨਾ ਦੁਖੀ ਅਤੇ ਪੀੜਿਤ ਹੈ ਤਾਂ ਇਹ ਪੀੜਿਤ ਹੋਣ ਦੇ ਪਿੱਛੇ ਉਸਨੇ ਜੀਵਨ ਦੀ ਇਕ ਵੱਡੀ ਸ਼ਕਤੀ ਨੂੰ ਬਿਨਾਂ ਸਮਝੇ ਉਸਦੀ ਤਰਫ਼ ਪਿੱਠ ਕਰ ਲਈ ਹੈ। ਉਸਦਾ ਕਾਰਨ ਹੈ ਅਤੇ ਨਤੀਜੇ ਉਲਟ ਆਉਂਦੇ ਹਨ।

ਜੇਕਰ ਅਸੀਂ ਮਨੁੱਖ ਦਾ ਸਾਹਿਤ ਚੁੱਕ ਕੇ ਦੇਖੀਏ, ਜੇ ਕਿਸੇ ਦੇਵ ਲੋਕ ਤੋਂ ਕਦੇ ਕੋਈ ਦੇਵਤਾ ਆਵੇ ਜਾਂ ਚੰਦ੍ਰਲੋਕ ਤੋਂ ਜਾਂ ਮੰਗਲ ਗ੍ਰਹਿ ਤੋਂ ਕਦੇ ਕੋਈ ਯਾਤਰੂ ਆਵੇ ਅਤੇ

ਸਾਡੀਆਂ ਕਿਤਾਬਾਂ ਪੜ੍ਹੇ, ਸਾਡਾ ਸਾਹਿੱਤ ਦੇਖੇ, ਸਾਡੀ ਕਵਿਤਾ ਪੜ੍ਹੇ, ਸਾਡੇ ਚਿੱਤਰ ਦੇਖੇ ਤਾਂ ਬਹੁਤ ਹੈਰਾਨ ਹੋ ਜਾਏਗਾ। ਉਹ ਹੈਰਾਨ ਹੋ ਜਾਏਗਾ ਇਹ ਜਾਣ ਕੇ ਕਿ ਆਦਮੀ ਦਾ ਸਾਰਾ ਸਾਹਿੱਤ ਸੈਕਸ ਉਤੇ ਕਿਉਂ ਕੇਂਦਰਤ ਹੈ ? ਆਦਮੀ ਦੀਆਂ ਸਾਰੀਆਂ ਕਵਿਤਾਵਾਂ ਸੈਕਸੁਅਲ ਕਿਉਂ ਹਨ ? ਆਦਮੀ ਦੀਆਂ ਸਾਰੀਆਂ ਕਹਾਣੀਆਂ, ਸਾਰੇ ਨਾਵਲ ਸੈਕਸੁਅਲ ਕਿਉਂ ਹਨ ? ਆਦਮੀ ਦੀ ਹਰ ਕਿਤਾਬ ਉੱਪਰ ਨੰਗੀ ਔਰਤ ਦੀ ਤਸਵੀਰ ਕਿਉਂ ਹੈ ? ਆਦਮੀ ਦੀ ਹਰ ਫ਼ਿਲਮ ਨੰਗੇ ਆਦਮੀ ਦੀ ਫ਼ਿਲਮ ਕਿਉਂ ਹੈ ? ਉਹ ਆਦਮੀ ਬਹੁਤ ਹੈਰਾਨ ਹੋਵੇਗਾ ? ਜੇ ਕੋਈ ਮੰਗਲ ਤੋਂ ਆ ਕੇ ਸਾਨੂੰ ਇਸ ਹਾਲਤ ਵਿਚ ਦੇਖੇਗਾ ਤਾਂ ਬਹੁਤ ਹੈਰਾਨ ਹੋਵੇਗਾ ਉਹ ਸੋਚੇਗਾ, ਆਦਮੀ ਸੈਕਸ ਦੇ ਸਿਵਾਇ ਕੀ ਕੁਝ ਵੀ ਨਹੀਂ ਸੋਚਦਾ ? ਅਤੇ ਆਦਮੀ ਤੋਂ ਜੇਕਰ ਪੁੱਛੇਗਾ, ਗੱਲਬਾਤ ਕਰੇਗਾ ਤਾਂ ਬਹੁਤ ਹੈਰਾਨ ਹੋ ਜਾਏਗਾ।

ਆਦਮੀ ਗੱਲਬਾਤ ਕਰੇਗਾ, ਆਤਮਾ ਦੀ, ਪ੍ਰਮਾਤਮਾ ਦੀ, ਸਵਰਗ ਦੀ, ਮੋਕਸ਼ ਦੀ। ਸੈਕਸ ਦੀ ਕਦੇ ਕੋਈ ਗੱਲ ਨਹੀਂ ਕਰੇਗਾ ਅਤੇ ਉਸਦੀ ਸਾਰੀ ਸ਼ਖ਼ਸੀਅਤ ਚਾਰੇ ਪਾਸੇ ਤੋਂ ਸੈਕਸ ਨਾਲ ਭਰੀ ਹੋਈ ਹੈ। ਉਹ ਮੰਗਲਗ੍ਰਹਿ ਦਾ ਨਿਵਾਸੀ ਤਾਂ ਬਹੁਤ ਹੈਰਾਨ ਹੋਵੇ ਗਾ। ਉਹ ਕਰੇਗਾ, ਗੱਲਬਾਤ ਕਦੇ ਨਹੀਂ ਕੀਤੀ ਜਾਂਦੀ ਜਿਸ ਚੀਜ਼ ਦੀ, ਉਸਨੂੰ ਚੋਹਾਂ ਪਾਸਿਆਂ ਤੋਂ ਤ੍ਰਿਪਤ ਕਰਨ ਦੀਆਂ ਹਜ਼ਾਰ-ਹਜ਼ਾਰ ਪਾਗਲ ਕੋਸ਼ਿਸ਼ਾਂ ਕਿਉਂ ਕੀਤੀਆ ਜਾ ਰਹੀਆਂ ਹਨ ?

ਆਦਮੀ ਨੂੰ ਅਸਾਂ ਨੇ 'ਪਰਵੱਰਟ' ਕੀਤਾ ਹੈ, ਗੰਦਲਾ ਕੀਤਾ ਹੈ ਅਤੇ ਚੰਗੇ ਨਾਵਾਂ ਦੇ ਅਧਾਰ 'ਤੇ ਗੰਦਲਾ ਕੀਤਾ ਹੈ। ਬ੍ਰਹਮਚਰਜ ਦੀ ਗੱਲ ਅਸੀਂ ਕਰਦੇ ਹਾਂ ! ਪਰ ਕਦੇ ਇਸ ਗੱਲ ਦੀ ਚੇਸ਼ਟਾ ਨਹੀਂ ਕਰਦੇ ਕਿ ਪਹਿਲਾਂ ਮਨੁੱਖ ਦੀ ਕਾਮ-ਊਰਜਾ ਨੂੰ ਸਮਝਿਆ ਜਾਵੇ, ਫਿਰ ਉਸਦੀ ਰੂਪ-ਪਰਤਣਾ ਕਰਨ ਦੇ ਪ੍ਰਯੋਗ ਵੀ ਕੀਤੇ ਜਾ ਸਕਦੇ ਹਨ। ਬਿਨਾਂ ਉਸ ਊਰਜਾ ਨੂੰ ਸਮਝਿਆ ਦਮਨ ਦੀ, ਸੰਜਮ ਦੀ ਸਾਰੀ ਸਿੱਖਿਅ, ਮਨੁੱਖ ਨੂੰ ਪਾਗਲ, ਸ਼ੁਦਾਈ ਅਤੇ ਰੋਗੀ ਕਰੇਗੀ। ਇਸ ਸਬੰਧ ਵਿਚ ਸਾਨੂੰ ਕੋਈ ਵੀ ਧਿਆਨ ਨਹੀਂ ਹੈ ! ਇਹ ਮਨੁੱਖ ਇੰਨਾ ਰੋਗੀ, ਇੰਨਾ ਦੀਨ-ਹੀਣ ਕਦੇ ਵੀ ਨਹੀਂ ਸੀ; ਇੰਨਾ ਜ਼ਹਿਰੀਲਾ ਵੀ ਨਹੀਂ ਸੀ, ਇੰਨਾ 'ਪਾਇਜ਼ਨਸ' ਵੀ ਨਹੀਂ ਸੀ, ਇੰਨਾ ਦੁਖੀ ਵੀ ਨਹੀਂ ਸੀ।

ਮੈਂ ਇਕ ਹਸਪਤਾਲ ਦੇ ਕੋਲੋਂ ਦੀ ਲੰਘਦਾ ਸੀ। ਮੈਂ ਇਕ ਤਖ਼ਤੀ ਉਤੇ ਹਸਪਤਾਲ ਦੀ ਇਕ ਲਿਖੀ ਹੋਈ ਸੂਚਨਾ ਪੜ੍ਹੀ। ਲਿਖਿਆ ਸੀ ਉਸ ਤਖ਼ਤੀ ਉਤੇ-"ਇਕ ਆਦਮੀ ਨੂੰ ਬਿੱਛੂ ਨੇ ਡੰਗ ਮਾਰਿਆ ਹੈ, ਉਸਦਾ ਇਲਾਜ ਕੀਤਾ ਗਿਆ ਹੈ। ਉਹ ਇਕ ਦਿਨ ਵਿਚ ਠੀਕ ਹੋ ਕੇ ਘਰ ਵਾਪਸ ਚਲਿਆ ਗਿਆ। ਇਕ ਦੂਜੇ ਆਦਮੀ ਨੂੰ ਸੱਪ ਨੇ ਡੰਗਿਆ ਸੀ। ਉਸਦਾ ਤਿੰਨ ਦਿਨਾਂ ਵਿਚ ਇਲਾਜ ਕੀਤਾ ਗਿਆ, ਉਹ ਰਾਜ਼ੀ ਹੋ ਕੇ ਘਰ ਵਾਪਿਸ ਮੁੜ ਗਿਆ। ਉਸ ਉਤੇ ਇਕ ਤੀਜੀ ਸੂਚਨਾ ਸੀ ਕਿ ਇਕ ਹੋਰ ਆਦਮੀ ਨੂੰ ਹਲਕੇ ਕੁੱਤੇ ਨੇ ਕੱਟ ਲਿਆ ਸੀ। ਉਸਦਾ ਦਸ ਦਿਨਾਂ ਤੋਂ ਇਲਾਜ ਹੋ ਰਿਹਾ ਹੈ। ਉਹ ਕਾਫ਼ੀ ਠੀਕ ਹੋ ਗਿਆ ਹੈ। ਅਤੇ ਛੇਤੀ ਹੀ ਉਸਦੇ ਪੂਰੀ ਤਰ੍ਹਾਂ ਠੀਕ ਹੋ ਜਾਣ ਦੀ ਉਮੀਦ ਹੈ। ਅਤੇ ਉਸ ਉਤੇ ਇਕ ਚੌਥੀ ਸੂਚਨਾ ਵੀ ਸੀ ਇਕ ਆਦਮੀ ਨੂੰ ਆਦਮੀ ਨੇ ਕੱਟ ਲਿਆ ਸੀ। ਉਸਨੂੰ ਕਈ ਹਫ਼ਤੇ ਹੋ ਗਏ। ਬੇਹੋਸ਼ ਹੈ ਅਤੇ ਉਸਦੇ ਠੀਕ ਹੋਣ ਦੀ ਵੀ ਕੋਈ ਉਮੀਦ ਨਹੀਂ ਹੈ।"

ਮੈਂ ਬਹੁਤ ਹੈਰਾਨ ਹੋਇਆ। ਆਦਮੀ ਦਾ ਕੱਟਿਆ ਹੋਇਆ ਇੰਨਾ ਜ਼ਹਿਰੀਲਾ ਹੋ

ਸਕਦਾ ਹੈ ?

ਲੇਕਿਨ ਜੇ ਅਸੀਂ ਆਦਮੀ ਦੇ ਵੱਲ ਦੇਖਾਂਗੇ ਤਾਂ ਦਿਖਾਈ ਪਏਗਾ—ਆਦਮੀ ਦੇ ਅੰਦਰ ਬਹੁਤ ਜ਼ਹਿਰ ਇਕੱਠਾ ਹੋ ਗਿਆ ਹੈ ਅਤੇ ਉਸ ਜ਼ਹਿਰ ਦੇ ਇਕੱਠੇ ਹੀ ਜਾਣ ਦਾ ਪਹਿਲਾ ਸੂਤਰ ਇਹ ਹੈ ਕਿ ਅਸੀਂ ਆਦਮੀ ਦੀ ਕੁਦਰਤੀ ਦਾਤ ਨੂੰ, ਉਸਦੇ ਸਹਿਜ-ਸੁਭਾਅ ਨੂੰ ਸਵੀਕਾਰ ਨਹੀਂ ਕੀਤਾ। ਉਸਦੇ ਸਹਿਜ-ਸੁਭਾਅ ਨੂੰ ਦਬਾਉਣ ਅਤੇ ਜ਼ਬਰਦਸਤੀ ਤੋੜਨ ਦੀ ਚੇਸ਼ਟਾ ਕੀਤੀ ਹੈ। ਮਨੁੱਖ ਦੇ ਅੰਦਰ ਜੋ ਸ਼ਕਤੀ ਹੈ, ਉਸ ਸ਼ਕਤੀ ਦੇ ਰੂਪ-ਪਰਤਣ ਦੀ, ਉੱਚਾ ਲੈ ਜਾਣ ਦੀ, ਅਕਾਸ਼ਗਾਮੀ ਬਨਾਉਣ ਦੀ ਅਸੀਂ ਕੋਈ ਕੋਸ਼ਿਸ਼ ਨਹੀਂ ਕੀਤੀ। ਉਸ ਸ਼ਕਤੀ ਦੇ ਉਪਰ ਅਸੀਂ ਜਬਰਨ ਕਬਜ਼ਾ ਕਰਕੇ ਬੈਠ ਗਏ ਹਾਂ। ਉਹ ਸ਼ਕਤੀ ਹੇਠਾਂ ਤੋਂ ਜਵਾਲਾਮੁਖੀ ਦੀ ਤਰ੍ਹਾਂ ਉੱਬਲ ਰਹੀ ਹੈ ਅਤੇ ਧੱਕੇ ਦੇ ਰਹੀ ਹੈ। ਉਹ ਆਦਮੀ ਨੂੰ ਕਿਸੇ ਵੀ ਛਿਨ ਉਲਟਾ ਦੇਣ ਦੀ ਚੇਸ਼ਟਾ ਕਰ ਰਹੀ ਹੈ ਅਤੇ ਇਸੇ ਲਈ ਜ਼ਰਾ-ਕੁ ਮੌਕਾ ਮਿਲ ਜਾਂਦਾ ਹੈ ਤਾਂ ਤੁਹਾਨੂੰ ਪਤਾ ਹੈ, ਸਭ ਤੋਂ ਪਹਿਲੀ ਗੱਲ ਕੀ ਹੁੰਦੀ ਹੈ ?

ਜੇਕਰ ਇਕ ਹਵਾਈ ਜਹਾਜ਼ ਡਿਗ ਪਵੇ ਤਾਂ ਤੁਹਾਨੂੰ ਸਭ ਤੋਂ ਪਹਿਲਾਂ ਉਸ ਹਵਾਈ ਜਹਾਜ਼ ਵਿਚ ਜੋ ਪਾਇਲਟ ਹੋਵੇ ਅਤੇ ਤੁਸੀਂ ਉਸਦੇ ਕੋਲ ਜਾਵੋ, ਉਸਦੀ ਲਾਸ਼ ਦੇ ਕੋਲ ਤਾਂ ਤੁਹਾਨੂੰ ਪਹਿਲਾ ਸਵਾਲ ਕੀ ਉਠੇਗਾ ਮਨ ਵਿਚ ? ਕੀ ਤੁਹਾਨੂੰ ਖ਼ਿਆਲ ਆਏਗਾ—ਇਹ ਹਿੰਦੂ ਹੈ ਜਾਂ ਮੁਸਲਮਾਨ ? ਨਹੀਂ ? ਕੀ ਤੁਹਾਨੂੰ ਇਹ ਖ਼ਿਆਲ ਆਏਗਾ ਕਿ ਇਹ ਭਾਰਤੀ ਹੈ ਜਾਂ ਚੀਨੀ ? ਨਹੀਂ ਤੁਹਾਨੂੰ ਪਹਿਲਾ ਖ਼ਿਆਲ ਆਏਗਾ ਕਿ ਇਹ ਆਦਮੀ ਹੈ ਜਾਂ ਔਰਤ ? ਪਹਿਲਾ ਸਵਾਲ ਤੁਹਾਡੇ ਮਨ ਵਿਚ ਉਠੇਗਾ, ਇਹ ਇਸਤ੍ਰੀ ਹੈ ਜਾਂ ਪੁਰਸ਼ ? ਕੀ ਤੁਹਾਨੂੰ ਖ਼ਿਆਲ ਹੈ ਇਸ ਗੱਲ ਦਾ ਕਿ ਇਹ ਸਵਾਲ ਕਿਉਂ ਸਭ ਤੋਂ ਪਹਿਲਾਂ ਧਿਆਨ ਵਿਚ ਆਉਂਦਾ ਹੈ ? ਅੰਦਰ ਦੱਬਿਆ ਹੋਇਆ ਸੈਕਸ ਹੈ। ਉਸ ਸੈਕਸ ਦੇ ਦਮਨ ਦੀ ਵਜ੍ਹਾ ਨਾਲ ਬਾਹਰ ਇਸਤ੍ਰੀਆਂ ਅਤੇ ਪੁਰਸ਼ ਬਹੁਤ ਹੀ ਉਭਰ ਕੇ ਦਿਖਾਈ ਪੈਂਦੇ ਹਨ।

ਕੀ ਤੁਸੀਂ ਕਦੇ ਸੋਚਿਆ ਹੈ ? ਤੁਸੀਂ ਕਿਸੇ ਆਦਮੀ ਦਾ ਨਾਂ ਭੁੱਲ ਸਕਦੇ ਹੋ, ਜਾਤ ਭੁੱਲ ਸਕਦੇ ਹੋ, ਚੇਹਰਾ ਭੁੱਲ ਸਕਦੇ ਹੋ ? ਜੇ ਮੈਂ ਤੁਹਾਨੂੰ ਮਿਲਾਂ ਜਾਂ ਮੈਨੂੰ ਤੁਸੀਂ ਮਿਲੋ ਤਾਂ ਮੈਂ ਸਭ ਭੁੱਲ ਸਕਦਾ ਹਾਂ—ਕਿ ਤੁਹਾਡਾ ਨਾਂ ਕੀ ਸੀ, ਤੁਹਾਡਾ ਚਿਹਰਾ ਕੀ ਸੀ, ਤੁਹਾਡੀ ਜਾਤੀ ਕੀ ਸੀ, ਉਮਰ ਕੀ ਸੀ, ਤੁਸੀਂ ਕਿਸ ਅਹੁਦੇ ਉਤੇ ਸੀ—ਸਭ ਭੁੱਲ ਸਕਦਾ ਹਾਂ। ਲੇਕਿਨ ਕਦੇ ਤੁਹਾਨੂੰ ਖ਼ਿਆਲ ਆਇਐ ਕਿ ਤੁਸੀਂ ਇਹ ਭੁੱਲ ਸਕੇ ਹੋ ਕਿ ਜਿਸ ਨਾਲ ਤੁਸੀਂ ਮਿਲੇ ਸੀ, ਉਹ ਆਦਮੀ ਸੀ ਜਾਂ ਔਰਤ ? ਤੁਸੀਂ ਕਦੇ ਭੁੱਲ ਸਕੇ ਇਸ ਗੱਲ ਨੂੰ ਕਿ ਜਿਸ ਨਾਲ ਤੁਸੀਂ ਮਿਲੇ ਸੀ, ਉਹ ਆਦਮੀ ਸੀ ਜਾਂ ਔਰਤ ? ਤੁਸੀਂ ਕਦੇ ਭੁੱਲ ਸਕੇ ਇਸ ਗੱਲ ਨੂੰ ਕਿ ਜਿਸ ਨਾਲ ਤੁਸੀਂ ਮਿਲੇ ਸੀ, ਉਹ ਪੁਰਸ਼ ਸੀ ਜਾਂ ਇਸਤ੍ਰੀ ? ਕਦੇ ਪਿੱਛੋਂ ਸ਼ਕ ਉਠਿਆ ਮਨ ਵਿਚ ਕੀ ਉਹ ਪੁਰਸ਼ ਹੈ ਜਾਂ ਇਸਤ੍ਰੀ ? ਨਹੀਂ, ਇਹ ਗੱਲ ਤੁਸੀਂ ਕਦੇ ਵੀ ਭੁੱਲ ਨਹੀਂ ਸਕੇ ਹੋਵੋਗੇ। ਕਿਉਂ ਪਰ ? ਜਦ ਸਾਰੀਆਂ ਗੱਲਾਂ ਭੁੱਲ ਜਾਂਦੀਆਂ ਹਨ ਤਾਂ ਇਹ ਕਿਉਂ ਨਹੀਂ ਭੁੱਲਦਾ ?

ਸਾਡੇ ਅੰਦਰ ਮਨ ਵਿਚ ਕਿਤੇ ਸੈਕਸ ਬਹੁਤ ਵਧੀਕ ਹੋ ਕੇ ਬੈਠਾ ਹੈ। ਉਹ ਚੌਵੀ ਘੰਟੇ ਉਬਲ ਰਿਹਾ ਹੈ, ਇਸ ਲਈ ਹਰ ਗੱਲ ਭੁੱਲ ਜਾਂਦੀ ਹੈ, ਲੇਕਿਨ ਇਹ ਗੱਲ ਨਹੀਂ ਭੁੱਲਦੀ। ਅਸੀਂ ਲਗਾਤਾਰ ਯਤਨਸ਼ੀਲ ਹਾਂ।

ਇਹ ਪ੍ਰਿਥਵੀ ਤਦ ਤੱਕ ਨਰੋਈ ਨਹੀਂ ਹੋ ਸਕੇਗੀ, ਜਦ ਤੱਕ ਆਦਮੀ ਅਤੇ ਇਸਤ੍ਰੀਆਂ ਦੇ ਵਿਚਾਲੇ ਇਹ ਕੰਧ ਅਤੇ ਇਹ ਫ਼ਾਸਲਾ ਖੜ੍ਹਾ ਹੋਇਆ ਹੈ। ਇਹ ਪ੍ਰਿਥਵੀ ਤਦ ਤਕ ਦੇ ਵੀ ਸ਼ਾਂਤ ਨਹੀਂ ਹੋ ਸਕੇਗੀ, ਜਦ ਤਕ ਅੰਦਰ ਉੱਬਲਦੀ ਹੋਈ ਅੱਗ ਹੈ ਅਤੇ ਉਸਦੇ ਉਪਰ ਅਸੀਂ ਜ਼ਬਰਦਸਤੀ ਬੈਠੇ ਹੋਏ ਹਾਂ। ਉਸ ਅੱਗ ਨੂੰ ਹੋਰ ਦਬਾਉਣਾ ਪੈਂਦਾ ਹੈ। ਉਸ ਅੱਗ ਨੂੰ ਹਰ ਪਲ ਦਬਾਈ ਰੱਖਣਾ ਪੈਂਦਾ ਹੈ। ਉਹ ਅੱਗ ਵੀ ਸਾੜ ਸੁੱਟਦੀ ਹੈ, ਸਾਰਾ ਜੀਵਨ ਰਾਖ ਕਰ ਦਿੰਦੀ ਹੈ, ਪਰ ਫਿਰ ਵੀ ਅਸੀਂ ਵਿਚਾਰ ਕਰਨ ਨੂੰ ਰਾਜ਼ੀ ਨਹੀਂ ਹੁੰਦੇ। ਇਹ ਅੱਗ ਕੀ ਸੀ ?

ਅਤੇ ਮੈਂ ਤੁਹਾਨੂੰ ਕਹਿੰਦਾ ਹਾਂ, ਜੇ ਅਸੀਂ ਅੱਗ ਨੂੰ ਸਮਝ ਲਈਏ ਤਾਂ ਇਹ ਅੱਗ ਦੁਸ਼ਮਣ ਨਹੀਂ ਹੈ, ਦੋਸਤ ਹੈ। ਜੇ ਅਸੀਂ ਇਸ ਅੱਗ ਨੂੰ ਸਮਝ ਲਈਏ ਤਾਂ ਇਹ ਸਾਨੂੰ ਸਾੜੇਗੀ ਨਹੀਂ, ਸਾਡੇ ਘਰ ਨੂੰ ਨਿੱਘਾ ਵੀ ਕਰ ਦੇਵੇਗੀ ਸਰਦੀਆਂ ਵਿਚ, ਅਤੇ ਸਾਡੀਆਂ ਰੋਟੀਆਂ ਵੀ ਪਕਾ ਸਕਦੀ ਹੈ ਅਤੇ ਸਾਡੀ ਜ਼ਿੰਦਗੀ ਦੇ ਲਈ ਸਹਿਯੋਗੀ ਅਤੇ ਮਿੱਤਰ ਵੀ ਹੋ ਸਕਦੀ ਹੈ।

ਲੱਖਾਂ ਸਾਲਾਂ ਤੱਕ ਅਕਾਸ਼ ਵਿਚ ਬਿਜਲੀ ਚਮਕਦੀ ਸੀ। ਕਦੇ ਕਿਸੇ ਦੇ ਉਪਰ ਡਿਗਰੀ ਸੀ ਅਤੇ ਜਾਨ ਲੈ ਲੈਂਦੀ ਸੀ। ਕਦੇ ਕਿਸੇ ਨੇ ਸੋਚਿਆ ਵੀ ਨਹੀਂ ਸੀ ਕਿ ਇਕ ਦਿਨ ਘਰ ਵਿਚ ਪੱਖਾ ਚਲਾਏਗੀ ਇਹ ਬਿਜਲੀ ! ਕਦੇ ਇਹ ਰੋਸ਼ਨੀ ਕਰੇਗੀ ਹਨੇਰੇ ਵਿਚ, ਇਹ ਕਿਸੇ ਨੇ ਨਹੀਂ ਸੋਚਿਆ ਸੀ। ਅੱਜ—ਅੱਜ ਉਹੀ ਬਿਜਲੀ ਸਾਡੀ ਸਾਥਣ ਹੋ ਗਈ ਹੈ। ਕਿਉਂ ?

ਬਿਜਲੀ ਦੀ ਤਰਫ਼ ਅਸੀਂ ਅੱਖਾਂ ਮੀਟ ਕੇ ਖੜ੍ਹੇ ਹੋ ਜਾਂਦੇ ਤਾਂ ਅਸੀਂ ਕਦੇ ਬਿਜਲੀ ਦੇ ਰਾਜ਼ ਨੂੰ ਨਾ ਸਮਝ ਪਾਂਦੇ ਅਤੇ ਨਾ ਕਦੇ ਉਸਦਾ ਇਸਤੇਮਾਲ ਕਰ ਪਾਂਦੇ। ਉਹ ਸਾਡੀ ਦੁਸ਼ਮਣ ਹੀ ਬਣੀ ਰਹਿੰਦੀ। ਐਪਰ ਨਹੀਂ, ਆਦਮੀ ਨੇ ਬਿਜਲੀ ਦੇ ਪ੍ਰਤੀ ਦੋਸਤਾਨਾ ਭਾਵ ਵਰਤਿਆ। ਉਸਦੇ ਬਿਜਲੀ ਨੂੰ ਸਮਝਣ ਦੀ ਕੋਸ਼ਿਸ਼ ਕੀਤੀ, ਉਸਨੇ ਸਤਨ ਕੀਤੇ ਜਾਣਨ ਦੇ ਅਤੇ ਹੌਲੀ-ਹੌਲੀ ਬਿਜਲੀ ਉਸਦੀ ਸਾਥਣ ਹੋ ਗਈ। ਅੱਜ ਬਿਜਲੀ ਦੇ ਬਿਨਾਂ ਛਿਨ-ਭਰ ਜ਼ਮੀਨ ਉਤੇ ਰਹਿਣਾ ਮੁਸ਼ਕਲ ਮਲੂਮ ਹੋਵੇਗਾ।

ਮਨੁੱਖ ਦੇ ਅੰਦਰ ਬਿਜਲੀ ਨਾਲੋਂ ਵੀ ਵੱਡੀ ਤਾਕਤ ਹੈ ਸੈਕਸ ਦੀ।

ਮਨੁੱਖ ਦੇ ਅੰਦਰ ਅਣੂੰ ਨਾਲੋਂ ਵੀ ਵੱਡੀ ਸ਼ਕਤੀ ਹੈ ਸੈਕਸ ਦੀ।

ਕਦੇ ਤੁਸੀਂ ਸੋਚਿਐ ਲੇਕਿਨ, ਇਹ ਸ਼ਕਤੀ ਕੀ ਹੈ ਅਤੇ ਕਿਵੇਂ ਇਸਦਾ ਰੂਪ ਪਰਤਾਈਏ ? ਇਕ ਛੋਟੇ-ਜਿਹੇ ਅਣੂੰ ਵਿਚ ਇੰਨੀ ਸ਼ਕਤੀ ਹੈ ਕਿ ਹਿਰੋਸ਼ਿਮਾ ਦਾ ਪੂਰੇ ਦਾ ਪੂਰਾ ਇਕ ਲੱਖ ਦਾ ਸ਼ਹਿਰ ਭਸਮ ਹੋ ਸਕਦਾ ਹੈ। ਐਪਰ ਕੀ ਤੁਸੀਂ ਕਦੇ ਸੋਚਿਆ ਕਿ ਮਨੁੱਖ ਦੀ ਕਾਮ-ਊਰਜਾ ਦਾ ਇਕ ਅਣੂੰ ਇਕ ਨਵੇਂ ਵਿਅਕਤੀ ਨੂੰ ਜਨਮ ਦਿੰਦਾ ਹੈ ? ਉਸ ਵਿਅਕਤੀ ਵਿਚ ਗਾਂਧੀ ਪੈਦਾ ਹੋ ਸਕਦਾ ਹੈ, ਉਸ ਵਿਅਕਤੀ ਵਿਚ ਮਹਾਂਵੀਰ ਪੈਦਾ ਹੋ ਸਕਦਾ ਹੈ, ਉਸ ਵਿਅਕਤੀ ਵਿਚ ਬੁੱਧ ਪੈਦਾ ਹੋ ਸਕਦਾ ਹੈ, ਕ੍ਰਾਇਸਟ ਪੈਦਾ ਹੋ ਸਕਦਾ ਹੈ। ਉਸ ਤੋਂ ਆਈਨਸਟੀਨ ਪੈਦਾ ਹੋ ਸਕਦਾ ਹੈ, ਅਤੇ ਨਿਊਟਨ ਪੈਦਾ ਹੋ ਸਕਦਾ ਹੈ। ਇਕ ਛੋਟੇ ਜਿਹੇ ਅਣੂੰ ਇੱਕ ਮਨੁੱਖ ਦੀ ਕਾਮ-ਊਰਜਾ ਦੇ ਨੇ, ਇਕ ਗਾਂਧੀ ਨੂੰ ਸਮੋਇਆ ਹੋਇਆ ਹੈ। ਗਾਂਧੀ ਵਰਗੀ ਵਿਰਾਟ ਸ਼ਖ਼ਸੀਅਤ ਜਨਮ ਪਾ ਸਕਦੀ ਹੈ।

ਲੇਕਿਨ ਅਸੀਂ ਸੈਕਸ ਨੂੰ ਸਮਝਣ ਨੂੰ ਰਾਜ਼ੀ ਨਹੀਂ ਹਾਂ। ਅਸੀਂ ਸੈਕਸ ਦੀ ਊਰਜਾ ਦੇ ਸਬੰਧ ਵਿਚ ਗੱਲ ਕਰਨ ਦਾ ਹੌਂਸਲਾ ਜੁਟਾਣ ਨੂੰ ਰਾਜ਼ੀ ਨਹੀਂ ਹਾਂ। ਕਿਹੜਾ ਭੈ ਸਾਨੂੰ

ਫੜੀ ਬੈਠਾ ਹੈ ਕਿ ਜਿਸ ਤੋਂ ਸਾਰੇ ਜੀਵਨ ਦਾ ਜਨਮ ਹੁੰਦਾ ਹੈ, ਉਸ ਸ਼ਕਤੀ ਨੂੰ ਅਸੀਂ ਸਮਝਣਾ ਨਹੀਂ ਚਾਹੁੰਦੇ ? ਕਿਹੜਾ ਡਰ ਹੈ, ਕਿਹੜੀ ਘਬਰਾਹਟ ਹੈ ?

ਮੈਂ ਪਿਛਲੀ ਬੰਬਈ ਦੀ ਸਭਾ ਵਿਚ ਇਸ ਸਬੰਧ ਵਿਚ ਕੁਝ ਗੱਲਾਂ ਕੀਤੀਆਂ ਸਨ, ਤਾਂ ਬੜੀ ਘਬਰਾਹਟ ਫੈਲ ਗਈ। ਮੈਨੂੰ ਬਹੁਤ ਸਾਰੇ ਪੱਤਰ ਪੁੱਜੇ ਕਿ ਇਸ ਤਰ੍ਹਾਂ ਦੀਆਂ ਗੱਲਾਂ ਨਾ ਕਰੋ। ਇਸ ਤਰ੍ਹਾਂ ਦੀ ਗੱਲ ਹੀ ਨਾ ਕਰੋ। ਮੈਂ ਬਹੁਤ ਹੈਰਾਨ ਹੋਇਆ ਕਿ ਇਸ ਤਰ੍ਹਾਂ ਦੀ ਗੱਲ ਕਿਉਂ ਨਾ ਕੀਤੀ ਜਾਵੇ ? ਜੇਕਰ ਸ਼ਕਤੀ ਹੈ ਸਾਡੇ ਅੰਦਰ ਤਾਂ ਉਸਨੂੰ ਜਾਣਿਆ ਕਿਉਂ ਨਾ ਜਾਵੇ ? ਉਸਨੂੰ ਪਛਾਣਿਆ ਕਿਉਂ ਨਾ ਜਾਵੇ ? ਅਤੇ ਬਿਨਾ ਜਾਣੇ-ਪਛਾਣੇ, ਬਿਨਾ ਉਸਦੇ ਨਿਯਮ ਸਮਝਣ ਦੇ, ਅਸੀਂ ਉਸ ਸ਼ਕਤੀ ਨੂੰ ਹੋਰ ਉਪਰ ਕਿਵੇਂ ਲੈ ਜਾ ਸਕਦੇ ਹਾਂ ? ਪਛਾਣ ਨਾਲ ਅਸੀਂ ਉਹਨੂੰ ਜਿੱਤ ਵੀ ਸਕਦੇ ਹਾਂ, ਬਦਲ ਵੀ ਸਕਦੇ ਹਾਂ, ਪਰ ਬਿਨਾਂ ਪਛਾਣੇ ਤਾਂ ਅਸੀਂ ਉਸਦੇ ਹੱਥ ਵਿਚ ਹੀ ਮਰਾਂਗੇ ਅਤੇ ਸੜਾਂਗੇ, ਅਤੇ ਕਦ ਉਸ ਤੋਂ ਮੁਕਤ ਨਹੀਂ ਹੋ ਸਕਦੇ।

ਜਿਹੜੇ ਲੋਕ ਸੈਕਸ ਦੇ ਸਬੰਧ ਵਿਚ ਗੱਲ ਕਰਨ ਦੀ ਮਨਾਹੀ ਕਰਦੇ ਹਨ, ਉਹਨਾਂ ਹੀ ਲੋਕਾਂ ਨੇ ਪ੍ਰਿਥਵੀ ਨੂੰ ਸੈਕਸ ਦੇ ਖੱਡੇ ਵਿਚ ਸੁੱਟਿਆ ਹੋਇਆ ਹੈ, ਇਹ ਮੈਂ ਤੁਹਾਨੂੰ ਕਹਿਣਾ ਚਾਹੁੰਦਾ ਹਾਂ। ਜਿਹੜੇ ਲੋਕ ਘਬਰਾਉਂਦੇ ਹਨ ਅਤੇ ਜਿਹੜੇ ਸਮਝਦੇ ਹਨ ਕਿ ਧਰਮ ਦਾ ਸੈਕਸ ਨਾਲ ਕੋਈ ਸਬੰਧ ਨਹੀਂ, ਉਹ ਆਪ ਤਾਂ ਪਾਗਲ ਹਨ ਹੀ, ਉਹ ਸਾਰੀ ਪ੍ਰਿਥਵੀ ਨੂੰ ਪਾਗਲ ਬਣਾਉਣ ਵਿਚ ਸਹਿਯੋਗੀ ਹੋ ਰਹੇ ਹਨ।

ਧਰਮ ਦਾ ਸਬੰਧ ਮਨੁੱਖ ਦੀ ਊਰਾ ਦੇ 'ਟ੍ਰਾਂਸਫਾਰਮੇਸ਼ਨ' ਨਾਲ ਹੈ। ਧਰਮ ਦਾ ਸਬੰਧ ਮਨੁੱਖ ਦੀ ਸ਼ਕਤੀ ਦਾ ਰੂਪ ਪਰਤਾਉਣ ਨਾਲ ਹੈ।

ਧਰਮ ਚਾਹੁੰਦਾ ਹੈ ਕਿ ਮਨੁੱਖ ਦੀ ਸ਼ਖ਼ਸੀਅਤ ਵਿਚ ਜੋ ਛੁਪਿਆ ਹੈ, ਉਹ ਸ੍ਰੇਸ਼ਠ ਤੋਂ ਸ੍ਰੇਸ਼ਠ ਰੂਪ ਨਾਲ ਪ੍ਰਗਟ ਹੋ ਜਾਵੇ। ਧਰਮ ਚਾਹੁੰਦਾ ਹੈ ਕਿ ਮਨੁੱਖ ਦਾ ਜੀਵਨ ਨੀਵੇਂ ਤੋਂ ਉੱਚੇ ਦੀ ਇਕ ਯਾਤਰਾ ਬਣੇ। ਪਦਾਰਥ ਤੋਂ ਪ੍ਰਮਾਤਮਾ ਤੱਕ ਪਹੁੰਚ ਜਾਵੇ। ਐਪਰ ਇਹ ਚਾਹਤ ਤਦੇ ਪੂਰੀ ਹੋ ਸਕਦੀ ਹੈ...ਅਸੀਂ ਜਿੱਥੇ ਜਾਣਾ ਚਾਹੰਦੇ ਹਾਂ, ਉਸ ਥਾਂ ਨੂੰ ਸਮਝਣਾ ਉਨਾਂ ਉਪਯੋਗੀ ਨਹੀਂ, ਜਿੰਨਾ ਉਸ ਥਾਂ ਨੂੰ ਸਮਝਣਾ ਉਪਯੋਗੀ ਹੈ, ਜਿੱਥੇ ਅਸੀਂ ਖੜ੍ਹੇ ਹਾਂ, ਕਿਉਂਕਿ ਉਥੋਂ ਹੀ ਤੋਂ ਯਾਤਰਾ ਸ਼ੁਰੂ ਕਰਨੀ ਪੈਂਦੀ ਹੈ।

ਸੈਕਸ ਹੈ ਫੈਕਟ, ਸੈਕਸ ਜੋ ਹੈ ਉਹ ਤੱਥ ਹੈ ਮਨੁੱਖ ਦੇ ਜੀਵਨ ਦਾ, ਅਤੇ ਪ੍ਰਮਾਤਮਾ ? ਪ੍ਰਮਾਤਮਾ ਅਜੇ ਦੂਰ ਹੈ। ਸੈਕਸ ਬਾਰੇ ਜੀਵਨ ਦਾ ਤੱਥ ਹੈ। ਇਸ ਤੱਥ ਨੂੰ ਸਮਝਕੇ ਅਸੀਂ ਪ੍ਰਮਾਤਮਾ ਦੇ ਸੱਚ ਤੱਕ ਯਾਤਰਾ ਕਰ ਵੀ ਸਕਦੇ ਹਾਂ, ਪਰ ਇਸਨੂੰ ਬਿਨਾਂ ਸਮਝੇ ਇਕ ਇੰਚ ਅੱਗੇ ਨਹੀਂ ਜਾ ਸਕਦੇ। ਕੋਹਲੂ ਦੇ ਬੈਲ ਦੀ ਤਰ੍ਹਾਂ ਇਸੇ ਦੇ ਆਲੇ-ਦੁਆਲੇ ਘੁੰਮਦੇ ਰਹਾਂਗੇ।

ਮੈਂ ਜੋ ਪਿਛਲੀ ਸਭਾ ਵਿਚ ਕੁਝ ਗੱਲਾਂ ਆਖੀਆਂ ਤਾਂ ਮੈਨੂੰ ਅਜਿਹਾ ਲੱਗਿਆ ਕਿ ਜਿਵੇਂ ਅਸੀਂ ਜੀਵਨ ਦੀ ਅਸਲੀਅਤ ਨੂੰ ਸਮਝਣ ਦੀ ਵੀ ਤਿਆਰੀ ਨਹੀਂ ਦਿਖਾਉਂਦੇ। ਤਾਂ ਫਿਰ ਅਸੀਂ ਹੋਰ ਕੀ ਕਰ ਸਕਦੇ ਹਾਂ ? ਹੋਰ ਅੱਗੇ ਕੀ ਹੋ ਸਕਦਾ ਹੈ ? ਫਿਰ ਈਸ਼ਵਰ, ਪ੍ਰਮਾਤਮਾ ਦੀਆਂ ਸਾਰੀਆਂ ਗੱਲਾਂ ਦਿਲਾਸੇ ਦੀਆਂ, ਕੋਰੇ ਦਿਲਾਸੇ ਦੀਆਂ ਗੱਲਾਂ ਹਨ ਅਤੇ ਝੂਠੀਆਂ ਹਨ। ਕਿਉਂਕਿ ਜੀਵਨ ਦੇ ਪਰਮ ਸੱਚ ਭਾਵੇਂ ਕਿੰਨੇ ਵੀ ਨਗਨ ਹੋਣ, ਉਹਨਾਂ ਨੂੰ ਜਾਣਨਾ ਹੀ ਪਏਗਾ, ਸਮਝਣਾ ਹੀ ਪਏਗਾ।

ਸੋ ਪਹਿਲੀ ਗੱਲ ਤਾਂ ਇਹ ਜਾਣ ਲੈਣੀ ਜ਼ਰੂਰੀ ਹੈ ਕਿ ਮਨੁੱਖ ਦਾ ਜਨਮ ਸੈਕਸ ਵਿਚ

ਹੁੰਦਾ ਹੈ। ਮਨੁੱਖ ਦੀ ਸਾਰੀ ਸ਼ਖ਼ਸੀਅਤ ਸੈਕਸ ਦੇ ਅਣੂਆਂ ਤੋਂ ਬਣੀ ਹੋਈ ਹੈ। ਮਨੁੱਖ ਦਾ ਸਾਰਾ ਪ੍ਰਾਣ ਸੈਕਸ ਦੀ ਊਰਜਾ ਦੇ ਨਾਲ ਭਰਿਆ ਹੋਇਆ ਹੈ। ਜੀਵਨ ਦੀ ਊਰਜਾ ਅਰਥਾਤ ਕਾਮ ਦੀ ਊਰਜਾ। ਇਹ ਜੋ ਕਾਮ ਦੀ ਊਰਜਾ ਹੈ, ਇਹ ਜੋ 'ਸੈਕਸ ਏਨਰਜੀ' ਹੈ, ਇਹ ਕੀ ਹੈ ? ਇਹ ਕਿਉਂ ਸਾਡੇ ਜੀਵਨ ਨੂੰ ਇੰਨੇ ਜ਼ੋਰ ਨਾਲ ਅੰਦੋਲਤ ਕਰਦੀ ਹੈ ? ਕਿਉਂ ਸਾਡੇ ਜੀਵਨ ਨੂੰ ਇੰਨਾ ਪ੍ਰਭਾਵਤ ਕਰਦੀ ਹੈ ? ਕਿਉਂ ਅਸੀਂ ਘੁੰਮ-ਘੁੰਮ ਕੇ ਸੈਕਸ ਦੇ ਆਸ-ਪਾਸ, ਆਲੇ-ਦੁਆਲੇ ਹੀ ਚੱਕਰ ਲਾਉਂਦੇ ਰਹਿੰਦੇ ਹਾਂ ਅਤੇ ਖ਼ਤਮ ਹੋ ਜਾਂਦੇ ਹਾਂ ? ਕਿਹੜੀ ਕੋਸ਼ਿਸ਼ ਹੈ ਇਸਦੀ ?

ਹਜ਼ਾਰਾਂ ਵਰ੍ਹਿਆਂ ਤੋਂ ਰਿਸ਼ੀ, ਮੁਨੀ ਇਨਕਾਰ ਕਰ ਰਹੇ ਹਨ, ਪਰ ਆਦਮੀ ਪ੍ਰਭਾਵਤ ਹੋਇਆ ਨਹੀਂ ਜਾਪਦਾ ਹੈ। ਹਜ਼ਾਰਾਂ ਸਾਲਾਂ ਤੋਂ ਉਹ ਕਹਿ ਰਹੇ ਹਨ ਕਿ ਮੂੰਹ ਮੋੜ ਲਵੋ ਇਸ ਤੋਂ। ਦੂਰ ਹਟ ਜਾਉ ਇਸ ਤੋਂ। ਸੈਕਸ ਦੀ ਕਲਪਨਾ ਅਤੇ ਕਾਮਨਾ ਛੱਡ ਦਿਉ। ਚਿੱਤ ਵਿਚੋਂ ਕੱਢ ਸੁੱਟੋ ਇਹ ਸਾਰੇ ਸੁਫ਼ਨੇ।

ਲੇਕਿਨ ਆਦਮੀ ਦੇ ਚਿੱਤ 'ਚੋਂ ਇਹ ਸੁਫ਼ਨੇ ਨਿਕਲੇ ਨਹੀਂ ! ਨਿਕਲ ਵੀ ਨਹੀਂ ਸਕਦੇ ਹਨ ਇਸ ਤਰ੍ਹਾਂ। ਬਲਕਿ ਮੈਂ ਤਾਂ ਇੰਨਾ ਹੈਰਾਨ ਹੋਇਆ ਹਾਂ—ਇੰਨਾ ਹੈਰਾਨ ਹੋਇਆ ਹਾਂ ਮੈਂ—ਵੇਸਵਾਵਾਂ ਨਾਲ ਵੀ ਮਿਲਿਆ ਹਾਂ, ਪਰ ਵੇਸਵਾਵਾਂ ਨੇ ਮੇਰੇ ਨਾਲ ਸੈਕਸ ਦੀ ਗੱਲ ਨਹੀਂ ਕੀਤੀ। ਉਹਨਾਂ ਨੇ ਆਤਮਾ, ਪ੍ਰਮਾਤਮਾ ਦੇ ਸਬੰਧ ਵਿਚ ਪੁੱਛਗਿਛ ਕੀਤੀ ਅਤੇ ਮੈਂ ਸਾਧੂ-ਸੰਨਿਆਸੀਆਂ ਨਾਲ ਵੀ ਮਿਲਦਾ ਹਾਂ। ਉਹ ਜਦ ਵੀ ਇਕੱਲੇ ਵਿਚ ਮਿਲਦੇ ਹਨ, ਤਾਂ ਸਿਵਾਇ ਸੈਕਸ ਦੇ ਹੋਰ ਕਿਸੇ ਸੰਬੰਧ ਵਿਚ ਪੁੱਛਗਿਛ ਨਹੀਂ ਕਰਦੇ। ਮੈਂ ਬਹੁਤ ਹੈਰਾਨ ਹੋਇਆ। ਮੈਂ ਬਹੁਤ ਹੈਰਾਨ ਹੋਇਆ ਹਾਂ ਇਸ ਗੱਲ ਨੂੰ ਜਾਣ ਕੇ ਕਿ ਸਾਧੂ-ਸੰਨਿਆਸੀਆਂ ਨੂੰ ਜੋ ਲਗਾਤਾਰ ਇਸਦੇ ਵਿਰੋਧ ਵਿਚ ਬੋਲ ਰਹੇ ਹਨ, ਉਹ ਖ਼ੁਦ ਵੀ ਚਿੱਤ ਦੇ ਤਲ 'ਤੇ ਉਥੇ-ਈ ਗ੍ਰਸਤ ਹਨ, ਉਥੇ-ਈ ਪਰੇਸ਼ਾਨ ਹਨ ! ਤਾਂ ਜਨਤਾ ਵਿਚ ਆਤਮਾ-ਪ੍ਰਮਾਤਮਾ ਦੀਆਂ ਗੱਲਾਂ ਕਰਦੇ ਹਨ, ਐਪਰ ਅੰਦਰ ਉਹਨਾਂ ਦੇ ਵੀ ਸਮੱਸਿਆ ਉਹੀ ਹੈ।

ਹੋਵੇਗੀ ਵੀ। ਸੁਭਾਵਕ ਹੈ, ਕਿਉਂਕਿ ਅਸੀਂ ਉਸ ਸਮੱਸਿਆ ਨੂੰ ਸਮਝਣ ਦੀ ਵੀ ਚੇਸ਼ਟਾ ਨਹੀਂ ਕੀਤੀ ਹੈ। ਅਸੀਂ ਉਸ ਊਰਜਾ ਦੇ ਨਿਯਮ ਵੀ ਨਹੀਂ ਜਾਣਨੇ ਚਾਹੇ ਅਤੇ ਅਸੀਂ ਕਦੇ ਇਹ ਵੀ ਨਹੀਂ ਪੁੱਛਿਆ ਕਿ ਮਨੁੱਖ ਦਾ ਇੰਨਾ ਆਕਰਸ਼ਣ ਕਿਉਂ ਹੈ ? ਕੌਣ ਸਿਖਾਉਂਦਾ ਹੈ ਸੈਕਸ ਤੁਹਾਨੂੰ ?

ਸਾਰੀ ਦੁਨੀਆਂ ਤਾਂ ਸਿਖਾਉਣ ਦੇ ਵਿਰੋਧ ਵਿਚ ਸਾਰੇ ਉਪਾਅ ਕਰਦੀ ਹੈ। ਮਾਂ-ਬਾਪ ਚੇਸ਼ਟਾ ਕਰਦੇ ਹਨ ਕਿ ਬੱਚੇ ਨੂੰ ਪਤਾ ਨਾ ਲੱਗ ਜਾਵੇ। ਅਧਿਆਪਕ ਚੇਸ਼ਟਾ ਕਰਦੇ ਹਨ। ਧਰਮ-ਸ਼ਾਸਤਰ ਚੇਸ਼ਟਾ ਕਰਦੇ ਹਨ। ਕਿਤੇ ਕੋਈ ਸਕੂਲ ਨਹੀਂ, ਕਿਤੇ ਕੋਈ ਯੂਨੀਵਰਸਿਟੀ ਨਹੀਂ। ਪਰ ਆਦਮੀ ਅਚਾਨਕ ਇਕ ਦਿਨ ਪਾਂਦਾ ਹੈ ਕਿ ਸਾਰੇ ਪ੍ਰਾਣ ਕਾਮ ਦੀ ਤਾਂਘ ਨਾਲ ਭਰ ਗਏ ਹਨ ! ਇਹ ਕਿਵੇਂ ਹੋ ਜਾਂਦਾ ਹੈ ? ਬਿਨਾਂ ਸਿਖਾਇਆ ਇਹ ਕਿਵੇਂ ਹੋ ਸਕਦਾ ਹੈ ?

ਸੱਚ ਦੀ ਸਿੱਖਿਆ ਦਿੱਤੀ ਜਾਂਦੀ ਹੈ। ਪ੍ਰੇਮ ਦੀ ਸਿੱਖਿਆ ਦਿੱਤੀ ਜਾਂਦੀ ਹੈ। ਉਸਦਾ ਤਾਂ ਕੋਈ ਪਤਾ ਨਹੀਂ ਲੱਗਦਾ। ਇਸ ਸੈਕਸ ਦੀ ਇੰਨੀ ਜ਼ਬਰਦਸਤ ਕਸ਼ਿਸ਼, ਇਸਦਾ ਕੁਦਰਤੀ ਕੇਂਦਰ ਕੀ ਹੈ ? ਜ਼ਰੂਰ ਇਸ ਵਿਚ ਕੋਈ ਰਹੱਸ ਹੈ ਅਤੇ ਇਸਨੂੰ ਸਮਝਣਾ ਜ਼ਰੂਰੀ ਹੈ। ਤਾਂ ਸ਼ਾਇਦ ਅਸੀਂ ਇਸ ਤੋਂ ਮੁਕਤ ਵੀ ਹੋ ਸਕਦੇ ਹਾਂ।

ਪਹਿਲੀ ਗੱਲ ਇਹ ਹੈ ਕਿ ਮਨੁੱਖ ਦੇ ਪ੍ਰਾਣਾਂ ਵਿਚ ਜੋ ਸੈਕਸ ਦਾ ਆਕਰਸ਼ਣ ਹੈ, ਉਹ ਅਸਲ ਵਿਚ ਸੈਕਸ ਦਾ ਆਕਰਸ਼ਣ ਨਹੀਂ ਹੈ। ਮਨੁੱਖ ਦੇ ਪ੍ਰਾਣਾਂ ਵਿਚ ਜੋ ਕਾਮ-ਵਾਸਨਾ ਹੈ ਉਹ ਅਸਲ ਵਿਚ ਕਾਮ ਦੀ ਵਾਸਨਾ ਨਹੀਂ ਹੈ, ਇਸ ਲਈ ਹਰ ਆਦਮੀ ਕਾਮ ਦੇ ਕਰਮ ਤੋਂ ਬਾਅਦ ਪਛਤਾਉਂਦਾ ਹੈ, ਦੁਖੀ ਹੁੰਦਾ ਹੈ, ਪੀੜਿਤ ਹੁੰਦਾ ਹੈ। ਸੋਚਦਾ ਹੈ ਇਸ ਤੋਂ ਮੁਕਤ ਹੋ ਜਾਵਾਂ, ਇਹ ਕੀ ਹੈ ?

ਲੇਕਿਨ ਸ਼ਾਇਦ ਆਕਰਸ਼ਣ ਕੋਈ ਹੋਰ ਹੈ। ਅਤੇ ਉਹ ਕਾਰਨ ਬਹੁਤ ਰਿਲੀਜਸ, ਬਹੁਤ ਧਾਰਮਕ ਅਰਥ ਰੱਖਦਾ ਹੈ। ਉਹ ਆਕਰਸ਼ਣ ਇਹ ਹੈ...ਕਿ ਮਨੁੱਖ ਦੇ ਆਮ ਜੀਵਨ ਵਿਚ ਸਿਵਾਇ ਸੈਕਸ ਦੇ ਅਹਿਸਾਸ ਦੇ ਉਹ ਕਦੇ ਵੀ ਆਪਣੇ ਗਹਿਰੇ ਤੋਂ ਗਹਿਰੇ ਪ੍ਰਾਣਾਂ ਵਿਚ ਨਹੀਂ ਉਪਰ ਪਾਂਦਾ ਹੈ। ਹੋਰ ਕਿਸੇ ਛਿਨ ਵਿਚ ਕਦੇ ਗਹਿਰਾ ਨਹੀਂ ਉਤਦਾ। ਦੁਕਾਨ ਕਰਦਾ ਹੈ, ਧੰਦਾ ਕਰਦਾ ਹੈ, ਯਸ਼ ਖੱਟਦਾ ਹੈ, ਪੈਸੇ ਕਮਾਉਂਦਾ ਹੈ, ਐਪਰ ਇਕ ਅਨੁਭਵ ਕਾਮ ਦਾ, ਸਬੰਧ ਦਾ, ਉਸਨੂੰ ਗਹਿਰੇ ਤੋਂ ਗਹਿਰਾ ਲੈ ਜਾਂਦਾ ਹੈ ਅਤੇ ਉਸਨੂੰ ਗਹਿਰਾਈ ਵਿਚ ਜੋ ਘਟਨਾਵਾਂ ਵਾਪਰਦੀਆਂ ਹਨ। ਇਕ-ਸੰਭੋਗ ਦੇ ਅਨੁਭਵ ਵਿਚ ਹੰਕਾਰ ਵਿਸਰਜਤ ਹੋ ਜਾਂਦਾ ਹੈ, 'ਈਗੋਲੈੱਸਨੈੱਸ' ਪੈਦਾ ਹੋ ਜਾਂਦੀ ਹੈ। ਇਕ ਛਿਨ ਦੇ ਲਈ ਹੰਕਾਰ ਨਹੀਂ ਰਹਿ ਜਾਂਦਾ, ਇਕ ਛਿਨ ਨੂੰ ਇਹ ਯਾਦ ਵੀ ਨਹੀਂ ਰਹਿ ਜਾਂਦਾ ਕਿ ਮੈਂ ਹਾਂ।

ਕੀ ਤੁਹਾਨੂੰ ਪਤਾ ਹੈ, ਧਰਮ ਦੇ ਸ੍ਰੇਸ਼ਠ ਤੋਂ ਸ੍ਰੇਸ਼ਠ ਅਨੁਭਵ ਵਿਚ,'ਮੈਂ' ਬਿਲਕੁਲ ਮਿਟ ਜਾਂਦਾ ਹੈ, ਹੰਕਾਰ ਬਿਲਕੁਲ ਸ਼ੂਨਯ ਹੋ ਜਾਂਦਾ ਹੈ। ਸੈਕਸ ਦੇ ਅਨੁਭਵ ਵਿਚ ਛਿਨ-ਭਰ ਨੂੰ ਹੰਕਾਰ ਮਿਟਦਾ ਹੈ। ਲੱਗਦਾ ਹੈ ਕਿ ਮੈਂ ਹਾਂ ਜਾਂ ਨਹੀਂ। ਇਕ ਛਿਨ ਨੂੰ ਅਲੋਪ ਹੋ ਜਾਂਦਾ ਹੈ 'ਮੇਰੇਪਣ' ਦਾ ਭਾਵ।

ਦੂਜੀ ਘਟਨਾ ਵਾਪਰਦੀ ਹੈ: ਇਕ ਛਿਨ ਦੇ ਲਈ ਸਮਾਂ ਮਿਟ ਜਾਂਦਾ ਹੈ, 'ਟਾਈਮਲੈੱਸਨੈੱਸ' ਪੈਦਾ ਹੋ ਜਾਂਦੀ ਹੈ। ਜੀਸਸ ਨੇ ਕਿਹਾ ਹੈ ਸਮਾਧੀ ਦੇ ਸਬੰਧ ਵਿਚ : 'ਦੇਅਰ ਸ਼ੈਲ ਬੀ ਟਾਈਮ ਨੋ ਲਾਂਗਰ।' ਸਮਾਧੀ ਦਾ ਜੋ ਅਨੁਭਵ ਹੈ, ਉਥੇ ਸਮਾਂ ਨਹੀਂ ਰਹਿ ਜਾਂਦਾ ਹੈ। ਉਹ ਸਮੇਂ ਦੇ ਪਾਰ ਹੈ। ਸਮਾਂ ਬਿਲਕੁਲ ਅਲੋਪ ਹੋ ਜਾਂਦਾ ਹੈ। ਨਾ ਕੋਈ ਅਤੀਤ, ਨਾ ਕੋਈ ਭਵਿੱਖ—ਸ਼ੁੱਧ ਵਰਤਮਾਨ ਰਹਿ ਜਾਂਦਾ ਹੈ।

ਸੈਕਸ ਦੇ ਅਨੁਭਵ ਵਿਚ ਇਹ ਦੂਜੀ ਘਟਨਾ ਵਾਪਰਦੀ ਹੈ। ਨਾ ਕੋਈ ਅਤੀਤ ਰਹਿ ਜਾਂਦਾ ਹੈ, ਨਾ ਕੋਈ ਭਵਿੱਖ, ਸਮਾਂ ਮਿਟ ਜਾਂਦਾ ਹੈ, ਇਕ ਛਿਨ ਦੇ ਲਈ ਸਮਾਂ ਛੂਪਨ ਹੋ ਜਾਂਦਾ ਹੈ।

ਇਹ ਧਾਰਮਕ ਅਹਿਸਾਸ ਦੇ ਲਈ ਸਭ ਤੋਂ ਵੱਧ ਮਹੱਤਵਪੂਰਨ ਤੱਤ ਹੈ—ਈਗੋਲੈੱਸਨੈੱਸ, ਟਾਈਮਲੈੱਸਨੈੱਸ।

ਦੋ ਤੱਤ ਹਨ, ਜਿਸਦੀ ਵਜ੍ਹਾ ਨਾਲ ਆਦਮੀ ਸੈਕਸ ਦੀ ਤਰਫ਼ ਤਾਂਘਵਾਨ ਹੁੰਦਾ ਹੈ ਅਤੇ ਪਾਗਲ ਹੁੰਦਾ ਹੈ। ਉਹ ਤਾਂਘ ਇਸਤ੍ਰੀ ਦੇ ਸਰੀਰ ਦੀ ਖਾਤਰ ਨਹੀਂ ਹੈ, ਪੁਰਸ਼ ਦੀ, ਨਾ ਪੁਰਸ਼ ਦੇ ਸਰੀਰ ਖਾਤਰ ਇਸਤ੍ਰੀ ਦੀ ਹੈ। ਉਹ ਤਾਂਘ ਸਰੀਰ ਦੇ ਲਈ ਬਿਲਕੁਲ ਵੀ ਨਹੀਂ ਹੈ। ਉਹ ਤਾਂਘ ਕਿਸੇ ਹੋਰ ਹੀ ਗੱਲ ਦੇ ਲਈ ਹੈ। ਉਹ ਤਾਂਘ ਹੈ—ਹੰਕਾਰ ਸ਼ੂਨਯਤਾ ਦਾ ਅਨੁਭਵ, ਸਮਾਂ—ਸ਼ੂਨਯਤਾ ਦਾ ਅਨੁਭਵ।

ਲੇਕਿਨ ਸਮਾਂ-ਸ਼ੂਨਯ ਅਤੇ ਹੰਕਾਰ-ਸ਼ੂਨਯ ਹੋਣ ਦੇ ਲਈ ਤਾਂਘ ਕਿਉਂ ਹੈ ? ਕਿਉਂਕਿ ਜਿਵੇਂ ਹੀ ਹੰਕਾਰ ਮਿਟਦਾ ਹੇ, ਆਤਮ ਦੀ ਝਲਕ ਉਪਲਬਧ ਹੁੰਦੀ ਹੈ। ਜਿਵੇਂ ਹੀ ਸਮਾਂ

ਮਿਟਦਾ ਹੈ, ਪ੍ਰਮਾਤਮਾ ਦੀ ਝਲਕ ਉਪਲਬਧ ਹੁੰਦੀ ਹੈ।

ਇਕ ਛਿਨ ਦੀ ਹੁੰਦੀ ਹੈ ਇਹ ਘਟਨਾ, ਪਰ ਉਸ ਵਿਚ ਇਕ ਛਿਨ ਦੇ ਲਈ ਮਨੁੱਖੀ ਕਿੰਨੀ ਹੀ ਊਰਜਾ, ਕਿੰਨੀ ਹੀ ਸ਼ਕਤੀ ਖੋਣ ਨੂੰ ਤਿਆਰ ਹੈ, ਸ਼ਕਤੀ ਖੋਣ ਦੇ ਕਾਰਨ ਪਛਤਾਉਂਦਾ ਹੈ ਬਾਅਦ ਵਿਚ ਕਿ ਸ਼ਕਤੀ ਕਮਜ਼ੋਰ ਹੋਈ, ਸ਼ਕਤੀ ਦਾ ਫ਼ਜ਼ੂਲ-ਖ਼ਰਚ ਹੋਇਆ। ਅਤੇ ਉਸਨੂੰ ਪਤਾ ਹੈ ਕਿ ਜਿੰਨੀ ਸ਼ਕਤੀ ਘਟਦੀ ਹੈ, ਮੌਤ ਉਨੀ ਕਰੀਬ ਆਉਂਦੀ ਹੈ।

ਕੁਝ ਪਸ਼ੂਆਂ ਵਿਚ ਤਾਂ ਇਕ ਹੀ ਸੰਭੋਗ ਦੇ ਬਾਅਦ ਨਰ ਦੀ ਮੌਤ ਹੋ ਜਾਂਦੀ ਹੈ। ਕੁਝ ਕੀੜੇ ਤਾਂ ਇਕ ਹੀ ਸੰਭੋਗ ਕਰ ਪਾਂਦੇ ਹਨ ਅਤੇ ਸੰਭੋਗ ਕਰਦੇ-ਕਰਦੇ ਹੀ ਖਤਮ ਹੋ ਜਾਂਦੇ ਹਨ। ਅਫ਼ਰੀਕਾ ਵਿਚ ਇਕ ਮਕੜਾ ਹੁੰਦਾ ਹੈ। ਉਹ ਇਕ ਹੀ ਸੰਭੋਗ ਕਰ ਪਾਂਦਾ ਹੈ ਅਤੇ ਸੰਭੋਗ ਦੀ ਹਾਲਤ ਵਿਚ ਹੀ ਮਰ ਜਾਂਦਾ ਹੈ। ਇੰਨੀ ਊਰਜਾ ਘੱਟ ਹੋ ਜਾਂਦੀ ਹੈ।

ਮਨੁੱਖ ਨੂੰ ਇਹ ਅਨੁਭਵ ਵਿਚ ਆ ਗਿਆ ਬਹੁਤ ਪਹਿਲਾਂ ਕਿ ਸੈਕਸ ਦਾ ਅਨੁਭਵ ਸ਼ਕਤੀ ਨੂੰ ਘਟਾਉਂਦਾ ਹੈ, ਜੀਵਨ-ਊਰਜਾ ਘੱਟ ਹੁੰਦੀ ਹੈ ਅਤੇ ਹੌਲੀ-ਹੌਲੀ ਮੌਤ ਕਰੀਬ ਆਉਂਦੀ ਹੈ। ਪਛਤਾਉਂਦਾ ਹੈ ਆਦਮੀ, ਲੇਕਿਨ ਇੰਨਾ ਪਛਤਾਉਣ ਤੋਂ ਬਾਅਦ ਫਿਰ ਪਾਂਦਾ ਹੈ ਕਿ ਕੁਝ ਘੜੀਆਂ ਦੇ ਬਾਅਦ ਫਿਰ ਉਹੀ ਤਾਂਘ ਹੈ, ਯਕੀਨਨ ਹੀ ਇਸ ਤਾਂਘ ਵਿਚ ਕੁਝ ਹੋਰ ਅਰਥ ਹੈ, ਜੋ ਸਮਝ ਲੈਣਾ ਜ਼ਰੂਰੀ ਹੈ।

ਸੈਕਸ ਦੀ ਤਾਂਘ ਵਿਚ ਕੋਈ 'ਰਿਲੀਜਸ' ਅਨੁਭਵ ਹੈ, ਕੋਈ ਆਤਮਕ ਅਨੁਭਵ ਹੈ। ਉਸ ਅਨੁਭਵ ਨੂੰ ਜੇ ਅਸੀਂ ਦੇਖ ਪਾਈਏ ਤਾਂ ਅਸੀਂ ਸੈਕਸ ਵਿਚ ਹੀ ਜੀਵਾਂਗੇ ਅਤੇ ਮਰ ਜਾਵਾਂਗੇ। ਉਸ ਅਨੁਭਵ ਨੂੰ ਜੇ ਅਸੀਂ ਦੇਖ ਪਾਈਏ—ਹਨੇਰੀ ਰਾਤ ਹੈ ਅਤੇ ਹਨੇਰੀ ਰਾਤ ਵਿਚ ਬਿਜਲੀ ਚਮਕਦੀ ਹੈ। ਬਿਜਲੀ ਦੀ ਚਮਕ ਜੇਕਰ ਸਾਨੂੰ ਦਿਖਾਈ ਦੇ ਜਾਏ ਅਤੇ ਬਿਜਲੀ ਨੂੰ ਜੇ ਅਸੀਂ ਸਮਝ ਲਈਏ ਤਾਂ ਹਨੇਰੀ ਰਾਤ ਨੂੰ ਅਸੀਂ ਮਿਟਾ ਵੀ ਸਕਦੇ ਹਾਂ। ਲੇਕਿਨ ਜੇ ਅਸੀਂ ਇਹ ਸਮਝ ਲਈਏ ਕਿ ਹਨੇਰੀ ਰਾਤ ਦੇ ਕਾਰਨ ਬਿਜਲੀ ਚਮਕਦੀ ਹੈ ਜਾਂ ਫਿਰ ਅਸੀਂ ਹਨੇਰੀ ਰਾਤ ਨੂੰ ਹੋਰ ਘਣੀ ਕਰਨ ਦੀ ਕੋਸ਼ਿਸ਼ ਕਰਾਂਗੇ, ਤਾਂ ਜੋ ਬਿਜਲੀ ਚਮਕੇ।

ਸੈਕਸ ਦੀ ਘਟਨਾ ਵਿਚ ਬਿਜਲੀ ਚਮਕਦੀ ਹੈ ਇਕ। ਉਹ ਸੈਕਸ ਦੇ ਅਤੀਤ ਹੈ, ਟ੍ਰਾਂਸੈਂਡ ਕਰਦੀ ਹੈ, ਪਾਰ ਤੋਂ ਆਉਂਦੀ ਹੈ। ਉਸ ਪਾਰ ਦੇ ਅਨੁਭਵ ਨੂੰ ਜੇ ਅਸੀਂ ਪਕੜ ਲਈਏ, ਤਾਂ ਅਸੀਂ ਸੈਕਸ ਦੇ ਉਪਰ ਉਠ ਸਕਦੇ ਹਾਂ, ਨਹੀਂ ਤਾਂ ਨਹੀਂ। ਐਪਰ ਜਿਹੜੇ ਲੋਕ ਸੈਕਸ ਦੇ ਵਿਰੋਧ ਵਿਚ ਖੜ੍ਹੇ ਹੋ ਜਾਂਦੇ ਹਨ, ਉਹ ਅਨੁਭਵ ਨੂੰ ਸਮਝ ਵੀ ਨਹੀਂ ਪਾਂਦੇ ਕਿ ਉਹ ਅਨੁਭਵ ਕੀ ਹੈ। ਉਹ ਕਦੇ ਇਹ ਠੀਕ ਵਿਸ਼ਲੇਸ਼ਣ ਵੀ ਨਹੀਂ ਕਰ ਪਾਂਦੇ ਕਿ ਸਾਡੀ ਤਾਂਘ ਕਿਸ ਚੀਜ਼ ਦੇ ਲਈ ਹੈ।

ਮੈਂ ਤੁਹਾਨੂੰ ਦੱਸਣਾ ਚਾਹੁੰਦਾ ਹਾਂ ਕਿ ਸੰਭੋਗ ਦਾ ਇੰਨਾ ਆਕਰਸ਼ਣ ਛਿਨ-ਭਰ ਦੀ ਸਮਾਧੀ ਖ਼ਾਤਰ ਹੈ ਅਤੇ ਸੰਭੋਗ ਤੋਂ ਤੁਸੀਂ ਉਸ ਦਿਨ ਮੁਕਤ ਹੋਵੋਗੇ, ਜਿਸ ਦਿਨ ਤੁਹਾਨੂੰ ਸਮਾਧੀ ਬਿਨਾ ਸੰਭੋਗ ਦੇ ਮਿਲਣੀ ਸ਼ੁਰੂ ਹੋ ਜਾਏਗੀ, ਉਸੇ ਦਿਨ ਸੰਭੋਗ ਤੋਂ ਤੁਸੀਂ ਮੁਕਤ ਹੋ ਜਾਉਗੇ, ਸੈਕਸ ਤੋਂ ਮੁਕਤ ਹੋ ਜਾਉਗੇ।

ਕਿਉਂਕਿ ਇਕ ਆਦਮੀ ਹਜ਼ਾਰ ਰੁਪਏ ਖੋ ਕੇ ਥੋੜ੍ਹਾ ਜਿਹਾ ਅਨੁਭਵ ਪਾਂਦਾ ਹੋਵੇ ਅਤੇ ਕਲ੍ਹ ਅਸੀਂ ਉਸਨੂੰ ਦਸ ਦੇਈਏ ਕਿ ਰੁਪਏ ਖੋਣ ਦੀ ਕੋਈ ਜਰੂਰਤ ਨਹੀਂ, ਇਸ ਅਨੁਭਵ ਦੀਆ ਤਾਂ ਖਾਨਾਂ ਭਰੀਆਂ ਪਈਆਂ ਹਨ। ਤੂੰ ਚੱਲ ਇਸ ਰਾਹ ਤੋਂ ਅਤੇ ਉਸ

ਅਨੁਭਵ ਨੂੰ ਪਾ ਲੈ। ਤਾਂ ਫਿਰ ਉਹ ਹਜ਼ਾਰ ਰੁਪਏ ਖੋ ਕੇ ਅਨੁਭਵ ਨੂੰ ਖ਼ਰੀਦਣ ਬਜਾਰ ਨਹੀਂ ਜਾਏਗਾ।

ਸੈਕਸ ਜਿਸ ਅਹਿਸਾਸ ਨੂੰ ਲਿਆਉਂਦਾ ਹੈ, ਜੇਕਰ ਉਹ ਅਹਿਸਾਸ ਕਿਸੇ ਹੋਰ ਰਾਹ ਤੋਂ ਹਾਸਲ ਹੋ ਸਕੇ, ਤਾਂ ਆਦਮੀ ਦਾ ਚਿੱਤ ਸੈਕਸ ਦੀ ਤਰਫ਼ ਵਧਦਾ ਆਪਣੇ-ਆਪ ਬੰਦ ਹੋ ਜਾਂਦਾ ਹੈ। ਉਸਦਾ ਚਿੱਤ ਇਕ ਨਵੀਂ ਦਿਸ਼ਾ ਲੈਣੀ ਸ਼ੁਰੂ ਕਰ ਦਿੰਦਾ ਹੈ।

ਇਸ ਲਈ ਮੈਂ ਕਹਿੰਦਾ ਹਾਂ, ਜਗਤ ਵਿਚ ਸਮਾਧੀ ਦਾ ਪਹਿਲਾ ਅਨੁਭਵ ਮਨੁੱਖ ਨੂੰ ਸੈਕਸ ਦੇ ਅਨੁਭਵ ਤੋਂ ਹੀ ਹਾਸਲ ਹੋਇਆ ਹੈ।

ਐਪਰ ਉਹ ਬਹੁਤ ਮਹਿੰਗਾ ਅਨੁਭਵ ਹੈ, ਉਹ ਅਤਿ ਮਹਿੰਗਾ ਅਨੁਭਵ ਹੈ ਅਤੇ ਦੂਜਾ ਕਾਰਨ ਹੈ ਕਿ ਉਹ ਅਨੁਭਵ ਕਦੇ ਇਕ ਛਿਨ ਤੋਂ ਜ਼ਿਆਦਾ ਗਹਿਰਾ ਨਹੀਂ ਹੋ ਸਕਦਾ। ਇਕ ਛਿਨ ਨੂੰ ਝਲਕ ਮਿਲੇਗੀ ਅਤੇ ਅਸੀਂ ਵਾਪਸ ਆਪਣੀ ਥਾਂ ਪਰਤ ਆਉਂਦੇ ਹਾਂ। ਇਕ ਛਿਨ ਨੂੰ ਕਿਸੇ ਲੋਕ ਵਿਚ ਉੱਠ ਜਾਂਦੇ ਹਾਂ, ਕਿਸੇ ਗਹਿਰਾਈ 'ਤੇ ਕਿਸੇ ਪੀਕ ਏਕਸਪੀਰਿਏਂਸ ਉਤੇ, ਕਿਸੇ ਸਿਖ਼ਰ ਉਤੇ ਪਹੁੰਚਣਾ ਹੁੰਦਾ ਹੈ। ਅਤੇ ਅਸੀਂ ਪਹੁੰਚ ਵੀ ਨਹੀਂ ਪਾਂਦੇ ਅਤੇ ਵਾਪਸ ਡਿਗ ਜਾਂਦੇ ਹਾਂ। ਜਿਵੇਂ ਸਮੁੰਦਰ ਦੀ ਇਕ ਲਹਿਰ ਅਕਾਸ਼ ਵਿਚ ਉਠਦੀ ਹੈ, ਉਠ ਵੀ ਨਹੀਂ ਪਾਂਦੀ, ਪਹੁੰਚ ਵੀ ਨਹੀਂ ਪਾਂਦੀ, ਹਵਾਵਾਂ ਵਿਚ ਸਿਰ ਚੁੱਕ ਵੀ ਨਹੀਂ ਪਾਂਦੀ ਅਤੇ ਡਿਗਣੀ ਸ਼ੁਰੂ ਹੋ ਜਾਂਦੀ ਹੈ।

ਠੀਕ ਸਾਡਾ ਸੈਕਸ ਦਾ ਅਨੁਭਵ—ਵਾਰ ਵਾਰ ਸ਼ਕਤੀ ਨੂੰ ਇਕੱਠਾ ਕਰਕੇ ਅਸੀਂ ਉਠਣ ਦੀ ਚੇਸ਼ਟਾ ਕਰਦੇ ਹਾਂ। ਕਿਸੇ ਗਹਿਰੇ ਜਗਤ ਵਿਚ, ਕਿਸੇ ਉਚੇ ਜਗਤ ਵਿਚ, ਇਕ ਛਿਨ ਨੂੰ ਅਸੀਂ ਉਠ ਵੀ ਨਹੀਂ ਪਾਂਦੇ ਅਤੇ ਸਭ ਲਹਿਰਾਂ ਖਿੱਲਰ ਜਾਂਦੀਆਂ ਹਨ। ਅਸੀਂ ਵਾਪਸ ਆਪਣੀ ਜਗ੍ਹਾ ਤੇ ਖੜ੍ਹੇ ਹੋ ਜਾਂਦੇ ਹਾਂ ਅਤੇ ਉਨੀ ਸ਼ਕਤੀ ਅਤੇ ਊਰਜਾ ਨੂੰ ਗੰਵਾ ਦਿੰਦੇ ਹਾਂ।

ਲੇਕਿਨ ਜੇਕਰ ਸਾਗਰ ਦੀ ਲਹਿਰ ਬਰਫ਼ ਦੀ ਸਿਲ ਬਣ ਜਾਵੇ, ਜੰਮ ਜਾਵੇ ਅਤੇ ਬਰਫ਼ ਹੋ ਜਾਵੇ ਤਾਂ ਫਿਰ ਉਸਨੂੰ ਹੇਠਾਂ ਡਿੱਗਣ ਦੀ ਕੋਈ ਜ਼ਰੂਰਤ ਨਹੀਂ ਹੈ। ਆਦਮੀ ਦਾ ਚਿੱਤ ਜਦ ਸੈਕਸ ਦੀ ਤਰਲਤਾ ਵਿਚ ਵਗਦਾ ਹੈ, ਤਦ ਤੱਕ ਵਾਪਸ ਉਠਦਾ ਹੈ, ਡਿਗਦਾ ਹੈ। ਉਠਦਾ ਹੈ, ਡਿਗਦਾ ਹੈ, ਸਾਰਾ ਜੀਵਨ ਇਹੀ ਕਰਦਾ ਹੈ।

ਅਤੇ ਜਿਸ ਅਨੁਭਵ ਦੇ ਲਈ ਇੰਨਾ ਤੀਬਰ ਆਕਰਸ਼ਣ ਹੈ—ਈਗੋਲੈੱਸਨੈੱਸ ਦੇ ਲਈ—ਹੰਕਾਰ ਸ਼ੂਨਯ ਹੋ ਜਾਵੇ, ਮੈਂ ਆਤਮਾ ਨੂੰ ਜਾਣ ਲਵਾਂ। ਸਮਾਂ ਮਿਟ ਜਾਵੇ ਅਤੇ ਮੈਂ ਉਸਨੂੰ ਜਾਣ ਲਵਾਂ, ਜੋ 'ਇਨਰਨਲ' ਹੈ, ਜੋ ਟਾਈਮਲੈੱਸ ਹੈ, ਉਸਨੂੰ ਜਾਣ ਲਵਾਂ, ਜੋ ਸਮੇਂ ਦੇ ਬਾਹਰ ਹੈ, ਅਨੰਤ ਤੇ ਅਨਾਦਿ ਹੈ। ਉਸਨੂੰ ਜਾਣਨ ਦੀ ਚੇਸ਼ਟਾ ਵਿਚ ਸਾਰਾ ਜਗਤ ਸੈਕਸ ਦੇ ਕੇਂਦਰ 'ਤੇ ਘੁੰਮਦਾ ਰਹਿੰਦਾ ਹੈ।

ਐਪਰ ਜੇ ਅਸੀਂ ਇਸ ਘਟਨਾ ਦੇ ਵਿਰੋਧ ਵਿਚ ਖੜ੍ਹੇ ਹੋ ਜਾਈਏ ਸਿਰਫ, ਤਾਂ ਕੀ ਹੋਵੇਗਾ ? ਤਾਂ ਕੀ ਅਸੀਂ ਉਸ ਅਨੁਭਵ ਨੂੰ ਪਾ ਲਵਾਂਗੇ ਜੋ ਸੈਕਸ ਤੋਂ ਇਕ ਝਲਕ ਦੀ ਤਰ੍ਹਾਂ ਦਿਖਾਈ ਪੈਂਦਾ ਸੀ ? ਨਹੀਂ, ਜੇ ਅਸੀਂ ਸੈਕਸ ਦੇ ਵਿਰੋਧ ਵਿਚ ਖੜ੍ਹੇ ਹੋ ਜਾਂਦੇ ਹਾਂ ਤਾਂ ਸੈਕਸ ਹੀ ਸਾਡੀ ਚੇਤਨਾ ਦਾ ਕੇਂਦਰ ਬਣ ਜਾਂਦਾ ਹੈ, ਅਸੀਂ ਸੈਕਸ ਤੋਂ ਮੁਕਤ ਨਹੀਂ ਹੁੰਦੇ, ਉਸ ਨਾਲ ਬੱਝ ਜਾਂਦੇ ਹਾਂ। ਉਹ 'ਲਾ ਆੱਫ ਰਿਵਰਸ ਇਫੇਕੱਟ' ਕੰਮ ਸ਼ੁਰੂ ਕਰ ਦਿੰਦਾ ਹੈ। ਫਿਰ ਅਸੀਂ ਉਸ ਨਾਲ ਬੱਝ ਗਏ। ਫਿਰ ਅਸੀਂ ਨੱਸਣ ਦੀ ਕੋਸ਼ਿਸ਼ ਕਰਦੇ ਹਾਂ। ਅਤੇ ਜਿੰਨੀ ਅਸੀਂ ਕੋਸ਼ਿਸ਼ ਕਰਦੇ ਹਾਂ, ਉਨੇ ਹੀ ਬੱਝਦੇ ਚਲੇ ਜਾਂਦੇ ਹਾਂ।

ਇਕ ਆਦਮੀ ਬੀਮਾਰ ਸੀ ਅਤੇ ਬੀਮਾਰ ਕੁਝ ਅਜਿਹਾ ਸੀ ਕਿ ਦਿਨ-ਰਾਤ ਉਸਨੂੰ ਭੁੱਖ ਲੱਗਦੀ ਸੀ। ਸੱਚ ਤਾਂ ਇਹ ਹੈ ਕਿ ਉਸਨੂੰ ਬੀਮਾਰੀ ਕੁਝ ਵੀ ਨਹੀਂ ਸੀ। ਭੋਜਨ ਦੇ ਸਬੰਧ ਵਿਚ ਉਸਨੇ ਕੁਝ ਵਿਰੋਧ ਦੀਆਂ ਕਿਤਾਬਾਂ ਪੜ੍ਹ ਲਈਆਂ ਸਨ। ਉਸਨੇ ਪੜ੍ਹ ਲਿਆ ਸੀ ਕਿ ਭੋਜਨ ਪਾਪ ਹੈ, ਉਪਵਾਸ ਪੁੰਨ ਹੈ। ਕੁਝ ਵੀ ਖਾਣਾ ਹਿੰਸਾ ਕਰਨਾ ਹੈ। ਜਿੰਨਾ ਉਹ ਸੋਚਣ ਲੱਗਿਆ ਕਿ ਭੋਜਨ ਕਰਨਾ ਪਾਪ ਹੈ, ਉਨਾਂ ਹੀ ਭੁੱਖ ਨੂੰ ਦਬਾਉਣ ਲੱਗਿਆ, ਉਨੀ ਹੀ ਭੁੱਖ ਅਸਰਟ ਕਰਨ ਲੱਗੀ, ਜ਼ੋਰ ਨਾਲ, ਪ੍ਰਗਟ ਹੋਣ ਲੱਗੀ। ਤਾਂ ਉਹ ਦੋ-ਚਾਰ ਦਿਨ ਉਪਵਾਸ ਕਰਦਾ ਸੀ ਅਤੇ ਇਕ ਦਿਨ ਪਾਗਲ ਦੀ ਤਰ੍ਹਾਂ ਕੁਝ ਵੀ ਖਾ ਜਾਂਦਾ ਸੀ। ਜਦ ਕੁਝ ਵੀ ਖਾ ਲੈਂਦਾ ਸੀ ਤਾਂ ਬਹੁਤ ਦੁਖੀ ਹੁੰਦਾ ਸੀ, ਕਿਉਂਕਿ ਫਿਰ ਖਾਣ ਦੀ ਤਕਲੀਫ਼ ਝੱਲਣੀ ਪੈਂਦੀ ਸੀ। ਫਿਰ ਪਛਤਾਵੇ ਵਿਚ ਦੋ-ਚਾਰ ਦਿਨ ਉਪਵਾਸ ਕਰਦਾ ਸੀ ਅਤੇ ਫਿਰ ਕੁਝ ਵੀ ਖਾ ਲੈਂਦਾ ਸੀ। ਆਖ਼ਰ ਉਸਨੇ ਤੈਅ ਕੀਤਾ ਕਿ ਇਹ ਘਰੇ ਰਹਿੰਦੇ ਹੋਏ ਨਹੀਂ ਹੋ ਸਕੇ ਠੀਕ, ਮੈਨੂੰ ਜੰਗਲ ਚਲੇ ਜਾਣਾ ਚਾਹੀਦਾ ਹੈ।

ਉਹ ਪਹਾੜ 'ਤੇ ਗਿਆ। ਇਕ ਹਿਲ-ਸਟੇਸ਼ਨ 'ਤੇ ਜਾ ਕੇ ਇਕ ਕਮਰੇ ਵਿਚ ਰਿਹਾ। ਘਰ ਦੇ ਲੋਕ ਵੀ ਪਰੇਸ਼ਾਨ ਹੋ ਗਏ। ਉਸਦੀ ਪਤਨੀ ਨੇ ਇਹ ਸੋਚਕੇ ਕਿ ਸ਼ਾਇਦ ਉਹ ਪਹਾੜ 'ਤੇ ਹੁਣ ਜਾ ਕੇ ਭੋਜਨ ਦੀਆਂ ਬੀਮਾਰੀਆਂ ਤੋਂ ਮੁਕਤ ਹੋ ਜਾਏਗਾ, ਉਸਨੇ ਖ਼ੁਸ਼ੀ ਵਿਚ ਬਹੁਤ ਸਾਰੇ ਫੁੱਲ ਉਸਨੂੰ ਪਹਾੜ ਤੋਂ ਭਿਜਵਾਏ ਕਿ ਮੈਂ ਬਹੁਤ ਖ਼ੁਸ਼ ਹਾਂ ਕਿ ਤੂੰ ਸ਼ਾਇਦ ਪਹਾੜ ਤੋਂ ਤੰਦਰੁਸਤ ਹੋ ਕੇ ਮੁੜੇਂਗਾ। ਮੈਂ ਸ਼ੁਭਕਾਮਨਾ ਦੇ ਰੂਪ ਵਿਚ ਇਹ ਫੁੱਲ ਤੈਨੂੰ ਭੇਜ ਰਹੀ ਹਾਂ।

ਉਸ ਆਦਮੀ ਦੀ ਜਵਾਬੀ ਤਾਰ ਆਈ। ਉਸਨੇ ਤਾਰ ਵਿਚ ਲਿਖਿਆ-'ਮੈਨੀ ਥੈਂਕਸ ਫਾੱਰ ਦਿ ਫਲਾਵਰਸ, ਦੇ ਆਰ ਸੋ ਡੈਲਿਸ਼ੀਅਸ', ਉਸਨੇ ਤਾਰ ਕੀਤੀ ਕਿ ਬਹੁਤ ਧੰਨਵਾਦ ਫੁੱਲਾਂ ਦੇ ਲਈ, ਬੜੇ ਸੁਆਦੀ ਹਨ। ਉਹ ਫੁੱਲਾਂ ਨੂੰ ਖਾ ਗਿਆ, ਉਥੇ ਪਹਾੜ 'ਤੇ ਜੋ ਉਸਨੂੰ ਫੁੱਲ ਭੇਜੇ ਗਏ ਸਨ। ਹੁਣ ਕੋਈ ਆਦਮੀ ਫੁੱਲਾਂ ਨੂੰ ਖਾਏਗਾ, ਇਸਦਾ ਅਸੀਂ ਖ਼ਿਆਲ ਨਹੀਂ ਕਰ ਸਕਦੇ। ਪਰ ਜਿਹੜਾ ਆਦਮੀ ਭੋਜਨ ਨਾਲ ਲੜਾਈ ਸ਼ੁਰੂ ਕਰ ਦੇਵੇਗਾ, ਉਹ ਫੁੱਲਾਂ ਨੂੰ ਖਾ ਸਕਦਾ ਹੈ।

ਆਦਮੀ ਨੇ ਸੈਕਸ ਨਾਲ ਲੜਾਈ ਸ਼ੁਰੂ ਕੀਤੀ ਅਤੇ ਉਸਨੇ ਕੀ-ਕੀ ਸੈਕਸ ਦੇ ਨਾਂ 'ਤੇ ਖਾਧਾ, ਇਸਦਾ ਤੁਸੀਂ ਹਿਸਾਬ ਲਾਇਆ ? ਆਦਮੀ ਨੂੰ ਛੱਡ ਕੇ, ਸੱਭਯ ਆਦਮੀ ਨੂੰ ਛੱਡ ਕੇ ਹੋਮੋਸੈਕਸੁਅਲਿਟੀ, ਕਿਤੇ ਹੈ ? ਜੰਗਲ ਵਿਚ ਆਦਿਵਾਸੀ ਰਹਿੰਦੇ ਹਨ, ਉਹਨਾਂ ਨੇ ਕਦੇ ਕਲਪਨਾ ਵੀ ਨਹੀਂ ਕੀਤੀ ਹੈ ਕਿ ਹੋਮੋਸੈਕਸੁਅਲਿਟੀ ਜਿਹੀ ਕੋਈ ਚੀਜ਼ ਵੀ ਹੋ ਸਕਦੀ ਹੈ-ਕਿ ਪੁਰਸ਼ ਅਤੇ ਪੁਰਸ਼ ਦੇ ਨਾਲ ਸੰਭੋਗ ਕਰ ਸਕਦੇ ਹਨ, ਇਹ ਵੀ ਹੋ ਸਕਦਾ ਹੈ ? ਇਹ ਕਲਪਨਾ ਦੇ ਬਾਹਰ ਹੈ। ਮੈਂ ਆਦਿਵਾਸੀਆਂ ਦੇ ਕੋਲ ਰਿਹਾ ਹਾਂ ਅਤੇ ਮੈਂ ਉਹਨਾਂ ਨੂੰ ਕਿਹਾ ਕਿ ਸੱਭਯ ਲੋਕ ਇਸ ਤਰ੍ਹਾਂ ਵੀ ਕਰਦੇ ਹਨ। ਉਹ ਕਹਿਣ ਲੱਗੇ, ਸਾਡੇ ਵਿਸ਼ਵਾਸ ਦੇ ਬਾਹਰ ਹੈ। ਇਹ ਕਿਵੇਂ ਹੋ ਸਕਦਾ ਹੈ ?

ਲੇਕਿਨ ਅਮਰੀਕਾ ਵਿਚ ਉਹਨਾਂ ਨੇ ਅੰਕੜੇ ਕੱਢੇ ਹਨ—ਪੈਂਤੀ ਫੀ ਸਦੀ ਲੋਕ ਹੋਮੋਸੈਕਸੁਅਲ ਹਨ। ਅਤੇ ਬੈਲਜੀਅਮ ਅਤੇ ਸਵੀਡਨ ਅਤੇ ਹਾੱਲੈਂਡ ਵਿਚ ਹੋਮੋਸੈਕੁਅਲ ਦੇ ਕਲੱਬ ਹਨ, ਸੋਸਾਇਟੀਜ਼ ਹਨ, ਅਖ਼ਬਾਰ ਨਿਕਲਦੇ ਹਨ ਅਤੇ ਉਹ ਸਰਕਾਰ ਤੋਂ ਇਹ ਦਾਅਵਾ ਕਰਦੇ ਹਨ ਕਿ ਹੋਮੋਸੈਕੁਅਲਿਟੀ ਦੇ ਉਪਰੋਂ ਕਾਨੂੰਨ ਚੁੱਕ ਦਿੱਤਾ ਜਾਣਾ ਚਾਹੀਦਾ ਹੈ। ਕਿਉਂਕਿ ਚਾਲੀ ਫੀ ਸਦੀ ਲੋਕ ਜਿਸ ਨੂੰ ਮੰਗਦੇ ਹਨ—ਤਾਂ ਇੰਨੀ ਵੱਡੀ

ਮਾਇਨਾਰਿਟੀ ਦੇ ਉਪਰ ਹਮਲਾ ਹੈ ਇਹ ਤੁਹਾਡਾ ! ਅਸੀਂ ਤਾਂ ਇਹ ਮੰਨਦੇ ਹਾਂ ਕਿ ਹੋਮੋਸੈਕਸੁਅਲਿਟੀ ਸਹੀ ਹੈ, ਇਸ ਲਈ ਸਾਨੂੰ ਹੱਕ ਦੇਣਾ ਚਾਹੀਦਾ ਹੈ। ਕੋਈ ਕਲਪਨਾ ਨਹੀਂ ਕਰ ਸਕਦਾ ਕਿ ਇਹ ਹੋਮੋਸੈਕਸੁਅਲਿਟੀ ਕਿਵੇਂ ਪੈਦਾ ਹੋ ਗਈ ? ਸੈਕਸ ਦੇ ਬਾਬਤ ਲੜਾਈ ਦਾ ਇਹ ਸਿੱਟਾ ਹੈ।

ਜਿੰਨਾ ਸੱਭਯ ਸਮਾਜ ਹੈ, ਉਨੀਆਂ ਵੇਸਵਾਵਾਂ ਹਨ। ਕਦੇ ਤੁਸੀਂ ਇਹ ਸੋਚਿਐ ਕਿ ਵੇਸਵਾਵਾਂ ਕਿਵੇਂ ਪੈਦਾ ਹੋ ਗਈਆਂ ? ਕਿਸੇ ਆਦਿਵਾਸੀ ਪਿੰਡ ਵਿਚ ਜਾ ਕੇ ਵੇਸਵਾ ਲੱਭ ਸਕਦੇ ਹੋ ਤੁਸੀਂ ? ਅੱਜ ਵੀ ਬਸਤਰ ਦੇ ਪਿੰਡ ਵਿਚ ਵੇਸਵਾ ਲੱਭਣੀ ਮੁਸ਼ਕਲ ਹੈ। ਅਤੇ ਕੋਈ ਕਲਪਨਾ ਵਿਚ ਵੀ ਮੰਨਣ ਨੂੰ ਰਾਜ਼ੀ ਨਹੀਂ ਹੁੰਦਾ ਕਿ ਅਜਿਹੀਆਂ ਇਸਤ੍ਰੀਆਂ ਹੋ ਸਕਦੀਆਂ ਹਨ ਜੋ ਆਪਣੀ ਇੱਜ਼ਤ ਵੇਚਦੀਆਂ ਹੋਣ, ਆਪਣਾ ਸੰਭੋਗ ਵੇਚਦੀਆਂ ਹੋਣ। ਐਪਰ ਸੱਭਯ ਅਦਮੀ ਜਿੰਨਾ ਸੱਭਯ ਹੁੰਦਾ ਚਲਿਆ ਗਿਆ, ਉਨੀਆਂ ਵੇਸਵਾਵਾਂ ਵਧਦੀਆਂ ਚਲੀਆਂ ਗਈਆਂ—ਕਿਉਂ ?

ਇਹ ਫੁੱਲਾਂ ਨੂੰ ਖਾਣ ਦੀ ਕੋਸ਼ਿਸ਼ ਸ਼ੁਰੂ ਹੋ ਗਈ ਹੈ। ਅਤੇ ਆਦਮੀ ਦੀ ਜ਼ਿੰਦਗੀ ਵਿਚ ਕਿੰਨੇ ਭੱਦੇ ਰੂਪ ਨਾਲ ਸੈਕਸ ਨੇ ਜਗ੍ਹਾ ਬਣਾਈ ਹੈ, ਇਸਦਾ ਜੇਕਰ ਅਸੀਂ ਹਿਸਾਬ ਲਾਉਣ ਚੱਲਾਂਗੇ ਤਾਂ ਹੈਰਾਨ ਰਹਿ ਜਾਵਾਂਗੇ ਕਿ ਆਦਮੀ ਨੂੰ ਹੋਇਆ ਕੀ ਹੈ ? ਇਸਦਾ ਜਿੰਮਾ ਕਿਸ ਉੱਤੇ ਹੈ, ਕਿਹਨਾਂ ਲੋਕਾਂ ਉੱਤੇ ਹੈ ?

ਇਸਦਾ ਜਿੰਮਾ ਉਹਨਾਂ ਲੋਕਾਂ ਉੱਤੇ ਹੈ, ਜਿਨ੍ਹਾਂ ਨੇ ਆਦਮੀ ਨੂੰ—ਸੈਕਸ ਨੂੰ ਸਮਝਣਾ ਨਹੀਂ, ਲੜਨਾ ਸਿਖਾਇਆ ਹੈ। ਜਿਨ੍ਹਾਂ ਨੇ ਸੱਪ੍ਰੇਸ਼ਨ ਸਿਖਾਇਆ ਹੈ, ਜਿਨ੍ਹਾਂ ਨੇ ਦਮਨ ਸਿਖਾਇਆ ਹੈ। ਦਮਨ ਦੇ ਕਾਰਨ ਸੈਕਸ ਦੀ ਸ਼ਕਤੀ ਥਾਂ-ਥਾਂ ਤੋਂ ਫੁੱਟ ਕੇ ਗਲਤ ਰਾਹਾਂ ਤੋਂ ਵਗਣੀ ਸ਼ੁਰੂ ਹੋ ਗਈ ਹੈ। ਸਾਰਾ ਸਮਾਜ ਪੀੜਤ ਅਤੇ ਰੋਗੀ ਹੋ ਗਿਆ ਹੈ। ਇਸ ਰੋਗੀ ਸਮਾਜ ਨੂੰ ਜੇਕਰ ਬਦਲਣਾ ਹੈ ਤਾਂ ਸਾਨੂੰ ਇਹ ਸਵੀਕਾਰ ਕਰ ਲੈਣਾ ਹੋਵੇਗਾ ਕਿ ਕਾਮ ਹੀ ਊਰਜਾ ਹੈ, ਕਾਮ ਦਾ ਆਕਰਸ਼ਣ ਹੈ।

ਕਿਉਂ ਹੈ ਕਾਮ ਦਾ ਆਕਰਸ਼ਣ ?

ਕਾਮ ਦੇ ਆਕਰਸ਼ਣ ਦਾ ਜੋ ਬੁਨਿਆਦੀ ਅਧਾਰ ਹੈ, ਉਸ ਅਧਾਰ ਨੂੰ ਜੇਕਰ ਅਸੀਂ ਪਕੜ ਲਈਏ ਤਾਂ ਮਨੁੱਖ ਨੂੰ ਅਸੀਂ ਕਾਮ ਦੇ ਜਗਤ ਤੋਂ ਉਪਰ ਉਠਾ ਸਕਦੇ ਹਾਂ ਅਤੇ ਮਨੁੱਖ ਨਿਸ਼ਚਿਤ ਕਾਮ ਦੇ ਜਗਤ ਤੋਂ ਉਪਰ ਉਠ ਜਾਵੇ, ਤਾਂ ਹੀ ਰਾਮ ਦਾ ਜਗਤ ਸ਼ੁਰੂ ਹੁੰਦਾ ਹੈ।

ਖਜੁਰਾਹੋ ਦੇ ਮੰਦਰ ਦੇ ਸਾਹਮਣੇ ਮੈਂ ਖੜ੍ਹਾ ਸੀ। ਦਸ-ਪੰਜ ਮਿੱਤਰਾਂ ਨੂੰ ਲੈ ਕੇ ਮੈਂ ਉਥੇ ਗਿਆ ਸੀ। ਖਜੁਰਾਹੋ ਦੇ ਮੰਦਰ ਦੇ ਚਾਰੇ ਪਾਸੇ ਕੰਧ ਉੱਤੇ ਤਾਂ ਮੈਥੁਨ ਚਿੱਤਰ ਹਨ, ਕਾਮ ਵਾਸਨਾਵਾਂ ਦੀਆਂ ਮੂਰਤੀਆਂ ਹਨ। ਮੇਰੇ ਮਿੱਤਰ ਕਹਿਣ ਲੱਗੇ ਕਿ ਮੰਦਰ ਦੇ ਚਾਰੇ ਪਾਸੇ ਇਹ ਕੀ ਹੈ।

ਮੈਂ ਉਹਨਾਂ ਨੂੰ ਕਿਹਾ, ਜਿਨ੍ਹਾਂ ਨੇ ਇਹ ਮੰਦਰ ਬਣਵਾਇਆ ਸੀ, ਉਹ ਬੜੇ ਸਮਝਦਾਰ ਲੋਕ ਸਨ। ਉਹਨਾਂ ਦੀ ਮਾਨਤਾ ਇਹ ਸੀ ਕਿ ਜੀਵਨ ਦੇ ਬਾਹਰਲੇ ਦਾਇਰੇ ਉੱਤੇ ਕਾਮ ਹੈ, ਅਤੇ ਜਿਹੜੇ ਲੋਕ ਅਜੇ ਕਾਮ ਨਾਲ ਉਲਝੇ ਹਨ, ਉਹਨਾਂ ਨੂੰ ਮੰਦਰ ਦੇ ਅੰਦਰ ਦਾਖ਼ਲ ਹੋਣ ਦਾ ਕੋਈ ਹੱਕ ਨਹੀਂ ਹੈ।

ਫਿਰ ਮੈਂ ਆਪਣੇ ਮਿੱਤਰਾਂ ਨੂੰ ਕਿਹਾ, ਅੰਦਰ ਚੱਲੀਏ, ਫਿਰ ਉਹਨਾਂ ਨੂੰ ਅੰਦਰ ਲੈ ਕੇ ਗਿਆ। ਉਥੇ ਤਾਂ ਕੋਈ ਕਾਮ-ਮੂਰਤੀ ਨਹੀਂ ਸੀ, ਉਥੇ ਭਗਵਾਨ ਦੀ ਮੂਰਤੀ ਸੀ।

ਇਹ ਕਹਿਣ ਲੱਗੇ ਕਿ ਅੰਦਰ ਕੋਈ ਮੂਰਤੀ ਨਹੀਂ ਹੈ। ਮੈਂ ਉਹਨਾਂ ਨੂੰ ਕਿਹਾ ਕਿ ਜੀਵਨ ਦੇ ਬਾਹਰਲੇ ਦਾਇਰੇ 'ਤੇ ਕਾਮ-ਵਾਸਨਾ ਹੈ। ਜੀਵਨ ਦੇ ਬਾਹਰਲੇ ਦਾਇਰੇ, ਕੰਧ ਉੱਤੇ ਕਾਮ-ਵਾਸਨਾ ਹੈ। ਜੀਵਨ ਦੇ ਅੰਦਰ ਭਗਵਾਨ ਦਾ ਮੰਦਰ ਹੈ। ਐਪਰ ਜਿਹੜੇ ਅਜੇ ਕਾਮ-ਵਾਸਨਾ ਨਾਲ ਉਲਝੇ ਹਨ, ਉਹ ਭਗਵਾਨ ਦੇ ਮੰਦਰ ਵਿਚ ਪ੍ਰਵੇਸ਼ ਦੇ ਅਧਿਕਾਰੀ ਨਹੀਂ ਹੋ ਸਕਦੇ। ਉਹਨਾਂ ਨੂੰ ਅਜੇ ਬਾਹਰ ਦੀ ਕੰਧ ਦਾ ਹੀ ਚੱਕਰ ਲਾਉਣਾ ਪਏਗਾ।

ਜਿਨ੍ਹਾਂ ਲੋਕਾਂ ਨੇ ਇਹ ਮੰਦਰ ਬਣਾਇਆ ਸੀ, ਉਹ ਬੜੇ ਸਮਝਦਾਰ ਲੋਕ ਸਨ। ਇਹ ਮੰਦਰ ਇਕ 'ਮੈਡੀਟੇਸ਼ਨ ਮੰਦਰ' ਸੀ। ਇਹ ਮੰਦਰ ਇਕ ਧਿਆਨ ਦਾ ਕੇਂਦਰ ਸੀ। ਜਿਹੜੇ ਲੋਕ ਆਉਂਦੇ ਸਨ, ਉਹਨਾਂ ਨੂੰ ਉਹ ਆਖਦੇ ਸਨ, ਬਾਹਰ ਪਹਿਲਾਂ ਮੈਥੁਨ ਦੇ ਉਪਰ ਧਿਆਨ ਕਰੋ, ਪਹਿਲਾਂ ਸੈਕਸ ਨੂੰ ਸਮਝੋ ਅਤੇ ਜਦ ਸੈਕਸ ਨੂੰ ਪੂਰੀ ਤਰ੍ਹਾਂ ਸਮਝ ਜਾਉ ਅਤੇ ਤੁਸੀਂ ਪਾਵੋਗੇ ਕਿ ਮਨ ਉਸ ਤੋਂ ਮੁਕਤ ਹੋ ਗਿਆ ਹੈ, ਤਦ ਤੁਸੀਂ ਅੰਦਰ ਆ ਜਾਣਾ। ਫਿਰ ਅੰਦਰ ਭਗਵਾਨ ਨਾਲ ਮਿਲਾਪ ਹੋ ਸਕਦਾ ਹੈ।

ਲੇਕਿਨ ਧਰਮ ਦੇ ਨਾਂ 'ਤੇ ਅਸੀਂ ਸੈਕਸ ਨੂੰ ਸਮਝਣ ਦੀ ਹਾਲਤ ਪੈਦਾ ਨਹੀਂ ਕੀਤੀ, ਸੈਕਸ ਦੀ ਦੁਸ਼ਮਣੀ ਪੈਦਾ ਕਰ ਦਿੱਤੀ। ਸੈਕਸ ਨੂੰ ਸਮਝੋ ਨਾ, ਅੱਖਾਂ ਬੰਦ ਕਰ ਲਉ, ਅਤੇ ਵੜ ਜਾਉ ਭਗਵਾਨ ਦੇ ਮੰਦਰ ਵਿਚ ਅੱਖਾਂ ਮੀਟ ਕੇ, ਅੱਖਾਂ ਮੀਟ ਕੇ ਕਦੇ ਕੋਈ ਭਗਵਾਨ ਦੇ ਮੰਦਰ ਵਿਚ ਜਾ ਸਕਿਆ ਹੈ। ਅਤੇ ਅੱਖਾਂ ਬੰਦ ਕਰਕੇ ਜੇ ਤੁਸੀਂ ਭਗਵਾਨ ਦੇ ਮੰਦਰ ਵਿਚ ਪਹੁੰਚ ਵੀ ਗਏ ਤਾਂ ਬੰਦ ਅੱਖ ਵਿਚ ਤੁਹਾਨੂੰ ਭਗਵਾਨ ਦਿਖਾਈ ਨਹੀਂ ਪੈਣਗੇ। ਜਿਸ ਕੋਲੋਂ ਤੁਸੀਂ ਨੱਸ ਕੇ ਆਏ ਹੋ, ਉਹੀ ਦਿਖਾਈ ਪੈਂਦਾ ਰਹੇਗਾ। ਤੁਸੀਂ ਉਸੇ ਨਾਲ ਬੱਧੇ ਰਹਿ ਜਾਉਗੇ।

ਸ਼ਾਇਦ ਕੁਝ ਲੋਕ ਮੇਰੀਆਂ ਗੱਲਾਂ ਸੁਣ ਕੇ ਸਮਝਦੇ ਹਨ ਕਿ ਮੈਂ ਸੈਕਸ ਦਾ ਪੱਖ ਰੱਖਣ ਵਾਲਾ ਹਾਂ। ਮੇਰੀਆਂ ਗੱਲਾਂ ਸੁਣ ਕੇ ਸ਼ਾਇਦ ਲੋਕ ਸਮਝਦੇ ਹਨ ਕਿ ਮੈਂ ਸੈਕਸ ਦਾ ਪ੍ਰਚਾਰ ਕਰਨਾ ਚਾਹੁੰਦਾ ਹਾਂ। ਜੇਕਰ ਕੋਈ ਅਜਿਹਾ ਸਮਝਦਾ ਹੋਵੇ ਤਾਂ ਉਸਨੇ ਮੈਨੂੰ ਕਦੇ ਸੁਣਿਆ ਹੀ ਨਹੀਂ, ਅਜਿਹਾ ਉਸਨੂੰ ਕਹਿ ਦੇਣਾ।

ਇਸ ਸਮੇਂ ਪ੍ਰਿਥਵੀ ਉੱਤੇ ਮੈਥੋਂ ਜ਼ਿਆਦਾ ਸੈਕਸ ਦਾ ਦੁਸ਼ਮਣ ਆਦਮੀ ਭਾਲਣਾ ਮੁਸ਼ਕਲ ਹੈ ਅਤੇ ਉਸਦਾ ਕਾਰਨ ਇਹ ਹੈ ਕਿ ਮੈਂ ਜੋ ਗੱਲ ਕਹਿ ਰਿਹਾ ਹਾਂ, ਜੇਕਰ ਉਹ ਸਮਝੀ ਜਾ ਸਕੀ, ਤਾਂ ਮਨੁੱਖ-ਜਾਤੀ ਨੂੰ ਸੈਕਸ ਤੋਂ ਉਪਰ ਚੁਕਿਆ ਜਾ ਸਕਦਾ ਹੈ, ਨਹੀਂ ਤਾਂ ਨਹੀਂ।

ਅਤੇ ਜਿਨ੍ਹਾਂ ਥੋਥੇ ਲੋਕਾਂ ਨੂੰ ਅਸੀਂ ਸਮਝਿਆ ਹੈ ਕਿ ਉਹ ਸੈਕਸ ਦੇ ਦੁਸ਼ਮਣ ਸਨ, ਉਹ ਸੈਕਸ ਦੇ ਦੁਸ਼ਮਣ ਨਹੀਂ ਹਨ, ਉਹਨਾਂ ਨੇ ਸੈਕਸ ਵਿਚ ਆਕਰਸ਼ਣ ਪੈਦਾ ਕਰ ਦਿੱਤਾ ਹੈ, ਸੈਕਸ ਤੋਂ ਮੁਕਤੀ ਪੈਦਾ ਨਹੀਂ ਕੀਤੀ। ਸੈਕਸ ਵਿਚ ਆਕਰਸ਼ਣ ਪੈਦਾ ਹੋ ਗਿਆ ਹੈ, ਵਿਰੋਧ ਦੇ ਕਾਰਨ।

ਮੈਨੂੰ ਇਕ ਆਦਮੀ ਨੇ ਕਿਹਾ ਕਿ ਜਿਸ ਚੀਜ਼ ਦਾ ਵਿਰੋਧ ਨਾ ਹੋਵੇ, ਉਸਦੇ ਕਰਨ ਵਿਚ ਕੋਈ ਰਸ ਹੀ ਨਹੀਂ ਰਹਿ ਜਾਂਦਾ। ਚੋਰੀ ਦੇ ਫਲ ਖਾਣ ਵਿਚ ਜਿੰਨੇ ਰਸੀਲੇ ਅਤੇ ਮਿੱਠੇ ਹੁੰਦੇ ਹਨ, ਉਨੇ ਬਜ਼ਾਰੋਂ ਖ਼ਰੀਦੇ ਗਏ ਫਲ ਕਦੇ ਨਹੀਂ ਹੁੰਦੇ। ਇਸੇ ਲਈ ਆਪਣੀ ਪਤਨੀ ਉਨੀ ਰਸੀਲੀ ਕਦੇ ਨਹੀਂ ਲੱਗਦੀ, ਜਿੰਨੀ ਗੁਆਂਢੀ ਦੀ ਪਤਨੀ ਲੱਗਦੀ ਹੈ। ਉਹ ਚੋਰੀ ਦੇ ਫਲ ਹਨ, ਉਹ ਵਰਜਤ ਫਲ ਹਨ ਅਤੇ ਸੈਕਸ ਨੂੰ ਅਸੀਂ ਇਕ ਅਜਿਹੀ ਹਾਲਤ ਦੇ ਦਿੱਤੀ, ਇਕ ਅਜਿਹਾ ਚੋਰੀ ਦਾ ਜਾਮਾ ਪਹਿਨਾ ਦਿੱਤਾ, ਇਕ ਅਜਿਹੇ ਝੂਠੇ

ਲਿਬਾਸ ਵਿਚ ਛੁਪਾ ਦਿੱਤਾ, ਅਜਿਹੀਆਂ ਕੰਧਾਂ ਵਿਚ ਖੜ੍ਹਾ ਕਰ ਦਿੱਤਾ, ਕਿ ਉਸਨੇ ਸਾਨੂੰ ਤੀਬਰ ਰੂਪ ਨਾਲ ਆਕਰਸ਼ਿਤ ਕਰ ਲਿਆ ਹੈ।

ਬਰਟ੍ਰੇਂਡ ਰਸਲ ਨੇ ਲਿਖਿਆ ਹੈ ਕਿ ਜਦ ਮੈਂ ਛੋਟਾ ਬੱਚਾ ਸੀ। ਵਿਕਟੋਰੀਆ ਦਾ ਜ਼ਮਾਨਾ ਸੀ, ਇਸਤ੍ਰੀਆਂ ਦੇ ਪੈਰ ਵੀ ਦਿਖਾਈ ਨਹੀਂ ਪੈਂਦੇ ਸਨ। ਉਹ ਕਪੜਾ ਪਹਿਨਦੀਆਂ ਸਨ, ਜੋ ਜ਼ਮੀਨ 'ਤੇ ਘਿਸਰਦਾ ਸੀਖ ਅਤੇ ਪੈਰ ਨਹੀਂ ਦਿਖਾਈ ਪੈਂਦੇ ਸਨ। ਜੇ ਕਦੇ ਕਿਸੇ ਇਸਤ੍ਰੀ ਦਾ ਅੰਗੂਠਾ ਦਿੱਸ ਜਾਂਦਾ ਸੀ, ਤਾਂ ਆਦਮੀ ਤਾਂਘਵਾਨ ਹੋ ਕੇ ਅੰਗੂਠਾ ਦੇਖਣ ਲੱਗਦਾ ਸੀ ਅਤੇ ਕਾਮ-ਵਾਸਨਾ ਜਾਗ ਜਾਂਦੀ ਸੀ। ਅਤੇ ਰਸਲ ਆਖਦਾ ਹੈ ਕਿ ਹੁਣ ਇਸਤ੍ਰੀਆਂ ਕਰੀਬ-ਕਰੀਬ ਅੱਧੀਆਂ ਨੰਗੀਆਂ ਘੁੰਮ ਰਹੀਆਂ ਹਨ ਅਤੇ ਉਹਨਾਂ ਦਾ ਪੂਰਾ ਪੈਰ ਦਿਖਾਈ ਪੈਂਦਾ ਹੈ, ਪਰ ਕੋਈ ਅਸਰ ਨਹੀਂ ਹੁੰਦਾ ਹੈ। ਤਾਂ ਰਸਲ ਨੇ ਲਿਖਿਆ ਹੈ ਕਿ ਇਸ ਤੋਂ ਸਿੱਧ ਹੁੰਦਾ ਹੈ ਕਿ ਅਸੀਂ ਜਿਨ੍ਹਾਂ ਚੀਜ਼ਾਂ ਨੂੰ ਜਿੰਨਾ ਜ਼ਿਆਦਾ ਛੁਪਾਉਂਦੇ ਹਾਂ, ਉਹਨਾਂ ਚੀਜ਼ਾਂ ਵਿਚ ਉਨਾ ਹੀ ਕੋਝਾ ਆਕਰਸ਼ਨ ਪੈਦਾ ਹੁੰਦਾ ਹੈ।

ਜੇ ਦੁਨੀਆਂ ਨੂੰ ਸੈਕਸ ਤੋਂ ਮੁਕਤ ਕਰਨਾ ਹੈ, ਤਾਂ ਬੱਚਿਆਂ ਨੂੰ ਜ਼ਿਆਦਾ ਦੇਰ ਤੱਕ ਘਰ ਵਿਚ ਨਗਨ ਰਹਿਣ ਦੀ ਸਹੂਲਤ ਹੋਣੀ ਚਾਹੀਦੀ ਹੈ। ਜਦ ਤੱਕ ਬੱਚੇ ਘਰ ਵਿਚ ਨਗਨ ਖੇਡ ਸਕਣ—ਲੜਕੇ ਅਤੇ ਲੜਕੀਆਂ—ਉਨ੍ਹਾਂ ਨੂੰ ਨਗਨ ਖੇਡਣ ਦੇਣਾ ਚਾਹੀਦਾ ਹੈ, ਤਾਂ ਜੋ ਇਕ ਦੂਜੇ ਦੇ ਸਰੀਰ ਤੋਂ ਚੰਗੀ ਤਰ੍ਹਾਂ ਵਾਕਫ਼ ਹੋ ਜਾਣ ਅਤੇ ਕਲ੍ਹ ਰਾਹਾਂ ਤੇ ਉਹਨਾਂ ਨੂੰ ਕਿਸੇ ਇਸਤ੍ਰੀ ਨੂੰ ਧੱਕਾ ਮਾਰਨ ਦੀ ਕੋਈ ਜ਼ਰੂਰਤ ਨਾ ਰਹਿ ਜਾਵੇ। ਤਾਂ ਜੋ ਉਹ ਇਕ-ਦੂਜੇ ਦੇ ਸਰੀਰ ਤੋਂ ਇੰਨਾ ਵਾਕਫ਼ ਹੋ ਜਾਣ ਕਿ ਕਿਸੇ ਕਿਤਾਬ ਉੱਤੇ ਨੰਗੀ ਔਰਤ ਦੀ ਤਸਵੀਰ ਛਾਪਣ ਦੀ ਕੋਈ ਲੋੜ ਨਾ ਰਹਿ ਜਾਵੇ। ਉਹ ਸਰੀਰ ਤੋਂ ਇੰਨਾ ਵਾਕਫ਼ ਹੋਣ ਕਿ ਸਰੀਰ ਦਾ ਕੋਝਾ ਆਕਰਸ਼ਣ ਅਲੋਪ ਹੋ ਸਕੇ।

ਲੇਕਿਨ ਬੜੀ ਉਲਟੀ ਦੁਨੀਆਂ ਹੈ। ਜਿਨ੍ਹਾਂ ਲੋਕਾਂ ਨੇ ਸਰੀਰ ਨੂੰ ਢੱਕ ਕੇ, ਛੁਪਾ ਕੇ ਖੜ੍ਹਾ ਕਰ ਦਿੱਤਾ ਹੈ, ਉਹਨਾਂ ਹੀ ਲੋਕਾਂ ਨੇ ਸਰੀਰ ਨੂੰ ਇੰਨਾ ਖਿੱਚ ਪਾਊ ਬਣਾ ਦਿੱਤਾ ਹੈ। ਇਹ ਸਾਡੇ ਖ਼ਿਆਲ ਵਿਚ ਨਹੀਂ ਆਉਂਦਾ। ਜਿਨ੍ਹਾਂ ਲੋਕਾਂ ਨੇ ਸਰੀਰ ਨੂੰ ਜਿੰਨਾ ਢੱਕ ਕੇ ਛੁਪਾ ਦਿੱਤਾ, ਸਰੀਰ ਨੂੰ ਉਨਾ ਹੀ ਸਾਡੇ ਮਨ ਵਿਚ ਸੋਚਣ-ਵਿਚਾਰਨ ਦਾ ਵਿਸ਼ਾ ਬਣਾ ਦਿੱਤਾ ਹੈ, ਇਹ ਸਾਡੇ ਖ਼ਿਆਲ ਵਿਚ ਨਹੀਂ ਆਉਂਦਾ।

ਬੱਚੇ ਨਗਨ ਹੋਣੇ ਚਾਹੀਦੇ ਹਨ। ਦੇਰ ਤੱਕ ਨਗਨ ਖੇਡਣੇ ਚਾਹੀਦੇ ਹਨ। ਲੜਕੇ ਅਤੇ ਲੜਕੀਆਂ ਇਕ ਦੂਜੇ ਨੂੰ ਨਗਨਤਾ ਵਿਚ ਦੇਖਣਾ ਚਾਹੀਦਾ ਹੈ, ਤਾਂ ਜੋ ਉਹਨਾਂ ਦੇ ਪਿੱਛੇ ਕੋਈ ਵੀ ਪਾਗਲਪਨ ਨਾ ਰਹਿ ਜਾਵੇ ਅਤੇ ਉਹਨਾਂ ਦੇ ਇਸ ਪਾਗਲਪਨ ਦਾ ਜੀਵਨ ਭਰ ਰੋਗ ਉਨ੍ਹਾਂ ਦੇ ਅੰਦਰ ਨਾ ਚੱਲਦਾ ਰਹੇ। ਪਰ ਉਹ ਰੋਗ ਚੱਲ ਰਿਹਾ ਹੈ ਅਤੇ ਉਹ ਰੋਗ ਨੂੰ ਅਸੀਂ ਵਧਾਉਂਦੇ ਚਲੇ ਜਾ ਰਹੇ ਹਾਂ। ਉਸ ਰੋਗ ਦੇ ਫਿਰ ਅਸੀਂ ਨਵੇਂ-ਨਵੇਂ ਰਾਹ ਲੱਭਦੇ ਹਾਂ।

ਗੰਦੀਆਂ ਕਿਤਾਬਾਂ ਛਪਦੀਆਂ ਹਨ, ਜਿਨ੍ਹਾਂ ਨੂੰ ਲੋਕ ਗੀਤਾ ਦੇ ਕਵਰ ਵਿਚ ਵੀ ਅੰਦਰ ਰੱਖ ਕੇ ਪੜ੍ਹਦੇ ਹਨ। ਬਾਈਬਲ ਵਿਚ ਦਬਾ ਲੈਂਦੇ ਹਨ, ਅਤੇ ਪੜ੍ਹਦੇ ਹਨ। ਇਹ ਗੰਦੀਆਂ ਕਿਤਾਬਾਂ ਹਨ ਤਾਂ ਅਸੀਂ ਕਹਿੰਦੇ ਹਾਂ ਕਿ ਗੰਦੀਆਂ ਕਿਤਾਬਾਂ ਬੰਦ ਹੋਣੀਆਂ ਚਾਹੀਦੀਆਂ ਹਨ, ਐਪਰ ਅਸੀਂ ਇਹ ਕਦੇ ਨਹੀਂ ਪੁੱਛਦੇ ਕਿ ਗੰਦੀਆਂ ਕਿਤਾਬਾਂ ਪੜ੍ਹਨ ਵਾਲਾ ਆਦਮੀ ਕਿਉਂ ਪੈਦਾ ਹੋ ਗਿਆ ਹੈ ? ਅਸੀਂ ਕਹਿੰਦੇ ਹਾਂ ਨੰਗੀਆਂ ਤਸਵੀਰਾਂ

ਕੰਧਾਂ ਉੱਤੇ ਨਹੀਂ ਲੱਗਣੀਆਂ ਚਾਹੀਦੀਆਂ ਪਰ ਅਸੀਂ ਕਦੇ ਨਹੀਂ ਪੁੱਛਦੇ ਕਿ ਨੰਗੀਆਂ ਤਸਵੀਰਾਂ ਕਿਹੜਾ ਆਦਮੀ ਦੇਖਣ ਨੂੰ ਆਉਂਦਾ ਹੈ ?

ਉਹੀ ਆਦਮੀ ਆਉਂਦਾ ਹੈ, ਜਿਹੜਾ ਇਸਤ੍ਰੀਆਂ ਦੇ ਸਰੀਰ ਨੂੰ ਦੇਖਣ ਤੋਂ ਵਾਂਝਾ ਰਹਿ ਗਿਆ ਹੈ। ਇਕ ਖ਼ੁਰਕ ਜਾਗ ਗਈ ਹੈ—ਕੀ ਹੈ ਇਸਤ੍ਰੀ ਦਾ ਸਰੀਰ।

ਅਤੇ ਮੈਂ ਤੁਹਾਨੂੰ ਕਹਿੰਦਾ ਹਾਂ, ਵਸਤਰਾਂ ਨੇ ਇਸਤ੍ਰੀ ਦੇ ਸਰੀਰ ਨੂੰ ਜਿੰਨਾ ਸੋਹਣਾ ਬਣਾ ਦਿੱਤਾ ਹੈ, ਉਨਾ ਸੁਹਣਾ ਇਸਤ੍ਰੀ ਦਾ ਸਰੀਰ ਹੈ ਨਹੀਂ। ਵਸਤਰਾਂ ਵਿਚ ਢੱਕ ਕੇ ਸਰੀਰ ਛੁਪਿਆ ਨਹੀਂ ਹੈ, ਹੋਰ ਉਘੜ ਕੇ ਪ੍ਰਗਟ ਹੋਇਆ ਹੈ। ਇਹ ਸਾਰੀ ਦੀ ਸਾਰੀ ਸੋਚਣੀ ਸਾਡੀ ਉਲਟਾ ਫਲ ਲੈ ਆਈ ਹੈ। ਇਸ ਲਈ ਅੱਜ ਇਕ ਗੱਲ ਤੁਹਾਨੂੰ ਕਹਿਣੀ ਚਾਹੁੰਦਾ ਹਾਂ ਪਹਿਲੇ ਦਿਨ ਦੀ ਚਰਚਾ ਵਿਚ, ਉਹ ਇਹ—ਸੈਕਸ ਕੀ ਹੈ ? ਉਸਦਾ ਆਕਰਸ਼ਣ ਕੀ ਹੈ ? ਉਸਦਾ ਅਸੋਹਜ ਕਿਉਂ ਪੈਦਾ ਹੋਇਆ ਹੈ ? ਜੇ ਅਸੀਂ ਇਹ ਤਿੰਨ ਗੱਲਾਂ ਠੀਕ ਤਰ੍ਹਾਂ ਸਮਝ ਲਈਏ ਤਾਂ ਮਨੁੱਖ ਦਾ ਮਨ ਇਹਨਾਂ ਦੇ ਉਪਰ ਉਠ ਸਕਦਾ ਹੈ। ਉਠਦਾ ਚਾਹੀਦਾ ਹੈ। ਉਠਣ ਦੀ ਜ਼ਰੂਰਤ ਹੈ।

ਐਪਰ ਉਠਣ ਦੀ ਚੇਸ਼ਟਾ ਗਲਤ ਨਤੀਜੇ ਸਿਰਜਦੀ ਹੈ। ਕਿਉਂਕਿ ਅਸੀਂ ਲੜਾਈ ਖੜ੍ਹੀ ਕੀਤੀ ਹੈ। ਅਸੀਂ ਦੋਸਤੀ ਖੜ੍ਹੀ ਨਹੀਂ ਕੀਤੀ, ਦੁਸ਼ਮਣੀ ਖੜ੍ਹੀ ਕੀਤੀ ਹੈ। ਸੱਪ੍ਰੇਸ਼ਨ ਖੜ੍ਹਾ ਕੀਤਾ ਹੈ, ਦਮਨ ਕੀਤਾ ਹੈ। ਸਮਝ ਪੈਦਾ ਨਹੀਂ ਕੀਤੀ।

ਅੰਡਰਸਟੈਂਡਿੰਗ ਚਾਹੀਦੀ ਹੈ, ਸੱਪ੍ਰੇਸ਼ਨ ਨਹੀਂ।

ਸਮਝ ਚਾਹੀਦੀ ਹੈ। ਜਿੰਨੀ ਗਹਿਰੀ ਸਮਝ ਹੋਵੇਗੀ, ਮਨੁੱਖ ਉਨਾ ਹੀ ਉਪਰ ਉਠਦਾ ਹੈ। ਜਿੰਨੀ ਘੱਟ ਸਮਝ ਹੋਵੇਗੀ, ਉਨਾਂ ਹੀ ਮਨੁੱਖ ਦਬਾਉਣ ਦੀ ਕੋਸ਼ਿਸ਼ ਕਰਦਾ ਹੈ। ਅਤੇ ਦਬਾਉਣ ਦੇ ਕਦੇ ਵੀ ਸਫ਼ਲ ਨਤੀਜੇ, ਫਲਦਾਈ ਨਤੀਜੇ, ਨਰੋਏ ਨਤੀਜੇ ਹਾਸਲ ਨਹੀਂ ਹੁੰਦੇ। ਮਨੁੱਖ ਦੇ ਜੀਵਨ ਦੀ ਸਭ ਤੋਂ ਵੱਡੀ ਊਰਜਾ ਹੈ ਕਾਮ। ਲੇਕਿਨ ਕਾਮ 'ਤੇ ਰੁਕ ਨਹੀਂ ਜਾਣਾ ਹੈ। ਕਾਮ ਨੂੰ ਰਾਮ ਤੱਕ ਲੈ ਜਾਣਾ ਹੈ।

ਸੈਕਸ ਨੂੰ ਸਮਝਣਾ ਹੈ, ਤਾਂ ਜੋ ਬ੍ਰਹਮਚਰਜ ਪ੍ਰਗਟ ਹੋ ਸਕੇ। ਸੈਕਸ ਨੂੰ ਜਾਣਨਾ ਹੈ, ਤਾਂ ਜੋ ਅਸੀਂ ਸੈਕਸ ਤੋਂ ਮੁਕਤ ਹੋ ਸਕੀਏ ਅਤੇ ਉਪਰ ਉਠ ਸਕੀਏ। ਲੇਕਿਨ ਸ਼ਾਇਦ ਹੀ ਆਦਮੀ ਜੀਵਨ ਭਰ ਜੋ ਅਨੁਭਵ ਵਿਚੋਂ ਗੁਜ਼ਰਦਾ ਹੈ ਸ਼ਾਇਦ ਹੀ ਉਸਨੇ ਸਮਝਣ ਦੀ ਕੋਸ਼ਿਸ਼ ਕੀਤੀ ਹੋਵੇ ਕਿ ਸੰਭੋਗ ਦੇ ਅੰਦਰ ਸਮਾਧੀ ਦਾ ਛਿਨ-ਭਰ ਦਾ ਅਨੁਭਵ ਹੈ। ਉਹੀ ਅਨੁਭਵ ਖਿੱਚ ਰਿਹਾ ਹੈ। ਉਹੀ ਅਨੁਭਵ ਆਕਰਸ਼ਤ ਕਰ ਰਿਹਾ ਹੈ। ਉਹੀ ਅਨੁਭਵ ਪੁਕਾਰ ਦੇ ਰਿਹਾ ਹੈ ਕਿ ਆਓ। ਧਿਆਨ-ਪੁਰਵਕ ਉਸ ਅਨੁਭਵ ਨੂੰ ਜਾਣ ਲੈਣਾ ਕਿ ਕਿਹੜਾ ਅਨੁਭਵ ਮੈਨੂੰ ਆਕਰਸ਼ਤ ਕਰ ਰਿਹਾ ਹੈ ? ਕੌਣ ਮੈਨੂੰ ਖਿੱਚ ਰਿਹਾ ਹੈ ?

ਅਤੇ ਮੈਂ ਤੁਹਾਨੂੰ ਕਹਿੰਦਾ ਹਾਂ, ਉਸ ਅਨੁਭਵ ਨੂੰ ਪਾਣ ਦੇ ਸੌਖੇ ਰਾਹ ਹਨ। ਧਿਆਨ ਯੋਗ, ਸਾਮਾਯਿਕ, ਪ੍ਰਾਰਥਨਾ—ਸਭ ਉਸ ਅਨੁਭਵ ਨੂੰ ਪਾਣ ਦੇ ਰਾਹ ਹਨ। ਐਪਰ ਉਹੀ ਅਨੁਭਵ ਸਾਨੂੰ ਆਕਰਸ਼ਤ ਕਰ ਰਿਹਾ ਹੈ। ਇਹ ਸੋਚ ਲੈਣਾ, ਜਾਣ ਲੈਣਾ ਜ਼ਰੂਰੀ ਹੈ।

ਇਕ ਮਿੱਤਰ ਨੇ ਮੈਨੂੰ ਲਿਖਿਆ—ਕੀ ਤੁਸੀਂ ਅਜਿਹੀਆਂ ਗੱਲਾਂ ਆਖੀਆਂ—ਕਿ ਮਾਂ ਦੇ ਨਾਲ ਬੇਟੀ ਬੈਠੀ ਸੀ, ਉਹ ਸੁਣ ਰਹੀ ਹੈ। ਬਾਪ ਦੇ ਨਾਲ ਬੇਟੀ ਬੈਠੀ ਸੀ, ਉਹ ਸੁਣ ਰਹੀ ਹੈ। ਅਜਿਹੀਆਂ ਗੱਲਾਂ ਸਭ ਦੇ ਸਾਹਮਣੇ ਨਹੀਂ ਕਹਿਣੀਆਂ ਚਾਹੀਦੀਆਂ। ਮੈਂ ਉਹਨਾਂ ਨੂੰ ਕਿਹਾ, ਤੁਸੀਂ ਪਾਗਲ ਹੋ। ਜੇ ਮਾਂ ਸਮਝਦਾਰ ਹੋਵੇਗੀ, ਤਾਂ ਇਸਦੇ ਪਹਿਲਾਂ ਕਿ ਬੇਟੀ ਸੈਕਸ ਦੀ ਦੁਨੀਆਂ ਵਿਚ ਉਤਰ ਜਾਵੇ, ਉਸਨੂੰ ਸੈਕਸ ਦੇ ਸਬੰਧ ਵਿਚ ਆਪਣੇ

ਸਾਰੇ ਅਨੁਭਵ ਸਮਝਾ ਦੇਵੇਗੀ, ਤਾਂ ਜੋ ਉਹ ਅਣਜਾਣ, ਅਧਕੱਚੀ, ਅਣਪੱਕ ਸੈਕਸ ਦੇ ਗਲਤ ਰਾਹਾਂ ਉੱਤੇ ਨਾ ਚਲੀ ਜਾਵੇ। ਜੇ ਬਾਪ ਯੋਗ ਹੈ ਅਤੇ ਸਮਝਦਾਰ ਹੈ ਤਾਂ ਆਪਣੇ ਬੇਟੇ ਅਤੇ ਬੇਟੀ ਨੂੰ ਆਪਣੇ ਸਾਰੇ ਅਨੁਭਵ ਦੇਵੇਗਾ, ਤਾਂ ਜੋ ਬੇਟੇ ਅਤੇ ਬੇਟੀਆਂ ਗਲਤ ਰਾਹਾਂ 'ਤੇ ਨਾ ਚਲੇ ਜਾਣ, ਉਹਨਾਂ ਦੇ ਜੀਵਨ ਕੋਝੇ ਨਾ ਹੋ ਜਾਣ।

ਲੇਕਿਨ ਮਜ਼ਾ ਇਹ ਹੈ ਕਿ ਨਾ ਬਾਪ ਦਾ ਕੋਈ ਗਹਿਰਾ ਅਨੁਭਵ ਹੈ, ਨਾ ਮਾਂ ਦਾ ਕੋਈ ਗਹਿਰਾ ਅਨੁਭਵ ਹੈ। ਉਹ ਖ਼ੁਦ ਵੀ ਸੈਕਸ ਦੇ ਤਲ ਤੋਂ ਉਪਰ ਨਹੀਂ ਉਠ ਸਕੇ। ਇਸ ਲਈ ਘਬਰਾਉਂਦੇ ਹਨ ਕਿ ਕਿਤੇ ਸੈਕਸ ਦੀ ਗੱਲ ਸੁਣ ਕੇ ਬੱਚੇ ਵੀ ਇਸੇ ਤਲ ਵਿਚ ਨਾ ਉਲਝ ਜਾਣ।

ਪਰ ਮੈਂ ਉਹਨਾਂ ਤੋਂ ਪੁੱਛਦਾ ਹਾਂ, ਤੁਸੀਂ ਕਿਸਦੀ ਗੱਲ ਸੁਣ ਕੇ ਉਲਝੇ ਸੀ ? ਤੁਸੀਂ ਆਪਣੇ-ਆਪ ਉਲਝ ਗਏ ਸੀ, ਬੱਚੇ ਵੀ ਆਪਣੇ-ਆਪ ਉਲਝ ਜਾਣਗੇ। ਇਹ ਹੋ ਵੀ ਸਕਦਾ ਹੈ ਕਿ ਜੇ ਉਹਨਾਂ ਨੂੰ ਸਮਝ ਦਿੱਤੀ ਜਾਵੇ, ਵਿਚਾਰ ਦਿੱਤਾ ਜਾਵੇ, ਬੋਧ ਦਿੱਤਾ ਜਾਵੇ ਤਾਂ ਸ਼ਾਇਦ ਉਹ ਆਪਣੀ ਊਰਜਾ ਨੂੰ ਜ਼ਾਇਆ ਕਰਨ ਤੋਂ ਬਚ ਸਕਣ, ਊਰਜਾ ਨੂੰ ਬਚਾ ਸਕਣ, ਉਸਦਾ ਰੂਪ ਪਰਤਣ ਕਰ ਸਕਣ।

ਰਾਹਾਂ ਦੇ ਕੰਢੇ 'ਤੇ ਕੋਲੇ ਦਾ ਢੇਰ ਲਗਿਆ ਹੁੰਦਾ ਹੈ। ਵਿਗਿਆਨਕ ਆਖਦੇ ਹਨ ਕਿ ਕੋਲਾ ਹੀ ਹਜ਼ਾਰਾਂ ਸਾਲ ਵਿਚ ਹੀਰਾ ਬਣ ਜਾਂਦਾ ਹੈ। ਕੋਲੇ ਅਤੇ ਹੀਰੇ ਵਿਚ ਕੋਈ ਰਸਾਇਣਕ ਫ਼ਰਕ ਨਹੀਂ ਹੈ। ਕੋਈ ਕੈਮੀਕਲ ਫ਼ਰਕ ਨਹੀਂ ਹੈ। ਕੋਲੇ ਦੇ ਵੀ ਪਰਮਾਣੂ ਉਹੀ ਹਨ, ਜੋ ਹੀਰੇ ਦੇ ਹਨ। ਕੋਲੇ ਦਾ ਵੀ ਰਸਾਇਣਕ ਮੌਲਿਕ ਸੰਗਠਨ ਉਹੀ ਹੈ, ਜੋ ਹੀਰੇ ਦਾ ਹੈ। ਹੀਰਾ ਕੋਲੇ ਦਾ ਹੀ ਰੂਪ-ਪਰਤਿਆ—ਬਦਲਿਆ ਹੋਇਆ ਰੂਪ ਹੈ। ਹੀਰਾ ਕੋਲਾ ਹੀ ਹੈ।

ਮੈਂ ਤੁਹਾਨੂੰ ਕਹਿਣਾ ਚਾਹੁੰਦਾ ਹਾਂ ਕਿ ਸੈਕਸ ਕੋਲੇ ਦੀ ਤਰ੍ਹਾਂ ਹੈ, ਬ੍ਰਹਮਚਰਜ ਹੀਰੇ ਦੀ ਤਰ੍ਹਾਂ ਹੈ। ਲੇਕਿਨ ਉਹ ਕੋਲੇ ਦਾ ਹੀ ਬਦਲਿਆ ਹੋਇਆ ਰੂਪ ਹੈ। ਉਹ ਕੋਲੇ ਦਾ ਦੁਸ਼ਮਣ ਨਹੀਂ ਹੈ। ਉਹ ਕੋਲੇ ਦਾ ਹੀ ਬਦਲਾਹਟ ਹੈ। ਉਹ ਕੋਲੇ ਦਾ ਹੀ ਰੂਪ-ਪਰਤਣ ਹੈ। ਉਹ ਕੋਲੇ ਨੂੰ ਹੀ ਸਮਝ ਕੇ ਨਵੀਆਂ ਦਿਸ਼ਾਵਾਂ ਵਿਚ ਲੈ ਗਈ ਯਾਤਰਾ ਹੈ।

ਸੈਕਸ ਦਾ ਵਿਰੋਧ ਨਹੀਂ ਹੈ ਬ੍ਰਹਮਚਰਜ, ਸੈਕਸ ਦਾ ਹੀ ਰੂਪ-ਪਰਤਣ ਹੈ, ਟ੍ਰਾਂਸਫਾਰਮੇਸ਼ਨ ਹੈ।

ਅਤੇ ਜਿਹੜਾ ਸੈਕਸ ਦਾ ਦੁਸ਼ਮਣ ਹੈ, ਉਹ ਕਦੇ ਬ੍ਰਹਮਚਰਜ ਨੂੰ ਉਪਲਬਧ ਨਹੀਂ ਹੋ ਸਕਦਾ। ਬ੍ਰਹਮਚਰਜ ਦੀ ਦਿਸ਼ਾ ਵਿਚ ਜਾਣਾ ਹੋਵੇ ਅਤੇ ਜਾਣਾ ਜ਼ਰੂਰੀ ਹੈ, ਕਿਉਂਕਿ ਬ੍ਰਹਮਚਰਜ ਦਾ ਮਤਲਬ ਕੀ ਹੈ ?

ਬ੍ਰਹਮਚਰਜ ਦਾ ਇੰਨਾ ਮਤਲਬ ਹੈ ਕਿ ਉਹ ਅਨੁਭਵ ਉਪਲਬਧ ਹੋ ਜਾਵੇ, ਜੋ ਬ੍ਰਹਮ ਦੇ ਆਚਾਰ ਜਿਹਾ ਹੈ। ਜਿਹੋ-ਜਿਹਾ ਭਗਵਾਨ ਦਾ ਜੀਵਲ ਹੋਵੇ, ਉਹੋ-ਜਿਹਾ ਜੀਵਨ ਉਲਪਬਧ ਹੋ ਜਾਵੇ।

ਬ੍ਰਹਮਚਰਜ ਯਾਨੀ ਬ੍ਰਹਮ ਦਾ ਚਰਜ, ਬ੍ਰਹਮ ਵਰਗਾ ਜੀਵਨ। ਪ੍ਰਮਾਤਮਾ ਵਰਗਾ ਅਨੁਭਵ ਉਪਲਬਧ ਹੋ ਜਾਵੇ।

ਉਹ ਹੋ ਸਕਦਾ ਹੈ ਆਪਣੀਆਂ ਸ਼ਕਤੀਆਂ ਨੂੰ ਸਮਝ ਕੇ ਉਹਨਾਂ ਦਾ ਰੂਪ-ਪਰਤਣ ਕਰਨ ਨਾਲ।

ਆਉਣ ਵਾਲੇ ਦੋ ਦਿਨਾਂ ਵਿਚ ਕਿਵੇਂ ਰੂਪ-ਪਰਤਣ ਕੀਤਾ ਜਾ ਸਕਦਾ ਹੈ ਸੈਕਸ ਦਾ,

ਕਿਵੇਂ ਰੂਪ-ਪਰਤਣ ਹੋ ਜਾਣ ਦੇ ਬਾਅਦ ਕਾਮ, ਰਾਮ ਦੇ ਅਨੁਭਵ ਵਿਚ ਬਦਲ ਜਾਂਦਾ ਹੈ, ਉਹ ਮੈਂ ਤੁਹਾਡੇ ਨਾਲ ਗੱਲਾਂ ਕਰਾਂਗਾ ਅਤੇ ਤਿੰਨ ਦਿਨ ਤੱਕ ਚਾਹਾਂਗਾ ਕਿ ਬਹੁਤ ਗੌਰ ਨਾਲ ਸੁਣ ਲਵੋਗੇ, ਤਾਂ ਜੋ ਮੇਰੇ ਬੰਧ ਵਿਚ ਕੋਈ ਗਲਤ-ਫਹਿਮੀ ਪਿਛੋਂ ਤੁਹਾਨੂੰ ਪੈਦਾ ਨਾ ਹੋ ਜਾਵੇ, ਅਤੇ ਜੋ ਵੀ ਸਵਾਲ ਹੋਣ ਈਮਾਨਦਾਰੀ ਨਾਲ ਅਤੇ ਸੱਚੇ, ਉਹਨਾਂ ਨੂੰ ਲਿਖ ਕੇ ਦੇ ਦੇਣਾ, ਤਾਂ ਜੋ ਆਉਣ ਵਾਲੇ ਪਿਛਲੇ ਦੋ ਦਿਨਾਂ ਵਿਚ ਮੈਂ ਉਹਨਾਂ ਦੀ ਤੁਹਾਡੇ ਨਾਲ ਸਿੱਧੀ-ਸਿੱਧੀ ਗੱਲ ਕਰ ਸਕਾਂ। ਕਿਸੇ ਸਵਾਲ ਨੂੰ ਛੁਪਾਉਣ ਦੀ ਜ਼ਰੂਰਤ ਨਹੀਂ ਹੈ। ਜੋ ਜ਼ਿੰਦਗੀ ਵਿਚ ਸੱਚ ਹੈ, ਉਸਨੂੰ ਛੁਪਾਉਣ ਦਾ ਕੋਈ ਕਾਰਨ ਨਹੀਂ ਹੈ। ਕਿਸੇ ਸੱਚ ਤੋਂ ਮੁਕਰਨ ਦੀ ਲੋੜ ਨਹੀਂ ਹੈ। ਜੋ ਸੱਚ ਹੈ, ਉਹ ਸੱਚ ਹੈ—ਭਾਵੇਂ ਅਸੀਂ ਅੱਖਾਂ ਮੀਟੀਏ, ਭਾਵੇਂ ਅੱਖਾਂ ਖੁੱਲ੍ਹੀਆਂ ਰੱਖੀਏ।

ਅਤੇ ਇਕ ਗੱਲ ਮੈਂ ਜਾਣਦਾ ਹਾਂ, ਧਾਰਮਿਕ ਆਦਮੀ ਮੈਂ ਉਸ ਨੂੰ ਕਹਿੰਦਾ ਹਾਂ, ਜਿਹੜਾ ਜੀਵਨ ਦੇ ਸਾਰੇ ਸੱਚਾਂ ਦਾ ਸਿੱਧਾ ਸਾਖਿਆਤਕਾਰ ਕਰਨ ਦੀ ਹਿੰਮਤ ਰੱਖਦਾ ਹੈ। ਜਿਹੜੇ ਇੰਨੇ ਕਮਜ਼ੋਰ, ਕਾਹਲੇ ਅਤੇ ਨਪੁੰਸਕ ਹਨ ਕਿ ਜੀਵਨ ਦੇ ਤੱਥਾਂ ਦਾ ਸਾਹਮਣਾ ਵੀ ਨਹੀਂ ਕਰ ਸਕਦੇ, ਉਹਨਾਂ ਦੇ ਧਾਰਮਕ ਹੋਣ ਦੀ ਕੋਈ ਉਮੀਦ ਕਦੇ ਨਹੀਂ ਹੋ ਸਕਦੀ।

ਇਹ ਆਉਣ ਵਾਲੇ ਚਾਰ ਦਿਨਾਂ ਦੇ ਲਈ ਨਿਉਂਦਾ ਦਿੰਦਾ ਹਾਂ। ਕਿਉਂਕਿ ਅਜਿਹੇ ਵਿਸ਼ੇ ਉੱਤੇ ਇਹ ਗੱਲ ਹੈ ਕਿ ਸ਼ਾਇਦ ਰਿਸ਼ੀ-ਮੁਨੀਆਂ ਕੋਲੋਂ ਆਸ ਨਹੀਂ ਰਹੀ ਹੈ ਕਿ ਅਜਿਹੇ ਵਿਸ਼ਿਆਂ ਉੱਤੇ ਉਹ ਗੱਲ ਕਰਨਗੇ। ਸ਼ਾਇਦ ਤੁਹਾਨੂੰ ਸੁਣਨ ਦੀ ਆਦਤ ਵੀ ਨਹੀਂ ਹੋਵੇਗੀ। ਸ਼ਾਇਦ ਤੁਹਾਡਾ ਮਨ ਡਰੇਗਾ, ਐਪਰ ਫਿਰ ਮੈਂ ਚਾਹਾਂਗਾ ਕਿ ਇਹਨਾਂ ਪੰਜ ਦਿਨੀਂ ਤੁਸੀਂ ਠੀਕ ਤਰ੍ਹਾਂ ਸੁਣਨ ਦੀ ਕੋਸ਼ਿਸ਼ ਕਰੋ। ਇਹ ਹੋ ਸਕਦਾ ਹੈ ਕਿ ਕਾਮ ਦੀ ਸਮਝ ਤੁਹਾਨੂੰ ਰਾਮ ਦੇ ਮੰਦਰ ਦੇ ਅੰਦਰ ਪ੍ਰਵੇਸ਼ ਦਿਵਾ ਦੇਵੇ। ਚਾਹਨਾ ਮੇਰੀ ਇਹੀ ਹੈ। ਪ੍ਰਮਾਤਮਾ ਕਰੇ ਉਹ ਚਾਹਨਾ ਪੂਰੀ ਹੋਵੇ।

ਮੇਰੀਆਂ ਗੱਲਾਂ ਨੂੰ ਇੰਨੇ ਪ੍ਰੇਮ ਅਤੇ ਸ਼ਾਂਤੀ ਨਾਲ ਸੁਣਿਆ, ਉਸਦੇ ਲਈ ਧੰਨਵਾਦੀ ਹਾਂ ਅਤੇ ਅੰਤ ਵਿਚ ਸਭ ਦੇ ਅੰਦਰ ਬੈਠੇ ਹੋਏ ਪ੍ਰਮਾਤਮਾ ਨੂੰ ਪ੍ਰਣਾਮ ਕਰਦਾ ਹਾਂ, ਮੇਰੇ ਪ੍ਰਣਾਮ ਸਵੀਕਾਰ ਕਰੋ।

ਅਧਿਆਇ-3

ਸੰਭੋਗ : ਸਮਾਂ-ਸ਼ੂਨਯਤਾ ਦੀ ਝਲਕ

ਮੇਰੇ ਪਿਆਰੇ ਆਪਣੇ,

ਇਕ ਛੋਟੀ ਜਿਹੀ ਕਹਾਣੀ ਨਾਲ ਮੈਂ ਆਪਣੀ ਗੱਲ ਸ਼ੁਰੂ ਕਰਨੀ ਚਾਹਾਂਗਾ। ਬਹੁਤ ਵਰ੍ਹੇ ਬੀਤੇ, ਬਹੁਤ ਸਦੀਆਂ। ਕਿਸੇ ਦੇਸ਼ ਵਿਚ ਇੱਕ ਵੱਡਾ ਚਿੱਤਰਕਾਰ ਸੀ। ਜਦ ਉਹ ਆਪਣੀ ਨੌਜਵਾਨੀ ਦੀ ਉਮਰ ਵਿਚ ਸੀ, ਉਸਨੇ ਸੋਚਿਆ ਕਿ ਮੈਂ ਇਕ ਅਜਿਹਾ ਚਿੱਤਰ ਬਣਾਵਾਂ, ਜਿਸ ਵਿਚ ਭਗਵਾਨ ਦਾ ਅਨੰਦ ਝਲਕਦਾ ਹੋਵੇ, ਮੈਂ ਅਜਿਹੀਆਂ ਦੋ ਅੱਖਾਂ ਚਿੱਤਰਿਤ ਕਰਾਂ, ਜਿਨ੍ਹਾਂ ਵਿਚ ਅਨੰਤ ਸ਼ਾਂਤੀ ਝਲਕਦੀ ਹੋਵੇ। ਮੈਂ ਇੱਕ ਅਜਿਹੇ ਵਿਅਕਤੀ ਨੂੰ ਲੱਭਾਂ, ਇਕ ਅਜਿਹੇ ਮਨੁੱਖ ਨੂੰ, ਜਿਸਦਾ ਚਿੱਤਰ ਜੀਵਨ ਦੇ ਜੋ ਪਾਰ ਹੈ, ਜਗਤ ਤੋਂ ਜੋ ਦੂਰ ਹੈ, ਉਸਦੀ ਖ਼ਬਰ ਲਿਆਉਂਦਾ ਹੋਵੇ।

ਅਤੇ ਉਹ ਆਪਣੇ ਦੇਸ਼ ਦੇ ਪਿੰਡ-ਪਿੰਡ ਘੁੰਮਿਆ, ਜੰਗਲ-ਜੰਗਲ ਉਸਨੇ ਛਾਣਿਆ, ਉਸ ਆਦਮੀ ਨੂੰ, ਜਿਸਦੀ ਤਸਵੀਰ ਉਹ ਬਣਾ ਸਕੇ। ਅਤੇ ਆਖ਼ਰ ਇਕ ਪਹਾੜ ਉੱਤੇ ਗਊਆਂ ਚਰਾਉਣ ਵਾਲੇ ਇਕ ਚਰਵਾਹੇ ਨੂੰ ਉਸਨੇ ਲੱਭ ਲਿਆ। ਉਸਦੇ ਚਿਹਰੇ ਦੀ ਰੂਪ-ਰੇਖਾ ਵਿਚ ਕੋਈ ਦੂਰ ਦੀ ਖ਼ਬਰ ਸੀ। ਉਸਨੂੰ ਦੇਖ ਕੇ ਲੱਗਦਾ ਸੀ ਕਿ ਮਨੁੱਖ ਦੇ ਅੰਦਰ ਪਰਮਾਤਮਾ ਵੀ ਹੈ। ਉਸਨੇ ਉਸਦੇ ਚਿੱਤਰ ਨੂੰ ਬਣਾਇਆ। ਉਸ ਚਿੱਤਰ ਦੀਆਂ ਲੱਖਾਂ ਕਾਪੀਆਂ ਪਿੰਡ-ਪਿੰਡ, ਦੂਰ-ਦੂਰ ਦੇ ਦੇਸ਼ਾਂ ਵਿਚ ਵਿਕੀਆਂ। ਲੋਕਾਂ ਨੇ ਉਸ ਚਿੱਤਰ ਨੂੰ ਘਰ ਵਿਚ ਟੰਗ ਕੇ ਆਪਣੇ-ਆਪ ਨੂੰ ਧੰਨ ਸਮਝਿਆ।

ਫਿਰ ਵੀਹ ਸਾਲ ਬਾਅਦ, ਉਹ ਚਿੱਤਰਕਾਰ ਬੁੱਢਾ ਹੋ ਗਿਆ ਸੀ। ਅਤੇ ਉਸ ਚਿੱਤਰਕਾਰ ਨੂੰ ਇੱਕ ਖ਼ਿਆਲ ਹੋਰ ਆਇਆ-ਜੀਵਨ ਭਰ ਦੇ ਅਨੁਭਵ ਤੋਂ ਉਸਨੂੰ ਪਤਾ ਲੱਗਿਆ ਸੀ ਕਿ ਆਦਮੀ ਵਿਚ ਭਗਵਾਨ ਹੀ ਜੇਕਰ ਇਕੱਲਾ ਹੁੰਦਾ ਤਾਂ ਠੀਕ ਸੀ, ਆਦਮੀ ਵਿਚ ਸ਼ੈਤਾਨ ਵੀ ਦਿਖਾਈ ਪੈਂਦਾ ਹੈ। ਉਸਨੇ ਸੋਚਿਆ ਕਿ ਮੈਂ ਇੱਕ ਚਿੱਤਰ ਹੋਰ ਬਣਾਵਾਂ, ਜਿਸ ਵਿਚ ਆਦਮੀ ਦੇ ਅੰਦਰ ਸ਼ੈਤਾਨ ਦੀ ਛਿੱਬ ਹੋਵੇ, ਤਦ ਮੇਰੇ ਚਿੱਤਰ ਪੂਰੇ ਮਨੁੱਖ ਦੇ ਚਿੱਤਰ ਬਣ ਸਕਣਗੇ।

ਉਹ ਫਿਰ ਗਿਆ ਬੁਢਾਪੇ ਵਿਚ ਜੂਆਘਰਾਂ ਵਿੱਚ, ਸ਼ਰਾਬਖ਼ਾਨਿਆਂ ਵਿਚ, ਪਾਗਲਖ਼ ਾਨਿਆਂ ਵਿਚ, ਉਸਨੇ ਖੋਜਬੀਨ ਕੀਤੀ ਉਸ ਆਦਮੀ ਦੀ ਜੋ ਆਦਮੀ ਨਾ ਹੋਵੇ, ਸ਼ੈਤਾਨ ਹੋਵੇ। ਜਿਸ ਦੀਆਂ ਅੱਖਾਂ ਵਿਚ ਨਰਕ ਦੀਆਂ ਲਪਟਾਂ ਬਲਦੀਆਂ ਹੋਣ, ਜਿਸਦੇ ਚਿਹਰੇ ਦੀ ਸ਼ਕਲ ਉਸ ਸਭ ਦਾ ਚੇਤਾ ਦਿਵਾਉਂਦੀ ਹੋਵੇ, ਜੋ ਅਸ਼ੁਭ ਹੈ, ਕੋਝਾ ਹੈ, ਅਸੁੰਦਰ ਹੈ। ਉਹ ਪਾਪ ਦੀ ਮੂਰਤੀ ਦੀ ਭਾਲ ਵਿਚ ਨਿਕਲਿਆ। ਇਕ ਮੂਰਤ ਉਸਨੇ ਪਰਮਾਤਮਾ ਦੀ

ਬਣਾਈ ਸੀ, ਉਹ ਇਕ ਮੂਰਤ ਪਾਪ ਦੀ ਵੀ ਬਨਾਉਣੀ ਚਾਹੁੰਦਾ ਸੀ।

ਅਤੇ ਬਹੁਤ ਭਾਲਣ ਦੇ ਬਾਅਦ ਇਕ ਜੇਲ੍ਹਖ਼ਾਨੇ ਵਿਚ ਉਸਨੂੰ ਇਕ ਕੈਦੀ ਮਿਲ ਗਿਆ, ਜਿਸ ਨੇ ਸੱਤ ਹੱਤਿਆਵਾਂ ਕੀਤੀਆਂ ਸਨ ਅਤੇ ਜੋ ਥੋੜ੍ਹੇ ਹੀ ਦਿਨਾਂ ਦੇ ਬਾਅਦ ਮੌਤ ਦੀ ਉਡੀਕ ਕਰ ਰਿਹਾ ਸੀ। ਫਾਂਸੀ ਉੱਤੇ ਲਮਕਾਇਆ ਜਾਣ ਵਾਲਾ ਸੀ। ਉਸ ਆਦਮੀ ਦੀਆਂ ਅੱਖਾਂ ਵਿਚ ਨਰਕ ਦੇ ਦਰਸ਼ਨ ਹੁੰਦੇ ਸਨ, ਘਿਰਣਾ ਜਿਵੇਂ ਸਾਖਿਆਤ ਸੀ। ਉਸ ਆਦਮੀ ਦੇ ਚਿਹਰੇ ਦੀ ਰੂਪ-ਰੇਖਾ ਅਜਿਹੀ ਸੀ ਕਿ ਉਹੋ-ਜਿਹਾ ਕੋਝਾ ਮਨੁੱਖ ਲੱਭਣਾ ਮੁਸ਼ਕਲ ਸੀ। ਉਸਨੇ ਉਸਦੇ ਚਿੱਤਰ ਨੂੰ ਬਣਾਇਆ। ਜਿਸ ਦਿਨ ਉਸਦਾ ਚਿੱਤਰ ਬਣ ਕੇ ਪੂਰਾ ਹੋਇਆ, ਉਹ ਆਪਣੇ ਪਹਿਲੇ ਚਿੱਤਰ ਨੂੰ ਵੀ ਲੈ ਕੇ ਜੇਲ੍ਹਖ਼ਾਨੇ ਵਿਚ ਆਇਆ ਅਤੇ ਦੋਹਾਂ ਚਿੱਤਰਾਂ ਨੂੰ ਕੋਲ-ਕੋਲ ਰੱਖ ਕੇ ਦੇਖਣ ਲੱਗਿਆ ਕਿ ਕਿਹੜੀ ਕਲਾਕਿਰਤ ਸ੍ਰੇਸ਼ਠ ਬਣੀ ਹੈ। ਤੈਅ ਕਰਨਾ ਮੁਸ਼ਕਿਲ ਸੀ। ਚਿੱਤਰਕਾਰ ਖ਼ੁਦ ਵੀ ਮੁਗਧ ਹੋ ਗਿਆ ਸੀ। ਦੋਵੇਂ ਹੀ ਚਿੱਤਰ ਅਨੋਖੇ ਸਨ। ਕਿਹੜਾ ਸ੍ਰੇਸ਼ਠ ਸੀ, ਕਲਾ ਦੀ ਦ੍ਰਿਸ਼ਟੀ ਤੋਂ, ਇਹ ਤੈਅ ਕਰਨਾ ਮੁਸ਼ਕਿਲ ਸੀ।

ਅਤੇ ਤਦੇ ਉਸ ਚਿੱਤਰਕਾਰ ਨੂੰ ਪਿੱਛੇ ਕਿਸੇ ਦੇ ਰੋਣ ਦੀ ਅਵਾਜ਼ ਸੁਣਾਈ ਪਈ। ਮੁੜ ਕੇ ਦੇਖਿਆ, ਤਾਂ ਉਹ ਕੈਦੀ ਜ਼ੰਜੀਰਾਂ ਵਿਚ ਬੱਧਾ ਰੋ ਰਿਹਾ ਹੈ, ਜਿਸਦੀ ਕਿ ਉਸਨੇ ਤਸਵੀਰ ਬਣਾਈ ਸੀ। ਉਹ ਚਿੱਤਰਕਾਰ ਹੈਰਾਨ ਹੋਇਆ। ਉਸਨੇ ਕਿਹਾ ਕਿ ਮੇਰੇ ਦੋਸਤ, ਤੂੰ ਕਿਉਂ ਰੋਂਦਾ ਹੈਂ ? ਚਿੱਤਰਾਂ ਨੂੰ ਦੇਖ ਕੇ ਤੈਨੂੰ ਕੀ ਤਕਲੀਫ਼ ਹੋਈ ?

ਉਸ ਆਦਮੀ ਨੇ ਕਿਹਾ, ਮੈਂ ਇੰਨੇ ਦਿਨ ਤੱਕ ਛੁਪਾਉਣ ਦੀ ਕੋਸ਼ਿਸ਼ ਕੀਤੀ, ਲੇਕਿਨ ਅੱਜ ਮੈਂ ਹਾਰ ਗਿਆ ਹਾਂ। ਸ਼ਾਇਦ ਤੈਨੂੰ ਪਤਾ ਨਹੀਂ ਕਿ ਪਹਿਲੀ ਤਸਵੀਰ ਵੀ ਤੂੰ ਮੇ ਰੀ ਹੀ ਬਣਾਈ ਹੈ। ਇਹ ਦੋਵੇਂ ਤਸਵੀਰਾਂ ਮੇਰੀਆਂ ਹਨ। ਵੀਹ ਸਾਲ ਪਹਿਲਾਂ ਪਹਾੜ ਉਤੇ ਜੋ ਆਦਮੀ ਤੈਨੂੰ ਮਿਲਿਆ ਸੀ, ਉਹ ਮੈਂ ਹੀ ਹਾਂ। ਅਤੇ ਇਸ ਲਈ ਰੋਂਦਾ ਹਾਂ ਕਿ ਮੈਂ ਵੀਹ ਸਾਲਾਂ ਵਿਚ ਕਿਹੜੀ ਯਾਤਰਾ ਕਰ ਲਈ—ਸਵਰਗ ਤੋਂ ਨਰਕ ਦੀ, ਪਰਮਾਤਮਾ ਤੋਂ ਪਾਪ ਦੀ।

ਪਤਾ ਨਹੀਂ ਇਹ ਕਹਾਣੀ ਕਿਥੋਂ ਤੱਕ ਸੱਚ ਹੈ। ਸੱਚ ਹੋਵੇ ਜਾਂ ਨਾ ਹੋਵੇ, ਐਪਰ ਹਰ ਆਦਮੀ ਦੇ ਜੀਵਨ ਵਿਚ ਦੋ ਤਸਵੀਰਾਂ ਹਨ। ਹਰ ਆਦਮੀ ਦੇ ਅੰਦਰ ਸੈਤਾਨ ਹੈ ਅਤੇ ਆਦਮੀ ਦੇ ਅੰਦਰ ਪਰਮਾਤਮਾ ਵੀ। ਹਰ ਆਦਮੀ ਦੇ ਅੰਦਰ ਨਰਕ ਦੀ ਵੀ ਸੰਭਾਵਨਾ ਹੈ ਅਤੇ ਸਵਰਗ ਦੀ ਵੀ। ਹਰ ਆਦਮੀ ਦੇ ਅੰਦਰ ਸੁਹੱਪਣ ਦੇ ਫੁੱਲ ਵੀ ਖਿੜ ਸਕਦੇ ਹਨ ਅਤੇ ਕੋਝ ਦੇ ਗੰਦੇ ਛੱਪੜ ਵੀ ਸੁਣ ਸਕਦੇ ਹਨ। ਹਰ ਆਦਮੀ ਇਹਨਾਂ ਦੋ ਯਾਤਰਾਵਾਂ ਦੇ ਵਿਚਾਲੇ ਲਗਾਤਾਰ ਡੋਲ ਰਿਹਾ ਹੈ। ਇਹ ਦੋ ਸਿਰੇ ਹਨ, ਜਿਨ੍ਹਾਂ ਵਿਚੋਂ ਆਦਮੀ ਕਿਸੇ ਨੂੰ ਵੀ ਛੋਹ ਸਕਦਾ ਹੈ ਅਤੇ ਬਹੁਤ ਲੋਕ ਨਰਕ ਦੇ ਸਿਰੇ ਨੂੰ ਛੋਹ ਲੈਂਦੇ ਹਨ ਅਤੇ ਬਹੁਤ ਘੱਟ ਖ਼ੁਸ਼ਨਸੀਬ ਹਨ, ਜੋ ਆਪਣੇ ਅੰਦਰ ਪਰਮਾਤਮਾ ਨੂੰ ਉਭਾਰ ਪਾਂਦੇ ਹਨ।

ਕੀ ਅਸੀਂ ਆਪਣੇ ਅੰਦਰ ਪਰਮਾਤਮਾ ਨੂੰ ਉਭਾਰ ਪਾਉਣ ਵਿਚ ਸਫ਼ਲ ਹੋ ਸਕਦੇ ਹਾਂ ? ਕੀ ਅਸੀਂ ਵੀ ਉਹ ਮੂਰਤੀ ਬਣ ਸਕਾਂਗੇ, ਜਿਥੇ ਪਰਮਾਤਮਾ ਦੀ ਝਲਕ ਮਿਲੇ ?

ਇਹ ਕਿਵੇਂ ਹੋ ਸਕਦਾ ਹੈ—ਇਸ ਸਵਾਲ ਦੇ ਨਾਲ ਹੀ ਅੱਜ ਦੀ ਦੂਜੀ ਚਰਚਾ ਮੈਂ ਸ਼ੁਰੂ ਕਰਨੀ ਚਾਹੁੰਦਾ ਹਾਂ। ਕਿਵੇਂ ਹੋ ਸਕਦਾ ਹੈ ਕਿ ਆਦਮੀ ਪਰਮਾਤਮਾ ਦੀ ਮੂਰਤੀ ਬਣੇ ? ਇਹ ਕਿਵੇਂ ਹੋ ਸਕਦਾ ਹੈ ਕਿ ਆਦਮੀ ਦਾ ਜੀਵਨ ਇੱਕ ਸਵਰਗ ਬਣੇ ਇਕ ਖ਼ੁਸ਼ਬੋ,

ਇਕ ਸੁਗੰਧ, ਇਕ ਸੁਹੱਪਣ ? ਇਹ ਕਿਵੇਂ ਹੋ ਸਕਦਾ ਹੈ ਕਿ ਮਨੁੱਖ ਉਸਨੂੰ ਜਾਣ ਲਵੇ, ਜਿਸਦੀ ਕੋਈ ਮੌਤ ਨਹੀਂ ਹੈ ? ਇਹ ਕਿਵੇਂ ਹੋ ਸਕਦਾ ਹੈ ਕਿ ਮਨੁੱਖ ਪਰਮਾਤਮਾ ਦੇ ਮੰਦਰ ਵਿਚ ਦਾਖ਼ਲ ਹੋ ਜਾਵੇ ?

ਹੁੰਦਾ ਤਾਂ ਉਲਟਾ ਹੈ। ਬਚਪਨ ਵਿਚ ਅਸੀਂ ਕਿਥੇ ਸਵਰਗ ਵਿਚ ਹੁੰਦੇ ਹਾਂ ਅਤੇ ਬੁੱਢੇ ਹੁੰਦੇ-ਹੁੰਦੇ ਨਰਕ ਤੱਕ ਪਹੁੰਚ ਜਾਂਦੇ ਹਾਂ ! ਹੁੰਦਾ ਉਲਟਾ ਹੈ। ਹੁੰਦਾ ਇਹ ਹੈ ਕਿ ਬਚਪਨ ਦੇ ਬਾਅਦ ਸਾਡਾ ਰੋਜ਼ ਪਤਨ ਹੁੰਦਾ ਹੈ। ਬਚਪਨ ਵਿਚ ਤਾਂ ਕਿਸੇ ਇਨੋਸੇਂਸ, ਕਿਸੇ ਨਿਰਦੋਸ਼ ਸੰਸਾਰ ਦਾ ਅਸੀਂ ਅਨੁਭਵ ਕਰਦੇ ਹਾਂ ਅਤੇ ਫਿਰ ਹੌਲੀ-ਹੌਲੀ ਇਕ ਕਪਟ ਨਾਲ ਭਰਿਆ ਹੋਇਆ, ਪਖੰਡ ਨਾਲ ਭਰਿਆ ਹੋਇਆ ਰਾਹ ਅਸੀਂ ਤੈਅ ਕਰਦੇ ਹਾਂ ਅਤੇ ਬੁੱਢਾ ਹੁੰਦੇ-ਹੁੰਦੇ ਨਾ ਸਿਰਫ਼ ਸਰੀਰ ਤੋਂ ਅਸੀਂ ਬੁੱਢੇ ਹੋ ਜਾਂਦੇ ਹਾਂ, ਬਲਕਿ ਅਸੀਂ ਆਤਮਾ ਤੋਂ ਵੀ ਬੁੱਢੇ ਹੋ ਜਾਂਦੇ ਹਾਂ। ਨਾ ਸਿਰਫ਼ ਸਰੀਰ ਦੀਨ-ਹੀਣ, ਜੀਰਣ-ਜਰਜਰ ਹੋ ਜਾਂਦਾ ਹੈ, ਬਲਕਿ ਆਤਮਾ ਦੀ ਪਰਤ, ਜੀਰਣ ਜਰਜਰ ਹੋ ਜਾਂਦੀ ਹੈ, ਅਤੇ ਇਸਨੂੰ ਹੀ ਅਸੀਂ ਜੀਵਨ ਮੰਨ ਲੈਂਦੇ ਹਾਂ ਅਤੇ ਖ਼ਤਮ ਹੋ ਜਾਂਦੇ ਹਾਂ।

ਧਰਮ ਇਸ ਸਬੰਧ ਵਿਚ ਸ਼ੰਕਾ ਉਠਾਉਣੀ ਚਾਹੁੰਦਾ ਹੈ। ਧਰਮ ਇਕ ਵੱਡਾ ਸ਼ੱਕ ਹੈ ਇਸ ਸਬੰਧ ਵਿੱਚ ਕਿ ਇਹ ਆਦਮੀ ਦੇ ਜੀਵਨ ਦੀ ਗਲਤ ਯਾਤਰਾ ਹੈ ਕਿ ਸਵਰਗ ਤੋਂ ਅਸੀਂ ਨਰਕ ਤੱਕ ਪਹੁੰਚ ਜਾਈਏ। ਹੋਣਾ ਤਾਂ ਉਲਟਾ ਚਾਹੀਦਾ ਹੈ। ਜੀਵਨ ਦੀ ਯਾਤਰਾ ਉਪਲਬਧੀ ਦੀ ਯਾਤਰਾ ਹੋਣੀ ਚਾਹੀਦੀ ਹੈ—ਕਿ ਅਸੀਂ ਦੁੱਖ ਤੋਂ ਅਨੰਦ ਤੱਕ ਪਹੁੰਚੀਏ, ਅਸੀਂ ਹਨੇਰੇ ਤੋਂ ਪ੍ਰਕਾਸ਼ ਤਕ ਪਹੁੰਚੀਏ, ਅਸੀਂ ਮੌਤ ਤੋਂ ਅੰਮ੍ਰਿਤ ਤਕ ਪਹੁੰਚ ਜਾਈਏ। ਪ੍ਰਾਣਾਂ ਦੇ ਪ੍ਰਾਣ ਦੀ ਅਭਿਲਾਖਾ ਅਤੇ ਪਿਆਸ ਵੀ ਉਹੀ ਹੈ। ਪ੍ਰਾਣਾਂ ਵਿਚ ਇਕ ਹੀ ਚਾਹਨਾ ਹੈ ਕਿ ਮੌਤ ਤੇ ਅੰਮ੍ਰਿਤ ਤੱਕ ਕਿਵੇਂ ਪਹੁੰਚੀਏ ? ਪ੍ਰਾਣਾਂ ਵਿਚ ਇਕ ਹੀ ਪਿਆਸ ਹੈ ਕਿ ਅਸੀਂ ਹਨੇਰੇ ਤੋਂ ਰੋਸ਼ਨੀ ਨੂੰ ਕਿਵੇਂ ਉਪਲੱਬਧ ਹੋਈਏ, ਪ੍ਰਾਣਾਂ ਦੀ ਇਕ ਹੀ ਮੰਗ ਹੈ ਕਿ ਅਸੀਂ ਕੂੜ ਤੋਂ ਸੱਚ ਤੱਕ ਕਿਵੇਂ ਜਾ ਸਕਦੇ ਹਾਂ ?

ਯਕੀਨਨ ਹੀ ਸੱਚ ਦੀ ਯਾਤਰਾ ਦੇ ਲਈ, ਯਕੀਨਨ ਹੀ ਆਪਣੇ-ਆਪ ਦੇ ਅੰਦਰ ਪਰਮਾਤਮਾ ਦੀ ਖੋਜ ਦੇ ਲਈ ਵਿਅਕਤੀ ਨੂੰ ਊਰਜਾ ਦਾ ਇਕ ਸੰਗ੍ਰਹਿ ਚਾਹੀਦਾ ਹੈ, ਕੰਜ਼ਰਵੇਸ਼ਨ ਚਾਹੀਦਾ ਹੈ। ਵਿਅਕਤੀ ਨੂੰ ਸ਼ਕਤੀ ਦਾ ਇਕ ਵਧਾਰਾ ਚਾਹੀਦਾ ਹੈ, ਉਸਦੇ ਅੰਦਰ ਸ਼ਕਤੀ ਇਕੱਠੀ ਹੋਵੇ ਕਿ ਉਹ ਸ਼ਕਤੀ ਦਾ ਇਕ ਸੋਮਾ ਬਣ ਜਾਵੇ, ਕਦੇ ਸ਼ਖ਼ਸੀਅਤ ਨੂੰ ਸਵਰਗ ਤੱਕ ਲੈ ਜਾਇਆ ਜਾ ਸਕਦਾ ਹੈ।

ਸਵਰਗ ਨਿਰਬਲਾਂ ਦੇ ਲਈ ਨਹੀਂ ਹੈ। ਜੀਵਨ ਦਾ ਸੱਚ ਉਹਨਾਂ ਦੇ ਲਈ ਨਹੀਂ ਹੈ, ਜਿਹੜੇ ਦੀਨ-ਹੀਣ ਹੋ ਜਾਂਦੇ ਹਨ, ਸ਼ਕਤੀ ਨੂੰ ਖੋ ਕੇ। ਜਿਹੜੇ ਜੀਵਨ ਦੀ ਸਾਰੀ ਸ਼ਕਤੀ ਨੂੰ ਖੋ ਦਿੰਦੇ ਹਨ ਅਤੇ ਅੰਦਰ ਕਮਜ਼ੋਰ ਤੇ ਦੀਨ ਹੋ ਜਾਂਦੇ ਹਨ, ਉਹ ਯਾਤਰਾ ਨਹੀਂ ਕਰ ਸਕਦੇ। ਉਸ ਯਾਤਰਾ ਉਤੇ ਚੜ੍ਹਨ ਦੇ ਲਈ, ਉਹਨਾਂ ਪਹਾੜਾਂ ਉਤੇ ਚੜ੍ਹਨ ਦੇ ਲਈ ਸ਼ਕਤੀ ਚਾਹੀਦੀ ਹੈ।

ਅਤੇ ਸ਼ਕਤੀ ਦਾ ਭੰਡਾਰ ਧਰਮ ਦਾ ਸੂਤਰ ਹੈ-ਸ਼ਕਤੀ ਦਾ ਭੰਡਾਰ, ਕੰਜ਼ਰਵੇਸ਼ਨ ਆਫ਼ ਏਨਰਜੀ। ਕਿਵੇਂ ਸ਼ਕਤੀ ਇਕੱਠੀ ਹੋਵੇ ਕਿ ਅਸੀਂ ਸ਼ਕਤੀ ਦੇ ਉਬਲਦੇ ਹੋਏ ਭੰਡਾਰ ਹੋ ਜਾਈਏ ?

ਐਪਰ ਅਸੀਂ ਤਾਂ ਦੀਨ-ਹੀਣ ਹਾਂ। ਸਾਰੀ ਸ਼ਕਤੀ ਖੋ ਕੇ ਅਸੀਂ ਹੌਲੀ-ਹੌਲੀ ਨਿਰਬਲ ਹੁੰਦੇ ਚਲੇ ਜਾਂਦੇ ਹਾਂ। ਸਭ ਖੋ ਜਾਂਦਾ ਹੈ ਅੰਦਰ, ਸੱਖਣਾਪਣ ਰਹਿ ਜਾਂਦਾ ਹੈ,

ਖ਼ਾਲੀ। ਖ਼ਾਲੀਪਣ ਦੇ ਇਲਾਵਾ ਹੋਰ ਕੁਝ ਨਹੀਂ ਬਚਦਾ ਹੈ।

ਅਸੀਂ ਸ਼ਕਤੀ ਨੂੰ ਕਿਵੇਂ ਖੋ ਦਿੰਦੇ ਹਾਂ ?

ਮਨੁੱਖ ਦਾ ਸ਼ਕਤੀ ਨੂੰ ਖੋਣ ਦਾ ਸਭ ਤੋਂ ਵੱਡਾ ਦੁਆਰਾ ਸੈਕਸ ਹੈ। ਕਾਮ ਮਨੁੱਖ ਦੀ ਸ਼ਕਤੀ ਨੂੰ ਖੋਣ ਦਾ ਸਭ ਤੋਂ ਵੱਡਾ ਦੁਆਰ ਹੈ, ਜਿੱਥੋਂ ਤੋਂ ਉਹ ਸ਼ਕਤੀ ਨੂੰ ਖੋਂਦਾ ਹੈ।

ਅਤੇ ਜਿਵੇਂ ਮੈਂ ਕਲ੍ਹ ਤੁਹਾਨੂੰ ਕਿਹਾ, ਕੋਈ ਕਾਰਨ ਹੈ ਜਿਸਦੀ ਵਜ੍ਹਾ ਨਾਲ ਉਹ ਸ਼ਕਤੀ ਨੂੰ ਖੋਂਦਾ ਹੈ। ਸ਼ਕਤੀ ਨੂੰ ਕੋਈ ਵੀ ਨਹੀਂ ਖੋਣਾ ਚਾਹੁੰਦਾ। ਕੌਣ ਸ਼ਕਤੀ ਨੂੰ ਖੋਣਾ ਚਾਹੁੰਦਾ ਹੈ ? ਲੇਕਿਨ ਕੁਝ ਝਲਕ ਹੈ ਉਪਲਬਧੀ ਦੀ, ਉਸ ਝਲਕ ਦੀ ਖ਼ਾਤਰ ਆਦਮੀ ਸ਼ਕਤੀ ਨੂੰ ਖੋਣ ਲਈ ਰਾਜ਼ੀ ਹੋ ਜਾਂਦਾ ਹੈ। ਕਾਮ ਦੇ ਛਿਨਾਂ ਵਿਚ ਕੁਝ ਅਨੁਭਵ ਹੈ, ਉਸ ਅਨੁਭਵ ਦੇ ਲਈ ਆਦਮੀ ਸਭ-ਕੁਝ ਖੋਣ ਨੂੰ ਤਿਆਰ ਹੋ ਜਾਂਦਾ ਹੈ। ਜੇਕਰ ਉਹ ਅਨੁਭਵ ਕਿਸੇ ਹੋਰ ਰਾਹ ਤੋਂ ਹਾਸਲ ਹੋ ਸਕੇ ਤਾਂ ਮਨੁੱਖ ਸੈਕਸ ਦੇ ਮਾਧਿਅਮ ਰਾਹੀਂ ਸ਼ਕਤੀ ਨੂੰ ਖੋਣ ਲਈ ਕਦੇ ਵੀ ਤਿਆਰ ਨਹੀਂ ਹੋ ਸਕਦਾ।

ਕੀ ਹੋਰ ਕੋਈ ਦੁਆਰ ਹੈ, ਉਸ ਅਨੁਭਵ ਨੂੰ ਪਾਣ ਦਾ ? ਕੀ, ਹੋਰ ਕੋਈ ਰਾਹ ਹੈ ਉਸ ਅਹਿਸਾਸ ਨੂੰ ਹਾਸਲ ਕਰਨ ਦਾ—ਜਿੱਥੇ ਅਸੀਂ ਆਪਣੇ ਪ੍ਰਾਣਾਂ ਦੀ ਗਹਿਰੀ ਜਿਹੀ ਗਹਿਰਾਈ ਵਿਚ ਉਤਰ ਜਾਂਦੇ ਹਾਂ, ਜਿੱਥੇ ਅਸੀਂ ਜੀਵਨ ਦਾ ਉੱਚੇ ਤੋਂ ਉੱਚਾ ਸਿਖ਼ਰ ਛੋਂਹਦੇ ਹਾਂ, ਜਿੱਥੇ ਅਸੀਂ ਜੀਵਨ ਦੀ ਸ਼ਾਂਤੀ ਅਤੇ ਅਨੰਦ ਦੀ ਇਕ ਝਲਕ ਪਾਂਦੇ ਹਾਂ ? ਕੀ ਕੋਈ ਹੋਰ ਰਾਹ ਹੈ ? ਕੀ ਕੋਈ ਹੋਰ ਰਾਹ ਹੈ ਆਪਣੇ ਅੰਦਰ ਪਹੁੰਚ ਜਾਣ ਦਾ ? ਕੀ ਆਪਣੇ-ਆਪੇ ਦੀ ਸ਼ਾਂਤੀ ਅਤੇ ਅਨੰਦ ਦੇ ਸੋਮੇ ਤੱਕ ਪਹੁੰਚ ਜਾਣ ਦੀ ਹੋਰ ਕੋਈ ਪੌੜੀ ਹੈ ? ਜੇ ਉਹ ਪੌੜੀ ਸਾਨੂੰ ਦਿਖਾਈ ਪੈ ਜਾਵੇ ਤਾਂ ਜੀਵਨ ਵਿਚ ਇਕ ਕ੍ਰਾਂਤੀ ਵਾਪਰ ਜਾਂਦੀ ਹੈ। ਆਦਮੀ ਕਾਮ ਦੇ ਪ੍ਰਤੀ ਬੇਮੁੱਖ ਅਤੇ ਰਾਮ ਦੇ ਪ੍ਰਤੀ ਸਨਮੁਖ ਹੋ ਜਾਂਦਾ ਹੈ। ਇਕ ਕ੍ਰਾਂਤੀ ਵਾਪਰ ਜਾਂਦੀ ਹੈ, ਇੱਕ ਨਵਾਂ ਦੁਆਰ ਖੁੱਲ੍ਹ ਜਾਂਦਾ ਹੈ।

ਮਨੁੱਖ ਦੀ ਜਾਤ ਨੂੰ ਜੇਕਰ ਅਸੀਂ ਨਵਾਂ ਦੁਆਰ ਨਾ ਦੇ ਸਕੀਏ ਤਾਂ ਮਨੁੱਖ ਇਕ ਰਿਪੀਟੀਟਿਵ ਸਰਕਲ ਵਿਚ, ਇਕ ਮੁੜ-ਦੁਹਰਾਏ ਜਾਣ ਵਾਲੇ ਚੱਕਰ ਵਿਚ ਘੁੰਮਦਾ ਅਤੇ ਨਸ਼ਟ ਹੁੰਦਾ ਹੈ। ਐਪਰ ਅੱਜ ਤੱਕ ਸੈਕਸ ਦੇ ਸਬੰਧ ਵਿਚ ਜੋ ਵੀ ਧਾਰਨਾਵਾਂ ਰਹੀਆਂ ਹਨ, ਉਹ ਮਨੁੱਖ ਨੂੰ ਸੈਕਸ ਦੇ ਇਲਾਵਾ ਨਵਾਂ ਦੁਆਰ ਖੋਲ੍ਹਣ ਵਿਚ ਸਮਰੱਥ ਨਹੀਂ ਬਣਾ ਪਾਈਆਂ। ਬਲਕਿ ਇਕ ਉਲਟਾ ਉਪੱਦਰ ਹੋਇਆ। ਕੁਦਰਤ ਇਕ ਹੀ ਦੁਆਰ ਦਿੰਦੀ ਹੈ ਮਨੁੱਖ ਨੂੰ, ਉਹ ਸੈਕਸ ਦਾ ਦੁਆਰ ਹੈ। ਹੁਣ ਤੱਕ ਦੀਆਂ ਸਿੱਖਿਆਵਾਂ ਨੇ ਉਹ ਬੰਦ ਵੀ ਕਰ ਦਿੱਤਾ ਅਤੇ ਨਵਾਂ ਦੁਆਰ ਖੋਲ੍ਹਿਆ ਨਹੀਂ ! ਸ਼ਕਤੀ ਅੰਦਰ ਘੁੰਮਣ ਲੱਗੀ ਅਤੇ ਚੱਕਰ ਕੱਟਣ ਲੱਗੀ। ਅਤੇ ਜੇਕਰ ਨਵਾਂ ਦੁਆਰ ਸ਼ਕਤੀ ਦੇ ਲਈ ਨਾ ਮਿਲੇ ਤਾਂ ਘੁੰਮਦੀ ਹੋਈ ਸ਼ਕਤੀ ਮਨੁੱਖ ਨੂੰ ਸ਼ੁਦਾਈ ਕਰ ਦਿੰਦੀ ਹੈ, ਪਾਗਲ ਕਰ ਦਿੰਦੀ ਹੈ। ਅਤੇ ਜੁਦਾਈ ਬੰਦਾ ਨਾ ਸਿਰਫ਼ ਉਸ ਦੁਆਰ ਤੋਂ, ਜੋ ਸੈਕਸ ਦਾ ਸਹਿਜ ਦੁਆਰ ਸੀ, ਨਿਕਲਣ ਦੀ ਕੋਸ਼ਿਸ਼ ਕਰਦਾ ਹੈ, ਉਹ ਕੰਧਾਂ ਅਤੇ ਖਿੜਕੀਆਂ ਨੂੰ ਤੋੜ ਕੇ ਵੀ ਉਸਦੀ ਸ਼ਕਤੀ ਬਾਹਰ ਵਗਣ ਲੱਗਦੀ ਹੈ। ਉਹ ਅਣਕੁਦਰਤੀ ਰਾਹਾਂ ਤੋਂ ਵੀ ਸੈਕਸ ਦੀ ਸ਼ਕਤੀ ਬਾਹਰ ਵਗਣ ਲੱਗਦੀ ਹੈ।

ਇਹ ਦੁਰਘਟਨਾ ਵਾਪਰੀ ਹੈ। ਇਹ ਮਨੁੱਖ ਜਾਤੀ ਦੇ ਵੱਡੇ ਤੋਂ ਵੱਡੇ ਦੁਰਭਾਗਾਂ ਵਿਚੋਂ ਇਕ ਹੈ। ਨਵਾਂ ਦੁਆਰ ਨਹੀਂ ਖੋਲ੍ਹਿਆ ਗਿਆ ਅਤੇ ਪੁਰਾਣਾ ਦੁਆਰ ਬੰਦ ਕਰ ਦਿੱਤਾ ਗਿਆ ਹੈ। ਇਸ ਲਈ ਮੈਂ ਸੈਕਸ ਦੇ ਵਿਰੋਧ ਵਿਚ ਦੁਸ਼ਮਣੀ ਦੇ ਲਈ, ਦਮਨ ਦੇ ਲਈ

ਹੁਣ ਤੱਕ ਜੋ ਵੀ ਸਿੱਖਿਆਵਾਂ ਦਿੱਤੀਆਂ ਗਈਆਂ ਹਨ, ਉਹਨਾਂ ਸਭ ਦੇ ਸਪੱਸ਼ਟ ਵਿਰੋਧ ਵਿਚ ਖੜ੍ਹਾ ਹੋਇਆ ਹਾਂ। ਉਹਨਾਂ ਸਾਰੀਆਂ ਸਿੱਖਿਆਵਾਂ ਨਾਲ ਮਨੁੱਖ ਦੀ ਸੈਕਸੁਅਲਿਟੀ ਵਧੀ ਹੈ। ਘੱਟ ਨਹੀਂ ਹੋਈ, ਬਲਕਿ ਕੋਝੀ ਹੋਈ ਹੈ। ਕੀ ਕਰੀਏ ਲੇਕਿਨ ? ਕੋਈ ਹੋਰ ਦੁਆਰ ਖੋਲ੍ਹਿਆ ਜਾ ਸਕਦਾ ਹੈ ?

ਮੈਂ ਕੱਲ੍ਹ ਤੁਹਾਨੂੰ ਦੱਸਿਆ, ਸੰਭੋਗ ਦੇ ਛਿਨ ਦੀ ਜੋ ਪ੍ਰਤੀਤਿ ਹੈ, ਉਹ ਪ੍ਰਤੀਤਿ ਦੋ ਗੱਲਾਂ ਦੀ ਲੱਗਦੀ ਹੈ—ਟਾਈਮਲੈੱਸਨੈੱਸ ਅਤੇ ਈਗੋਲੈੱਸਨੈੱਸ ਦੀ। ਸਮਾਂ ਸ਼ੂਨਯ ਹੋ ਜਾਂਦਾ ਹੈ ਅਤੇ ਹੰਕਾਰ ਅਲੋਪ ਹੋ ਜਾਂਦਾ ਹੈ। ਸਮਾਂ ਸ਼ੂਨਯ ਹੋਣ ਨਾਲ ਅਤੇ ਹੰਕਾਰ ਅਲੋਪ ਹੋਣ ਨਾਲ ਸਾਨੂੰ ਉਸਦੀ ਇਕ ਝਲਕ ਮਿਲਦੀ ਹੈ, ਜੋ ਸਾਡਾ ਅਸਲ ਜੀਵਨ ਹੈ। ਐਪਰ ਛਿਨ ਭਰ ਦੀ ਝਲਕ ਅਤੇ ਅਸੀਂ ਵਾਪਸ ਆਪਣੀ ਥਾਂ ਖੜ੍ਹੇ ਹੋ ਜਾਂਦੇ ਹਾਂ। ਅਤੇ ਇਕ ਵੱਡੀ ਊਰਜਾ, ਇਕ ਵੱਡੀ ਬਿਜਲਈ ਸ਼ਕਤੀ ਦਾ ਪ੍ਰਵਾਹ, ਇਸ ਵਿਚ ਅਸੀਂ ਖੋ ਦਿੰਦੇ ਹਾਂ। ਫਿਰ ਉਸ ਝਲਕ ਦੀ ਯਾਦ, ਚੇਤਾ, ਮਨ ਨੂੰ ਪੀੜ ਦਿੰਦਾ ਰਹਿੰਦਾ ਹੈ। ਅਸੀਂ ਵਾਪਸ ਉਸ ਅਨੁਭਵ ਨੂੰ ਪਾਣਾ ਚਾਹੁੰਦੇ ਹਾਂ-ਵਾਪਸ ਉਸ ਅਨੁਭਵ ਨੂੰ ਪਾਣਾ ਚਾਹੁੰਦੇ ਹਾਂ ਅਤੇ ਉਹ ਝਲਕ ਇੰਨੀ ਛੋਟੀ ਹੈ, ਇੱਕ ਛਿਨ ਵਿਚ ਖੋ ਜਾਂਦੀ ਹੈ। ਠੀਕ ਤਰ੍ਹਾਂ ਉਸਦੀ ਯਾਦ ਵੀ ਨਹੀਂ ਰਹਿ ਜਾਂਦੀ ਕਿ ਕੀ ਸੀ ਉਹ ਝਲਕ, ਅਸੀਂ ਕੀ ਜਾਣਿਆ ਸੀ ? ਬਸ ਇਕ ਧੁਨ, ਇਕ ਅਰਜ਼, ਇਕ ਪਾਗਲ ਉਡੀਕ ਰਹਿ ਜਾਂਦੀ ਹੈ ਫਿਰ ਉਸ ਅਨੁਭਵ ਨੂੰ ਪਾਣ ਦੀ। ਅਤੇ ਜੀਵਨ ਭਰ ਆਦਮੀ ਇਸੇ ਚੇਸ਼ਟਾ ਵਿਚ ਜੁਟਿਆ ਰਹਿੰਦਾ ਹੈ, ਐਪਰ ਉਸ ਝਲਕ ਨੂੰ ਇੱਕ ਛਿਨ ਤੋਂ ਜ਼ਿਆਦਾ ਨਹੀਂ ਪਾ ਸਕਦਾ ਹੈ। ਉਹੀ ਝਲਕ ਧਿਆਨ ਦੇ ਮਾਧਿਅਮ ਨਾਲ ਵੀ ਉਪਲੱਬਧ ਹੁੰਦੀ ਹੈ।

ਮਨੁੱਖ ਦੀ ਚੇਤਨਾ ਤੱਕ ਪਹੁੰਚਣ ਦੇ ਦੋ ਰਾਹ ਹਨ—ਕਾਮ ਅਤੇ ਧਿਆਨ ਸੈਕਸ ਅਤੇ ਮੈਡੀਟੇਸ਼ਨ।

ਸੈਕਸ ਕੁਦਰਤੀ ਰਾਹ ਹੈ, ਜੋ ਕੁਦਰਤ ਨੇ ਦਿੱਤਾ ਹੋਇਆ ਹੈ। ਜਾਨਵਰਾਂ ਨੂੰ ਵੀ ਦਿੱਤਾ ਹੋਇਆ ਹੈ, ਪੰਛੀਆਂ ਨੂੰ ਵੀ ਦਿੱਤਾ ਹੋਇਆ ਹੈ, ਪੌਦਿਆਂ ਵੀ ਦਿੱਤਾ ਹੋਇਆ ਹੈ, ਮਨੁੱਖਾਂ ਨੂੰ ਵੀ ਦਿੱਤਾ ਹੋਇਆ ਹੈ ਅਤੇ ਜਦ ਤੱਕ ਮਨੁੱਖ ਸਿਰਫ਼ ਕੁਦਰਤ ਵਲੋਂ ਦਿੱਤੇ ਗਏ ਦੁਆਰ ਦਾ ਉਪਯੋਗ ਕਰਦਾ ਹੈ, ਜਦ ਤੱਕ ਉਹ ਪਸ਼ੂਆਂ ਤੋਂ ਉਪਰ ਨਹੀਂ ਹੈ। ਨਹੀਂ ਹੋ ਸਕਦਾ। ਉਹ ਸਾਰਾ ਦੁਆਰ ਤਾਂ ਪਸ਼ੂਆਂ ਦੇ ਲਈ ਵੀ ਹਾਸਲ ਹੈ।

ਮਨੁੱਖਤਾ ਦਾ ਅਰੰਭ ਉਸ ਦਿਨ ਤੋਂ ਹੁੰਦਾ ਹੈ, ਜਿਸ ਦਿਨ ਤੋਂ ਮਨੁੱਖ ਸੈਕਸ ਦੇ ਇਲਾਵਾ ਇਕ ਨਵਾਂ ਦੁਆਰ ਖੁੱਲ੍ਹਣ ਦੇ ਸਮਰੱਥ ਹੋ ਜਾਂਦਾ ਹੈ। ਉਸਦੇ ਪਹਿਲਾਂ ਜਦੋਂ ਮਨੁੱਖ ਨਹੀਂ ਹਾਂ। ਨਾਂ-ਮਾਤਰ ਨੂੰ ਮਨੁੱਖ ਹਾਂ। ਉਸਦੇ ਪਹਿਲਾਂ ਸਾਡੀ ਜ਼ਿੰਦਗੀ ਦਾ ਕੇਂਦਰ ਪਸ਼ੂ ਦਾ ਕੇਂਦਰ ਹੈ, ਪ੍ਰਕਿਰਤੀ ਦਾ ਕੇਂਦਰ ਹੈ। ਜਦ ਤੱਕ ਅਸੀਂ ਉਸਦੇ ਉਪਰ ਨਾ ਉਠ ਪਾਈਏ, ਉਸਦਾ ਟ੍ਰਾਂਸੇਂਡ ਨਾ ਕਰ ਪਾਈਏ, ਉਸਦਾ ਉਲਾਂਘ ਜਾਣਾ ਨਾ ਕਰ ਪਾਈਏ, ਤਦ ਤੱਕ ਅਸੀਂ ਪਸ਼ੂਆਂ ਦੇ ਵਾਂਗ ਹੀ ਜੀਂਦੇ ਹਾਂ।

ਅਸਾਂ ਨੇ ਕੱਪੜੇ ਮਨੁੱਖ ਦੇ ਪਹਿਨੇ ਹੋਏ ਹਨ, ਅਸੀਂ ਭਾਸ਼ਾ ਮਨੁੱਖ ਦੀ ਖੋਲਦੇ ਹਾਂ, ਅਸੀਂ ਸਾਰਾ ਰੂਪ ਮਨੁੱਖਾਂ ਦਾ ਪੈਦਾ ਕਰ ਰਖਿਆ ਹੈ, ਐਪਰ ਅੰਦਰ ਗਹਿਰੇ ਤੋਂ ਗਹਿਰੇ ਤਲ ਤੇ ਅਸੀਂ ਪਸ਼ੂਆਂ ਨਾਲੋਂ ਵੱਧ ਨਹੀਂ ਹੁੰਦੇ, ਨਹੀਂ ਹੋ ਸਕਦੇ ਹਾਂ। ਅਤੇ ਇਸ ਲਈ ਜ਼ਰਾ-ਕੁ ਮੌਕਾ ਮਿਲ ਜਾਵੇ ਅਤੇ ਸਾਡੀ ਮਨੁੱਖਤਾ ਨੂੰ ਜ਼ਰਾ-ਜਿੰਨੀ ਛੋਟ ਮਿਲ ਜਾਵੇ, ਤਾਂ ਅਸੀਂ ਉਸੇ ਵੇਲੇ ਪਸ਼ੂ ਹੋ ਜਾਂਦੇ ਹਾਂ।

ਹਿੰਦੁਸਤਾਨ-ਪਾਕਿਸਤਾਨ ਦਾ ਵੰਡਾਰਾ ਹੋਇਆ ਅਤੇ ਸਾਨੂੰ ਦਿਖਾਈ ਪੈ ਗਿਆ ਕਿ ਆਦਮੀ ਦੇ ਕੱਪੜਿਆਂ ਦੇ ਅੰਦਰ ਜਾਨਵਰ ਬੈਠਾ ਹੋਇਆ ਹੈ। ਸਾਨੂੰ ਦਿਖਾਈ ਪੈ ਗਿਆ ਹੈ ਕਿ ਉਹ ਲੋਕ ਜਿਹੜੇ ਕੱਲ੍ਹ ਮਸਜਿਦਾਂ ਵਿਚ ਪ੍ਰਾਰਥਨਾ ਕਰਦੇ ਸਨ ਅਤੇ ਮੰਦਰਾਂ ਵਿਚ ਗੀਤਾ ਪੜ੍ਹਦੇ ਸਨ, ਉਹ ਕੀ ਕਰ ਰਹੇ ਹਨ ? ਉਹ ਹੱਤਿਆਵਾਂ ਕਰ ਰਹੇ ਹਨ, ਉਹ ਬਲਾਤਕਾਰ ਕਰ ਰਹੇ ਹਨ, ਉਹ ਸਭ ਕੁਝ ਕਰ ਰਹੇ ਹਨ ! ਉਹ ਹੀ ਲੋਕ ਜਿਹੜੇ ਮੰਦਰਾਂ ਅਤੇ ਮਸਜਿਦਾਂ ਵਿਚ ਦਿਖਾਈ ਪੈਂਦੇ ਸਨ, ਉਹ ਹੀ ਲੋਕ, ਬਲਾਤਕਾਰ ਕਰਦੇ ਹੋਏ ਦਿਖਾਈ ਪੈਣ ਲੱਗੇ ! ਕੀ ਹੋ ਗਿਐ ਇਹਨਾਂ ਨੂੰ ?

ਹੁਣੇ ਦੰਗਾ-ਫ਼ਸਾਦ ਹੋ ਜਾਵੇ, ਹੁਣੇ ਇੱਥੇ ਦੰਗੇ ਫ਼ਸਾਦ ਹੋ ਜਾਣ, ਅਤੇ ਇਥੇ ਈ ਆਦਮੀ ਨੂੰ ਦੰਗੇ ਵਿਚ ਮੌਕਾ ਮਿਲ ਜਾਏਗਾ ਆਪਣੀ ਆਦਮੀਅਤ ਤੋਂ ਛੁੱਟੀ ਲੈ ਲੈਣ ਦਾ ਅਤੇ ਫ਼ੌਰਨ ਉਹ ਜੋ ਅੰਦਰ ਛੁਪਿਆ ਹੋਇਆ ਪਸ਼ੂ ਹੈ, ਪ੍ਰਗਟ ਹੋ ਜਾਂਦਾ ਹੈ। ਉਹ ਹਮੇਸ਼ਾ ਤਿਆਰ ਹੈ, ਉਹ ਉਡੀਕ ਕਰ ਰਿਹਾ ਹੈ ਕਿ ਮੈਨੂੰ ਮੌਕਾ ਮਿਲ ਜਾਵੇ। ਭੀੜ-ਭੜੱਕੇ ਵਿਚ ਉਸਨੂੰ ਮੌਕਾ ਮਿਲ ਜਾਂਦਾ ਹੈ, ਤਾਂ ਛੇਤੀ ਛੱਡ ਦਿੰਦਾ ਹੈ ਆਪਣਾ ਖ਼ਿਆਲ—ਉਹ ਜੋ ਬੰਨ੍ਹ ਬੰਨ੍ਹ ਕੇ ਉਸਨੇ ਰਖਿਆ ਹੋਇਆ ਹੈ। ਭੀੜ ਵਿਚ ਮੌਕਾ ਮਿਲ ਜਾਂਦਾ ਹੈ ਉਸਨੂੰ ਭੁੱਲ ਜਾਣ ਦਾ ਕਿ ਮੈਂ ਭੁੱਲ ਜਾਵਾਂ ਆਪਣੇ-ਆਪ ਨੂੰ।

ਇਸ ਲਈ ਅੱਜ ਤੱਕ ਇਕੱਲੇ ਆਦਮੀਆਂ ਨੇ ਉਨੇ ਪਾਪ ਨਹੀਂ ਕੀਤੇ ਹਨ, ਜਿੰਨੇ ਭੀੜ ਵਿਚ ਆਦਮੀਆਂ ਨੇ ਪਾਪ ਕੀਤੇ ਹਨ। ਇਕੱਲਾ ਆਦਮੀ ਜ਼ਰਾ ਡਰਦਾ ਹੈ ਕਿ ਕੋਈ ਦੇਖ ਲਵੇਗਾ, ਇਕੱਲਾ ਆਦਮੀ ਕੁਝ ਸੋਚਦਾ ਹੈ ਕਿ ਮੈਂ ਇਹ ਕੀ ਕਰ ਰਿਹਾ ਹਾਂ, ਇਕੱਲੇ ਆਦਮੀ ਨੂੰ ਆਪਣੇ ਕੱਪੜਿਆਂ ਦੀ ਫ਼ਿਕਰ ਹੁੰਦੀ ਹੈ ਕਿ ਲੋਕ ਕੀ ਕਹਿਣਗੇ—ਜਾਨਵਰ ਹੈ।

ਲੇਕਿਨ ਜਦ ਵੱਡੀ ਭੀੜ ਹੁੰਦੀ ਹੈ ਤਾਂ ਇਕੱਲਾ ਆਦਮੀ ਕਹਿੰਦਾ ਹੈ ਕਿ ਹੁਣ ਕੌਣ ਦੇਖਦਾ ਹੈ, ਹੁਣ ਕੌਣ ਪਛਾਣਦਾ ਹੈ, ਉਹ ਭੀੜ ਦੇ ਨਾਲ ਇਕ ਹੋ ਜਾਂਦਾ ਹੈ। ਉਸਦੀ ਆਈਡੈਂਟਿਟੀ ਮਿਟ ਜਾਂਦੀ ਹੈ। ਹੁਣ ਉਹ ਫਲਾਣੇ ਨਾਂ ਦਾ ਆਦਮੀ ਨਹੀਂ ਹੈ, ਹੁਣ ਉਹ ਵੱਡੀ ਭੀੜ ਹੈ। ਅਤੇ ਵੱਡੀ ਭੀੜ ਜੋ ਕਰਦੀ ਹੈ, ਉਹ ਵੀ ਕਰਦਾ ਹੈ ! ਅਤੇ ਕੀ ਕਰਦਾ ਹੈ ? ਅੱਗ ਲਾਉਂਦਾ ਹੈ, ਬਲਾਤਕਾਰ ਕਰਦਾ ਹੈ। ਭੀੜ ਵਿਚ ਉਸਨੂੰ ਮੌਕਾ ਮਿਲ ਜਾਂਦਾ ਹੈ ਕਿ ਉਹ ਆਪਣੇ ਪਸ਼ੂ ਨੂੰ ਫਿਰ ਤੋਂ ਛੁੱਟੀ ਦੇ ਦੇਵੇ, ਜੋ ਉਸਦੇ ਅੰਦਰ ਛੁਪਿਆ ਹੈ।

ਅਤੇ ਇਸੇ ਲਈ ਆਦਮੀ ਦਸ-ਪੰਜ ਵਰ੍ਹਿਆਂ ਵਿਚ ਯੁੱਧ ਦੀ ਉਡੀਕ ਕਰਨ ਲੱਗਦਾ ਹੈ, ਦੰਗਿਆਂ ਦੀ ਉਡੀਕ ਕਰਨ ਲੱਗਦਾ ਹੈ ! ਜੇ ਹਿੰਦੂ-ਮੁਸਲਮਾਨ ਦਾ ਬਹਾਨਾ ਮਿਲ ਜਾਵੇ ਤਾਂ ਹਿੰਦੂ-ਮੁਸਲਮਾਨ ਸਹੀ, ਜੇ ਹਿੰਦੂ-ਮੁਸਲਮਾਨ ਦਾ ਨਾ ਮਿਲੇ ਤਾਂ ਗੁਜਰਾਤੀ-ਮਰਾਠੀ ਵੀ ਕੰਮ ਕਰ ਸਕਦਾ ਹੈ। ਜੇ ਗੁਜਰਾਤੀ-ਮਰਾਠੀ ਨਾ ਹੋਣ, ਤਾਂ ਹਿੰਦੀ ਬੋਲਣ ਵਾਲਾ ਅਤੇ ਗ਼ੈਰ-ਹਿੰਦੀ ਬੋਲਣ ਵਾਲਾ ਵੀ ਕੰਮ ਕਰ ਸਕਦਾ ਹੈ।

ਕੋਈ ਵੀ ਬਹਾਨਾ ਚਾਹੀਦਾ ਹੈ ਆਦਮੀ ਨੂੰ, ਉਸਦੇ ਅੰਦਰ ਦੇ ਪਸ਼ੂ ਨੂੰ ਛੁੱਟੀ ਚਾਹੀਦੀ ਹੈ। ਉਹ ਘਬਰਾ ਜਾਂਦਾ ਹੈ ਪਸ਼ੂ ਅੰਦਰ ਬੰਦ ਰਹਿੰਦਾ-ਰਹਿੰਦਾ। ਉਹ ਕਹਿੰਦਾ ਹੈ, ਮੈਨੂੰ ਪ੍ਰਗਟ ਹੋਣ ਦਿਉ, ਅਤੇ ਆਦਮੀ ਦੇ ਅੰਦਰ ਦਾ ਪਸ਼ੂ ਤਦ ਤੱਕ ਨਹੀਂ ਮਿਟਦਾ ਹੈ, ਜਦ ਤੱਕ ਪਸ਼ੂਪੁਣੇ ਦਾ ਜੋ ਸਹਿਜ ਮਾਰਗ ਹੈ, ਉਸਦੇ ਉਪਰ ਮਨੁੱਖ ਦੀ ਚੇਤਨਾ ਨਾ ਉਠੇ ! ਪਸ਼ੂਪੁਣੇ ਦਾ ਸਹਿਜ ਮਾਰਗ—ਸਾਡੀ ਊਰਜਾ, ਸਾਡੀ ਸ਼ਕਤੀ ਦਾ ਇਕ ਹੀ ਦੁਆਰ ਹੈ ਵਹਿਣ ਦਾ-ਉਹ ਹੈ ਸੈਕਸ। ਅਤੇ ਉਹ ਦੁਆਰ ਬੰਦ ਕਰ ਦੇਈਏ ਤਾਂ ਕਠਿਨਾਈ ਖੜ੍ਹੀ

ਹੋ ਜਾਂਦੀ ਹੈ। ਉਸ ਦੁਆਰ ਨੂੰ ਬੰਦ ਕਰਨ ਤੋਂ ਪਹਿਲਾਂ ਨਵੇਂ ਦੁਆਰ ਦਾ ਉਦਘਾਟਨ ਹੋਣਾ ਜ਼ਰੂਰੀ ਹੈ-ਜੀਵਨ ਚੇਤਨਾ ਨਵੀਂ ਦਿਸ਼ਾ ਵਿਚ ਪ੍ਰਵਾਹਤ ਹੋ ਸਕੇ।

ਲੇਕਿਨ ਇਹ ਹੋ ਸਕਦਾ ਹੈ। ਇਹ ਅੱਜ ਤੱਕ ਨਹੀਂ ਕੀਤਾ ਗਿਆ—ਨਹੀਂ ਕੀਤਾ ਗਿਆ, ਕਿਉਂਕਿ ਦਮਨ ਸਰਲ ਮਲੂਮ ਪਿਆ, ਰੂਪ ਪਰਤਣ ਕਠਨ ਹੈ। ਦਬਾ ਦੇਣਾ ਕਿਸੇ ਗੱਲ ਨੂੰ, ਅਸਾਨ ਹੈ। ਬਦਲਦਾ, ਬਦਲਣ ਦੀ ਵਿੱਧੀ ਅਤੇ ਸਾਧਨਾਂ ਦਾ ਜ਼ਰੂਰਤ ਹੈ। ਇਸ ਲਈ ਅਸੀਂ ਸੌਖਾ ਰਾਹ ਵਰਤਿਆ ਕਿ ਦਬਾ ਦਿਉ ਆਪਣੇ ਅੰਦਰ।

ਐਪਰ ਅਸੀਂ ਇਹ ਭੁੱਲ ਗਏ ਕਿ ਦਬਾਉਣ ਨਾਲ ਕੋਈ ਚੀਜ਼ ਨਸ਼ਟ ਨਹੀਂ ਹੁੰਦੀ ਹੈ, ਦਬਾਉਣ ਨਾਲ ਹੋਰ ਮਜ਼ਬੂਤ ਹੋ ਜਾਂਦੀ ਹੈ, ਅਤੇ ਅਸੀਂ ਇਹ ਭੁੱਲ ਗਏ ਕਿ ਦਬਾਉਣ ਨਾਲ ਸਾਡਾ ਆਕਰਸ਼ਣ ਹੋਰ ਗਹਿਰਾ ਹੁੰਦਾ ਹੈ। ਜਿਸਨੂੰ ਅਸੀਂ ਦਬਾਉਂਦੇ ਹਾਂ, ਉਹ ਸਾਡੀ ਚੇਤਨਾ ਦੀਆਂ ਹੋਰ ਗਹਿਰੀਆਂ ਪਰਤਾਂ ਵਿਚ ਦਾਖ਼ਲ ਹੋ ਜਾਂਦਾ ਹੈ। ਅਸੀਂ ਉਸਨੂੰ ਦਿਨ ਵਿਚ ਦਬਾ ਲੈਂਦੇ ਹਾਂ, ਉਹ ਸੁਫ਼ਨਿਆਂ ਵਿਚ ਸਾਡੀਆਂ ਅੱਖਾਂ ਵਿਚ ਝੂਲਣ ਲੱਗਦਾ ਹੈ, ਅਸੀਂ ਉਸਨੂੰ ਨਿੱਤ-ਦਿਹਾੜੀ ਦਬਾ ਲੈਂਦੇ ਹਾਂ, ਉਹ ਸਾਡੇ ਅੰਦਰ ਉਡੀਕ ਕਰਦਾ ਹੈ ਕਿ ਕਦ ਮੌਕਾ ਮਿਲ ਜਾਵੇ, ਕਦ ਮੈਂ ਫੁੱਟ ਪਵਾਂ, ਨਿਕਲ ਪਵਾਂ। ਜਿਸਨੂੰ ਅਸੀਂ ਦਬਾਉਂਦੇ ਹਾਂ ਉਸ ਤੋਂ ਅਸੀਂ ਮੁਕਤ ਨਹੀਂ ਹੁੰਦੇ, ਅਸੀਂ ਹੋਰ ਗਹਿਰੇ ਅਰਥਾਂ ਵਿਚ, ਹੋਰ ਗਹਿਰਾਈਆਂ ਵਿਚ, ਹੋਰ ਅਚੇਤਨ ਵਿਚ, ਹੋਰ ਅਨਕਾਂਸ਼ਸ਼ ਤਕ ਉਸ ਦੀਆਂ ਜੜ੍ਹਾਂ ਪਹੁੰਚ ਜਾਂਦੀਆਂ ਹਨ, ਅਤੇ ਉਹ ਸਾਨੂੰ ਜਕੜ ਲੈਂਦਾ ਹੈ।

ਆਦਮੀ ਸੈਕਸ ਨੂੰ ਦਬਾਉਣ ਦੇ ਕਾਰਨ ਹੀ ਬੱਝ ਗਿਆ ਅਤੇ ਜਕੜਿਆ ਗਿਆ। ਅਤੇ ਇਹੀ ਵਜ੍ਹਾ ਹੈ ਕਿ ਪਸ਼ੂਆਂ ਦੀ ਤਾਂ ਸੈਕਸ ਦੀ ਕੋਈ ਮਿਆਦ ਹੁੰਦੀ ਹੈ, ਕੋਈ ਪੀਰੀਅਡ ਹੁੰਦਾ ਹੈ ਸਾਲ ਵਿਚ, ਆਦਮੀ ਦੀ ਕੋਈ ਮਿਆਦ ਨਹੀਂ ਰਹੀ, ਕੋਈ ਪੀਰੀਅਡ ਨਹੀਂ ਰਿਹਾ, ਆਦਮੀ ਚੌਵੀ ਘੰਟੇ, ਬਾਰ੍ਹਾਂ ਮਹੀਨੇ ਸੈਕਸੁਅਲ ਹੈ। ਸਾਰੇ ਜਾਨਵਰਾਂ ਵਿਚ ਕੋਈ ਜਾਨਵਰ ਅਜਿਹਾ ਨਹੀਂ ਹੈ ਕਿ ਜੋ ਬਾਰ੍ਹਾਂ ਮਹੀਨੇ, ਚੌਵੀ ਘੰਟੇ ਕਾਮੁਕਤਾ ਨਾਲ ਭਰਿਆ ਹੋਇਆ ਹੋਵੇ। ਉਸਦਾ ਸਮਾਂ ਹੈ, ਉਸਦੀ ਰੁੱਤ ਹੈ; ਉਹ ਆਉਂਦੀ ਹੈ ਅਤੇ ਚਲੀ ਜਾਂਦੀ ਹੈ ਅਤੇ ਫਿਰ ਉਸਦਾ ਚੇਤਾ ਵੀ ਖੋ ਜਾਂਦਾ ਹੈ।

ਆਦਮੀ ਨੂੰ ਕੀ ਹੋ ਗਿਆ ਹੈ ? ਆਦਮੀ ਨੇ ਜਿਸ ਚੀਜ਼ ਨੂੰ ਦਬਾਇਆ ਹੈ ਉਹ ਫੈਲ ਕੇ ਉਸਦੇ ਚੌਵੀ ਘੰਟੇ ਅਤੇ ਬਾਰ੍ਹਾਂ ਮਹੀਨੇ ਦੇ ਜੀਵਨ ਉਤੇ ਫੈਲ ਗਈ ਹੈ।

ਕਦੇ ਤੁਸੀਂ ਇਸ ਉਤੇ ਵਿਚਾਰ ਕੀਤਾ ਕਿ ਕੋਈ ਪਸ਼ੂ ਹਰ ਹਾਲਤ ਵਿਚ ਹਰ ਵੇਲੇ ਕਾਮੁਕ ਨਹੀਂ ਹੁੰਦਾ। ਐਪਰ ਆਦਮੀ ਹਰ ਹਾਲਤ ਵਿਚ, ਹਰ ਵੇਲੇ ਕਾਮੁਕ ਹੈ—ਜਿਵੇਂ ਕਾਮੁਕਤਾ ਉੱਬਲ ਰਹੀ ਹੈ, ਜਿਵੇਂ ਕਾਮੁਕਤਾ ਹੀ ਸਭ ਕੁਝ ਹੈ। ਇਹ ਕਿਵੇਂ ਹੋ ਗਿਆ ? ਇਹ ਦੁਰਘਟਨਾ ਕਿਵੇਂ ਸੰਭਵ ਹੋਈ ਹੈ ? ਪ੍ਰਿਥਵੀ ਉਤੇ ਸਿਰਫ਼ ਮਨੁੱਖ ਦੇ ਨਾਲ ਹੋਈ ਹੈ, ਹੋਰ ਕਿਸੇ ਜਾਨਵਰ ਦੇ ਨਾਲ ਨਹੀਂ-ਕਿਉਂ ?

ਇਕ ਹੀ ਕਾਰਨ ਹੈ, ਸਿਰਫ਼ ਮਨੁੱਖ ਨੇ ਦਬਾਉਣ ਦੀ ਕੋਸ਼ਿਸ਼ ਕੀਤੀ ਹੈ ਅਤੇ ਜਿਸਨੂੰ ਦਬਾਇਆ, ਉਹ ਜ਼ਹਿਰ ਦੀ ਤਰ੍ਹਾਂ ਸਭ ਪਾਸੇ ਫੈਲ ਗਿਆ। ਉਸਨੂੰ ਦਬਾਉਣ ਦੇ ਲਈ ਸਾਨੂੰ ਕੀ ਕਰਨਾ ਪਿਆ ? ਦਬਾਉਣ ਦੇ ਲਈ ਸਾਨੂੰ ਨਿੰਦਿਆ ਕਰਨੀ ਪਈ, ਦਬਾਉਣ ਦੇ ਲਈ ਸਾਨੂੰ ਗਾਲ੍ਹ ਕੱਢਣੀ ਪਈ, ਦਬਾਉਣ ਦੇ ਲਈ ਸਾਨੂੰ ਅਪਮਾਨਜਨਕ ਭਾਵਨਾਵਾਂ ਪੈਦਾ ਕਰਨੀਆਂ ਪਈਆਂ। ਸਾਨੂੰ ਕਹਿਣਾ ਪਿਆ—ਸੈਕਸ ਪਾਪ ਹੈ, ਸਾਨੂੰ ਕਹਿਣਾ ਪਿਆ ਕਿ ਸੈਕਸ ਨਰਕ ਹੈ। ਸਾਨੂੰ ਕਹਿਣਾ ਪਿਆ ਕਿ ਜੋ ਸੈਕਸ ਵਿਚ ਹੈ, ਉਹ

ਨਿੱਘਰਿਆ ਹੋਇਆ ਹੈ, ਨਿੰਦਿਤ ਹੈ। ਸਾਨੂੰ ਇਹ ਸਾਰੀਆਂ ਗਾਲ੍ਹਾਂ ਖੋਜਣੀਆਂ ਪਈਆਂ, ਤਦੇ ਅਸੀਂ ਦਬਾਉਣ ਵਿਚ ਸਫ਼ਲ ਹੋ ਸਕੇ। ਅਤੇ ਸਾਨੂੰ ਖ਼ਿਆਲ ਵੀ ਨਹੀਂ ਕਿ ਇਹਨਾਂ ਨਿੰਦਿਆਵਾਂ ਅਤੇ ਗਾਲ੍ਹਾਂ ਦੇ ਕਾਰਨ ਸਾਡਾ ਜੀਵਨ ਜ਼ਹਿਰ ਨਾਲ ਭਰ ਗਿਆ ਹੈ।

ਨੀਤਸ਼ੇ ਨੇ ਇਕ ਬਚਨ ਕਿਹਾ ਹੈ, ਜੋ ਬਹੁਤ ਅਰਥਪੂਰਨ ਹੈ। ਉਸਨੇ ਕਿਹਾ ਹੈ ਕਿ ਧਰਮਾਂ ਨੇ ਜ਼ਹਿਰ ਖਵਾ ਕੇ ਸੈਕਸ ਨੂੰ ਮਾਰ ਸੁੱਟਣ ਦੀ ਕੋਸ਼ਿਸ਼ ਕੀਤੀ ਸੀ। ਸੈਕਸ ਮਰਿਆ ਤਾਂ ਨਹੀਂ, ਸਿਰਫ਼ ਜ਼ਹਿਰੀਲਾ ਹੋ ਕੇ ਜਿਉਂਦਾ ਹੈ। ਮਰ ਵੀ ਜਾਂਦਾ ਤਾਂ ਠੀਕ ਸੀ। ਉਹ ਮਰਿਆ ਨਹੀਂ। ਲੇਕਿਨ ਹੋਰ ਗੜਬੜ ਹੋ ਗਈ ਗੱਲ। ਉਹ ਜ਼ਹਿਰੀਲਾ ਵੀ ਹੋ ਗਿਆ ਅਤੇ ਜਿਉਂਦਾ ਹੈ। ਇਹ ਜੋ ਸੈਕਸੁਅਲਿਟੀ ਹੈ, ਇਹ ਜ਼ਹਿਰੀਲਾ ਸੈਕਸ ਹੈ।

ਸੈਕਸ ਤਾਂ ਪਸ਼ੂਆਂ ਵਿਚ ਵੀ ਹੈ, ਕਾਮ ਤਾਂ ਪਸ਼ੂਆਂ ਵਿਚ ਵੀ ਹੈ, ਕਿਉਂਕਿ ਕਾਮ ਜੀਵਨ ਦੀ ਊਰਜਾ ਹੈ। ਐਪਰ ਸੈਕਸੁਅਲਿਟੀ, ਕਾਮੁਕਤਾ ਸਿਰਫ਼ ਮਨੁੱਖ ਵਿਚ ਹੈ। ਕਾਮੁਕਤਾ ਪਸ਼ੂਆਂ ਵਿਚ ਨਹੀਂ ਹੈ। ਪਸ਼ੂਆਂ ਦੀਆਂ ਅੱਖਾਂ ਵਿਚ ਦੇਖੋ, ਉਥੇ ਕਾਮੁਕਤਾ ਦਿਖਾਈ ਨਹੀਂ ਪਵੇਗੀ, ਆਦਮੀ ਦੀਆਂ ਅੱਖਾਂ ਵਿਚ ਝਾਕੋ, ਉਥੇ ਇਕ ਕਾਮੁਕਤਾ ਦਾ ਰਸ ਝਲਕਦਾ ਹੋਇਆ ਦਿਖਾਈ ਪਏਗਾ। ਇਸ ਲਈ ਪਸ਼ੂ ਅੱਜ ਵੀ ਇੱਕ ਤਰ੍ਹਾਂ ਸੋਹਣੇ ਹਨ। ਲੇਕਿਨ ਦਮਨ ਕਰਨ ਵਾਲੇ ਪਾਗਲਾਂ ਦੀ ਕੋਈ ਸੀਮਾ ਨਹੀਂ ਹੈ ਕਿ ਉਹ ਕਿੱਥੇ ਤੱਕ ਵੱਧ ਜਾਣਗੇ।

ਜੋ ਕੱਲ੍ਹ ਤੁਹਾਨੂੰ ਕਿਹਾ ਸੀ ਕਿ ਜੇ ਅਸੀਂ ਦੁਨੀਆਂ ਨੂੰ ਸੈਕਸ ਤੋਂ ਮੁਕਤ ਕਜਨਾ ਹੈ, ਤਾਂ ਬੱਚੇ ਅਤੇ ਬੱਚੀਆਂ ਨੂੰ ਇਕ-ਦੂਜੇ ਦੇ ਨੇੜੇ ਲਿਆਉਣਾ ਹੋਵੇਗਾ ਇਸ ਤੋਂ ਪਹਿਲਾਂ ਕਿ ਉਹਨਾਂ ਵਿਚ ਸੈਕਸ ਜਾਗੇ, ਚੌਦਾਂ ਸਾਲ ਤੋਂ ਪਹਿਲਾਂ ਉਹ ਇਕ ਦੂਜੇ ਦੇ ਸਰੀਰ ਨਾਲ ਇੰਨੇ ਸਪੱਸ਼ਟ ਤੌਰ ’ਤੇ ਵਾਕਫ਼ ਹੋ ਲੈਣ ਕਿ ਉਹ ਚਾਹਨਾ ਅਲੋਪ ਹੋ ਜਾਵੇ।

ਲੇਕਿਨ ਅਮਰੀਕਾ ਵਿੱਚ ਹੁਣੇ-ਹੁਣੇ ਇਕ ਨਵਾਂ ਅੰਦੋਲਨ ਚਲਿਆ ਹੈ। ਅਤੇ ਉਹ ਨਵਾਂ ਅੰਦੋਲਨ ਉਥੋਂ ਦੇ ਬਹੁਤ ਧਾਰਮਕ ਲੋਕ ਚਲਾ ਰਹੇ ਹਨ ! ਸ਼ਾਇਦ ਤੁਹਾਨੂੰ ਪਤਾ ਵੀ ਨਾ ਹੋਵੇ, ਉਹ ਨਵਾਂ ਅੰਦੋਲਨ ਬਹੁਤ ਅਨੋਖਾ ਹੈ। ਉਹ ਅੰਦੋਲਨ ਇਹ ਹੈ ਕਿ ਸੜਕਾਂ ਉਤੇ ਗਾਂ, ਮੱਝ, ਘੋੜੇ, ਕੁੱਤੇ, ਬਿੱਲੀ ਨੂੰ ਵੀ ਬਿਨਾਂ ਕੱਪੜੇ ਦੇ ਨਾ ਕੱਢਿਆ ਜਾਵੇ, ਉਹਨਾਂ ਨੂੰ ਕੱਪੜੇ ਪਹਿਨਾ ਕੇ ਕੱਢਿਆ ਜਾਵੇ, ਉਹਨਾਂ ਨੂੰ ਵੀ ਕੱਪੜੇ ਪਹਿਨਣੇ ਚਾਹੀਦੇ ਹਨ, ਕਿਉਂਕਿ ਨੰਗੇ ਪਸ਼ੂਆਂ ਨੂੰ ਦੇਖ ਕੇ ਬੱਚੇ ਵਿਗੜ ਸਕਦੇ ਹਨ ! ਬੜੇ ਮਜ਼ੇ ਦੀ ਗੱਲ ਹੈ। ਨੰਗੇ ਪਸ਼ੂਆਂ ਨੂੰ ਦੇਖ ਕੇ ਬੱਚੇ ਵਿਗੜ ਸਕਦੇ ਹਨ, ਅਮਰੀਕਾ ਦੇ ਕੁਝ ਨੀਤੀਵਾਨ ਇਸਦੇ ਬਾਬਤ ਅੰਦੋਲਨ ਅਤੇ ਸੰਗਠਨ ਅਤੇ ਸੰਸਥਾਵਾਂ ਬਣਾ ਰਹੇ ਹਨ ਕਿ ਪਸ਼ੂਆਂ ਨੂੰ ਵੀ ਸੜਕਾਂ ਉਤੇ ਨਗਨ ਨਾ ਲਿਆਂਦਾ ਜਾ ਸਕੇ ! ਆਦਮੀ ਨੂੰ ਬਚਾਉਣ ਦੀਆਂ ਇੰਨੀਆਂ ਕੋਸ਼ਿਸ਼ਾਂ ਚੱਲ ਰਹੀਆਂ ਹਨ। ਅਤੇ ਕੋਸ਼ਿਸ਼ ਬਚਾਉਣ ਦੀ ਜੋ ਕਰਨ ਵਾਲੇ ਲੋਕ ਹਨ, ਉਹ ਹੀ ਆਦਮੀ ਨੂੰ ਨਸ਼ਟ ਕਰ ਰਹੇ ਹਨ।

ਕਦੇ ਤੁਸੀਂ ਖ਼ਿਆਲ ਕੀਤਾ ਕਿ ਪਸ਼ੂ ਆਪਣੀ ਨਗਨਤਾ ਵਿਚ ਵੀ ਅਨੋਖਾ ਅਤੇ ਸੁੰਦਰ ਹੈ। ਉਸਦੀ ਨਗਨਤਾ ਵਿਚ ਵੀ ਉਹ ਨਿਰਦੋਸ਼ ਹੈ, ਸਰਲ ਅਤੇ ਸਿੱਧਾ ਹੈ। ਕਦੇ ਤੁਹਾਨੂੰ ਪਸ਼ੂ ਨਗਨ ਹੈ, ਇਹ ਵੀ ਖ਼ਿਆਲ ਸ਼ਾਇਦ ਹੀ ਆਇਆ ਹੋਵੇ। ਜਦ ਤੱਕ ਕਿ ਤੁਹਾਡੇ ਅੰਦਰ ਬਹੁਤ ਨੰਗਾਪਨ ਨਾ ਛੁਪਿਆ ਹੋਵੇ, ਤਦ ਤੱਕ ਤੁਹਾਨੂੰ ਪਸ਼ੂ ਨੰਗਾ ਨਹੀਂ ਦਿਖਾਈ ਪੈ ਸਕਦਾ।

ਐਪਰ ਉਹ ਜੋ ਭੈਮਾਨ ਲੋਕ ਹਨ, ਉਹ ਜੋ ਡਰੇ ਹੋਏ ਲੋਕ ਹਨ, ਉਹ ਭੈ ਅਤੇ ਡਰ

ਦੇ ਕਾਰਨ ਸਭ-ਕੁਝ ਕਰ ਰਹੇ ਹਨ ਅੱਜ ਤੱਕ। ਅਤੇ ਉਹਨਾਂ ਦੇ ਸਭ ਕਰਨ ਨਾਲ ਆਦਮੀ ਨਿੱਤ ਨੀਵੇਂ ਤੋਂ ਨੀਵਾਂ ਉਤਰਦਾ ਜਾ ਰਿਹਾ ਹੈ। ਲੋੜ ਤਾਂ ਇਹ ਹੈ ਕਿ ਆਦਮੀ ਵੀ ਕਿਸੇ ਦਿਨ ਇੰਨਾ ਸਰਲ ਹੋਵੇ ਕਿ ਨਗਨ ਖੜ੍ਹਾ ਹੋ ਸਕੇ—ਨਿਰਦੋਸ਼ ਅਤੇ ਅਨੰਦ ਨਾਲ ਭਰਿਆ ਹੋਇਆ।

ਲੋੜ ਤਾਂ ਇਹ ਹੈ ਕਿ ਜਿਵੇਂ ਮਹਾਂਵੀਰ ਵਰਗਾ ਵਿਅਕਤੀ ਨਗਨ ਖੜ੍ਹਾ ਹੋ ਗਿਆ। ਲੋਕ ਕਹਿੰਦੇ ਹਨ ਕਿ ਉਹਨਾਂ ਨੇ ਕੱਪੜੇ ਛੱਡੇ, ਕੱਪੜਿਆਂ ਦਾ ਤਿਆਗ ਕੀਤਾ। ਮੈਂ ਕਹਿੰਦਾ ਹਾਂ, ਨਾ ਕੱਪੜੇ ਛੱਡੇ, ਨਾ ਕੱਪੜਿਆਂ ਦਾ ਤਿਆਗ ਕੀਤਾ। ਚਿੱਤ ਇੰਨਾ ਨਿਰਦੋਸ਼ ਹੋ ਗਿਆ ਹੋਵੇਗਾ, ਇੰਨਾ ਇਨੋਸੇਂਸ, ਜਿਵੇਂ ਇਕ ਛੋਟੇ ਬੱਚੇ ਦਾ, ਤਾਂ ਉਹ ਨਗਨ ਖੜ੍ਹੇ ਹੋ ਗਏ ਹੋਣਗੇ, ਕਿਉਂਕਿ ਢੱਕਣ ਨੂੰ ਜਦ ਕੁਝ ਵੀ ਨਹੀਂ ਰਹਿ ਜਾਂਦਾ ਤਾਂ ਆਦਮੀ ਨਗਨ ਹੋ ਸਕਦਾ ਹੈ।

ਜਦ ਤੱਕ ਢੱਕਣ ਨੂੰ ਕੁਝ ਹੈ ਸਾਡੇ ਅੰਦਰ, ਤਦ ਤੱਕ ਆਦਮੀ ਖ਼ੁਦ ਨੂੰ ਛੁਪਾਏਗਾ। ਜਦ ਢੱਕਣ ਨੂੰ ਕੁਝ ਵੀ ਨਹੀਂ ਹੈ, ਤਾਂ ਨਗਨ ਹੋ ਸਕਦਾ ਹੈ।

ਚਾਹੀਦੀ ਤਾਂ ਹੈ ਇਕ ਅਜਿਹੀ ਪ੍ਰਿਥਵੀ ਕਿ ਆਦਮੀ ਵੀ ਇੰਨਾ ਸਰਲ ਹੋਵੇਗਾ ਕਿ ਨਗਨ ਹੋਣ ਵਿਚ ਵੀ ਉਸਨੂੰ ਕੋਈ ਪਛਤਾਵਾ, ਕੋਈ ਪੀੜ ਨਹੀਂ ਹੋਵੇਗੀ. ਨਗਨ ਹੋਣ ਵਿਚ ਉਸਨੂੰ ਕੋਈ ਅਪਰਾਧ ਨਹੀਂ ਹੋਵੇਗਾ, ਅੱਜ ਤਾਂ ਅਸੀਂ ਕੱਪੜੇ ਪਹਿਨ ਕੇ ਦੀ ਅਪਰਾਧੀ ਮਲੂਮ ਹੁੰਦੇ ਹਾਂ, ਅਸੀਂ ਕੱਪੜੇ ਪਹਿਨ ਕੇ ਵੀ ਨੰਗੇ ਹਾਂ ! ਅਤੇ ਅਜਿਹੇ ਲੋਕ ਵੀ ਰਹੇ ਹਨ, ਜੋ ਨਗਨ ਹੋ ਕੇ ਵੀ ਨਗਨ ਨਹੀਂ ਸਨ।

ਨੰਗਾਪਣ ਮਨ ਦੀ ਇਕ ਬਿਰਤੀ ਹੈ।

ਸਰਲਤਾ, ਨਿਰਦੋਸ਼ ਚਿੱਤ—ਫਿਰ ਨਗਨਤਾ ਵੀ ਸਾਰਥਕ ਹੋ ਜਾਂਦੀ ਹੈ, ਅਰਥਪੂਰਨ ਹੋ ਜਾਂਦੀ ਹੈ, ਉਹ ਵੀ ਇਕ ਸੋਹਜ ਲੈ ਲੈਂਦੀ ਹੈ।

ਲੇਕਿਨ ਹੁਣ ਤੱਕ ਆਦਮੀ ਨੂੰ ਜ਼ਹਿਰ ਪਿਆਇਆ ਗਿਆ ਹੈ ਅਤੇ ਜ਼ਹਿਰ ਦਾ ਨਤੀਜਾ ਇਹ ਹੋਇਆ ਹੈ ਕਿ ਸਾਡਾ ਸਾਰਾ ਜੀਵਨ ਇਕ ਸਿਰੇ ਤੋਂ ਲੈ ਕੇ ਦੂਜੇ ਸਿਰੇ ਤੱਕ ਜ਼ਹਿਰੀਲਾ ਹੋ ਗਿਆ ਹੈ।

ਇਸਤ੍ਰੀਆਂ ਨੂੰ ਅਸੀਂ ਕਹਿੰਦੇ ਹਾਂ, ਪਤੀ ਨੂੰ ਪਰਮਾਤਮਾ ਸਮਝਣਾ ! ਅਤੇ ਉਹਨਾਂ ਇਸਤ੍ਰੀਆਂ ਨੂੰ ਬਚਪਨ ਤੋਂ ਹੀ ਸਿਖਾਇਆ ਗਿਆ ਹੈ ਕਿ ਸੈਕਸ ਪਾਪ ਹੈ, ਨਰਕ ਹੈ ! ਉਹ ਕੱਲ੍ਹ ਵਿਆਹੀਆਂ ਜਾਣਗੀਆਂ, ਉਹ ਉਸ ਪਤੀ ਨੂੰ ਕਿਵੇਂ ਪਰਮਾਤਮਾ ਮੰਨ ਸਕਣਗੀਆਂ, ਜੋ ਉਹਨਾਂ ਨੂੰ ਸੈਕਸ ਵਿਚ ਅਤੇ ਨਰਕ ਵਿਚ ਲੈ ਜਾ ਰਿਹਾ ਹੈ। ਇਕ ਪਾਸੇ ਤਾਂ ਅਸੀਂ ਸਿਖਾਉਂਦੇ ਹਾਂ ਪਤੀ ਪਰਮਾਤਮਾ ਹੈ ਅਤੇ ਪਤਨੀ ਦਾ ਅਨੁਭਵ ਕਹਿੰਦਾ ਹੈ ਕਿ ਇਹ ਪਹਿਲਾ ਪਾਪੀ ਹੈ, ਜੋ ਮੈਨੂੰ ਨਰਕ ਵਿਚ ਘਸੀਟ ਰਿਹਾ ਹੈ।

ਇਕ ਭੈਣ ਨੇ ਮੈਨੂੰ ਆ ਕੇ ਕਿਹਾ, ਪਿਛਲੀ ਮੀਟਿੰਗ ਵਿਚ ਜਦ ਮੈਂ ਇੱਥੇ ਬੋਲਿਆ, ਭਾਰਤੀ ਵਿਦਿਆਭਵਨ ਵਿਚ, ਤਾਂ ਇਕ ਭੈਣ ਮੇਰੇ ਕੋਲ ਉਸੇ ਦਿਨ ਆਈ ਅਤੇ ਉਸਨੇ ਕਿਹਾ ਕਿ ਮੈਂ..."ਮੈਂ ਬਹੁਤ ਗੁੱਸੇ ਵਿਚ ਹਾਂ, ਮੈਂ ਬਹੁਤ ਕ੍ਰੋਧ ਵਿਚ ਹਾਂ। ਸੈਂਕਸ ਤਾਂ ਬੜੀ ਘਿਰਣਿਤ ਚੀਜ਼ ਹੈ। ਸੈਕਸ ਤਾਂ ਪਾਪ ਹੈ। ਅਤੇ ਤੁਸੀਂ ਸੈਕਸ ਦੀ ਇੰਨੀ ਗੱਲ ਕਿਉਂ ਕੀਤੀ ? ਮੈਂ ਤਾਂ ਘਿਰਣਾ ਕਰਦੀ ਹਾਂ ਸੈਕਸ ਨੂੰ।"

ਹੁਣ ਇਹ ਪਤਨੀ ਹੈ—ਇਸਦਾ ਪਤੀ ਹੈ, ਇਸਦੇ ਬੱਚੇ ਹਨ, ਬੱਚੀਆਂ ਹਨ ਅਤੇ ਇਹ ਪਤਨੀ ਸੈਕਸ ਨੂੰ ਘਿਰਣਾ ਕਰਦੀ ਹੈ, ਉਹ ਪਤੀ ਨੂੰ ਕਿਵੇਂ ਪ੍ਰੇਮ ਕਰ ਸਕਦੀ ਹੈ,

ਜੋ ਇਸਨੂੰ ਸੈਕਸ ਵਿਚ ਲੈ ਜਾ ਰਿਹਾ ਹੈ । ਇਹ ਉਹਨਾਂ ਬੱਚਿਆਂ ਨੂੰ ਕਿਵੇਂ ਪ੍ਰੇਮ ਕਰ ਸਕਦੀ ਹੈ, ਜੋ ਸੈਕਸ ਤੋਂ ਪੈਦਾ ਹੋ ਰਹੇ ਹਨ ? ਇਸਦਾ ਪ੍ਰੇਮ ਜ਼ਹਿਰੀਲਾ ਰਹੇਗਾ। ਇਸਦੇ ਪ੍ਰੇਮ ਵਿਚ ਜ਼ਹਿਰ ਛੁਪਿਆ ਰਹੇਗਾ। ਪਤੀ ਅਤੇ ਇਸਦੇ ਵਿਚਾਲੇ ਇਕ ਬੁਨਿਆਦੀ ਕੰਧ ਖੜ੍ਹੀ ਰਹੇਗੀ। ਬੱਚਿਆਂ ਅਤੇ ਇਸਦੇ ਵਿਚਾਲੇ ਇਕ ਬੁਨਿਆਦੀ ਕੰਧ ਖੜ੍ਹੀ ਰਹੇਗੀ। ਕਿਉਂਕਿ ਉਹ ਸੈਕਸ ਦੀ ਕੰਧ ਅਤੇ ਸੈਕਸ ਦੀ ਕੰਡੇਮਨੇਸ਼ਨ ਦੀ ਬਿਰਤੀ ਵਿਚਾਲੇ ਖੜ੍ਹੀ ਹੈ। ਇਹ ਬੱਚੇ ਪਾਪ ਤੋਂ ਆਏ ਹਨ। ਇਹ ਪਤੀ ਅਤੇ ਮੇਰੇ ਵਿਚਾਲੇ ਪਾਪ ਦਾ ਸਬੰਧ ਹੈ। ਅਤੇ ਜਿਨ੍ਹਾਂ ਦੇ ਨਾਲ ਪਾਪ ਦਾ ਸਬੰਧ ਹੈ, ਉਹਨਾਂ ਦੇ ਪ੍ਰਤੀ ਅਸੀਂ ਮਿੱਤਰਤਾਪੂਰਨ ਹੋ ਸਕਦੇ ਹਾਂ ? ਪਾਪ ਦੇ ਪ੍ਰਤੀ ਅਸੀਂ ਮਿੱਤਰਤਾਪੂਰਨ ਹੋ ਸਕਦੇ ਹਾਂ ?

ਸਾਰੀ ਦੁਨੀਆਂ ਦਾ ਗ੍ਰਿਹਸਥ-ਜੀਵਨ ਨਸ਼ਟ ਕੀਤਾ ਹੈ ਸੈਕਸ ਨੂੰ ਗਾਲ੍ਹ ਦੇਣ ਵਾਲੇ, ਨਿੰਦਿਆ ਕਰਨ ਵਾਲੇ ਲੋਕਾਂ ਨੇ। ਅਤੇ ਉਹ ਇਸਨੂੰ ਨਸ਼ਟ ਕਰਕੇ ਜੋ ਭੈੜੇ ਨਤੀਜੇ ਲਿਆਏ ਹਨ, ਉਹ ਇਹ ਨਹੀਂ ਹੈ ਕਿ ਸੈਕਸ ਤੋਂ ਲੋਕ ਮੁਕਤ ਹੋ ਗਏ ਹੋਣ। ਜੋ ਪਤੀ ਆਪਣੀ ਪਤਨੀ ਅਤੇ ਆਪਣੇ ਵਿਚਾਲੇ ਇਕ ਕੰਧ ਪਾਂਦਾ ਹੈ ਪਾਪ ਦੀ, ਉਹ ਪਤਨੀ ਤੋਂ ਕਦੇ ਵੀ ਤ੍ਰਿਪਤੀ ਮਹਿਸੂਸ ਨਹੀਂ ਕਰ ਪਾਂਦਾ। ਤਾਂ ਆਸ-ਪਾਸ ਦੀਆਂ ਇਸਤ੍ਰੀਆਂ ਨੂੰ ਭਾਲਦਾ ਹੈ, ਵੇਸਵਾਵਾਂ ਨੂੰ ਭਾਲਦਾ ਹੈ। ਭਾਲੇਗਾ। ਜੇ ਪਤਨੀ ਤੋਂ ਉਸਨੂੰ ਤ੍ਰਿਪਤੀ ਮਿਲ ਗਈ ਹੁੰਦੀ ਤਾਂ ਸ਼ਾਇਦ ਇਸ ਜਗਤ ਦੀਆਂ ਸਾਰੀਆਂ ਇਸਤ੍ਰੀਆਂ ਉਸਦੇ ਲਈ ਮਾਂ ਅਤੇ ਭੈਣ ਹੋ ਜਾਂਦੀਆਂ। ਐਪਰ ਪਤਨੀ ਤੋਂ ਤ੍ਰਿਪਤੀ ਨਾ ਮਿਲਣ ਦੇ ਕਾਰਨ ਸਾਰੀਆਂ ਇਸਤ੍ਰੀਆਂ ਉਸਨੂੰ ਪੋਟੇਂਸ਼ਿਅਲ ਔਰਤਾਂ ਦੀ ਤਰ੍ਹਾਂ, ਪੋਟੇਂਸ਼ਿਅਲ ਪਤਨੀਆਂ ਦੀ ਤਰ੍ਹਾਂ ਮਲੂਮ ਪੈਂਦੀਆਂ ਹਨ, ਜਿਨ੍ਹਾਂ ਨੂੰ ਪਤਨੀ ਵਿਚ ਬਦਲਿਆ ਜਾ ਸਕਦਾ ਹੈ।

ਇਹ ਸੁਭਾਵਕ ਹੈ, ਇਹ ਹੋਣ ਵਾਲਾ ਸੀ। ਇਹ ਹੋਣ ਵਾਲਾ ਸੀ, ਕਿਉਂਕਿ ਜਿੱਥੇ ਤ੍ਰਿਪਤੀ ਮਿਲ ਸਕਦੀ ਸੀ; ਉਥੇ ਜ਼ਹਿਰ ਹੈ, ਉਥੇ ਪਾਪ ਹੈ। ਅਤੇ ਤ੍ਰਿਪਤੀ ਨਹੀਂ ਮਿਲਦੀ, ਅਤੇ ਉਹ ਚਾਰੇ ਪਾਸੇ ਭਟਕਦਾ ਹੈ ਅਤੇ ਖੋਜਦਾ ਹੈ। ਅਤੇ ਕੀ-ਕੀ ਈਜ਼ਾਦਾਂ ਕਰਦਾ ਹੈ ਖੋਜ ਕੇ ਆਦਮੀ ! ਜੇ ਇਹਨਾਂ ਸਾਰੀਆਂ ਈਜ਼ਾਦਾਂ ਨੂੰ ਅਸੀਂ ਸੋਚਣ ਬੈਠੀਏ ਤਾਂ ਘਬਰਾ ਜਾਵਾਂਗੇ ਕਿ ਆਦਮੀ ਨੇ ਕੀ-ਕੀ ਈਜ਼ਾਦਾਂ ਕੀਤੀਆਂ ਹਨ ! ਲੇਕਿਨ ਇਕ ਬੁਨਿਆਦੀ ਗੱਲ ਉਤੇ ਖ਼ਿਆਲ ਨਹੀਂ ਕੀਤਾ ਕਿ ਉਹ ਜੋ ਪ੍ਰੇਮ ਦਾ ਖੂਹ ਸੀ, ਉਹ ਜੋ ਕਾਮ ਦਾ ਖੂਹ ਸੀ, ਉਹ ਜ਼ਹਿਰੀਲਾ ਬਣਾ ਦਿੱਤਾ ਗਿਆ ਹੈ।

ਅਤੇ ਜਦ ਪਤੀ ਤੇ ਪਤਨੀ ਦੇ ਵਿਚਾਲੇ ਜ਼ਹਿਰ ਦਾ ਭਾਵ ਹੋਵੇ, ਘਬਰਾਹਟ ਦਾ ਭਾਵ ਹੋਵੇ, ਪਾਪ ਦਾ ਭਾਵ ਹੋਵੇ ਤਾਂ ਫਿਰ ਇਹ ਪਾਪ ਦੀ ਭਾਵਨਾ ਰੂਪ-ਪਰਤਣ ਨਹੀਂ ਕਰਨ ਦੇਵੇਗੀ। ਨਹੀਂ ਤਾਂ ਮੇਰੀ ਸਮਝ ਇਹ ਹੈ ਕਿ ਇਕ ਪਤੀ ਅਤੇ ਪਤਨੀ ਜੇ ਇਕ-ਦੂਜੇ ਦੇ ਪ੍ਰਤੀ ਸਮਝ-ਪੂਰਵਕ ਪ੍ਰੇਮ ਨਾਲ ਭਰੇ ਹੋਏ, ਅਨੰਦ ਨਾਲ ਭਰੇ ਹੋਏ ਅਤੇ ਸੈਕਸ ਦੇ ਪ੍ਰਤੀ ਬਿਨਾਂ ਨਿੰਦਿਆ ਦੇ ਸੈਕਸ ਨੂੰ ਸਮਝਣ ਦੀ ਚੇਸ਼ਟਾ ਕਰਨਗੇ ਤਾਂ ਅੱਜ ਨਹੀਂ ਕੱਲ੍ਹ ਉਨ੍ਹਾਂ ਵਿਚਲਾ ਸਬੰਧ ਰੂਪ ਪਰਤਾ ਜਾਣ ਵਾਲਾ ਹੈ। ਇਹ ਹੋ ਸਕਦਾ ਹੈ ਕਿ ਕੱਲ੍ਹ ਉਹੀ ਪਤਨੀ ਮਾਂ ਵਰਗੀ ਦਿਖਾਈ ਪੈਣ ਲੱਗੇ।

ਗਾਂਧੀ ਜੀ 1930 ਦੇ ਕਰੀਬ ਸ਼੍ਰੀਲੰਕਾ ਗਏ ਸਨ। ਉਹਨਾਂ ਦੇ ਨਾਲ ਕਸਤੂਰਬਾ ਸਨ। ਪ੍ਰਬੰਧਕਾਂ ਨੇ ਸਮਝਿਆ ਸ਼ਾਇਦ ਗਾਂਧੀ ਜੀ ਦੀ ਮਾਂ ਨਾਲ ਆਈ ਹੋਈ ਹੈ। ਕਿਉਂਕਿ ਗਾਂਧੀ ਜੀ ਕਸਤੂਰਬਾ ਨੂੰ ਖ਼ੁਦ ਵੀ ਬਾ ਹੀ ਕਹਿੰਦੇ ਸਨ। ਲੋਕਾਂ ਨੇ ਸਮਝਿਆ ਸ਼ਾਇਦ ਉਹਨਾਂ ਦੀ ਮਾਂ ਹੋਵੇਗੀ। ਪ੍ਰਬੰਧਕਾਂ ਨੇ ਜਾਣ-ਪਛਾਣ ਕਰਾਉਂਦਿਆਂ ਹੋਇਆਂ

ਕਿਹਾ ਕਿ ਗਾਂਧੀ ਜੀ ਆਏ ਹਨ ਅਤੇ ਬੜੇ ਸੁਭਾਗ ਦੀ ਗੱਲ ਹੈ ਕਿ ਉਹਨਾਂ ਦੇ ਮਾਤਾ ਜੀ ਵੀ ਨਾਲ ਆਏ ਹੋਏ ਹਨ। ਉਹ ਉਹਨਾਂ ਦੇ ਬਗਲ ਵਿਚ ਬੈਠੇ ਹਨ। ਗਾਂਧੀ ਜੀ ਦੇ ਸੈਕ੍ਰੇਟਰੀ ਤਾਂ ਘਬਰਾ ਗਏ ਕਿ ਇਹ ਤਾਂ ਭੁੱਲ ਸਾਡੀ ਹੈ, ਅਸੀਂ ਦੱਸਣਾ ਸੀ ਕਿ ਨਾਲ ਕੌਣ ਹੈ। ਪਰ ਹੁਣ ਤਾਂ ਬੜੀ ਦੇਰ ਹੋ ਚੁੱਕੀ ਸੀ। ਗਾਂਧੀ ਜੀ ਤਾਂ ਮੰਚ 'ਤੇ ਜਾ ਕੇ ਬੈਠ ਵੀ ਗਏ ਸਨ ਅਤੇ ਬੋਲਣਾ ਸ਼ੁਰੂ ਕਰ ਦਿੱਤਾ ਸੀ। ਸੈਕ੍ਰੇਟਰੀ ਘਬਰਾਏ ਕਿ ਗਾਂਧੀ ਪਿੱਛੋਂ ਕੀ ਆਖਣਗੇ। ਉਹਨਾਂ ਨੂੰ ਕਲਪਨਾ ਵੀ ਨਹੀਂ ਹੋ ਸਕਦੀ ਸੀ ਕਿ ਗਾਂਧੀ ਨਰਾਜ਼ ਨਹੀਂ ਹੋਣਗੇ, ਕਿਉਂਕਿ ਅਜਿਹੇ ਪੁਰਸ਼ ਬਹੁਤ ਘੱਟ ਹਨ, ਜੋ ਪਤਨੀ ਨੂੰ ਮਾਂ ਬਣਾਉਣ ਵਿਚ ਸਮਰੱਥ ਹੋ ਜਾਂਦੇ ਹਨ।

ਲੇਕਿਨ ਗਾਂਧੀ ਜੀ ਨੇ ਕਿਹਾ ਕਿ ਸੁਭਾਗ ਦੀ ਗੱਲ ਹੈ, ਜਿਸ ਮਿੱਤਰ ਨੇ ਮੇਰੀ ਜਾਣ-ਪਛਾਣ ਕਰਵਾਈ ਹੈ, ਉਹਨਾਂ ਨੇ ਭੁਲੇਖੇ ਨਾਲ ਇੱਕ ਸੱਚੀ ਗੱਲ ਕਹਿ ਦਿੱਤੀ। ਕਸਤੂਰਬਾ ਕੁਝ ਵਰ੍ਹਿਆਂ ਤੋਂ ਮੇਰੀ ਮਾਂ ਹੋ ਗਈ ਹੈ। ਕਦੇ ਉਹ ਮੇਰੀ ਪਤਨੀ ਸੀ। ਪਰ ਹੁਣ ਉਹ ਮੇਰੀ ਮਾਂ ਹੈ।

ਇਸ ਗੱਲ ਦੀ ਸੰਭਾਵਨਾ ਹੈ ਕਿ ਜੇ ਪਤੀ ਅਤੇ ਪਤਨੀ ਕਾਮ ਨੂੰ, ਸੰਭੋਗ ਨੂੰ ਸਮਝਣ ਦੀ ਚੇਸ਼ਟਾ ਕਰਨ ਤਾਂ ਇਕ-ਦੂਜੇ ਦੇ ਮਿੱਤਰ ਬਣ ਸਕਦੇ ਹਨ ਅਤੇ ਇਕ ਦੂਜੇ ਦੇ ਕਾਮ ਦੇ ਰੂਪ-ਪਰਤਣ ਵਿਚ ਸਹਿਯੋਗੀ ਤੇ ਸਾਥੀ ਹੋ ਸਕਦੇ ਹਨ।

ਅਤੇ ਜਿਸ ਦਿਨ ਕੋਈ ਪਤੀ ਅਤੇ ਪਤਨੀ ਆਪਣੇ ਆਪਸ ਦੇ ਸੰਭੋਗ ਦੇ ਰੂਪ-ਪਰਤਣ ਕਰਨ ਵਿਚ ਸਫ਼ਲ ਹੋ ਜਾਂਦੇ ਹਨ, ਉਸ ਦਿਨ ਉਹਨਾਂ ਦੇ ਜੀਵਨ ਵਿਚ ਪਹਿਲੀ ਦਫ਼ਾ ਇਕ-ਦੂਜੇ ਦੇ ਪ੍ਰਤੀ ਧੰਨਵਾਦ ਅਤੇ ਗ੍ਰੇਟੀਚਿਊਡ ਦਾ ਭਾਵ ਪੈਦਾ ਹੁੰਦਾ ਹੈ, ਉਸ ਤੋਂ ਪਹਿਲਾਂ ਨਹੀਂ। ਉਸ ਤੋਂ ਪਹਿਲਾਂ ਉਹ ਇਕ-ਦੂਜੇ ਦੇ ਪ੍ਰਤੀ ਕ੍ਰੋਧ ਨਾਲ ਭਰੇ ਰਹਿੰਦੇ ਹਨ, ਉਸ ਤੋਂ ਪਹਿਲਾਂ ਉਹ ਇਕ-ਦੂਜੇ ਦੇ ਬੁਨਿਆਦੀ ਦੁਸ਼ਮਣ ਬਣੇ ਰਹਿੰਦੇ ਹਨ, ਉਸ ਤੋਂ ਪਹਿਲਾਂ ਉਹਨਾਂ ਵਿਚਾਲੇ ਇਕ ਸੰਘਰਸ਼ ਹੈ, ਮਿੱਤਰਤਾ ਨਹੀਂ।

ਮਿੱਤਰਤਾ ਉਸ ਦਿਨ ਸ਼ੁਰੂ ਹੁੰਦੀ ਹੈ ਜਿਸ ਦਿਨ ਉਹ ਇਕ-ਦੂਜੇ ਦੇ ਸਾਥੀ ਬਣਦੇ ਹਨ ਅਤੇ ਉਹਨਾਂ ਦੇ ਕਾਮ ਦੀ ਊਰਜਾ ਨੂੰ ਰੂਪ-ਪਰਤਣ ਕਰਨ ਵਿਚ ਜ਼ਰੀਆ ਬਣ ਜਾਂਦੇ ਹਨ। ਉਸ ਦਿਨ ਇਕ ਧੰਨਵਾਦ, ਇਕ ਗ੍ਰੇਟੀਚਿਊਡ, ਇਕ ਕ੍ਰਿੱਤਗਤਾ ਦਾ ਭਾਵ ਪ੍ਰਗਟ ਹੁੰਦਾ ਹੈ। ਉਸ ਦਿਨ ਪੁਰਸ਼ ਆਦਰ ਨਾਲ ਭਰਦਾ ਹੈ ਇਸਤ੍ਰੀ ਦੇ ਪ੍ਰਤੀ, ਕਿਉਂਕਿ ਇਸਤ੍ਰੀ ਨੇ ਉਸਨੂੰ ਕਾਮ-ਵਾਸਨਾ ਤੋਂ ਮੁਕਤ ਹੋਣ ਵਿਚ ਮਦਦ ਪੁਚਾਈ ਹੈ। ਉਸ ਦਿਨ ਇਸਤ੍ਰੀ ਧੰਨਵਾਦੀ ਹੁੰਦੀ ਹੈ ਪੁਰਸ਼ ਦੇ ਪ੍ਰਤੀ ਕਿ ਉਸਨੇ ਉਸਦਾ ਸਾਥ ਦਿੱਤਾ ਅਤੇ ਵਾਸਨਾ ਤੋਂ ਮੁਕਤੀ ਦਿਵਾਈ। ਉਸ ਦਿਨ ਉਹ ਸੱਚੀ ਮਿੱਤਰਤਾ ਵਿਚ ਬੱਝਦੇ ਹਨ, ਜੋ ਕਾਮ ਦੀ ਨਹੀਂ, ਪ੍ਰੇਮ ਦੀ ਮਿੱਤਰਤਾ ਹੈ। ਉਸ ਦਿਨ ਉਹਨਾਂ ਦਾ ਜੀਵਨ ਠੀਕ ਉਸ ਦਿਸ਼ਾ ਵਿਚ ਜਾਂਦਾ ਹੈ, ਜਿਥੇ ਪਤਨੀ ਦੇ ਲਈ ਪਤੀ ਪਰਮਾਤਮਾ ਹੋ ਜਾਂਦਾ ਹੈ ਅਤੇ ਪਤੀ ਦੇ ਲਈ ਪਤਨੀ ਪ੍ਰਮਾਤਮਾ ਹੋ ਜਾਂਦੀ ਹੈ ਉਸ ਦਿਨ।

ਐਪਰ ਉਹ ਖੂਹ ਤਾਂ ਜ਼ਹਿਰੀਲਾ ਕਰ ਦਿੱਤਾ ਗਿਆ ਹੈ। ਇਸੇ ਲਈ ਮੈਂ ਕੱਲ੍ਹ ਕਿਹਾ ਕਿ ਮੈਥੋਂ ਵੱਡਾ ਦੁਸ਼ਮਣ ਸੈਕਸ ਦਾ ਲੱਭਣਾ ਮੁਸ਼ਕਲ ਹੈ। ਲੇਕਿਨ ਮੇਰੀ ਦੁਸ਼ਮਣੀ ਦਾ ਇਹ ਮਤਲਬ ਨਹੀਂ ਹੈ ਕਿ ਮੈਂ ਸੈਕਸ ਨੂੰ ਗਾਲ੍ਹ ਕੱਢਾਂ ਅਤੇ ਨਿੰਦਿਆ ਕਰਾਂ। ਮੇਰੀ ਦੁਸ਼ਮਣੀ ਦਾ ਮਤਲਬ ਇਹ ਹੈ ਕਿ ਮੈਂ ਸੈਕਸ ਦਾ ਰੂਪ-ਪਰਤਣ ਕਰਨ ਦੇ ਸਬੰਧ ਵਿਚ ਦਿਸ਼ਾ ਦੀ ਸੂਚਨਾ ਦੇਵਾਂ। ਮੈਂ ਤੁਹਾਨੂੰ ਦੱਸਾਂ ਕਿ ਉਹ ਕਿਵੇਂ ਰੂਪ-ਪਰਤਣ ਕਰ ਸਕਦਾ

ਹੈ। ਮੈਂ ਕੋਲੇ ਦਾ ਦੁਸ਼ਮਣ ਹਾਂ, ਕਿਉਂਕਿ ਮੈਂ ਕੋਲੇ ਨੂੰ ਹੀਰਾ ਬਣਾਉਣਾ ਚਾਹੁੰਦਾ ਹਾਂ। ਮੈਂ ਸੈਕਸ ਦਾ ਰੂਪ-ਪਰਤਣ ਕਰਨਾ ਚਾਹੁੰਦਾ ਹਾਂ। ਉਹ ਕਿਵੇਂ ਰੂਪ-ਪਰਤਾਏਗਾ ? ਉਸਦੀ ਕੀ ਵਿਧੀ ਹੋਵੇਗੀ ?

ਮੈਂ ਤੁਹਾਨੂੰ ਕਿਹਾ, ਇਕ ਦੁਆਰ ਖੋਲ੍ਹਣਾ ਜ਼ਰੂਰੀ ਹੈ—ਨਵ ਦੁਆਰ। ਬੱਚੇ ਜਦੋਂ ਪੈਦਾ ਹੁੰਦੇ ਹਨ, ਤਦੇ ਹੀ ਉਹਨਾਂ ਦੇ ਜੀਵਨ ਵਿਚ ਸੈਕਸ ਦੀ ਆਮਦ ਨਹੀਂ ਹੋ ਜਾਂਦੀ ਹੈ। ਅਜੇ ਦੇਰ ਹੈ। ਅਜੇ ਸਰੀਰ ਸ਼ਕਤੀ ਇਕੱਠੀ ਕਰੇਗਾ। ਅਜੇ ਸਰੀਰ ਦੇ ਅਣੂੰ ਮਜ਼ਬੂਤ ਹੋਣਗੇ, ਅਜੇ ਉਸ ਦਿਨ ਦੀ ਉਡੀਕ ਹੈ, ਜਦ ਸਰੀਰ ਪੂਰਾ ਤਿਆਰ ਹੋ ਜਾਏਗਾ। ਊਰਜਾ ਇਕੱਠੀ ਹੋਵੇਗੀ ਅਤੇ ਦੁਆਰ ਜੋ ਬੰਦ ਰਿਹਾ ਹੈ 14 ਵਰ੍ਹਿਆਂ ਤੱਕ, ਉਹ ਖੁੱਲ੍ਹ ਜਾਏਗਾ ਊਰਜਾ ਦੇ ਧੱਕੇ ਨਾਲ, ਅਤੇ ਸੈਕਸ ਦੀ ਦੁਨੀਆਂ ਸ਼ੁਰੂ ਹੋਵੇਗੀ। ਇਕ ਵਾਰ ਦੁਆਰ ਖੁੱਲ੍ਹ ਜਾਣ ਦੇ ਬਾਅਦ ਨਵਾਂ ਦੁਆਰ ਖੋਲ੍ਹਣਾ ਕਠਨ ਹੋ ਜਾਂਦਾ ਹੈ। ਕਿਉਂਕਿ ਸਾਰੀਆਂ ਊਰਜਾਵਾਂ ਦਾ ਨਿਯਮ ਇਹ ਹੈ, ਸਾਰੀਆਂ ਸ਼ਕਤੀਆਂ ਦਾ, ਉਹ ਇਕ ਵਾਰ ਆਪਣਾ ਰਾਹ ਲੱਭ ਲੈਣ ਵਗਣ ਦੇ ਲਈ ਤਾਂ ਉਸੇ ਰਾਹ ਰਾਹੀਂ ਵਗਣਾ ਪਸੰਦ ਕਰਦੀਆਂ ਹਨ।

ਗੰਗਾ ਵਹਿ ਰਹੀ ਹੈ ਸਾਗਰ ਦੀ ਤਰਫ਼, ਉਸਨੇ ਇਕ ਵਾਰ ਰਾਹ ਲੱਭ ਲਿਆ। ਹੁਣ ਉਹ ਉਸੇ ਰਾਹ ਤੋਂ ਵਹਿੰਦੀ ਚਲੀ ਜਾ ਰਹੀ ਹੈ, ਵਹਿੰਦੀ ਚਲੀ ਜਾ ਰਹੀ ਹੈ। ਰੋਜ਼-ਰੋਜ਼ ਨਵਾਂ ਪਾਣੀ ਆਉਂਦਾ ਹੈ, ਉਸੇ ਰਾਹ ਵਹਿੰਦਾ ਹੋਇਆ। ਚਲਿਆ ਜਾਂਦਾ ਹੈ। ਗੰਗਾ ਨਿੱਤ ਨਵਾਂ ਰਾਹ ਨਹੀਂ ਲੱਭਦੀ ਹੈ।

ਜੀਵਨ ਦੀ ਊਰਜਾ ਵੀ ਇਕ ਰਾਹ ਲੱਭ ਲੈਂਦੀ ਹੈ। ਫਿਰ ਉਹ ਉਸੇ ਤੋਂ ਵਹਿੰਦੀ ਚਲੀ ਜਾਂਦੀ ਹੈ।

ਜੇਕਰ ਧਰਤੀ ਨੂੰ ਕਾਮੁਕਤਾ ਤੋਂ ਮੁਕਤ ਕਰਨਾ ਹੈ, ਤਾਂ ਸੈਕਸ ਦਾ ਰਾਹ ਖੁੱਲ੍ਹਣ ਤੋਂ ਪਹਿਲਾਂ ਨਵਾਂ ਰਾਹ, ਧਿਆਨ ਦਾ ਰਾਹ, ਤੋੜ ਦੇਣਾ ਜ਼ਰੂਰੀ ਹੈ। ਇਕ-ਇਕ ਛੋਟੇ ਬੱਚੇ ਨੂੰ ਧਿਆਨ ਦੀ ਲਾਜ਼ਮੀ ਸਿੱਖਿਆ ਅਤੇ ਦੀਖਿਆ ਮਿਲਣੀ ਚਾਹੀਦੀ ਹੈ।

ਪਰ ਅਸੀਂ ਉਸਨੂੰ ਸੈਕਸ ਦੇ ਵਿਰੋਧ ਦੀ ਦੀਖਿਆ ਦਿੰਦੇ ਹਾਂ, ਜੋ ਕਿ ਬਹੁਤ ਹੀ ਮੂਰਖਤਾਪੂਰਨ ਹੈ। ਸੈਕਸ ਦੇ ਵਿਰੋਧ ਦੀ ਦੀਖਿਆ ਨਹੀਂ ਦੇਣੀ ਹੈ। ਸਿੱਖਿਆ ਦੇਣੀ ਹੈ ਧਿਆਨ ਦੀ, ਪਾੱਜਿਟਿਵ ਕਿ ਉਹ ਧਿਆਨ ਦੇ ਲਈ ਕਿਵੇਂ ਉਪਲੱਬਧ ਹੋਵੇ। ਅਤੇ ਬੱਚੇ ਧਿਆਨ ਨੂੰ ਛੇਤੀ ਉਪਲਬਧ ਹੋ ਸਕਦੇ ਹਨ। ਕਿਉਂਕਿ ਅਜੇ ਉਹਨਾਂ ਦੀ ਊਰਜਾ ਦਾ ਕੋਈ ਵੀ ਦੁਆਰ ਨਹੀਂ ਖੋਲ੍ਹਿਆ ਹੈ। ਅਜੇ ਦੁਆਰ ਬੰਦ ਹੈ, ਅਤੇ ਊਰਜਾ ਜਮ੍ਹਾਂ ਹੈ, ਅਜੇ ਕਿਤੇ ਵੀ ਨਵੇਂ ਦੁਆਰ 'ਤੇ ਧੱਕੇ ਦਿੱਤੇ ਜਾ ਸਕਦੇ ਹਨ ਅਤੇ ਨਵਾਂ ਦੁਆਰ ਖੋਲ੍ਹਿਆ ਜਾ ਸਕਦਾ ਹੈ। ਫਿਰ ਇਹ ਵੀ ਬੁੱਢੇ ਹੋ ਜਾਣਗੇ ਅਤੇ ਇਹਨਾਂ ਨੂੰ ਧਿਆਨ ਵਿਚ ਪਹੁੰਚਣਾ ਬਹੁਤ ਕਠਨ ਹੋ ਜਾਏਗਾ।

ਇਵੇਂ ਹੀ, ਜਿਵੇਂ ਇਕ ਨਵਾਂ ਪੌਦਾ ਹੁੰਦਾ ਹੈ, ਉਸ ਦੀਆਂ ਟਹਿਣੀਆਂ ਕਿਤੇ ਵੀ ਝੁਕ ਜਾਂਦੀਆਂ ਹਨ, ਕਿਤੇ ਵੀ ਝੁਕਾਈਆਂ ਜਾ ਸਕਦੀਆਂ ਹਨ। ਫਿਰ ਉਹੀ ਬੁੱਢਾ ਬਿਰਛ ਹੋ ਜਾਂਦਾ ਹੈ। ਫਿਰ ਅਸੀਂ ਉਸ ਦੀਆਂ ਟਹਿਣੀਆਂ ਨੂੰ ਝੁਕਾਉਣ ਦੀ ਕੋਸ਼ਿਸ਼ ਕਰਦੇ ਹਾਂ, ਫਿਰ ਟਹਿਣੀਆਂ ਟੁੱਟ ਜਾਂਦੀਆਂ ਹਨ। ਝੁਕਦੀਆਂ ਨਹੀਂ।

ਬੁੱਢੇ ਲੋਕ ਧਿਆਨ ਦੀ ਚੇਸ਼ਟਾ ਕਰਦੇ ਹਨ ਦੁਨੀਆਂ ਵਿਚ, ਜੋ ਬਿਲਕੁਲ ਹੀ ਗਲਤ ਹੈ। ਧਿਆਨ ਦੀ ਸਾਰੀ ਚੇਸ਼ਟਾ ਛੋਟੇ ਬੱਚਿਆਂ ਉੱਤੇ ਕੀਤੀ ਜਾਣੀ ਚਾਹੀਦੀ ਹੈ। ਲੇਕਿਨ ਮਰਨ ਦੇ ਕਰੀਬ ਪਹੁੰਚ ਕੇ ਆਦਮੀ ਧਿਆਨ ਵਿਚ ਉਤਸਕ ਹੁੰਦਾ ਹੈ। ਉਹ ਪੁੱਛਦਾ ਹੈ

ਧਿਆਨ ਕੀ, ਯੋਗ ਕੀ, ਅਸੀਂ ਸ਼ਾਂਤ ਕਿਵੇਂ ਹੋ ਜਾਈਏ ! ਜਦ ਜੀਵਨ ਦੀ ਸਾਰੀ ਊਰਜਾ ਖੋ ਗਈ, ਜਦ ਜੀਵਨ ਦੇ ਸਾਰੇ ਰਾਹ ਸਖ਼ਤ ਅਤੇ ਮਜ਼ਬੂਤ ਹੋ ਗਏ, ਜਦ ਝੁਕਣਾ ਅਤੇ ਬਦਲਣਾ ਮੁਸ਼ਕਲ ਹੋ ਗਿਆ, ਤਦ ਉਹ ਪੁੱਛਦਾ ਹੈ ਕਿ ਹੁਣ ਮੈਂ ਕਿਵੇਂ ਬਦਲ ਜਾਵਾਂ। ਇਕ ਪੈਰ ਆਦਮੀ ਕਬਰ ਵਿਚ ਧਰ ਲੈਂਦਾ ਹੈ ਅਤੇ ਦੂਜਾ ਪੈਰ ਬਾਹਰ ਰੱਖ ਕੇ ਪੁੱਛਦਾ ਹੈ, ਧਿਆਨ ਦਾ ਕੋਈ ਰਾਹ ਹੈ ?

ਅਜੀਬ-ਜਿਹੀ ਗੱਲ ਹੈ। ਬਿਲਕੁਲ ਪਾਗਲਪਨ ਦੀ ਗੱਲ ਹੈ। ਇਹ ਪ੍ਰਿਥਵੀ ਕਦੇ ਵੀ ਸ਼ਾਂਤ ਅਤੇ ਧਿਆਨ ਵਿਚ ਨਹੀਂ ਹੋ ਸਕੇਗੀ, ਜਦ ਤੱਕ ਧਿਆਨ ਦਾ ਸਬੰਧ ਪਹਿਲੇ ਦਿਨ ਦੇ ਪੈਦਾ ਹੋਏ ਬੱਚੇ ਨਾਲ ਅਸੀਂ ਨਹੀਂ ਜੋੜਾਂਗੇ। ਅੰਤਲੇ ਦਿਨ ਦੇ ਬਿਰਧ ਨਾਲ ਨਹੀਂ ਜੋੜਿਆ ਜਾ ਸਕਦਾ। ਫ਼ਜ਼ੂਲ ਹੀ ਸਾਨੂੰ ਬਹੁਤ ਮਿਹਨਤ ਕਰਨੀ ਪੈਂਦੀ ਹੈ ਬਾਅਦ ਦੇ ਦਿਨਾਂ ਵਿਚ ਸ਼ਾਂਤ ਹੋਣ ਦੇ ਲਈ, ਜੋ ਕਿ ਪਹਿਲਾਂ ਇਕ ਦਮ ਹੋ ਸਕਦਾ ਸੀ।

ਛੋਟੇ ਬੱਚੇ ਨੂੰ ਧਿਆਨ ਦੀ ਦੀਖਿਆ, ਕਾਮ ਦੇ ਰੂਪ-ਪਰਤਣ ਦਾ ਪਹਿਲਾ ਪੜਾਅ ਹੈ— ਸ਼ਾਂਤ ਹੋਣ ਦੀ ਦੀਖਿਆ, ਨਿਰਵਿਚਾਰ ਹੋਣ ਦੀ ਦੀਖਿਆ, ਮੌਨ ਹੋਣ ਦੀ ਦੀਖਿਆ।

ਬੱਚੇ ਉਂਜ ਵੀ ਮੌਨ ਹਨ, ਬੱਚੇ ਉਂਜ ਵੀ ਸ਼ਾਂਤ ਹਨ। ਜੇ ਉਹਨਾਂ ਨੂੰ ਥੋੜ੍ਹੀ ਜਿਹੀ ਦਿਸ਼ਾ ਦਿੱਤੀ ਜਾਵੇ ਅਤੇ ਉਹਨਾਂ ਨੂੰ ਮੌਨ ਅਤੇ ਸ਼ਾਂਤ ਹੋਣ ਦੇ ਲਈ ਘੜੀ-ਭਰ ਦੀ ਵੀ ਸਿੱਖਿਆ ਦਿੱਤੀ ਜਾਵੇ, ਤਾਂ ਜਦ ਉਹ 14 ਸਾਲ ਦੇ ਹੋਣ ਦੇ ਕਰੀਬ ਆਉਣਗੇ, ਜਦ ਕਾਮ ਜਾਗੇ ਗਾ, ਤਦ ਤਕ ਉਹਨਾਂ ਦਾ ਇੱਕ ਦੁਆਰ ਖੁੱਲ੍ਹ ਚੁੱਕਿਆ ਹੋਵੇਗਾ। ਸ਼ਕਤੀ ਇਕੱਠੀ ਹੋਵੇ ਗੀ ਅਤੇ ਜੋ ਦੁਆਰ ਖੁੱਲ੍ਹਿਆ ਹੈ, ਉਸ ਦੁਆਰ ਤੋਂ ਵਗਣੀ ਸ਼ੁਰੂ ਹੋ ਜਾਏਗੀ। ਉਹਨਾਂ ਨੂੰ ਸ਼ਾਂਤੀ ਦਾ, ਅਨੰਦ ਦਾ, ਕਾਲ-ਹੀਣਤਾ ਦਾ, ਨਿਰਹੰਕਾਰ ਭਾਵ ਦਾ ਅਨੁਭਵ ਸੈਕਸ ਦੇ ਬਹੁਤੇ ਅਨੁਭਵ ਤੋਂ ਪਹਿਲਾਂ ਹਾਸਲ ਹੋ ਜਾਏਗਾ। ਉਹੀ ਅਨੁਭਵ ਉਹਨਾਂ ਦੀ ਊਰਜਾ ਗਲਤ ਰਾਹਾਂ ਤੋਂ ਰੋਕੇਗਾ ਅਤੇ ਸਹੀ ਰਾਹਾਂ ’ਤੇ ਲੈ ਆਏਗਾ।

ਲੇਕਿਨ ਅਸੀਂ ਛੋਟੇ-ਛੋਟੇ ਬੱਚਿਆਂ ਨੂੰ ਧਿਆਨ ਤਾਂ ਨਹੀਂ ਸਿਖਾਉਂਦੇ, ਕਾਮ ਦਾ ਵਿਰੋਧ ਸਿਖਾਉਂਦੇ ਹਾਂ ! ਪਾਪ ਹੈ, ਗੰਦਗੀ ਹੈ, ਕੋਝ ਹੈ, ਬੁਰਾਈ ਹੈ, ਨਰਕ ਹੈ-ਇਹ ਸਭ ਅਸੀਂ ਦੱਸਦੇ ਹਾਂ ! ਅਤੇ ਉਸ ਸਭ ਦੇ ਦੱਸਣ ਨਾਲ ਕੁਝ ਵੀ ਫ਼ਰਕ ਨਹੀਂ ਪੈਂਦਾ, ਕੁਝ ਵੀ ਫ਼ਰਕ ਨਹੀਂ ਪੈਂਦਾ। ਬਲਕਿ ਸਾਡੇ ਦੱਸਣ ਨਾਲ ਉਹ ਹੋਰ ਵੀ ਆਕਰਸ਼ਤ ਹੁੰਦੇ ਹਨ ਅਤੇ ਤਲਾਸ਼ ਕਰਦੇ ਹਨ ਕਿ ਕੀ ਹੈ ਇਹ ਗੰਦਗੀ, ਕੀ ਹੈ ਇਹ ਨਰਕ, ਜਿਸਦੇ ਲਈ ਵੱਡੇ ਇੰਨੇ ਭੈਮਾਨ ਅਤੇ ਬੇਚੈਨ ਹਨ ?

ਅਤੇ ਫਿਰ ਥੋੜ੍ਹੇ ਹੀ ਦਿਨਾਂ ਵਿਚ ਉਹਨਾਂ ਨੂੰ ਇਹ ਵੀ ਪਤਾ ਲੱਗ ਜਾਂਦਾ ਹੈ ਕਿ ਵੱਡੇ ਜਿਸ ਗੱਲ ਤੋਂ ਸਾਨੂੰ ਰੋਕਣ ਦੀ ਕੋਸ਼ਿਸ਼ ਕਰ ਰਹੇ ਹਨ, ਖ਼ੁਦ ਦਿਨ ਰਾਤ ਉਸ ਵਿਚ ਲੀਨ ਹਨ। ਅਤੇ ਜਿਸ ਦਿਨ ਉਹਨਾਂ ਨੂੰ ਇਹ ਪਤਾ ਲੱਗ ਜਾਂਦਾ ਹੈ, ਮਾਂ ਬਾਪ ਦੇ ਪ੍ਰਤੀ ਸਾਰੀ ਸ਼ਰਧਾ ਖ਼ਤਮ ਹੋ ਜਾਂਦੀ ਹੈ।

ਮਾਂ ਬਾਪ ਦੇ ਪ੍ਰਤੀ ਸ਼ਰਧਾ ਖ਼ਤਮ ਕਰਨ ਵਿਚ ਸਿੱਖਿਆ ਦਾ ਹੱਥ ਨਹੀਂ ਹੈ। ਮਾਂ-ਬਾਪ ਦੇ ਪ੍ਰਤੀ ਸ਼ਰਧਾ ਖ਼ਤਮ ਕਰਨ ਵਿਚ ਮਾਂ-ਬਾਪ ਦਾ ਆਪਣਾ ਹੱਥ ਹੈ।

ਤੁਸੀਂ ਜਿਨ੍ਹਾਂ ਗੱਲਾਂ ਦੇ ਲਈ ਬੱਚਿਆਂ ਨੂੰ ਗੰਦਾ ਕਹਿੰਦੇ ਹੋ, ਬੱਚੇ ਬਹੁਤ ਛੇਤੀ ਪਤਾ ਲਾ ਲੈਂਦੇ ਹਨ ਕਿ ਉਹਨਾਂ ਸਾਰੀਆਂ ਗੰਦਗੀਆਂ ਵਿਚ ਤੁਸੀਂ ਭਲੀ ਭਾਂਤ ਲਿਵਲੀਨ ਹੋ। ਤੁਹਾਡੀ ਦਿਨ ਦੀ ਜ਼ਿੰਦਗੀ ਹੋਰ ਹੈ ਅਤੇ ਰਾਤ ਦੀ ਹੋਰ। ਤੁਸੀਂ ਕਹਿੰਦੇ ਕੁਝ ਹੋ, ਕਰਦੇ ਕੁਝ ਹੋ।

ਛੋਟੇ ਬੱਚੇ ਬਹੁਤ ਏਕਿਊਟ ਆੱਬਜ਼ਰਵਰ ਹੁੰਦੇ ਹਨ। ਉਹ ਬਹੁਤ ਗੌਰ ਨਾਲ ਨਿਰੀਖਣ ਕਰਦੇ ਰਹਿੰਦੇ ਹਨ, ਕਿ ਕੀ ਹੋ ਰਿਹਾ ਹੈ ਘਰ ਵਿਚ। ਉਹ ਦੇਖਦੇ ਹਨ ਕਿ ਮਾਂ ਜਿਸ ਗੱਲ ਨੂੰ ਗੰਦਾ ਕਹਿੰਦੀ ਹੈ, ਬਾਪ ਜਿਸ ਗੱਲ ਨੂੰ ਗੰਦਾ ਕਹਿੰਦਾ ਹੈ, ਉਹੀ ਗੰਦੀ ਗੱਲ ਦਿਨ-ਰਾਤ ਘਰ ਵਿਚ ਚੱਲ ਰਹੀ ਹੈ। ਇਸਦਾ ਉਹਨਾਂ ਨੂੰ ਬਹੁਤ ਛੇਤੀ ਬੋਧ ਹੋ ਜਾਂਦਾ ਹੈ। ਉਹਨਾਂ ਦੀ ਸਾਰੀ ਸ਼ਰਧਾ ਦਾ ਭਾਵ ਅਲੋਪ ਹੋ ਜਾਂਦਾ ਹੈ ਕਿ ਧੋਖੇਬਾਜ਼ ਹਨ ਉਹ ਮਾਂ-ਬਾਪ। ਪਖੰਡ ਹਨ, ਹਿਪੋਕ੍ਰੇਟ ਹਨ। ਇਹ ਗੱਲਾਂ ਕੁਝ ਹੋਰ ਕਹਿੰਦੇ ਹਨ, ਕਰਦੇ ਕੁਝ ਹੋਰ ਹਨ।

ਅਤੇ ਜਿਨ੍ਹਾਂ ਬੱਚਿਆਂ ਦਾ ਮਾਂ-ਬਾਪ ਉਤੋਂ ਵਿਸ਼ਵਾਸ ਉੱਠ ਗਿਆ, ਉਹ ਬੱਚੇ ਪਰਮਾਤਮਾ ਉਤੇ ਕਦੇ ਵਿਸ਼ਵਾਸ ਨਹੀਂ ਕਰ ਸਕਣਗੇ, ਇਸਨੂੰ ਯਾਦ ਰੱਖਣਾ, ਕਿਉਂਕਿ ਬੱਚਿਆਂ ਦੇ ਲਈ ਪਰਮਾਤਮਾ ਦਾ ਪਹਿਲਾ ਦਰਸ਼ਨ ਮਾਂ-ਬਾਪ ਵਿਚ ਹੁੰਦਾ ਹੈ। ਜੇਕਰ ਉਹੀ ਟੁੱਟ ਗਿਆ ਹੋਵੇ ਤਾਂ ਇਹ ਬੱਚੇ ਭਵਿੱਖ ਵਿਚ ਨਾਸਤਕ ਹੋ ਜਾਣ ਵਾਲੇ ਹਨ। ਬੱਚਿਆਂ ਨੂੰ ਪਹਿਲਾਂ ਪਰਮਾਤਮਾ ਦੀ ਪ੍ਰਤੀਤਿ ਆਪਣੇ ਮਾਂ-ਬਾਪ ਦੀ ਪਵਿੱਤਰਤਾ ਤੋਂ ਹੁੰਦੀ ਹੈ। ਪਹਿਲੀ ਦਫ਼ਾ ਬੱਚੇ ਮਾਂ-ਬਾਪ ਨੂੰ ਹੀ ਜਾਣਦੇ ਹਨ ਅਤੇ ਨੇੜੇ ਤੋਂ ਨੇੜੇ ਉਹਨਾਂ ਤੋਂ ਹੀ ਉਹਨਾਂ ਨੂੰ ਪਹਿਲੀ ਦਫ਼ਾ ਸ਼ਰਧਾ ਅਤੇ ਰਿਵਰੇਂਸ ਦਾ ਭਾਵ ਪੈਦਾ ਹੁੰਦਾ ਹੈ। ਜੇ ਉਹੀ ਟੁੱਟ ਗਿਆ ਤਾਂ ਇਹਨਾਂ ਬੱਚਿਆਂ ਨੂੰ ਮਰਦੇ ਦਮ ਤਕ ਵਾਪਸ ਪਰਮਾਤਮਾ ਦੇ ਰਾਹ 'ਤੇ ਲਿਆਉਣਾ ਮੁਸ਼ਕਲ ਹੋ ਜਾਏਗਾ। ਕਿਉਂਕਿ ਪਹਿਲਾਂ ਪਰਮਾਤਮਾ ਹੀ ਧੋਖਾ ਦੇ ਗਿਆ। ਜੋ ਮਾਂ ਸੀ, ਜੋ ਬਾਪ ਸੀ, ਉਹੀ ਧੋਖੇਬਾਜ਼ ਸਿੱਧ ਹੋਇਆ।

ਅੱਜ ਸਾਰੀ ਦੁਨੀਆਂ ਵਿਚ ਜੋ ਲੜਕੇ ਇਹ ਕਹਿ ਰਹੇ ਹਨ ਕਿ ਕੋਈ ਪਰਮਾਤਮਾ ਨਹੀਂ ਹੈ, ਕੋਈ ਆਤਮਾ ਨਹੀਂ ਹੈ, ਕੋਈ ਮੋਕਸ਼ ਨਹੀਂ ਹੈ, ਧਰਮ ਸਭ ਬਕਵਾਸ ਹੈ, ਉਸਦਾ ਕਾਰਨ ਇਹ ਨਹੀਂ ਹੈ ਕਿ ਲੜਕਿਆਂ ਨੇ ਪਤਾ ਲਾ ਲਿਆ ਹੈ ਕਿ ਆਤਮਾ ਨਹੀਂ ਹੈ, ਪਰਮਾਤਮਾ ਨਹੀਂ ਹੈ। ਉਸਦਾ ਕਾਰਨ ਇਹ ਹੈ ਕਿ ਲੜਕਿਆਂ ਨੇ ਮਾਂ-ਬਾਪ ਦਾ ਪਤਾ ਲਾ ਲਿਆ ਹੈ ਕਿ ਉਹ ਧੋਖੇਬਾਜ਼ ਹਨ ਅਤੇ ਇਹ ਸਾਰਾ ਧੋਖਾ ਸੈਕਸ ਦੇ ਆਸ-ਪਾਸ ਕੇਂਦਰਤ ਹੈ। ਇਹ ਸਾਰਾ ਧੋਖਾ ਸੈਕਸ ਦੇ ਕੇਂਦਰ 'ਤੇ ਖੜ੍ਹਾ ਹੋਇਆ ਹੈ।

ਬੱਚਿਆਂ ਨੂੰ ਇਹ ਸਿਖਾਉਣ ਦੀ ਲੋੜ ਨਹੀਂ ਹੈ ਕਿ ਸੈਕਸ ਪਾਪ ਹੈ, ਬਲਕਿ ਈਮਾਨਦਾਰੀ ਨਾਲ ਸਿਖਾਉਣ ਦੀ ਲੋੜ ਹੈ ਕਿ ਸੈਕਸ ਜ਼ਿੰਦਗੀ ਦਾ ਇਕ ਹਿੱਸਾ ਹੈ ਅਤੇ ਤੂੰ ਸੈਕਸ ਤੋਂ ਹੀ ਪੈਦਾ ਹੋਇਆ ਹੈਂ ਅਤੇ ਸਾਡੀ ਜ਼ਿੰਦਗੀ ਵਿਚ ਉਹ ਹੈ, ਤਾਂ ਜੋ ਬੱਚੇ ਸਰਲਤਾ ਨਾਲ ਮਾਂ-ਬਾਪ ਨੂੰ ਸਮਝ ਸਕਣ ਅਤੇ ਜਦ ਜੀਵਨ ਨੂੰ ਉਹ ਜਾਣਨਗੇ ਤਾਂ ਆਦਰ ਨਾਲ ਭਰ ਸਕਣ ਕਿ ਮਾਂ-ਬਾਪ ਸੱਚੇ ਅਤੇ ਈਮਾਨਦਾਰ ਹਨ। ਉਹਨਾਂ ਨੂੰ ਜੀਵਨ ਵਿਚ ਆਸਤਕ ਬਨਾਉਣ ਵਿਚ ਇਸ ਤੋਂ ਵੱਡਾ ਸਹਾਰਾ ਹੋਰ ਕੁਝ ਵੀ ਨਹੀਂ ਹੋਵੇਗਾ ਕਿ ਉਹ ਆਪਣੇ ਮਾਂ-ਬਾਪ ਨੂੰ ਸੱਚੇ ਅਤੇ ਈਮਾਨਦਾਰ ਮਹਿਸੂਸ ਕਰ ਸਕਣ।

ਐਪਰ ਅੱਜ ਸਭ ਬੱਚੇ ਜਾਣਦੇ ਹਨ ਕਿ ਮਾਂ-ਬਾਪ ਬੇਈਮਾਨ ਅਤੇ ਧੋਖੇਬਾਜ਼ ਹਨ। ਇਹ ਬੱਚੇ ਅਤੇ ਮਾਂ-ਬਾਪ ਦੇ ਵਿਚਾਲੇ ਇਸ ਕਲੇਸ਼ ਦਾ ਇਕ ਕਾਰਨ ਬਣਦਾ ਹੈ। ਸੈਕਸ ਦੇ ਦਮਨ ਨੇ ਪਤੀ ਅਤੇ ਪਤਨੀ ਨੂੰ ਤੋੜ ਦਿੱਤਾ ਹੈ। ਮਾਂ-ਬਾਪ ਅਤੇ ਬੱਚਿਆਂ ਨੂੰ ਤੋੜ ਦਿੱਤਾ ਹੈ।

ਨਹੀਂ, ਸੈਕਸ ਦਾ ਵਿਰੋਧ ਨਹੀਂ, ਨਿੰਦਿਆ ਨਹੀਂ, ਬਲਕਿ ਸੈਕਸ ਦੀ ਸਿੱਖਿਆ ਦਿੱਤੀ ਜਾਣੀ ਚਾਹੀਦੀ ਹੈ।

ਜਿਵੇਂ ਹੀ ਬੱਚੇ ਪੁੱਛਣ ਨੂੰ ਤਿਆਰ ਹੋ ਜਾਣ, ਜੋ ਵੀ ਜ਼ਰੂਰੀ ਮਲੂਮ ਪਵੇ, ਜੋ ਉਹਨਾਂ ਦੀ ਸਮਝ ਦੇ ਯੋਗ ਜਾਪੇ, ਉਹ ਸਭ ਉਹਨਾਂ ਨੂੰ ਦੱਸ ਦਿੱਤਾ ਜਾਣਾ ਚਾਹੀਦਾ ਹੈ, ਤਾਂ ਜੋ ਉਹ ਸੈਕਸ ਦੇ ਸਬੰਧ ਵਿਚ ਅਤਿ ਤਾਂਘਵਾਨ ਨਾ ਹੋਣ। ਤਾਂ ਜੋ ਉਹਨਾਂ ਦਾ ਆਕਰਸ਼ਣ ਪੈਦਾ ਨਾ ਹੋਵੇ, ਤਾਂ ਜੋ ਉਹ ਦੀਵਾਨੇ ਹੋ ਕੇ ਗਲਤ ਰਾਹਾਂ ਤੋਂ ਜਾਣਕਾਰੀ ਹਾਸਲ ਕਰਨ ਦੀ ਕੋਸ਼ਿਸ਼ ਨਾ ਕਰਨ।

ਅੱਜ ਬੱਚੇ ਸਭ ਜਾਣਕਾਰੀ ਪਾ ਲੈਂਦੇ ਹਨ, ਇਥੋਂ ਉਥੋਂ ਤੋਂ। ਗਲਤ ਰਾਹ ਤੋਂ, ਗਲਤ ਲੋਕਾਂ ਤੋਂ ਉਹਨਾਂ ਨੂੰ ਜਾਣਕਾਰੀ ਮਿਲਦੀ ਹੈ, ਜੋ ਜੀਵਨ-ਭਰ ਉਹਨਾਂ ਨੂੰ ਪੀੜ ਦਿੰਦੀ ਹੈ। ਅਤੇ ਮਾਂ ਬਾਪ ਅਤੇ ਉਹਨਾਂ ਦੇ ਵਿਚਾਲੇ ਇਕ ਮੌਨ ਦੀ ਕੰਧ ਹੁੰਦੀ ਹੈ—ਜਿਵੇਂ ਮਾਂ-ਬਾਪ ਨੂੰ ਕੁਝ ਵੀ ਪਤਾ ਨਹੀਂ ਅਤੇ ਬੱਚਿਆਂ ਨੂੰ ਵੀ ਪਤਾ ਨਹੀਂ ਹੈ। ਜਿਨਾਂ ਨੂੰ ਸੈਕਸ ਦੀ ਸਹੀ ਸਿੱਖਿਆ ਮਿਲਣੀ ਚਾਹੀਦੀ ਹੈ—ਰਾਈਟ ਐਜੂਕੇਸ਼ਨ।

ਅਤੇ ਦੂਜੀ ਗੱਲ, ਉਹਨਾਂ ਨੂੰ ਧਿਆਨ ਦੀ ਦੀਖਿਆ ਮਿਲਣੀ ਚਾਹੀਦੀ ਹੈ। ਕਿਉਂ ਮੌਨ ਹੋਣ, ਕਿਵੇਂ ਸ਼ਾਂਤ ਹੋਣ, ਕਿਵੇਂ ਨਿਰਵਿਚਾਰ ਹੋਣ। ਅਤੇ ਬੱਚੇ ਤੁਰਤ ਫੁਰਤ ਨਿਰਵਿਚਾਰ ਹੋ ਸਕਦੇ ਹਨ, ਮੌਨ ਹੋ ਸਕਦੇ ਹਨ, ਸ਼ਾਂਤ ਹੋ ਸਕਦੇ ਹਨ—ਚੌਵੀ ਘੰਟਿਆਂ ਵਿਚ ਇਕ ਘੰਟਾ ਜੋ ਬੱਚਿਆਂ ਨੂੰ ਘਰ ਵਿਚ ਮੌਨ 'ਚ ਲੈ ਜਾਣ ਦੀ ਵਿਵਸਥਾ ਹੋਵੇ। ਯਕੀਨਨ ਹੀ, ਉਹ ਮੌਨ ਵਿਚ ਤਦੇ ਜਾ ਸਕਣਗੇ, ਜਦੋਂ ਤੁਸੀਂ ਵੀ ਉਹਨਾਂ ਨਾਲ ਮੌਨ ਬੈਠ ਸਕੋ। ਹਰ ਘਰ ਵਿਚ ਇਕ ਘੰਟਾ ਮੌਨ ਦਾ ਲਾਜ਼ਮੀ ਹੋਣਾ ਚਾਹੀਦਾ ਹੈ। ਇੱਕ ਦਿਨ ਖਾਣਾ ਨਾ ਮਿਲੇ ਘਰ ਵਿਚ ਤਾਂ ਸਰ ਸਕਦਾ ਹੈ, ਪਰ ਇਕ ਘੰਟਾ ਮੌਨ ਤੋਂ ਬਿਨਾਂ ਘਰ ਨਹੀਂ ਚੱਲ ਸਕਦਾ।

ਉਹ ਘਰ ਝੂਠਾ ਹੈ। ਉਸ ਘਰ ਨੂੰ ਪਰਿਵਾਰ ਕਹਿਣਾ ਗਲਤ ਹੈ, ਜਿਸ ਪਰਿਵਾਰ ਵਿਚ ਇਕ ਘੰਟੇ ਦੇ ਮੌਨ ਦੀ ਦੀਖਿਆ ਨਹੀਂ ਹੈ। ਉਹ ਇਕ ਘੰਟੇ ਦਾ ਮੌਨ ਚੌਦਾਂ ਵਰ੍ਹਿਆਂ ਵਿਚ ਉਸ ਦਰਵਾਜ਼ੇ ਨੂੰ ਤੋੜ ਦੇਵੇਗਾ। ਰੋਜ਼ ਧੱਕੇ ਮਾਰੇਗਾ ਉਸ ਦਰਵਾਜ਼ੇ ਨੂੰ ਤੋੜ ਦੇਵੇਗਾ, ਜਿਸਦਾ ਨਾਂ ਧਿਆਨ ਹੈ। ਜਿਸ ਧਿਆਨ ਨਾਲ ਮਨੁੱਖ ਨੂੰ ਸਮਾਂ-ਹੀਣ, ਟਾਈਮਲੈੱਸਨੈੱਸ, ਈਗਗੋਲੈਂਸਨੈੱਸ, ਹੰਕਾਰ-ਸ਼ੂਨਯ ਭਾਵ ਅਨੁਭਵ ਹੁੰਦਾ ਹੈ, ਜਿਥੋਂ ਤੋਂ ਆਤਮਾ ਦੀ ਝਲਕ ਮਿਲਦੀ ਹੈ। ਉਹ ਝਲਕ ਸੈਕਸ ਦੇ ਅਨੁਭਵ ਤੋਂ ਪਹਿਲਾਂ ਮਿਲ ਜਾਣੀ ਜ਼ਰੂਰੀ ਹੈ। ਜੇ ਉਹ ਝਲਕ ਮਿਲ ਜਾਵੇ ਤਾਂ ਸੈਕਸ ਦੇ ਪ੍ਰਤੀ ਬੇਤਹਾਸ਼ਾ ਦੌੜ ਖ਼ਤਮ ਹੋ ਜਾਏਗੀ। ਊਰਜਾ ਇਸ ਨਵੇਂ ਰਾਹ ਤੋਂ ਵਗਣ ਲੱਗੇਗੀ। ਇਹ ਮੈਂ ਪਹਿਲਾ ਪੜਾਅ ਕਹਿੰਦਾ ਹਾਂ।

ਬ੍ਰਹਮਚਰਜ ਦੀ ਸਾਧਨਾ ਵਿਚ, ਸੈਕਸ ਤੋਂ ਉਪਰ ਉਠਣ ਦੀ ਸਾਧਨਾ ਵਿਚ, ਸੈਕਸ ਦੀ ਊਰਜਾ ਦੇ ਟ੍ਰਾਂਸਫਾਰਮੇਸ਼ਨ ਦੇ ਲਈ ਪਹਿਲਾ ਪੜਾਅ ਹੈ ਧਿਆਨ। ਅਤੇ ਦੂਜਾ ਪੜਾਅ ਹੈ ਪ੍ਰੇਮ।

ਬੱਚੇ ਨੂੰ ਬਚਪਨ ਤੋਂ ਹੀ ਪ੍ਰੇਮ ਦੀ ਦੀਖਿਆ ਦਿੱਤੀ ਜਾਣੀ ਚਾਹੀਦੀ ਹੈ।

ਹੁਣ ਤੱਕ ਅਸੀਂ ਇਹੀ ਸੋਚਦੇ ਰਹੇ ਹਾਂ ਕਿ ਪ੍ਰੇਮ ਦੀ ਸਿੱਖਿਆ ਮਨੁੱਖ ਨੂੰ ਪ੍ਰੇਮ ਵਿਚ ਲੈ ਜਾਏਗੀ। ਇਹ ਗੱਲ ਬਹੁਤ ਗਲਤ ਹੈ। ਸੈਕਸ ਦੀ ਸਿੱਖਿਆ ਤਾਂ ਮਨੁੱਖ ਨੂੰ ਪ੍ਰੇਮ ਵਿਚ ਲੈ ਜਾ ਸਕਦੀ ਹੈ, ਲੇਕਿਨ ਪ੍ਰੇਮ ਦੀ ਸਿੱਖਿਆ ਕਦੇ ਕਿਸੇ ਮਨੁੱਖ ਨੂੰ ਸੈਕਸ ਵਿਚ ਨਹੀਂ ਲਿਜਾਂਦੀ। ਬਲਕਿ ਸੱਚਾਈ ਉਲਟੀ ਹੈ।

ਜਿੰਨਾ ਪ੍ਰੇਮ ਵਿਕਸਤ ਹੁੰਦਾ ਹੈ, ਉਨੀ ਹੀ ਸੈਕਸ ਦੀ ਊਰਜਾ ਪ੍ਰੇਮ ਵਿਚ ਤਬਦੀਲ

ਹੋ ਕੇ ਵੰਡੀ ਜਾਣੀ ਸ਼ੁਰੂ ਹੋ ਜਾਂਦੀ ਹੈ।

ਜਿਹੜੇ ਲੋਕ ਜਿੰਨਾ ਘੱਟ ਪ੍ਰੇਮ ਨਾਲ ਭਰੇ ਹੁੰਦੇ ਹਨ; ਉਨੇ ਹੀ ਜ਼ਿਆਦਾ ਕਾਮੁਕ ਹੋਣਗੇ, ਉਨੇ ਹੀ ਸੈਕਸੁਅਲ ਹੋਣਗੇ।

ਜਿਨ੍ਹਾਂ ਦੇ ਜੀਵਨ ਵਿਚ ਜਿੰਨਾ ਘੱਟ ਪ੍ਰੇਮ ਹੈ, ਉਹਨਾਂ ਦੇ ਜੀਵਨ ਵਿਚ
ਉਨੀ ਹੀ ਜ਼ਿਆਦਾ ਘਿਰਣਾ ਹੋਵੇਗੀ।

ਜਿਨ੍ਹਾਂ ਦੇ ਜੀਵਨ ਵਿਚ ਜਿੰਨਾ ਘੱਟ ਪ੍ਰੇਮ ਹੈ, ਉਹਨਾਂ ਦੇ ਜੀਵਨ ਵਿਚ ਉਨਾਂ ਹੀ ਵੈਰ-ਵਿਰੋਧ ਹੋਵੇਗਾ।

ਜਿਨ੍ਹਾਂ ਦੇ ਜੀਵਨ ਵਿਚ ਜਿੰਨਾ ਘੱਟ ਪ੍ਰੇਮ ਹੈ, ਉਹਨਾਂ ਦੇ ਜੀਵਨ ਵਿਚ ਉਨੀਂ ਹੀ ਈਰਖਾ ਹੋਵੇਗੀ।

ਜਿਨ੍ਹਾਂ ਦੇ ਜੀਵਨ ਵਿਚ ਜਿੰਨਾ ਘੱਟ ਪ੍ਰੇਮ ਹੈ, ਉਹਨਾਂ ਦੇ ਜੀਵਨ ਵਿਚ ਉਨੀ ਹੀ ਮੁਕਾਬਲੇਬਾਜ਼ੀ ਹੋਵੇਗੀ।

ਜਿਨ੍ਹਾਂ ਦੇ ਜੀਵਨ ਵਿਚ ਜਿੰਨਾ ਘੱਟ ਪ੍ਰੇਮ ਹੈ, ਉਹਨਾਂ ਦੇ ਜੀਵਨ ਵਿਚ ਉਨੀ ਹੀ ਚਿੰਤਾ ਅਤੇ ਦੁੱਖ ਹੋਵੇਗਾ।

ਦੁੱਖ, ਚਿੰਤਾ, ਈਰਖਾ, ਘਿਰਣਾ, ਵੈਰ-ਵਿਰੋਧ ਇਹਨਾਂ ਸਭਨਾਂ ਨਾਲ ਜੋ ਆਦਮੀ ਜਿੰਨਾ ਜ਼ਿਆਦਾ ਘਿਰਿਆ ਹੈ, ਉਸ ਦੀਆਂ ਸ਼ਕਤੀਆਂ ਸਾਰੀਆਂ ਦੀਆਂ ਸਾਰੀਆਂ ਅੰਦਰ ਇਕੱਠੀਆਂ ਹੋ ਜਾਂਦੀਆਂ ਹਨ। ਉਹਨਾਂ ਦੇ ਨਿਕਾਸ ਦਾ ਕੋਈ ਰਾਹ ਨਹੀਂ ਰਹਿ ਜਾਂਦਾ ਹੈ। ਉਹਨਾਂ ਦੇ ਨਿਕਾਸ ਦਾ ਇਕ ਹੀ ਰਾਹ ਰਹਿ ਜਾਂਦਾ ਹੈ—ਉਹ ਸੈਕਸ ਹੈ।

ਪ੍ਰੇਮ ਸ਼ਕਤੀਆਂ ਦਾ ਨਿਕਾਸ ਬਣਦਾ ਹੈ। ਪ੍ਰੇਮ ਬਹਾਅ ਹੈ। ਕ੍ਰਿਏਸ਼ਨ—ਸਿਰਜਣਾਤਮਕ ਹੈ ਪ੍ਰੇਮ। ਇਸੇ ਲਈ ਉਹ ਵਗਦਾ ਹੈ ਅਤੇ ਇਕ ਤ੍ਰਿਪਤੀ ਲਿਆਉਂਦਾ ਹੈ। ਉਹ ਤ੍ਰਿਪਤੀ ਸੈਕਸ ਦੀ ਤ੍ਰਿਪਤੀ ਨਾਲੋਂ ਬਹੁਤ ਜ਼ਿਆਦਾ ਕੀਮਤੀ ਅਤੇ ਗਹਿਰੀ ਹੈ। ਜਿਸਨੂੰ ਉਹ ਤ੍ਰਿਪਤੀ ਮਿਲ ਗਈ, ਉਹ ਫਿਰ ਕੰਕਰ-ਪੱਥਰ ਨਹੀਂ ਚੁਣਦਾ, ਜਿਸਨੂੰ ਹੀਰੇ-ਜਵਾਹਰਾਤ ਮਿਲਣੇ ਸ਼ੁਰੂ ਹੋ ਜਾਂਦੇ ਹਨ।

ਲੇਕਿਨ ਘਿਰਣਾ ਨਾਲ ਭਰੇ ਆਦਮੀ ਨੂੰ ਉਹ ਤ੍ਰਿਪਤੀ ਕਦੇ ਨਹੀਂ ਮਿਲਦੀ। ਘਿਰਣਾ ਵਿਚ ਉਹ ਤੋੜ ਦਿੰਦਾ ਹੈ ਚੀਜ਼ਾਂ ਨੂੰ। ਐਪਰ ਤੋੜਨ ਨਾਲ ਕਦੇ ਕਿਸੇ ਆਦਮੀ ਨੂੰ ਕੋਈ ਤ੍ਰਿਪਤੀ ਨਹੀਂ ਮਿਲਦੀ। ਤ੍ਰਿਪਤੀ ਮਿਲਦੀ ਹੈ ਉਸਾਰੀ ਕਰਨ ਨਾਲ।

ਵੈਰ-ਵਿਰੋਧ ਨਾਲ ਭਰਿਆ ਆਦਮੀ ਸੰਘਰਸ਼ ਕਰਦਾ ਹੈ, ਪਰ ਸੰਘਰਸ਼ ਨਾਲ ਕੋਈ ਤ੍ਰਿਪਤੀ ਨਹੀਂ ਮਿਲਦੀ। ਤ੍ਰਿਪਤੀ ਮਿਲਦੀ ਹੈ ਦਾਨ ਨਾਲ, ਦੇਣ ਨਾਲ। ਖੋਹ ਲੈਣ ਨਾਲ ਨਹੀਂ। ਸੰਘਰਸ਼ ਕਰਨ ਵਾਲਾ ਖੋਹ ਲੈਂਦਾ ਹੈ। ਖੋਹਣ ਨਾਲ ਉਹ ਤ੍ਰਿਪਤੀ ਕਦੇ ਨਹੀਂ ਮਿਲਦੀ, ਜੋ ਕਿਸੇ ਨੂੰ ਦੇਣ ਨਾਲ ਅਤੇ ਦਾਨ ਨਾਲ ਹਾਸਲ ਹੁੰਦੀ ਹੈ।

ਉੱਚੀਆਂ ਆਸਾਂ ਰੱਖਣ ਵਾਲਾ ਆਦਮੀ ਇਕ ਅਹੁਦੇ ਤੋਂ ਦੂਜੇ ਅਹੁਦੇ ਦੀ ਯਾਤਰਾ ਕਰਦਾ ਰਹਿੰਦਾ ਹੈ, ਲੇਕਿਨ ਕਦੇ ਵੀ ਸ਼ਾਂਤ ਨਹੀਂ ਹੋ ਪਾਂਦਾ। ਸ਼ਾਂਤ ਉਹ ਹੁੰਦੇ ਹਨ, ਜੋ ਅਹੁਦਿਆਂ ਦੀ ਯਾਤਰਾ ਨਹੀਂ ਕਰਦੇ, ਬਲਕਿ ਪ੍ਰੇਮ ਦੀ ਯਾਤਰਾ ਕਰਦੇ ਹਨ। ਜੋ ਪ੍ਰੇਮ ਦੇ ਇਕ ਤੀਰਥ ਹੀ ਦੂਜੇ ਤੀਰਥ ਦੀ ਯਾਤਰਾ ਕਰਦੇ ਹਨ।

ਜਿੰਨਾ ਆਦਮੀ ਪ੍ਰੇਮਪੂਰਨ ਹੁੰਦਾ ਹੈ ਉਨੀ ਤ੍ਰਿਪਤੀ, ਇਕ ਕੰਟੇਂਟਮੈਂਟ, ਇਕ ਗਹਿਰਾ ਸੰਤੋਖ, ਇਕ ਅਨੰਦ ਦਾ ਭਾਵ, ਇਕ ਪ੍ਰਾਪਤੀ ਦਾ ਭਾਵ, ਉਸਦੇ ਪ੍ਰਾਣਾਂ ਦੇ ਰਗ-ਰਗ ਵਿਚ ਵਹਿਣ ਲੱਗਦਾ ਹੈ। ਉਸਦੇ ਸਾਰੇ ਸਰੀਰ ਵਿਚ ਇਕ ਰਸ ਝਲਕਣ ਲੱਗਦਾ ਹੈ, ਜੋ

ਤ੍ਰਿਪਤੀ ਦਾ ਰਸ ਹੈ, ਜੋ ਅਨੰਦ ਦਾ ਰਸ ਹੈ। ਉਹੋ-ਜਿਹਾ ਤ੍ਰਿਪਤ ਆਦਮੀ ਸੈਕਸ ਦੀਆਂ ਦਿਸ਼ਾਵਾਂ ਵਿਚ ਨਹੀਂ ਜਾਂਦਾ। ਜਾਣ ਦੇ ਲਈ, ਰੋਕਣ ਦੇ ਲਈ ਚੇਸ਼ਟਾ ਨਹੀਂ ਕਰਨੀ ਪੈਂਦੀ। ਉਹ ਜਾਂਦਾ ਹੀ ਨਹੀਂ, ਕਿਉਂਕਿ ਉਹੀ ਤ੍ਰਿਪਤੀ, ਜੋ ਛਿਨ ਭਰ ਲਈ ਸੈਕਸ ਤੋਂ ਮਿਲਦੀ ਸੀ, ਪ੍ਰੇਮ ਨਾਲ ਇਹ ਤ੍ਰਿਪਤੀ ਚੌਵੀ ਘੰਟੇ ਲਈ ਮਿਲ ਜਾਂਦੀ ਹੈ।

ਸੋ ਦੂਜੀ ਦਿਸ਼ਾ ਹੈ, ਕਿ ਸ਼ਖ਼ਸੀਅਤ ਦਾ ਵੱਧ ਤੋਂ ਵੱਧ ਵਿਕਾਸ ਪ੍ਰੇਮ ਦੇ ਰਾਹਾਂ ਉੱਤੇ ਹੋਣਾ ਚਾਹੀਦਾ ਹੈ। ਅਸੀਂ ਪ੍ਰੇਮ ਦੇਈਏ, ਅਸੀਂ ਪ੍ਰੇਮ ਵਿਚ ਜੀਵੀਏ।

ਅਤੇ ਜ਼ਰੂਰੀ ਨਹੀਂ ਹੈ ਕਿ ਅਸੀਂ ਪ੍ਰੇਮ ਮਨੁੱਖ ਨੂੰ ਹੀ ਦੇਵਾਂਗੇ, ਤਦੇ ਪ੍ਰੇਮ ਦੀ ਦੀਖਿਆ ਹੋਵੇਗੀ, ਪ੍ਰੇਮ ਦੀ ਦੀਖਿਆ ਤਾਂ ਪੂਰੀ ਸ਼ਖ਼ਸੀਅਤ ਦੇ ਪ੍ਰੇਮਪੂਰਨ ਹੋਣ ਦੀ ਦੀਖਿਆ ਹੈ, ਉਹ ਤਾਂ 'ਟੂ ਬੀ ਲਵਿੰਗ' ਹੋਣ ਦੀ ਦੀਖਿਆ ਹੈ।

ਇਕ ਪੱਥਰ ਨੂੰ ਵੀ ਅਸੀਂ ਚੁੱਕੀਏ ਤਾਂ ਇਉਂ ਚੁੱਕ ਸਕਦੇ ਹਾਂ, ਜਿਵੇਂ ਮਿੱਤਰ ਨੂੰ ਚੁੱਕ ਰਹੇ ਹਾਂ, ਅਤੇ ਇਕ ਆਦਮੀ ਦਾ ਹੱਥ ਵੀ ਅਸੀਂ ਇਉਂ ਫੜ ਸਕਦੇ ਹਾਂ, ਜਿਵੇਂ ਦੁਸ਼ਮਣ ਦਾ ਹੱਥ ਫੜਿਆ ਹੋਵੇ। ਇਕ ਆਦਮੀ ਵਸਤੂਆਂ ਦੇ ਨਾਲ ਵੀ ਪ੍ਰੇਮਪੂਰਨ ਸਲੂਕ ਕਰ ਸਕਦਾ ਹੈ। ਇਕ ਆਦਮੀ ਆਦਮੀਆਂ ਦੇ ਨਾਲ ਵੀ ਅਜਿਹਾ ਸਲੂਕ ਕਰ ਸਕਦਾ ਹੈ, ਜਿਹੋ-ਜਿਹਾ ਵਸਤੂਆਂ ਦੇ ਨਾਲ ਵੀ ਨਹੀਂ ਕਰਨਾ ਚਾਹੀਦਾ। ਘਿਰਣਾ ਨਾਲ ਭਰਿਆ ਹੋਇਆ ਆਦਮੀ ਵਸਤੂਆਂ ਸਮਝਦਾ ਹੈ ਮਨੁੱਖਾਂ ਨੂੰ। ਪ੍ਰੇਮ ਨਾਲ ਭਰਿਆ ਹੋਇਆ ਆਦਮੀ ਵਸਤੂਆਂ ਨੂੰ ਵੀ ਸ਼ਖ਼ਸੀਅਤ ਦਿੰਦਾ ਹੈ।

ਇਕ ਫ਼ਕੀਰ ਨਾਲ ਮਿਲਣ ਇਕ ਜਰਮਨ ਯਾਤਰੀ ਗਿਆ ਹੋਇਆ ਸੀ। ਉਹ ਕਿਸੇ ਕ੍ਰੋਧ ਵਿਚ ਹੋਵੇਗਾ। ਉਸਨੇ ਦਰਵਾਜ਼ੇ 'ਤੇ ਜ਼ੋਰ ਨਾਲ ਜੁੱਤੀ ਖੋਲ੍ਹ ਦਿੱਤੀ, ਜੁੱਤੀ ਨੂੰ ਪਟਕਿਆ, ਧੱਕਾ ਦਿੱਤਾ ਦਰਵਾਜ਼ੇ ਨੂੰ ਜ਼ੋਰ ਨਾਲ।

ਕ੍ਰੋਧ ਵਿਚ ਆਦਮੀ ਜੁੱਤੀ ਵੀ ਲਾਹੁੰਦਾ ਹੈ, ਤਾਂ ਇਉਂ ਜਿਵੇਂ ਜੁੱਤੀ ਦੁਸ਼ਮਣ ਹੋਵੇ ! ਦਰਵਾਜ਼ੇ ਵੀ ਖੋਲ੍ਹਦਾ ਹੈ ਤਾਂ ਇਉਂ ਜਿਵੇਂ ਦਰਵਾਜ਼ੇ ਨਾਲ ਕੋਈ ਝਗੜਾ ਹੋਵੇ।

ਦਰਵਾਜ਼ੇ ਨੂੰ ਧੱਕਾ ਦੇ ਕੇ ਉਹ ਅੰਦਰ ਗਿਆ। ਉਸ ਫ਼ਕੀਰ ਨੂੰ ਜਾ ਕੇ ਨਮਸਕਾਰ ਕੀਤੀ। ਉਸ ਫ਼ਕੀਰ ਨੇ ਕਿਹਾ : ਨਹੀਂ, ਅਜੇ ਮੈਂ ਨਮਸਕਾਰ ਦਾ ਜਵਾਬ ਨਹੀਂ ਦੇ ਸਕਾਂਗਾ। ਪਹਿਲਾਂ ਤੂੰ ਦਰਵਾਜ਼ੇ ਤੋਂ ਅਤੇ ਜੁੱਤੀ ਤੋਂ ਮਾਫ਼ੀ ਮੰਗ ਕੇ ਆ।

ਉਸ ਆਦਮੀ ਨੇ ਕਿਹਾ, ਤੁਸੀਂ ਪਾਗਲ ਹੋ ਗਏ ਹੋ ? ਦਰਵਾਜ਼ਿਆਂ ਅਤੇ ਜੁੱਤੀ ਤੋਂ ਮਾਫ਼ੀ ! ਕੀ ਉਨ੍ਹਾਂ ਦੀ ਵੀ ਕੋਈ ਸ਼ਖ਼ਸੀਅਤ ਹੈ ?

ਉਸ ਫ਼ਕੀਰ ਨੇ ਕਿਹਾ, ਤੂੰ ਕ੍ਰੋਧ ਕਰਦੇ ਸਮੇਂ ਕਦੇ ਵੀ ਨਾ ਸੋਚਿਆ ਕਿ ਉਹਨਾਂ ਦੀ ਕੋਈ ਸ਼ਖ਼ਸੀਅਤ ਹੈ। ਤੂੰ ਜੁੱਤੀ ਪਟਕੀ ਜਿਵੇਂ ਉਸ ਵਿਚ ਜਾਨ ਹੋਵੇ, ਜਿਵੇਂ ਉਸਦਾ ਕੋਈ ਕਸੂਰ ਹੋਵੇ ਤੇ ਦਰਵਾਜ਼ਾ ਇੰਜ ਖੋਲ੍ਹਿਆ ਜਿਵੇਂ ਤੂੰ ਦੁਸ਼ਮਣ ਹੋਵੇਂ। ਨਹੀਂ, ਜਦ ਤੂੰ ਕ੍ਰੋਧ ਕਰਨ ਵੇਲੇ ਉਹਨਾਂ ਦੀ ਸ਼ਖ਼ਸੀਅਤ ਮੰਨ ਲਈ, ਤਾਂ ਪਹਿਲਾਂ ਜਾਹ, ਮਾਫ਼ੀ ਮੰਗ ਕੇ ਆ, ਤਦ ਮੈਂ ਤੇਰੇ ਨਾਲ ਅੱਗੇ ਗੱਲ ਕਰਾਂਗਾ, ਨਹੀਂ ਤਾਂ ਮੈਂ ਗੱਲ ਕਰਨ ਵਾਲਾ ਨਹੀਂ ਹਾਂ।

ਹੁਣ ਉਹ ਆਦਮੀ ਦੂਰ ਜਰਮਨੀ ਤੋਂ ਉਸ ਫ਼ਕੀਰ ਨੂੰ ਮਿਲਣ ਗਿਆ ਸੀ, ਇੰਨੀ-ਕੁ ਗੱਲ ਪਿੱਛੇ ਮੁਲਾਕਾਤ ਨਹੀਂ ਹੋ ਸਕੇਗੀ। ਮਜਬੂਰੀ ਸੀ। ਉਸਨੂੰ ਜਾ ਕੇ ਦਰਵਾਜ਼ੇ 'ਤੇ ਹੱਥ ਜੋੜ ਕੇ ਮਾਫ਼ੀ ਮੰਗਣੀ ਪਈ ਕਿ ਮਿੱਤਰ ਮਾਫ਼ ਕਰ ਦੋ। ਜੁੱਤੀ ਨੂੰ ਕਹਿਣਾ ਪਿਆ, ਮਾਫ਼ ਕਰੋ, ਭੁੱਲ ਹੋ ਗਈ, ਅਸੀਂ ਜੋ ਤੁਹਾਨੂੰ ਇਸ ਤਰ੍ਹਾਂ ਗੁੱਸੇ ਵਿਚ ਖੋਲ੍ਹਿਆ।

ਉਸ ਜਰਮਨ ਯਾਤਰੀ ਨੇ ਲਿਖਿਆ ਹੈ ਕਿ ਲੇਕਿਨ ਜਦ ਮੈਂ ਮਾਫ਼ੀ ਮੰਗ ਰਿਹਾ ਸੀ

ਤਾਂ ਪਹਿਲਾਂ ਤਾਂ ਮੈਨੂੰ ਹਾਸਾ ਆਇਆ ਕਿ ਮੈਂ ਕੀ ਪਾਗਲਪਣ ਕਰ ਰਿਹਾ ਹਾਂ, ਪਰ ਜਦ ਮੈਂ ਮਾਫ਼ੀ ਮੰਗ ਚੁੱਕਿਆ ਤਾਂ ਮੈਂ ਹੈਰਾਨ ਹੋਇਆ। ਮੈਨੂੰ ਇਕ ਅਜਿਹੀ ਸ਼ਾਂਤੀ ਮਹਿਸੂਸ ਹੋਈ, ਜਿਸਦੀ ਮੈਨੂੰ ਕਲਪਨਾ ਨਹੀਂ ਹੋ ਸਕਦੀ ਸੀ...ਕਿ ਦਰਵਾਜ਼ੇ ਅਤੇ ਜੁੱਤੀ ਤੋਂ ਮਾਫ਼ੀ ਮੰਗ ਕੇ ਸ਼ਾਂਤੀ ਮਿਲ ਸਕਦੀ ਹੈ।

ਮੈਂ ਜਾ ਕੇ ਉਸ ਫ਼ਕੀਰ ਦੇ ਕੋਲ ਬੈਠਾ, ਉਹ ਹੱਸਣ ਲਗਿਆ। ਉਸਨੇ ਕਿਹਾ, ਹੁਣ ਠੀਕ, ਹੁਣ ਕੁਝ ਗੱਲ ਹੋ ਸਕਦੀ ਹੈ। ਤੂੰ ਕੁਝ ਪ੍ਰੇਮ ਜ਼ਾਹਰ ਕੀਤਾ, ਹੁਣ ਤੂੰ ਸੰਬੋਧਤ ਹੋ ਸਕਦਾ ਹੈਂ, ਸਮਝ ਵੀ ਸਕਦਾ ਹੈਂ, ਕਿਉਂਕਿ ਹੁਣ ਤੂੰ ਖ਼ੁਸ਼ ਹੈਂ, ਹੁਣ ਤੂੰ ਅਨੰਦ ਨਾਲ ਭਰ ਗਿਆ ਹੈਂ।

ਸਵਾਲ ਮਨੁੱਖਾਂ ਨਾਲ ਹੀ ਪ੍ਰੇਮਪੂਰਨ ਹੋਣ ਦਾ ਨਹੀਂ, ਪ੍ਰੇਮਪੂਰਨ ਹੋਣ ਦਾ ਹੈ। ਇਹ ਸਵਾਲ ਨਹੀਂ ਹੈ ਕਿ ਮਾਂ ਨੂੰ ਪ੍ਰੇਮ ਦਿਉ, ਇਹ ਗਲਤ ਗੱਲਾਂ ਹਨ। ਜਦ ਕੋਈ ਮਾਂ ਆਪਣੇ ਬੱਚੇ ਨੂੰ ਕਹਿੰਦੀ ਹੈ ਕਿ ਮੈਂ ਤੇਰੀ ਮਾਂ ਹਾਂ ਇਸ ਲਈ ਪ੍ਰੇਮ ਕਰ, ਤਦ ਉਹ ਗਲਤ ਸਿੱਖਿਆ ਦੇ ਰਹੀ ਹੈ। ਕਿਉਂਕਿ ਜਿੱਥੇ ਪ੍ਰੇਮ ਵਿਚ 'ਇਸ ਲਈ' ਲਗਿਆ ਹੋਇਆ ਹੈ 'ਦੇਅਰਫੋਰ', ਉਹ ਪ੍ਰੇਮ ਝੂਠਾ ਹੈ। ਜੋ ਕਹਿੰਦਾ ਹੈ, ਇਸ ਲਈ ਪ੍ਰੇਮ ਕਰ ਕਿ ਮੈਂ ਬਾਪ ਹਾਂ, ਉਹ ਗਲਤ ਸਿੱਖਿਆ ਦੇ ਰਿਹਾ ਹੈ। ਉਹ ਕਾਰਨ ਦੱਸ ਰਿਹਾ ਹੈ ਪ੍ਰੇਮ ਦਾ।

ਪ੍ਰੇਮ ਅਕਾਰਨ ਹੁੰਦਾ ਹੈ, ਪ੍ਰੇਮ ਕਾਰਨ ਸਹਿਤ ਨਹੀਂ ਹੁੰਦਾ ਹੈ।

ਮਾਂ ਕਹਿੰਦੀ ਹੈ, ਮੈਂ ਤੇਰੀ ਮਾਂ ਹਾਂ, ਮੈਂ ਤੈਨੂੰ ਇੰਨੇ ਦਿਨ ਪਾਲਿਆ ਪਲੋਸਿਆ, ਵੱਡਾ ਕੀਤਾ, ਇਸ ਲਈ ਪ੍ਰੇਮ ਕਰ। ਉਹ ਵਜ੍ਹਾ ਦੱਸ ਰਹੀ ਹੈ, ਪ੍ਰੇਮ ਖ਼ਤਮ ਹੋ ਗਿਆ। ਜੇ ਕਰ ਉਹ ਪ੍ਰੇਮ ਵੀ ਹੋਵੇਗਾ ਤਾਂ ਬੱਚਾ ਝੂਠਾ ਪ੍ਰੇਮ ਦਿਖਾਉਣ ਦੀ ਕੋਸ਼ਿਸ਼ ਕਰੇਗਾ, ਕਿਉਂਕਿ ਇਹ ਮਾਂ ਹੈ, ਇਸ ਲਈ ਪ੍ਰੇਮ ਦਿਖਾਉਣਾ ਪੈ ਰਿਹਾ ਹੈ।

ਨਹੀਂ, ਪ੍ਰੇਮ ਦੀ ਸਿੱਖਿਆ ਦਾ ਮਤਲਬ ਹੈ : ਪ੍ਰੇਮ ਦਾ ਕਾਰਨ ਨਹੀਂ, ਪ੍ਰੇਮਪੂਰਨ ਹੋਣ ਦੀ ਸਹੂਲਤ ਅਤੇ ਵਿਵਸਥਾ ਕਿ ਬੱਚਾ ਪ੍ਰੇਮਪੂਰਨ ਹੋ ਸਕੇ।

ਜਿਹੜੀ ਮਾਂ ਕਹਿੰਦੀ ਹੈ ਕਿ ਮੇਰੇ ਨਾਲ ਪ੍ਰੇਮ ਕਰ, ਕਿਉਂਕਿ ਮੈਂ ਮਾਂ ਹਾਂ, ਉਹ ਪ੍ਰੇਮ ਨਹੀਂ ਸਿਖਾ ਰਹੀ। ਉਸਨੂੰ ਕਹਿਣਾ ਚਾਹੀਦਾ ਹੈ ਕਿ ਇਹ ਤੇਰੀ ਸ਼ਖ਼ਸੀਅਤ, ਇਹ ਤੇਰੇ ਭਵਿੱਖ, ਇਹ ਤੇਰੇ ਅਨੰਦ ਦੀ ਗੱਲ ਹੈ ਕਿ ਜੋ ਵੀ ਤੇਰੇ ਰਾਹ 'ਚ ਆ ਜਾਵੇ, ਤੂੰ ਉਸ ਨਾਲ ਪ੍ਰੇਮਪੂਰਨ ਹੋ—ਪੱਥਰ ਆ ਜਾਵੇ, ਫੁੱਲ ਆ ਜਾਵੇ, ਆਦਮੀ ਆ ਜਾਵੇ, ਜਾਨਵਰ ਆ ਜਾਵੇ। ਇਹ ਸਵਾਲ ਜਾਨਵਰ ਨੂੰ ਪ੍ਰੇਮ ਦੇਣ ਦਾ ਨਹੀਂ, ਫੁੱਲ ਨੂੰ ਪ੍ਰੇਮ ਦੇਣ ਦਾ ਨਹੀਂ, ਮਾਂ ਨੂੰ ਪ੍ਰੇਮ ਦੇਣ ਦਾ ਨਹੀਂ, ਤੇਰੇ ਪ੍ਰੇਮਪੂਰਨ ਹੋਣ ਦਾ ਹੈ; ਕਿਉਂਕਿ ਤੇਰਾ ਭਵਿੱਖ ਇਸ ਉਤੇ ਨਿਰਭਰ ਕਰੇਗਾ ਕਿ ਤੂੰ ਕਿੰਨਾ ਪ੍ਰੇਮਪੂਰਨ ਹੈਂ। ਤੇਰੀ ਸ਼ਖ਼ਸੀਅਤ ਕਿੰਨੀ ਪ੍ਰੇਮ ਨਾਲ ਭਰੀ ਹੋਈ ਹੈ, ਉਨੀ ਤੇਰੇ ਜੀਵਨ ਵਿਚ ਅਨੰਦ ਦੀ ਸੰਭਾਵਨਾ ਵਧੇਗੀ।

ਪ੍ਰੇਮਪੂਰਨ ਹੋਣ ਦੀ ਸਿੱਖਿਆ ਚਾਹੀਦੀ ਹੈ ਮਨੁੱਖ ਨੂੰ, ਤਾਂ ਉਹ ਕਾਮੁਕਤਾ ਤੋਂ ਮੁਕਤ ਹੋ ਸਕਦਾ ਹੈ।

ਲੇਕਿਨ ਅਸੀਂ ਤਾਂ ਪ੍ਰੇਮ ਦੀ ਕੋਈ ਸਿੱਖਿਆ ਨਹੀਂ ਦਿੰਦੇ, ਅਸੀਂ ਤਾਂ ਪ੍ਰੇਮ ਦਾ ਕੋਈ ਭਾਵ ਪੈਦਾ ਨਹੀਂ ਕਰਦੇ, ਅਸੀਂ ਤਾਂ ਪ੍ਰੇਮ ਦੇ ਨਾਂ 'ਤੇ ਜੋ ਵੀ ਗੱਲਾਂ ਕਰਦੇ ਹਾਂ, ਉਹ ਝੂਠ ਹੀ ਸਿਖਾਉਂਦੇ ਹਾਂ ਉਹਨਾਂ ਨੂੰ।

ਕੀ ਤੁਹਾਨੂੰ ਪਤਾ ਹੈ ਕਿ ਇਕ ਆਦਮੀ ਇਕ ਦੇ ਪ੍ਰਤੀ ਪ੍ਰੇਮਪੂਰਨ ਹੈ ਅਤੇ ਦੂਜੇ ਦੇ ਪ੍ਰਤੀ ਘਿਰਣਾਪੂਰਨ ਹੋ ਸਕਦਾ ਹੈ ? ਇਹ ਅਸੰਭਵ ਹੈ।

ਪ੍ਰੇਮਪੂਰਨ ਆਦਮੀ ਪ੍ਰੇਮਪੂਰਨ ਹੁੰਦਾ ਹੈ, ਆਦਮੀ ਨਾਲ ਕੋਈ ਸਬੰਧ ਨਹੀਂ ਹੈ ਉਸ ਗੱਲ ਦਾ। ਇਕੱਲ ਵਿਚ ਬੈਠਦਾ ਹੈ ਤਾਂ ਵੀ ਪ੍ਰੇਮਪੂਰਨ ਹੁੰਦਾ ਹੈ। ਕੋਈ ਨਹੀਂ ਹੁੰਦਾ ਤਾਂ ਵੀ ਪ੍ਰੇਮਪੂਰਨ ਹੁੰਦਾ ਹੈ। ਪ੍ਰੇਮਪੂਰਨ ਹੋਣਾ ਉਸਦੇ ਸੁਭਾਅ ਦੀ ਗੱਲ ਹੈ। ਉਹ ਤੁਹਾਡੇ ਨਾਲ ਸਬੰਧਤ ਹੋਣ ਦਾ ਸਵਾਲ ਨਹੀਂ।

ਕ੍ਰੋਧੀ ਆਦਮੀ ਇਕੱਲੇ ਵਿਚ ਵੀ ਕ੍ਰੋਧਵਾਨ ਹੁੰਦਾ ਹੈ। ਘਿਰਣਾ ਨਾਲ ਭਰਿਆ ਆਦਮੀ ਇਕੱਲੇ ਵਿਚ ਹੀ ਘਿਰਣਾ ਨਾਲ ਭਰਿਆ ਹੁੰਦਾ ਹੈ। ਉਹ ਇਕੱਲਾ ਵੀ ਬੈਠਾ ਹੋਵੇ ਤਾਂ ਤੁਸੀਂ ਉਸਨੂੰ ਦੇਖ ਕੇ ਕਹਿ ਸਕਦੇ ਹੋ ਕਿ ਇਹ ਆਦਮੀ ਕ੍ਰੋਧੀ ਹੈ, ਹਾਲਾਂਕਿ ਉਹ ਕਿਸੇ ਉਤੇ ਕ੍ਰੋਧ ਨਹੀਂ ਕਰ ਰਿਹਾ ਹੈ। ਲੇਕਿਨ ਉਸਦੀ ਸਾਰੀ ਸ਼ਖ਼ਸੀਅਤ ਕ੍ਰੋਧੀ ਹੈ।

ਪ੍ਰੇਮਪੂਰਨ ਆਦਮੀ ਜੋ ਇਕੱਲੇ ਵਿਚ ਬੈਠਾ ਹੋਵੇ ਤਾਂ ਤੁਸੀਂ ਕਹੋਗੇ, ਇਹ ਆਦਮੀ ਕਿੰਨੇ ਪ੍ਰੇਮ ਨਾਲ ਭਰਿਆ ਹੋਇਆ ਬੈਠਾ ਹੈ।

ਫੁੱਲ ਇਕਾਂਤ ਵਿਚ ਖਿੜਦੇ ਹਨ ਜੰਗਲ ਦੇ ਤਾਂ ਉਥੇ ਵੀ ਸੁਗੰਧ ਖਿਲਾਰਦੇ ਰਹਿੰਦੇ ਹਨ, ਭਾਵੇਂ ਕੋਈ ਸੁੰਘਣ ਵਾਲਾ ਹੋਵੇ ਜਾਂ ਨਾ ਹੋਵੇ, ਰਾਹ 'ਤੇ ਕੋਈ ਲੰਘੇ ਜਾਂ ਨਾ ਲੰਘੇ। ਫੁੱਲ ਸੁਗੰਧਤ ਹੁੰਦਾ ਰਹਿੰਦਾ ਹੈ। ਫੁੱਲ ਦਾ ਸੁਗੰਧਤ ਹੋਣਾ ਸੁਭਾਅ ਹੈ। ਇਸ ਭੁਲੇਖੇ ਵਿਚ ਤੁਸੀਂ ਨਾ ਪੈਣਾ ਕਿ ਤੁਹਾਡੇ ਲਈ ਸੁਗੰਧਤ ਹੋ ਰਿਹਾ ਹੈ।

ਪ੍ਰੇਮਪੂਰਨ ਹੋਣਾ ਸ਼ਖ਼ਸੀਅਤ ਬਣਨਾ ਚਾਹੀਦਾ ਹੈ। ਉਹ ਸਾਡੀ ਸ਼ਖ਼ਸੀਅਤ ਹੋਵੇ, ਇਸ ਨਾਲ ਕੋਈ ਸਬੰਧ ਨਹੀਂ ਕਿ ਉਹ ਕਿਸ ਦੇ ਪ੍ਰਤੀ।

ਲੇਕਿਨ ਜਿੰਨੇ ਪ੍ਰੇਮ ਕਰਨ ਵਾਲੇ ਲੋਕ ਹਨ, ਉਹ ਸੋਚਦੇ ਹਨ ਕਿ ਮੇਰੇ ਪ੍ਰਤੀ ਪ੍ਰੇਮਪੂਰਨ ਹੋ ਜਾਵੇ ਹੋਰ ਕਿਸੇ ਦੇ ਪ੍ਰਤੀ ਨਹੀਂ। ਅਤੇ ਉਹਨਾਂ ਨੂੰ ਪਤਾ ਨਹੀਂ ਕਿ ਜੋ ਸਭ ਦੇ ਪ੍ਰਤੀ ਪ੍ਰੇਮਪੂਰਨ ਨਹੀਂ, ਉਹ ਕਿਸੇ ਦੇ ਪ੍ਰਤੀ ਪ੍ਰੇਮਪੂਰਨ ਨਹੀਂ ਹੋ ਸਕਦਾ।

ਪਤਨੀ ਕਹਿੰਦੀ ਹੈ ਪਤੀ ਨੂੰ, ਮੈਨੂੰ ਪ੍ਰੇਮ ਕਰਨਾ ਬਸ, ਫਿਰ ਆ ਗਿਆ ਸਟਾਪ। ਵਿਚ ਇਧਰ-ਉਧਰ ਕਿਤੇ ਦੇਖਣਾ ਨਾ, ਫਿਰ ਹੋਰ ਕਿਤੇ ਤੇਰੇ ਪ੍ਰੇਮ ਦੀ ਜ਼ਰਾ-ਜਿੰਨੀ ਧਾਰਾ ਨਾ ਵਗੇ, ਬਸ ਪ੍ਰੇਮ ਯਾਨੀ ਇਸ ਪਾਸੇ। ਅਤੇ ਉਸ ਪਤਨੀ ਨੂੰ ਪਤਾ ਨਹੀਂ ਕਿ ਇਹ ਪ੍ਰੇਮ ਝੂਠਾ ਉਹ ਆਪਣੇ ਹੱਥ ਨਾਲ ਕਰ ਲੈ ਰਹੀ ਹੈ। ਜੋ ਪਤੀ ਪ੍ਰੇਮਪੂਰਨ ਨਹੀਂ ਹੈ ਹਰ ਹਾਲਤ ਵਿਚ ਹਰੇਕ ਦੇ ਪ੍ਰਤੀ, ਉਹ ਪਤਨੀ ਦੇ ਪ੍ਰਤੀ ਵੀ ਪ੍ਰੇਮਪੂਰਨ ਕਿਵੇਂ ਹੋ ਸਕਦਾ ਹੈ ?

ਪ੍ਰੇਮਪੂਰਨ ਚੌਵੀ ਘੰਟੇ ਦੇ ਜੀਵਨ ਦਾ ਸੁਭਾਅ ਹੈ। ਉਹ ਅਜਿਹੀ ਕੋਈ ਗੱਲ ਨਹੀਂ ਕਿ ਅਸੀਂ ਕਿਸੇ ਦੇ ਪ੍ਰਤੀ ਪ੍ਰੇਮਪੂਰਨ ਹੋ ਜਾਈਏ ਅਤੇ ਕਿਸੇ ਦੇ ਪ੍ਰਤੀ ਪ੍ਰੇਮਹੀਣ ਹੋ ਜਾਈਏ, ਲੇਕਿਨ ਅੱਜ ਤਕ ਮਨੁੱਖਤਾ ਇਸਨੂੰ ਸਮਝਣ ਵਿਚ ਸਮਰੱਥ ਨਹੀਂ ਹੋ ਪਾਈ।

ਬਾਪ ਕਹਿੰਦਾ ਹੈ ਮੇਰੇ ਪ੍ਰਤੀ ਪ੍ਰੇਮਪੂਰਨ। ਲੇਕਿਨ ਘਰ ਵਿਚ ਜੋ ਚਪੜਾਸੀ ਹੈ ਉਸਦੇ ਪ੍ਰਤੀ—ਉਹ ਤਾਂ ਨੌਕਰ ਹੈ ! ਪਰ ਉਸਨੂੰ ਪਤਾ ਹੈ ਕਿ ਜੋ ਬੇਟਾ ਇਕ ਬੁੱਢੇ ਨੌਕਰ ਦੇ ਪ੍ਰੇਮਪੂਰਨ ਨਹੀਂ ਹੋ ਪਾਇਆ ਹੈ...ਉਹ ਬੁੱਢਾ ਨੌਕਰ ਵੀ ਕਿਸੇ ਦਾ ਬਾਪ ਹੈ।

ਐਪਰ ਉਸਨੂੰ ਪਤਾ ਨਹੀਂ ਕਿ ਜੋ ਬੇਟਾ ਇਕ ਬੁੱਢੇ ਨੌਕਰ ਦੇ ਪ੍ਰਤੀ ਪ੍ਰੇਮਪੂਰਨ ਨਹੀਂ ਹੋ ਪਾਇਆ ਹੈ, ਉਹ ਬੁੱਢਾ ਨੌਕਰ ਵੀ ਕਿਸੇ ਦਾ ਬਾਪ ਹੈ। ਉਹ ਅੱਜ ਨਹੀਂ ਕੱਲ੍ਹ, ਜਦ ਉਸਦਾ ਬਾਪ ਵੀ ਬੁੱਢਾ ਹੋ ਜਾਏਗਾ, ਉਸਦੇ ਪ੍ਰਤੀ ਵੀ ਪ੍ਰੇਮਪੂਰਨ ਨਹੀਂ ਰਹਿ ਜਾਏਗਾ। ਤਦ ਇਹ ਬਾਪ ਪਛਤਾਏਗਾ ਕਿ ਮੇਰਾ ਲੜਕਾ ਮੇਰੇ ਪ੍ਰਤੀ ਪ੍ਰੇਮਪੂਰਨ ਨਹੀਂ ਹੈ। ਪਰ ਇਸ ਬਾਪ ਨੂੰ ਪਤਾ ਹੀ ਨਹੀਂ ਕਿ ਲੜਕਾ ਪ੍ਰੇਮਪੂਰਨ ਹੋ ਸਕਦਾ ਸੀ ਉਸਦੇ ਪ੍ਰਤੀ ਵੀ, ਜੇਕਰ ਜੋ ਵੀ ਆਸਪਾਸ ਸਨ, ਸਭ ਦੇ ਪ੍ਰਤੀ ਪ੍ਰੇਮਪੂਰਨ ਹੋਣ ਦੀ ਸਿੱਖਿਆ ਦਿੱਤੀ ਗਈ

ਹੁੰਦੀ ਤਾਂ ਉਹ ਉਸਦੇ ਪ੍ਰਤੀ ਵੀ ਪ੍ਰੇਮਪੂਰਨ ਹੁੰਦਾ।

ਪ੍ਰੇਮ ਸੁਭਾਅ ਦੀ ਗੱਲ ਹੈ, ਸਬੰਧ ਦੀ ਗੱਲ ਨਹੀਂ ਹੈ।

ਪ੍ਰੇਮ ਰਿਲੇਸ਼ਨਸ਼ਿਪ ਨਹੀਂ ਹੈ, ਪ੍ਰੇਮ ਹੈ 'ਸਟੇਟ ਆਫ ਮਾਈਂਡ'। ਮਨੁੱਖ ਦੀ ਸ਼ਖ਼ਸੀਅਤ ਦਾ ਅੰਦਰੂਨੀ ਅੰਗ ਹੈ।

ਤਾਂ ਸਾਨੂੰ ਪ੍ਰੇਮਪੂਰਨ ਹੋਣ ਦੀ ਦੂਸਰੀ ਦੀਖਿਆ ਦਿੱਤੀ ਜਾਣੀ ਚਾਹੀਦੀ ਹੈ—ਇੱਕ-ਇੱਕ ਚੀਜ਼ ਦੇ ਪ੍ਰਤੀ। ਜੇ ਬੱਚਾ ਇਕ ਕਿਤਾਬ ਨੂੰ ਵੀ ਗਲਤ ਢੰਗ ਨਾਲ ਰੱਖੇ ਤਾਂ ਗਲਤ ਗੱਲ ਹੈ, ਉਸਨੂੰ ਉਸੇ ਵੇਲੇ ਟੋਕਣਾ ਚਾਹੀਦਾ ਹੈ ਕਿ ਇਹ ਤੇਰੀ ਸ਼ਖ਼ਸੀਅਤ ਦੇ ਲਈ ਸ਼ੋਭਨੀਕ ਨਹੀਂ ਹੈ ਕਿ ਤੂੰ ਇਸ ਤਰ੍ਹਾਂ ਕਿਤਾਬ ਨੂੰ ਰੱਖੇਂ। ਕੋਈ ਦੇਖੇਗਾ, ਕੋਈ ਸੁਣੇਗਾ, ਕੋਈ ਪਾਏਗਾ ਕਿ ਤੂੰ ਕਿਤਾਬ ਦੇ ਨਾਲ ਮਾੜਾ ਸਲੂਕ ਕੀਤਾ ਹੈ। ਤੂੰ ਕੁੱਤੇ ਦੇ ਨਾਲ ਗਲਤ ਢੰਗ ਨਾਲ ਪੇਸ਼ ਆਇਆ ਹੈਂ। ਇਹ ਤੇਰੀ ਸ਼ਖ਼ਸੀਅਤ ਦੀ ਗਲਤੀ ਹੈ।

ਇਕ ਫ਼ਕੀਰ ਦੇ ਬਾਬਤ ਮੈਨੂੰ ਖ਼ਿਆਲ ਆਉਂਦਾ ਹੈ। ਇਕ ਛੋਟਾ ਜਿਹਾ ਫ਼ਕੀਰ ਦਾ ਝੌਂਪੜਾ ਸੀ। ਰਾਤ ਸੀ, ਜ਼ੋਰ ਨਾਲ ਵਰਖਾ ਹੁੰਦੀ ਸੀ। ਰਾਤ ਦੇ ਬਾਰ੍ਹਾਂ ਵਜੇ ਹੋਣਗੇ। ਫ਼ਕੀਰ ਅਤੇ ਉਸਦੀ ਪਤਨੀ ਦੋਵੇਂ ਸੌਂ ਰਹੇ ਸਨ। ਕਿਸੇ ਆਦਮੀ ਨੇ ਦਰਵਾਜ਼ੇ 'ਤੇ ਦਸਤਕ ਦਿੱਤੀ। ਛੋਟਾ-ਜਿਹਾ ਝੌਂਪੜਾ, ਕੋਈ ਸ਼ਾਇਦ ਸ਼ਰਨ ਚਾਹੁੰਦਾ ਸੀ। ਆਪਣੀ ਪਤਨੀ ਨੂੰ ਉਸਨੇ ਕਿਹਾ ਕਿ ਦੁਆਰ ਖੋਲ੍ਹ ਦੇ, ਕੋਈ ਦੁਆਰ 'ਤੇ ਖੜ੍ਹਾ ਹੈ, ਕੋਈ ਮੁਸਾਫ਼ਰ, ਕੋਈ ਅਣਵਾਕਫ਼ ਮਿੱਤਰ।

ਸੁਣਦੇ ਹੋ ਉਸਦੀ ਗੱਲ ? ਉਸਨੇ ਕਿਹਾ, ਕੋਈ ਅਣਵਾਕਫ਼ ਮਿੱਤਰ ! ਸਾਡੇ ਤਾਂ ਜੋ ਵਾਕਫ਼ ਹਨ, ਉਹ ਵੀ ਮਿੱਤਰ ਨਹੀਂ ਹੁੰਦੇ। ਉਸਨੇ ਕਿਹਾ ਕੋਈ ਅਣਵਾਕਫ਼ ਮਿੱਤਰ ! ਇਹ ਪ੍ਰੇਮ ਦਾ ਭਾਵ ਹੈ।

ਕੋਈ ਅਣਵਾਕਫ਼ ਮਿੱਤਰ ਦੁਆਰ 'ਤੇ ਖੜ੍ਹਾ ਹੈ, ਦੁਆਰ ਖੋਲ੍ਹ। ਉਸਦੀ ਪਤਨੀ ਨੇ ਕਿਹਾ, ਪਰ ਥਾਂ ਤਾਂ ਬਹੁਤ ਥੋੜ੍ਹੀ ਹੈ, ਸਾਡੇ ਦੋਹਾਂ ਜਿੰਨੀ ਹੀ ਮੁਸ਼ਕਲ ਨਾਲ ਹੈ। ਕੋਈ ਤੀਜਾ ਬੰਦਾ ਅੰਦਰ ਆਏਗਾ ਤਾਂ ਅਸੀਂ ਕੀ ਕਰਾਂਗੇ ?

ਉਸ ਫ਼ਕੀਰ ਨੇ ਕਿਹਾ, ਕਮਲੀਏ, ਇਹ ਕਿਸੇ ਅਮੀਰ ਦਾ ਮਹਿਲ ਨਹੀਂ ਹੈ ਕਿ ਛੋਟਾ ਪੈ ਜਾਵੇ, ਇਹ ਗਰੀਬ ਦੀ ਝੌਂਪੜੀ ਹੈ। ਅਮੀਰ ਦਾ ਮਹਿਲ ਛੋਟਾ ਪੈ ਜਾਂਦਾ ਹੈ ਹਮੇਸ਼ਾ, ਇਕ ਮਹਿਮਾਨ ਆ ਜਾਵੇ ਤਾਂ ਮਹਿਲ ਛੋਟਾ ਪੈ ਜਾਂਦਾ ਹੈ। ਇਹ ਗਰੀਬ ਦੀ ਝੌਂਪੜੀ ਹੈ। ਉਸਦੀ ਪਤਨੀ ਨੇ ਕਿਹਾ, ਇਸ ਵਿਚ ਝੌਂਪੜੀ...ਅਮੀਰ ਅਤੇ ਗਰੀਬ ਦਾ ਕੀ ਸਵਾਲ ਹੈ ? ਥਾਂ ਛੋਟੀ ਹੈ।

ਉਸ ਫ਼ਕੀਰ ਨੇ ਕਿਹਾ ਕਿ ਜਿਥੇ ਦਿਲ ਵਿਚ ਥਾਂ ਵੱਡੀ ਹੋਵੇ, ਉਥੇ ਝੌਂਪੜਾ ਮਹਿਲ ਦੀ ਤਰ੍ਹਾਂ ਮਲੂਮ ਹੁੰਦਾ ਹੈ ਅਤੇ ਜਿੱਥੇ ਦਿਲ ਵਿਚ ਛੋਟੀ ਥਾਂ ਹੋਵੇ, ਉਥੇ ਝੌਂਪੜਾ ਤਾਂ ਕੀ ਮਹਿਲ ਵੀ ਛੋਟਾ ਅਤੇ ਝੌਂਪੜਾ ਹੋ ਜਾਂਦਾ ਹੈ। ਦੁਆਰ ਖੋਲ੍ਹ ਦੇ। ਦੁਆਰ ਤੇ ਖੜ੍ਹੇ ਆਦਮੀ ਨੂੰ ਵਾਪਿਸ ਕਿਵੇਂ ਮੋੜਿਆ ਜਾ ਸਕਦਾ ਹੈ ? ਅਜੇ ਅਸੀਂ ਦੋਵੇਂ ਲੇਟੇ ਸੀ, ਹੁਣ ਤਿੰਨ ਲੇਟ ਨਹੀਂ ਸਕਾਂਗੇ, ਤਿੰਨੇ ਬੈਠਾਂਗੇ ? ਬੈਠਣ ਦੇ ਲਈ ਕਾਫ਼ੀ ਥਾਂ ਹੈ।

ਮਜਬੂਰੀ ਸੀ, ਪਤਨੀ ਨੂੰ ਦਰਵਾਜ਼ਾ ਖੋਲ੍ਹ ਦੇਣਾ ਪਿਆ। ਇਕ ਮਿੱਤਰ ਆ ਗਿਆ, ਪਾਣੀ ਨਾਲ ਭਿੱਜਿਆ ਹੋਇਆ। ਉਸਦੇ ਕੱਪੜੇ ਬਦਲੇ। ਅਤੇ ਤਿੰਨੇ ਬੈਠ ਕੇ ਗਪਸ਼ਪ ਕਰਨ ਲੱਗੇ। ਦਰਵਾਜ਼ਾ ਫਿਰ ਬੰਦ ਹੈ।

ਫਿਰ ਕਿਸੇ ਦੋ ਆਦਮੀਆਂ ਨੇ ਦਰਵਾਜ਼ੇ 'ਤੇ ਦਸਤਕ ਦਿੱਤੀ। ਹੁਣ ਉਸ ਮਿੱਤਰ ਨੂੰ

ਉਸ ਫ਼ਕੀਰ ਨੇ ਕਿਹਾ, ਉਹ ਦਰਵਾਜ਼ੇ ਦੇ ਕੋਲ ਸੀ, ਕਿ ਦਰਵਾਜ਼ਾ ਖੋਲ੍ਹ ਦੇ। ਲਗਦਾ ਹੈ ਕਿ ਕੋਈ ਆਇਆ ਹੈ। ਉਸ ਆਦਮੀ ਨੇ ਕਿਹਾ ਕਿਵੇਂ ਖੋਲ੍ਹ ਦੇਵਾਂ ਦਰਵਾਜ਼ਾ, ਥਾਂ ਕਿੱਥੇ ਹੈ ਇਥੇ ?

ਉਹ ਆਦਮੀ ਅਜੇ ਦੋ ਘੜੀ ਪਹਿਲਾਂ ਆਇਆ ਸੀ ਖ਼ੁਦ ਅਤੇ ਭੁੱਲ ਗਿਆ ਇਹ ਗੱਲ ਕਿ ਜਿਸ ਪ੍ਰੇਮ ਨੇ ਮੈਨੂੰ ਥਾਂ ਦਿੱਤੀ ਸੀ, ਉਹ ਮੈਨੂੰ ਥਾਂ ਨਹੀਂ ਦਿੱਤੀ ਸੀ, ਪ੍ਰੇਮ ਸੀ ਉਸਦੇ ਅੰਦਰ ਇਸ ਲਈ ਥਾਂ ਦਿੱਤੀ ਸੀ। ਹੁਣ ਫਿਰ ਕੋਈ ਦੂਜਾ ਆ ਗਿਆ, ਥਾਂ ਬਣਾਉਣੀ ਪਏਗੀ।

ਉਸ ਆਦਮੀ ਨੇ ਕਿਹਾ, ਨਹੀਂ ਦਰਵਾਜ਼ਾ ਖੋਲ੍ਹਣ ਦੀ ਲੋੜ ਨਹੀਂ, ਮੁਸ਼ਕਲ ਨਾਲ ਅਸੀਂ ਤਿੰਨ ਬੈਠੇ ਹੋਏ ਹਾਂ।

ਉਹ ਫ਼ਕੀਰ ਹੱਸਣ ਲੱਗਿਆ। ਉਸਨੇ ਕਿਹਾ, ਬੜਾ ਪਾਗਲ ਹੈਂ ! ਮੈਂ ਤੇਰੇ ਲਈ ਥਾਂ ਨਹੀਂ ਕੀਤੀ ਸੀ। ਪ੍ਰੇਮ ਸੀ, ਇਸ ਲਈ ਥਾਂ ਕੀਤੀ ਸੀ। ਪ੍ਰੇਮ ਹੁਣ ਵੀ ਹੈ, ਉਹ ਤੇਰੇ 'ਤੇ ਮੁੱਕ ਨਹੀਂ ਗਿਆ ਅਤੇ ਖ਼ਤਮ ਨਹੀਂ ਹੋ ਗਿਆ। ਦਰਵਾਜ਼ਾ ਖੋਲ੍ਹ ਅਜੇ ਅਸੀਂ ਦੂਰ-ਦੂਰ ਬੈਠੇ ਹਾਂ, ਫਿਰ ਅਸੀਂ ਕੋਲ-ਕੋਲ ਬੈਠ ਜਾਵਾਂਗੇ। ਕੋਲ-ਕੋਲ ਬੈਠਣ ਦੇ ਲਈ ਕਾਫ਼ੀ ਥਾਂ ਹੈ। ਅਤੇ ਰਾਤ ਠੰਢੀ ਹੈ, ਕੋਲ-ਕੋਲ ਬੈਠਣ ਵਿਚ ਅਨੰਦ ਹੀ ਹੋਰ ਹੋਵੇਗਾ।

ਦਰਵਾਜ਼ਾ ਖੋਲ੍ਹਣਾ ਪਿਆ। ਦੋ ਆਦਮੀ ਅੰਦਰ ਆ ਗਏ। ਫਿਰ ਉਹ ਕੋਲ-ਕੋਲ ਬੈਠ ਕੇ ਗਪਸ਼ਪ ਕਰਨ ਲੱਗੇ। ਹੋਰ ਥੋੜ੍ਹੀ ਦੇਰ ਬੀਤੀ ਹੈ ਅਤੇ ਰਾਤ ਅੱਗੇ ਵੱਧ ਗਈ ਹੈ ਅਤੇ ਵਰਖਾ ਹੋ ਰਹੀ ਹੈ ਅਤੇ ਇਕ ਗਧੇ ਨੇ ਆ ਕੇ ਸਿਰ ਲਾਇਆ ਦਰਵਾਜ਼ੇ ਨਾਲ। ਪਾਣੀ ਨਾਲ ਭਿੱਜ ਗਿਆ ਹੈ। ਉਹ ਰਾਤ ਸ਼ਰਨ ਚਾਹੁੰਦਾ ਹੈ।

ਉਸ ਫ਼ਕੀਰ ਨੇ ਕਿਹਾ ਕਿ ਮਿੱਤਰੋ, ਉਹ ਦੋ ਮਿੱਤਰ ਦਰਵਾਜ਼ੇ 'ਤੇ ਬੈਠੇ ਹੋਏ ਸਨ; ਜੋ ਪਿੱਛੋਂ ਆਏ ਸਨ, ਦਰਵਾਜ਼ਾ ਖੋਲ੍ਹ ਦਿਓ, ਕੋਈ ਅਣਵਾਕਫ਼ ਮਿੱਤਰ ਫਿਰ ਆ ਗਿਐ।

ਉਹਨਾਂ ਲੋਕਾਂ ਨੇ ਕਿਹਾ, ਇਹ ਮਿੱਤਰ ਵਗੈਰਾ ਨਹੀਂ ਹੈ। ਇਹ ਗਧਾ ਹੈ। ਇਹਦੇ ਲਈ ਦੁਆਰ ਖੋਲ੍ਹਣ ਦੀ ਜ਼ਰੂਰਤ ਨਹੀਂ ਹੈ।

ਉਸ ਫ਼ਕੀਰ ਨੇ ਕਿਹਾ ਕਿ ਤੁਹਾਨੂੰ ਸ਼ਾਇਦ ਪਤਾ ਨਹੀਂ ਅਮੀਰ ਦੇ ਦੁਆਰ 'ਤੇ ਆਦਮੀ ਦੇ ਨਾਲ ਵੀ ਗਧੇ ਵਰਗਾ ਸਲੂਕ ਕੀਤਾ ਜਾਂਦਾ ਹੈ। ਇਹ ਗਰੀਬ ਦੀ ਝੌਂਪੜੀ ਹੈ, ਅਸੀਂ ਗਧੇ ਨਾਲ ਵੀ ਆਦਮੀ ਵਰਗਾ ਸਲੂਕ ਕਰਨ ਦੀ ਆਦਤ ਨਾਲ ਭਰੇ ਹਾਂ, ਦਰਵਾਜ਼ਾ ਖੋਲ੍ਹ ਦਿਉ।

ਪਰ ਉਹ ਦੋਵੇਂ ਕਹਿਣ ਲੱਗੇ, ਥਾਂ ?

ਉਸ ਫ਼ਕੀਰ ਨੇ ਕਿਹਾ, ਥਾਂ ਬਹੁਤ ਹੈ; ਅਜੇ ਅਸੀਂ ਬੈਠੇ ਹਾਂ, ਹੁਣ ਅਸੀਂ ਖੜ੍ਹੇ ਹੋ ਜਾਵਾਂਗੇ। ਖੜ੍ਹੇ ਹੋਣ ਲਈ ਕਾਫ਼ੀ ਥਾਂ ਹੈ, ਫਿਰ ਤੁਸੀਂ ਘਬਰਾਓ ਨਾ, ਜੇ ਲੋੜ ਪਏਗੀ ਤਾਂ ਮੈਂ ਹਮੇਸ਼ਾ ਬਾਹਰ ਹੋਣ ਦੇ ਲਈ ਤਿਆਰ ਹਾਂ। ਪ੍ਰੇਮ ਇੰਨਾ ਕਰ ਸਕਦਾ ਹੈ।

ਇਕ ਲਵਿੰਗ ਏਟੀਚਿਊਡ, ਇਕ ਪ੍ਰੇਮਪੂਰਨ ਹਿਰਦਾ ਬਨਾਉਣ ਦੀ ਜ਼ਰੂਰਤ ਹੈ। ਜਦ ਪ੍ਰੇਮਪੂਰਨ ਹਿਰਦਾ ਬਣਦਾ ਹੈ, ਤਾਂ ਸ਼ਖ਼ਸੀਅਤ ਵਿਚ ਇਕ ਤ੍ਰਿਪਤੀ ਦਾ ਭਾਵ, ਇਕ ਰਸਪੂਰਨ ਤ੍ਰਿਪਤੀ...।

ਕੀ ਤੁਹਾਨੂੰ ਕਦੇ ਖ਼ਿਆਲ ਹੈ ਕਿ ਜਦ ਵੀ ਤੁਸੀਂ ਕਿਸ ਦੇ ਪ੍ਰਤੀ ਜ਼ਰਾ-ਕੁ ਪ੍ਰੇਮਪੂਰਨ ਹੋਏ, ਪਿੱਛੇ ਇਕ ਤ੍ਰਿਪਤੀ ਦੀ ਲਹਿਰ ਛੁੱਟ ਗਈ ਹੈ ? ਕੀ ਤੁਹਾਨੂੰ ਕਦੇ ਵੀ ਖ਼ਿਆਲ ਹੈ ਕਿ ਜੀਵਨ ਵਿਚ ਤ੍ਰਿਪਤੀ ਦੇ ਛਿਨ ਉਹੀ ਰਹੇ ਹਨ, ਜੋ ਬੇਸ਼ਰਤ ਪ੍ਰੇਮ ਦੇ ਛਿਨ ਰਹੇ

ਹੋਣਗੇ—ਜਦ ਕੋਈ ਸ਼ਰਤ ਨਾ ਰਹੀ ਹੋਵੇਗੀ ਪ੍ਰੇਮ ਦੀ। ਅਤੇ ਜਦ ਤੁਸੀਂ ਰਾਹ ਤੁਰਦੇ ਇਕ ਅਜਨਬੀ ਆਦਮੀ ਨੂੰ ਦੇਖ ਕੇ ਮੁਸਕਰਾ ਪਏ ਹੋਵੇਗੇ—ਉਸਦੇ ਪਿੱਛੇ ਛੁੱਟ ਗਈ ਤ੍ਰਿਪਤੀ ਦਾ ਕੋਈ ਅਨੁਭਵ ਹੈ ? ਉਸਦੇ ਪਿੱਛੇ ਨਾਲ ਆ ਗਿਆ ਇਕ ਸ਼ਾਂਤੀ ਦਾ ਭਾਵ ! ਇਕ ਪ੍ਰਾਣਾਂ ਵਿਚ ਇਕ ਅਨੰਦ ਦੀ ਲਹਿਰ ਦਾ ਕੋਈ ਪਤਾ ਹੈ—ਜਦ ਰਾਹ ਤੁਰਦੇ ਕਿਸੇ ਆਦਮੀ ਨੂੰ ਚੁੱਕ ਲਿਆ ਹੋਵੇ, ਕਿਸੇ ਡਿਗਦੇ ਨੂੰ ਸੰਭਾਲ ਲਿਆ ਹੋਵੇ, ਕਿਸੇ ਬੀਮਾਰ ਨੂੰ ਇਕ ਫੁੱਲ ਦੇ ਦਿੱਤਾ ਹੋਵੇ ? ਇਸ ਲਈ ਨਹੀਂ ਕਿ ਉਹ ਤੁਹਾਡੀ ਮਾਂ ਹੈ, ਇਸ ਲਈ ਨਹੀਂ ਕਿ ਉਹ ਤੁਹਾਡਾ ਪਿਤਾ ਹੈ। ਨਹੀਂ, ਉਹ ਤੁਹਾਡਾ ਕੋਈ ਵੀ ਨਹੀਂ ਹੈ। ਲੇਕਿਨ ਇਕ ਫੁੱਲ ਕਿਸੇ ਬੀਮਾਰ ਨੂੰ ਦੇ ਦੇਣਾ ਅਨੰਦਪੂਰਨ ਹੈ।

ਸ਼ਖ਼ਸੀਅਤ ਵਿਚ ਪ੍ਰੇਮ ਦੀ ਸੰਭਾਵਨਾ ਵਧਦੀ ਜਾਣੀ ਚਾਹੀਦੀ ਹੈ। ਉਹ ਇੰਨੀ ਵੱਧ ਜਾਣੀ ਚਾਹੀਦੀ ਹੈ—ਪੌਦਿਆਂ ਦੇ ਪ੍ਰਤੀ, ਪੰਛੀਆਂ ਦੇ ਪ੍ਰਤੀ, ਪਸ਼ੂਆਂ ਦੇ ਪ੍ਰਤੀ, ਆਦਮੀਆਂ ਦੇ ਪ੍ਰਤੀ, ਅਣਵਾਕਫ਼ਾਂ ਦੇ ਪ੍ਰਤੀ, ਅਣਜਾਣ ਲੋਕਾਂ ਦੇ ਪ੍ਰਤੀ, ਵਿਦੇਸ਼ੀਆਂ ਦੇ ਪ੍ਰਤੀ—ਜੋ ਬਹੁਤ ਦੂਰ ਹਨ ਉਹਨਾਂ ਦੇ ਪ੍ਰਤੀ, ਚੰਦ-ਤਾਰਿਆਂ ਦੇ ਪ੍ਰਤੀ। ਪ੍ਰੇਮ ਸਾਡਾ ਵਧਦਾ ਚਲਿਆ ਜਾਵੇ।

ਜਿੰਨਾ ਪ੍ਰੇਮ ਸਾਡਾ ਵਧਦਾ ਹੈ, ਉਨੀ ਹੀ ਸੈਕਸ ਦੀ ਜੀਵਨ ਵਿਚ ਸੰਭਾਵਨਾ ਘੱਟ ਹੁੰਦੀ ਚਲੀ ਜਾਂਦੀ ਹੈ।

ਪ੍ਰੇਮ ਅਤੇ ਧਿਆਨ ਦੋਵੇਂ ਮਿਲ ਕੇ ਉਸ ਦਰਵਾਜ਼ੇ ਨੂੰ ਖੋਲ੍ਹ ਦਿੰਦੇ ਹਨ, ਜੋ ਪਰਮਾਤਮਾ ਦਾ ਦਰਵਾਜ਼ਾ ਹੈ।

ਪ੍ਰੇਮ + ਧਿਆਨ = ਪਰਮਾਤਮਾ। ਪ੍ਰੇਮ ਅਤੇ ਧਿਆਨ ਦਾ ਜੋੜ ਹੋ ਜਾਵੇ ਅਤੇ ਪਰਮਾਤਮਾ ਉਪਲਬਧ ਹੋ ਜਾਂਦਾ ਹੈ।

ਅਤੇ ਉਸ ਉਪਲਬਧੀ ਨਾਲ ਜੀਵਨ ਵਿਚ ਬ੍ਰਹਮਚਰਜ ਪ੍ਰਗਟ ਹੁੰਦਾ ਹੈ। ਫਿਰ ਸਾਰੀ ਊਰਜਾ ਇਕ ਨਵੇਂ ਰਾਹ 'ਤੇ ਉਪਰ ਚੜ੍ਹਨ ਲੱਗਦੀ ਹੈ। ਫਿਰ ਵਹਿ-ਵਹਿ ਕੇ ਨਿਕਲ ਜਾਂਦੀ। ਫਿਰ ਜੀਵਨ 'ਚੋਂ ਬਾਹਰ ਨਿਕਲ-ਨਿਕਲ ਕੇ ਵਿਅਰਥ ਨਹੀਂ ਹੋ ਜਾਂਦੀ। ਫਿਰ ਜੀਵਨ ਦੇ ਅੰਦਰਲੇ ਰਾਹਾਂ ਉਤੇ ਗਤੀ ਕਰਨ ਲਗਦੀ ਹੈ। ਉਸਦਾ ਇਕ ਉਪਰ ਚੜ੍ਹਾਅ, ਇਕ ਉਪਰ ਦੀ ਤਰਫ਼ ਯਾਤਰਾ ਸ਼ੁਰੂ ਹੋ ਜਾਂਦੀ ਹੈ।

ਅਜੇ ਸਾਡੀ ਯਾਤਰਾ ਹੇਠਾਂ ਦੀ ਤਰਫ ਹੈ। ਸੈਕਸ ਊਰਜਾ ਦਾ ਨੀਵਾਂ-ਡਿੱਗਣ ਹੈ। ਹੇਠਾਂ ਦੀ ਤਰਫ਼ ਵਹਿ ਜਾਣਾ ਹੈ। ਬ੍ਰਹਮਚਰਜ ਊਰਜਾ ਦੇ ਉਪਰ-ਚੜ੍ਹਾਅ ਹੈ, ਉਪਰ ਦੀ ਤਰਫ਼ ਉਠ ਜਾਣਾ ਹੈ।

ਪ੍ਰੇਮ ਅਤੇ ਧਿਆਨ ਬ੍ਰਹਮਚਰਜ ਦੇ ਸੂਤਰ ਹਨ।

ਤੀਜੀ ਗੱਲ ਕੱਲ੍ਹ ਤੁਹਾਡੇ ਨਾਲ ਕਰਨ ਵਾਲਾ ਹਾਂ ਕਿ ਬ੍ਰਹਮਚਰਜ ਉਪਲੱਬਧ ਹੋਵੇਗਾ ਤਾਂ ਕੀ ਫਲ ਹੋਵੇਗਾ ? ਕੀ ਹੋਵੇਗੀ ਪ੍ਰਾਪਤੀ ? ਕੀ ਮਿਲ ਜਾਏਗਾ ?

ਇਹ ਦੋ ਗੱਲਾਂ ਮੈਂ ਅੱਜ ਤੁਹਾਨੂੰ ਆਖੀਆਂ—ਪ੍ਰੇਮ ਅਤੇ ਧਿਆਨ। ਮੈਂ ਇਹ ਕਿਹਾ ਹੈ ਕਿ ਛੋਟੇ ਬੱਚਿਆਂ ਤੋਂ ਇਹਨਾਂ ਦੀ ਸਿੱਖਿਆ ਸ਼ੁਰੂ ਹੋ ਜਾਣੀ ਚਾਹੀਦੀ ਹੈ। ਇਸ ਤੋਂ ਤੁਸੀਂ ਇਹ ਨਾ ਸੋਚ ਲੈਣਾ ਕਿ ਹੁਣ ਤਾਂ ਅਸੀਂ ਬੱਚੇ ਨਹੀਂ ਰਹੇ, ਇਸ ਲਈ ਕਰਨ ਨੂੰ ਕੁਝ ਬਾਕੀ ਨਹੀਂ ਹੈ। ਇਹ ਤੁਸੀਂ ਨਾ ਸੋਚ ਕੇ ਚਲੇ ਜਾਣਾ, ਨਹੀਂ ਤਾਂ ਮੇਰੀ ਮਿਹਨਤ ਫ਼ਜ਼ੂਲ ਗਈ। ਤੁਸੀਂ ਕਿਸੇ ਵੀ ਉਮਰ ਦੇ ਹੋਵੋ, ਇਹ ਕੰਮ ਸ਼ੁਰੂ ਕੀਤਾ ਜਾ ਸਕਦਾ ਹੈ। ਇਹ ਕੰਮ ਕਦੇ ਵੀ ਸ਼ੁਰੂ ਕੀਤਾ ਜਾ ਸਕਦਾ ਹੈ। ਹਾਲਾਂਕਿ ਜਿੰਨੀ ਉਮਰ ਵੱਧਦੀ ਚਲੀ

ਜਾਂਦੀ ਹੈ, ਉਨਾ ਮੁਸ਼ਕਲ ਹੁੰਦਾ ਚਲਿਆ ਜਾਂਦਾ ਹੈ। ਬੱਚਿਆਂ ਦੇ ਨਾਲ ਹੋ ਸਕੇ ਸੁਭਾਗ, ਲੇਕਿਨ ਕਦੇ ਵੀ ਹੋ ਸਕੇ ਸੁਭਾਗ। ਇੰਨੀ ਦੇਰ ਕਦੇ ਵੀ ਨਹੀਂ ਹੋਈ ਹੈ ਕਿ ਅਸੀਂ ਕੁਝ ਵੀ ਨਾ ਕਰ ਸਕੀਏ। ਅਸੀਂ ਅੱਜ ਸ਼ੁਰੂ ਕਰ ਸਕਦੇ ਹਾਂ।

ਅਤੇ ਜਿਹੜੇ ਲੋਕ ਸਿੱਖਣ ਦੇ ਲਈ ਤਿਆਰ ਹਨ, ਉਹ ਬੁੱਢੇ ਵੀ ਬੱਚਿਆਂ ਵਰਗੇ ਹੀ ਹੁੰਦੇ ਹਨ, ਉਹ ਬੁਢਾਪੇ ਵਿਚ ਵੀ ਸ਼ੁਰੂ ਕਰ ਸਕਦੇ ਹਨ। ਜੇ ਉਹਨਾਂ ਦੀ ਸਿੱਖਣ ਦੀ ਸਮਰੱਥਾ ਹੈ, ਜੇ ਲਰਨਿੰਗ ਦਾ ਏਟੀਚਿਊਡ ਹੈ, ਜੇ ਉਹ ਇਸ ਧਿਆਨ ਨਾਲ ਨਹੀਂ ਭਰ ਗਏ ਹਨ ਕਿ ਅਸੀਂ ਸਭ ਜਾਣ ਲਿਆ ਅਤੇ ਸਭ ਪਾ ਲਿਆ, ਤਾਂ ਉਹ ਸਿੱਖ ਸਕਦੇ ਹਨ ਅਤੇ ਉਹ ਛੋਟੇ ਬੱਚਿਆਂ ਦੇ ਵਾਂਗ ਨਵੀਂ ਯਾਤਰਾ ਸ਼ੁਰੂ ਕਰ ਸਕਦੇ ਹਨ।

ਬੁੱਧ ਦੇ ਕੋਲ ਇਕ ਭਿਕਸ਼ੂ ਕੁਝ ਵਰ੍ਹਿਆਂ ਤੋਂ ਦੀਖਿਅਤ ਸੀ। ਇਕ ਦਿਨ ਬੁੱਧ ਨੇ ਉਸ ਤੋਂ ਪੁੱਛਿਆ, ਭਿਕਸ਼ੂ ਤੇਰੀ ਉਮਰ ਕੀ ਹੈ ? ਉਸ ਭਿਕਸ਼ੂ ਨੇ ਕਿਹਾ, ਮੇਰੀ ਉਮਰ ਪੰਜ ਸਾਲ। ਬੁੱਧ ਕਹਿਣ ਲੱਗੇ, ਪੰਜ ਸਾਲ। ਤੂੰ ਤਾਂ ਕੋਈ ਸੱਤਰ ਸਾਲ ਦਾ ਜਾਪਦਾ ਹੈਂ। ਕਿਹੋ ਜਿਹਾ ਝੂਠ ਬੋਲਦਾ ਹੈਂ ?

ਤਾਂ ਉਸ ਭਿਕਸ਼ੂ ਨੇ ਕਿਹਾ, ਲੇਕਿਨ ਪੰਜ ਸਾਲ ਪਹਿਲਾਂ ਹੀ ਮੇਰੇ ਜੀਵਨ ਵਿਚ ਧਿਆਨ ਦੀ ਕਿਰਨ ਫੁੱਟੀ। ਪੰਜ ਸਾਲ ਪਹਿਲਾਂ ਹੀ ਮੇਰੇ ਜੀਵਨ ਵਿਚ ਪ੍ਰੇਮ ਦੀ ਵਰਖਾ ਹੋਈ। ਉਸਦੇ ਪਹਿਲਾਂ ਮੈਂ ਜੀਂਦਾ ਸੀ, ਉਹ ਸੁਫ਼ਨੇ ਵਿਚ ਜੀਣਾ ਸੀ। ਉਹ ਨੀਂਦ ਵਿਚ ਜੀਣਾ ਸੀ। ਉਸਦੀ ਗਿਣਤੀ ਹੁਣ ਮੈਂ ਨਹੀਂ ਕਰਦਾ ਹਾਂ। ਕਿਵੇਂ ਕਰਾਂ ?

ਜ਼ਿੰਦਗੀ ਤਾਂ ਇਧਰ ਪੰਜ ਸਾਲਾਂ ਤੋਂ ਸ਼ੁਰੂ ਹੋਈ, ਇਸ ਲਈ ਮੈਂ ਕਹਿੰਦਾ ਹਾਂ ਕਿ ਮੇ ਰੀ ਉਮਰ ਪੰਜ ਸਾਲ ਹੈ।

ਬੁੱਧ ਨੇ ਆਪਣੇ ਭਿਕਸ਼ੂਆਂ ਨੂੰ ਕਿਹਾ, ਭਿਕਸ਼ੂਓ ਇਸ ਗੱਲ ਨੂੰ ਖ਼ਿਆਲ ਵਿਚ ਰੱਖ ਲੈਣਾ। ਆਪਣੀ ਉਮਰ ਅੱਜ ਤੋਂ ਤੁਸੀਂ ਵੀ ਇਸ ਤਰ੍ਹਾਂ ਜੋੜਨਾ। ਇਹੀ ਉਮਰ ਨੂੰ ਮਾਪਣ ਦਾ ਢੰਗ ਸਮਝਣਾ।

ਜੇ ਪ੍ਰੇਮ ਅਤੇ ਧਿਆਨ ਦਾ ਜਨਮ ਨਹੀਂ ਹੋਇਆ ਹੈ ਤਾਂ ਉਮਰ ਫ਼ਜ਼ੂਲ ਚਲੀ ਗਈ। ਅਜੇ ਤੁਹਾਡਾ ਸਹੀ ਜਨਮ ਵੀ ਨਹੀਂ ਹੋਇਆ ਹੈ। ਅਤੇ ਕਦੇ ਵੀ ਉਨੀ ਦੇਰ ਨਹੀਂ ਹੋਈ, ਜਦ ਕਿ ਅਸੀਂ ਯਤਨ ਕਰੀਏ, ਮਿਹਨਤ ਕਰੀਏ ਅਤੇ ਅਸੀਂ ਆਪਣੇ ਨਵੇਂ ਜਨਮ ਨੂੰ ਉਪਲੱਬਧ ਨਾ ਹੋ ਜਾਈਏ।

ਇਸ ਲਈ ਮੇਰੀ ਗੱਲ ਤੋਂ ਨਤੀਜਾ ਨਾ ਕੱਢ ਲੈਣਾ ਤੁਸੀਂ ਕਿ ਤੁਸੀਂ ਤਾਂ ਬਚਪਨ ਦੇ ਪਾਰ ਹੋ ਚੁੱਕੇ, ਇਸ ਲਈ ਇਹ ਗੱਲ ਆਉਣ ਵਾਲੇ ਬੱਚਿਆਂ ਦੇ ਲਈ ਹੈ। ਕੋਈ ਆਦਮੀ ਕਿਸੇ ਵੀ ਛਿਨ ਇੰਨੀ ਦੂਰ ਨਹੀਂ ਨਿਕਲ ਗਿਆ ਹੈ ਕਿ ਵਾਪਸ ਨਾ ਪਰਤ ਆਵੇ। ਕੋਈ ਆਦਮੀ ਕਿੰਨੇ ਹੀ ਗਲਤ ਰਾਹਾਂ ਉਤੇ ਚਲਿਆ ਹੋਵੇ, ਅਜਿਹੀ ਥਾਂ ਨਹੀਂ ਪਹੁੰਚ ਗਿਆ ਹੈ ਕਿ ਸਹੀ ਰਾਹ ਉਸਨੂੰ ਦਿਖਾਈ ਨਾ ਪੈ ਸਕੇ। ਕੋਈ ਆਦਮੀ ਕਿੰਨੇ ਹੀ ਹਜ਼ਾਰਾਂ ਵਰ੍ਹਿਆਂ ਤੋਂ ਹਨੇਰੇ ਵਿਚ ਰਹਿ ਰਿਹਾ ਹੋਵੇ, ਇਸਦਾ ਮਤਲਬ ਇਹ ਨਹੀਂ ਹੈ ਕਿ ਉਹ ਦੀਵਾ ਜਗਾਏਗਾ ਤਾਂ ਹਨੇਰਾ ਕਹੇਗਾ ਕਿ ਮੈਂ ਹਜ਼ਾਰਾਂ ਵਰ੍ਹੇ ਪੁਰਾਣਾ ਹਾਂ, ਇਸ ਲਈ ਨਹੀਂ ਟੁੱਟਦਾ। ਦੀਵਾ ਜਗਾਉਣ ਨਾਲ ਇਕ ਦਿਨ ਦਾ ਹਨੇਰਾ ਵੀ ਟੁੱਟਦਾ ਹੈ, ਹਜ਼ਾਰ ਸਾਲ ਦਾ ਹਨੇਰਾ ਵੀ ਉਸੇ ਤਰ੍ਹਾਂ ਟੁੱਟ ਜਾਂਦਾ ਹੈ। ਦੀਵਾ ਜਗਾਉਣ ਦੀ ਚੇਸ਼ਟਾ ਬਚਪਨ ਵਿਚ ਅਸਾਨੀ ਨਾਲ ਹੋ ਸਕਦੀ ਹੈ, ਬਾਅਦ ਵਿਚ ਜ਼ਰਾ ਕਠਨਾਈ ਹੈ।

ਲੇਕਿਨ, ਕਠਨਾਈ ਦਾ ਮਤਲਬ ਅਸੰਭਾਵਨਾ ਨਹੀਂ ਹੈ। ਕਠਨਾਈ ਦਾ ਮਤਲਬ ਹੈ :

ਕੁਝ ਵੱਧ ਮਿਹਨਤ ! ਕਠਨਾਈ ਦਾ ਮਤਲਬ ਹੈ : ਕੁਝ ਜ਼ਿਆਦਾ ਸੰਕਲਪ। ਕਠਨਾਈ ਦਾ ਮਤਲਬ ਹੈ : ਕੁਝ ਜ਼ਿਆਦਾ—ਜ਼ਿਆਦਾ ਲਗਨ ਪੂਰਬਕ। ਜ਼ਿਆਦਾ ਲਗਾਤਾਰੀ ਨਾਲ ਤੋੜਨਾ ਪਏਗਾ, ਸ਼ਖ਼ਸੀਅਤ ਦੀਆਂ ਜੋ ਬੱਝੀਆਂ ਧਾਰਨਾਵਾਂ ਹਨ, ਉਹਨਾਂ ਨੂੰ ਅਤੇ ਨਵੇਂ ਰਾਹ ਖੋਲ੍ਹਣੇ ਪੈਣਗੇ।

ਐਪਰ ਜਦ ਨਵੇਂ ਰਾਹ ਦੀ ਜ਼ਰਾ ਜਿੰਨੀ ਵੀ ਕਿਰਣ ਫੁੱਟਣੀ ਸ਼ੁਰੂ ਹੁੰਦੀ ਹੈ ਤਾਂ ਸਾਰੀ ਮਿਹਨਤ ਅਜਿਹੀ ਲੱਗਦੀ ਹੈ ਕਿ ਅਸੀਂ ਕੁਝ ਵੀ ਨਹੀਂ ਕੀਤਾ ਅਤੇ ਬਹੁਤ-ਕੁਝ ਪਾ ਲਿਆ ਹੈ। ਜਦ ਇਕ ਕਿਰਣ ਵੀ ਆ ਜਾਂਦੀ ਹੈ ਉਸ ਅਨੰਦ ਦੀ, ਉਸ ਸੱਚ ਦੀ, ਉਸ ਪ੍ਰਕਾਸ਼ ਦੀ ਤਾਂ ਲੱਗਦਾ ਹੈ ਕਿ ਅਸੀਂ ਤਾਂ ਬਿਨਾਂ ਕੁਝ ਕੀਤੇ ਪਾ ਲਿਆ ਹੈ; ਕਿਉਂਕਿ ਅਸੀਂ ਜੋ ਕੀਤਾ ਸੀ, ਉਸਦਾ ਤਾਂ ਕੋਈ ਮੁੱਲ ਨਹੀਂ ਸੀ। ਜੋ ਹੱਥ ਵਿਚ ਆ ਗਿਆ ਹੈ, ਉਹ ਤਾਂ ਅਣਮੁੱਲਾ ਹੈ। ਇਸ ਲਈ ਇਹ ਭਾਵ ਮਨ ਵਿਚ ਤੁਸੀਂ ਨਹੀਂ ਲਵੋਗੇ। ਅਜਿਹੀ ਮੇਰੀ ਬੇਨਤੀ ਹੈ।

ਮੇਰੀਆਂ ਗੱਲਾਂ ਨੂੰ ਇੰਨੀ ਸ਼ਾਂਤੀ ਅਤੇ ਪ੍ਰੇਮ ਨਾਲ ਸੁਣਿਆ, ਉਹਦੇ ਲਈ ਬਹੁਤ-ਬਹੁਤ ਧੰਨਵਾਦੀ ਹਾਂ ਅਤੇ ਅੰਤ ਵਿਚ ਸਭ ਦੇ ਅੰਦਰ ਬੈਠੇ ਪਰਮਾਤਮਾ ਨੂੰ ਪਣਾਮ ਕਰਦਾ ਹਾਂ, ਮੇਰੇ ਪ੍ਰਣਾਮ ਸਵੀਕਾਰ ਕਰੋ।

ਅਧਿਆਇ-4

ਸਮਾਧੀ : ਅਹੰ-ਸ਼ੂਨਯਤਾ, ਸਮਾਂ-ਸ਼ੂਨਯਤਾ ਦਾ ਅਨੁਭਵ

ਮੇਰੇ ਪਿਆਰੇ ਆਪਣੇ,

ਇੱਕ ਛੋਟਾ ਜਿਹਾ ਪਿੰਡ ਸੀ। ਉਸ ਪਿੰਡ ਦੇ ਸਕੂਲ ਵਿਚ ਅਧਿਆਪਕ ਰਾਮ ਦੀ ਕਥਾ ਪੜ੍ਹਾ ਰਿਹਾ ਸੀ। ਕਰੀਬ-ਕਰੀਬ ਸਾਰੇ ਬੱਚੇ ਸੁੱਤੇ ਹੋਏ ਸਨ।

ਰਾਮ ਦੀ ਕਥਾ ਸੁਣਦੇ ਸਮੇਂ ਬੱਚੇ ਸੌਂ ਜਾਣ, ਇਹ ਅਸਚਰਜ ਨਹੀਂ। ਕਿਉਂਕਿ ਰਾਮ ਦੀ ਕਥਾ ਸੁਣਦੇ ਸਮੇਂ ਬੁੱਢੇ ਵੀ ਸੌਂਦੇ ਹਨ। ਇੰਨੀ ਵਾਰ ਸੁਣੀ ਜਾ ਚੁੱਕੀ ਹੈ ਜੋ ਗੱਲ, ਉਸਨੂੰ ਜਾਗ ਕੇ ਸੁਣਨ ਦਾ ਕੋਈ ਅਰਥ ਵੀ ਨਹੀਂ ਰਹਿ ਜਾਂਦਾ।

ਬੱਚੇ ਸੁੱਤੇ ਸਨ ਅਤੇ ਅਧਿਆਪਕ ਪੜ੍ਹਾ ਰਿਹਾ ਸੀ। ਲੇਕਿਨ ਕੋਈ ਵੀ ਉਸਨੂੰ ਦੇਖਦਾ ਤਾਂ ਕਹਿ ਸਕਦਾ ਸੀ ਕਿ ਉਹ ਵੀ ਸੁੱਤਾ ਹੋਇਆ ਪੜ੍ਹਾਉਂਦਾ ਹੈ। ਉਸਨੂੰ ਰਾਮ ਦੀ ਕਥਾ ਜ਼ਬਾਨੀ ਯਾਦ ਸੀ। ਕਿਤਾਬ ਸਾਹਮਣੇ ਖੁੱਲ੍ਹੀ ਸੀ, ਪਰ ਕਿਤਾਬ ਪੜ੍ਹਨ ਦੀ ਉਸਨੂੰ ਲੋੜ ਨਹੀਂ ਸੀ। ਉਸਨੂੰ ਸਭ ਯਾਦ ਸੀ, ਉਹ ਮਸ਼ੀਨ ਵਾਂਗ ਕਹੀ ਜਾਂਦਾ ਸੀ। ਸ਼ਾਇਦ ਹੀ ਉਸਨੂੰ ਪਤਾ ਹੋਵੇ ਕਿ ਉਹ ਕੀ ਕਹਿ ਰਿਹਾ ਹੈ।

ਤੋਤਿਆਂ ਨੂੰ ਪਤਾ ਨਹੀਂ ਹੁੰਦਾ ਕਿ ਉਹ ਕੀ ਕਹਿ ਰਹੇ ਹਨ। ਜਿਨ੍ਹਾਂ ਨੇ ਸ਼ਬਦਾਂ ਨੂੰ ਜ਼ਬਾਨੀ ਯਾਦ ਕਰ ਲਿਆ ਹੈ, ਉਹਨਾਂ ਨੂੰ ਪਤਾ ਨਹੀਂ ਹੁੰਦਾ ਕਿ ਉਹ ਕੀ ਕਹਿ ਰਹੇ ਹਨ।

ਅਤੇ ਤਦੇ ਅਚਾਨਕ ਇਕ ਸਨਸਨੀ ਦੌੜ ਗਈ ਜਮਾਤ ਵਿਚ। ਅਚਾਨਕ ਹੀ ਸਕੂਲ ਦਾ ਇੰਸਪੈਕਟਰ ਆ ਗਿਆ ਸੀ। ਉਹ ਕਮਰੇ ਦੇ ਅੰਦਰ ਗਿਆ। ਬੱਚੇ ਚੇਤੰਨ ਹੋ ਕੇ ਬੈਠ ਗਏ। ਅਧਿਆਪਕ ਵੀ ਚੇਤੰਨ ਹੋ ਕੇ ਪੜ੍ਹਾਉਣ ਲਗਿਆ। ਉਸ ਇੰਸਪੈਕਟਰ ਨੇ ਕਿਹਾ ਕਿ ਮੈਂ ਕੁਝ ਪੁੱਛਣਾ ਚਾਹਾਂਗਾ, ਅਤੇ ਕਿਉਂਕਿ ਰਾਮ ਦੀ ਕਥਾ ਪੜ੍ਹਾਈ ਜਾ ਰਹੀ ਹੈ, ਇਸ ਲਈ ਰਾਮ ਨਾਲ ਸਬੰਧਤ ਹੀ ਕੋਈ ਸਵਾਲ ਪੁੱਛਾਂ। ਉਸਨੇ ਬੱਚਿਆਂ ਤੋਂ ਇਕ ਸਿੱਧੀ-ਜਿਹੀ ਗੱਲ ਪੁੱਛੀ। ਉਸਨੇ ਪੁੱਛਿਆ ਕਿ 'ਸ਼ਿਵ ਦਾ ਧਨੁਸ਼ ਕਿਸ ਨੇ ਤੋੜਿਆ ਸੀ ?' ਉਸਨੇ ਸੋਚਿਆ ਕਿ ਬੱਚਿਆਂ ਨੂੰ ਤੋੜ-ਭੰਨ ਦੀ ਗੱਲ ਬਹੁਤ ਯਾਦ ਰਹਿ ਜਾਂਦੀ ਹੈ, ਉਹਨਾਂ ਨੂੰ ਜ਼ਰੂਰ ਯਾਦ ਹੋਵੇਗਾ ਕਿ ਕਿਸ ਨੇ ਸ਼ਿਵ ਦਾ ਧਨੁਸ਼ ਤੋੜਿਆ।

ਪਰ ਇਸ ਤੋਂ ਪਹਿਲਾਂ ਕਿ ਕੋਈ ਬੋਲੇ, ਇਕ ਬੱਚੇ ਨੇ ਹੱਥ ਹਿਲਾਇਆ ਅਤੇ ਖੜ੍ਹੇ ਹੋ ਕੇ ਕਿਹਾ, 'ਮਾਫ਼ ਕਰਨਾ। ਮੈਨੂੰ ਪਤਾ ਨਹੀਂ ਕਿ ਕਿਸਨੇ ਤੋੜਿਆ ਸੀ। ਇਕ ਗੱਲ

ਨਿਸਚਿਤ ਹੈ ਕਿ ਮੈਂ 15 ਦਿਨ ਤੋਂ ਛੁੱਟੀ 'ਤੇ ਸੀ। ਮੈਂ ਨਹੀਂ ਤੋੜਿਆ ਹੈ। ਅਤੇ ਇਸ ਤੋਂ ਪਹਿਲਾਂ ਕਿ ਮੇਰੇ ਉੱਤੇ ਇਲਜ਼ਾਮ ਲਾਇਆ ਜਾਵੇ ਮੈਂ ਪਹਿਲਾਂ ਹੀ ਸਾਫ਼ ਕਰ ਦੇਣਾ ਚਾਹੁੰਦਾ ਹਾਂ ਕਿ ਧਨੁਸ਼ ਦਾ ਮੈਨੂੰ ਕੋਈ ਪਤਾ ਵੀ ਨਹੀਂ ਹੈ। ਕਿਉਂਕਿ ਜਦ ਵੀ ਇਸ ਸਕੂਲ ਵਿਚ ਕੋਈ ਚੀਜ਼ ਟੁੱਟਦੀ ਹੈ ਤਾਂ ਸਭ ਤੋਂ ਪਹਿਲਾਂ ਮੇਰੇ ਉੱਤੇ ਦੋਸ਼ ਲਾਇਆ ਜਾਂਦਾ ਹੈ, ਇਸ ਲਈ ਮੈਂ ਅਰਜ਼ ਕਰ ਦਿੰਦਾ ਹਾਂ।'

ਇੰਸਪੈਕਟਰ ਤਾਂ ਹੈਰਾਨ ਰਹਿ ਗਿਆ। ਉਸਨੇ ਸੋਚਿਆ ਵੀ ਨਹੀਂ ਸੀ ਕਿ ਕੋਈ ਇਹ ਜਵਾਬ ਦੇਵੇਗਾ।

ਉਸਨੇ ਅਧਿਆਪਕ ਵਲ ਦੇਖਿਆ। ਅਧਿਆਪਕ ਆਪਣੇ ਬੈਂਤ ਕੱਢ ਰਿਹਾ ਸੀ ਅਤੇ ਉਸਨੇ ਕਿਹਾ, ਜ਼ਰੂਰ ਇਸ ਬਦਮਾਸ਼ ਨੇ ਤੋੜਿਆ ਹੋਣੈ। ਇਸਦੀ ਹਮੇਸ਼ਾ ਹੀ ਆਦਤ ਹੈ। ਅਤੇ ਜੇ ਤੂੰ ਨਹੀਂ ਤੋੜਿਆ ਸੀ ਤਾਂ ਤੂੰ ਖੜ੍ਹੇ ਹੋ ਕੇ ਕਿਉਂ ਕਿਹਾ ਕਿ ਮੈਂ ਨਹੀਂ ਤੋੜਿਆ ਹੈ।

ਅਤੇ ਉਸਨੇ ਇੰਸਪੈਕਟਰ ਨੂੰ ਕਿਹਾ ਕਿ ਇਸ ਦੀਆਂ ਗੱਲਾਂ ਵਿਚ ਨਾ ਆਉ, ਇਹ ਲੜਕਾ ਸ਼ਰਾਰਤੀ ਹੈ। ਅਤੇ ਸਕੂਲ ਵਿਚ ਸੋ ਚੀਜ਼ਾਂ ਟੁੱਟਣ ਤਾਂ 99 ਇਹੀ ਤੋੜਦਾ ਹੈ।

ਤਦ ਤਾਂ ਉਹ ਇੰਸਪੈਕਟਰ ਹੋਰ ਹੈਰਾਨ ਹੋ ਗਿਆ। ਫਿਰ ਉਸਨੇ ਕੁਝ ਵੀ ਉਥੇ ਕਹਿਣਾ ਮੁਨਾਸਬ ਨਾ ਸਮਝਿਆ। ਉਹ ਸਿੱਧਾ ਹੈੱਡ-ਮਾਸਟਰ ਦੇ ਕੋਲ ਗਿਆ। ਜਾ ਕੇ ਉਸਨੇ ਦਸਿਆ ਕਿ ਇਹ-ਇਹ ਘਟਨਾ ਵਾਪਰੀ ਹੈ। ਰਾਮ ਦੀ ਕਥਾ ਪੜ੍ਹਾਈ ਜਾ ਰਹੀ ਸੀ ਜਿਸ ਜਮਾਤ ਵਿਚ, ਉਸ ਵਿਚ ਮੈਂ ਪੁੱਛਿਆ ਕਿ ਸ਼ਿਵ ਦਾ ਧਨੁਸ਼ ਕਿਸਨੇ ਤੋੜਿਆ ਹੈ ਤਾਂ ਇਕ ਬੱਚੇ ਨੇ ਕਿਹਾ ਕਿ ਮੈਂ ਨਹੀਂ ਤੋੜਿਆ। ਮੈਂ 15 ਦਿਨ ਤੋਂ ਛੁੱਟੀ ਤੇ ਸੀ। ਇੱਥੋਂ ਤਕ ਤਾਂ ਗਨੀਮਤ ਸੀ। ਪਰ ਅਧਿਆਪਕ ਨੇ ਇਹ ਕਿਹਾ ਕਿ ਜ਼ਰੂਰ ਇਸੇ ਨੇ ਤੋੜਿਆ ਹੋਣੈ। ਜਦ ਵੀ ਕੋਈ ਚੀਜ਼ ਟੁੱਟਦੀ ਹੈ ਤਾਂ ਇਹੀ ਜ਼ਿੰਮੇਵਾਰ ਹੁੰਦਾ ਹੈ। ਇਸ ਸਬੰਧ ਵਿਚ ਕੀ ਕੀਤਾ ਜਾਵੇ ?

ਉਸ ਹੈੱਡ ਮਾਸਟਰ ਨੇ ਕਿਹਾ ਕਿ ਇਸ ਸਬੰਧ ਵਿਚ ਇਕ ਹੀ ਗੱਲ ਕੀਤੀ ਜਾ ਸਕਦੀ ਹੈ ਕਿ ਹੁਣ ਗੱਲ ਨੂੰ ਅੱਗੇ ਨਾ ਵਧਾਇਆ ਜਾਵੇ, ਕਿਉਂਕਿ ਲੜਕਿਆਂ ਨੂੰ ਕੁਝ ਵੀ ਕਹਿਣਾ ਖ਼ਤਰਾ ਮੁੱਲ ਲੈਣਾ ਹੈ। ਕਿਸੇ ਛਿਨ ਵੀ ਹੜਤਾਲ ਹੋ ਸਕਦੀ ਹੈ, ਅਨਸ਼ਨ ਹੋ ਸਕਦਾ ਹੈ। ਹੁਣ ਜਿਸਨੇ ਵੀ ਤੋੜਿਆ ਹੋਵੇ, ਤੋੜਿਆ ਹੋਣੈ। ਤੁਸੀਂ ਕਿਰਪਾ ਕਰੋ ਅਤੇ ਗੱਲ ਮੁਕਾਉ। ਕੋਈ ਦੋ ਮਹੀਨੇ ਤੋਂ ਸ਼ਾਂਤੀ ਚੱਲ ਰਹੀ ਹੈ ਸਕੂਲ ਵਿਚ, ਉਸਨੂੰ ਭੰਗ ਕਰਨ ਦੀ ਕੋਸ਼ਿਸ਼ ਨਾ ਕਰੋ। ਪਤਾ ਨਹੀਂ ਕਿੰਨਾ ਫਰਨੀਚਰ ਤੋੜ ਸੁੱਟਿਆ ਹੈ ਲੜਕਿਆਂ ਨੇ। ਅਸੀਂ ਚੁੱਪਚਾਪ ਦੇਖਦੇ ਰਹਿੰਦੇ ਹਾਂ, ਕਿਉਂਕਿ ਕੁਝ ਵੀ ਬੋਲਣਾ ਖ਼ਤਰਨਾਕ ਹੈ। ਹੜਤਾਲ ਹੋ ਸਕਦੀ ਹੈ, ਅਨਸ਼ਨ ਹੋ ਸਕਦਾ ਹੈ। ਇਸ ਲਈ ਚੁੱਪ-ਚਾਪ ਦੇਖਣ ਦੇ ਸਿਵਾਇ ਕੋਈ ਰਾਹ ਨਹੀਂ।

ਉਹ ਇੰਸਪੈਕਟਰ ਤਾਂ ਹੱਕਾ-ਬੱਕਾ ! ਉਹ ਤਾਂ ਅੱਖਾਂ ਪਾੜੀ ਰਹਿ ਗਿਆ। ਹੁਣ ਕੁਝ ਕਹਿਣ ਦਾ ਉਪਾਅ ਨਹੀਂ ਸੀ। ਉਹ ਉਥੋਂ ਸਿੱਧਾ ਸਕੂਲ ਦੀ ਜੋ ਪ੍ਰਬੰਧਕ ਕਮੇਟੀ ਸੀ ਉਸਦੇ ਪ੍ਰਧਾਨ ਕੋਲ ਗਿਆ ਅਤੇ ਉਸਨੇ ਜਾ ਕੇ ਦੱਸਿਆ ਕਿ ਇਹ ਹਾਲਤ ਹੈ ਸਕੂਲ ਦੀ। ਰਾਮ ਦੀ ਕਥਾ ਪੜ੍ਹਾਈ ਜਾਂਦੀ ਹੈ, ਉਥੇ ਬੱਚਾ ਕਹਿੰਦਾ ਹੈ ਕਿ ਸ਼ਿਵ ਦਾ ਧਨੁਸ਼ ਮੈਂ ਨਹੀਂ ਤੋੜਿਆ, ਅਧਿਆਪਕ ਕਹਿੰਦਾ ਹੈ ਇਸੇ ਨੇ ਤੋੜਿਆ ਹੋਣੈ, ਹੈੱਡ ਮਾਸਟਰ ਕਹਿੰਦਾ ਹੈ ਕਿ ਜਿਸਨੇ ਵੀ ਤੋੜਿਆ ਹੋਵੇ, ਗੱਲ ਨੂੰ ਰਫ਼ਾ-ਦਫ਼ਾ ਕਰ ਦਿਉ,

ਸ਼ਾਂਤ ਕਰ ਦਿਉ। ਇਸਨੂੰ ਅੱਗੇ ਵਧਾਉਣਾ ਠੀਕ ਨਹੀਂ, ਹੜਤਾਲ ਹੋ ਸਕਦੀ ਹੈ। ਤੁਸੀਂ ਕੀ ਕਹਿੰਦੇ ਹੋ ?

ਉਸ ਪ੍ਰਧਾਨ ਨੇ ਕਿਹਾ, ਠੀਕ ਹੀ ਆਖਦਾ ਹੈ ਹੈੱਡ ਮਾਸਟਰ। ਕਿਸੇ ਨੇ ਵੀ ਤੋੜਿਆ ਹੋਵੇ, ਅਸੀਂ ਠੀਕ ਕਰਵਾ ਦਿਆਂਗੇ ਕਮੇਟੀ ਦੀ ਤਰਫੋਂ। ਤੁਸੀਂ ਫਰਨੀਚਰ ਵਾਲੇ ਦੇ ਕੋਲ ਭਿਜਵਾ ਦਿਉ ਅਤੇ ਠੀਕ ਕਰਵਾ ਲਵੋ। ਇਸਦੀ ਚਿੰਤਾ ਕਰਨ ਦੀ ਲੋੜ ਨਹੀਂ ਕਿ ਕਿਸ ਨੇ ਤੋੜਿਆ। ਸੁਧਰਾਈ ਦਾ ਇੰਤਜ਼ਾਮ ਹੋਵੇਗਾ, ਤੁਹਾਨੂੰ ਸੁਧਰਾਈ ਦੀ ਲੋੜ ਹੈ ਹੋਰ ਕੀ ਕਰਨਾ ਹੈ ?

ਉਹ ਸਕੂਲ ਦਾ ਇੰਸਪੈਕਟਰ ਮੈਨੂੰ ਇਹ ਸਾਰੀਆਂ ਗੱਲਾਂ ਦੱਸਦਾ ਸੀ। ਉਹ ਮੈਥੋਂ ਪੁੱਛਣ ਲਗਿਆ ਕਿ ਕੀ ਹਾਲਤ ਹੈ ਇਹ ? ਮੈਂ ਉਸਨੂੰ ਕਿਹਾ ਕਿ ਇਸ ਵਿਚ ਕੋਈ ਖ਼ਾਸ ਗੱਲ ਨਹੀਂ ਹੈ, ਮਨੁੱਖ ਦੀ ਇਕ ਆਮ ਕਮਜ਼ੋਰੀ ਹੈ, ਉਹੀ ਇਸ ਕਹਾਣੀ ਵਿਚ ਪ੍ਰਗਟ ਹੁੰਦੀ ਹੈ। ਅਤੇ ਉਹ ਕਮਜ਼ੋਰੀ ਕੀ ਹੈ ?

ਉਹ ਕਮਜ਼ੋਰੀ ਹੈ ਕਿ ਜਿਸ ਸਬੰਧ ਵਿਚ ਅਸੀਂ ਕੁਝ ਵੀ ਨਹੀਂ ਜਾਣਦੇ ਹਾਂ, ਉਸ ਸਬੰਧ ਵਿਚ ਵੀ ਅਸੀਂ ਅਜਿਹਾ ਐਲਾਨ ਕਰਨਾ ਚਾਹੁੰਦੇ ਹਾਂ ਕਿ ਅਸੀਂ ਜਾਣਦੇ ਹਾਂ। ਉਹ ਕੋਈ ਕੀ ਕੁਝ ਨਹੀਂ ਜਾਣਦੇ ਸੀ ਕਿ ਸ਼ਿਵ ਦਾ ਧਨੁਸ਼ ਕੀ ਹੈ ? ਕੀ ਮੁਨਾਸਬ ਨਾ ਹੁੰਦਾ ਕਿ ਉਹ ਕਹਿ ਦਿੰਦੇ ਕਿ ਸਾਨੂੰ ਪਤਾ ਨਹੀਂ ਹੈ ਕਿ ਸ਼ਿਵ ਦਾ ਧਨੁਸ਼ ਕੀ ਹੈ ! ਲੇਕਿਨ ਆਪਣਾ ਅਗਿਆਨ ਕੋਈ ਵੀ ਸਵੀਕਾਰ ਕਰਨਾ ਨਹੀਂ ਚਾਹੁੰਦਾ ਹੈ।

ਮਨੁੱਖ ਜਾਤੀ ਦੇ ਇਤਿਹਾਸ ਵਿਚ ਇਸ ਤੋਂ ਵੱਡੀ ਕੋਈ ਦੁਰਘਟਨਾ ਨਹੀਂ ਵਾਪਰੀ ਹੈ ਕਿ ਅਸੀਂ ਆਪਣਾ ਅਗਿਆਨ ਸਵੀਕਾਰ ਕਰਨ ਨੂੰ ਰਾਜ਼ੀ ਨਹੀਂ ਹੁੰਦੇ। ਜੀਵਨ ਦੇ ਕਿਸੇ ਵੀ ਸਵਾਲ ਦੇ ਸਬੰਧ ਵਿਚ ਕੋਈ ਵੀ ਆਦਮੀ ਇੰਨੀ ਹਿੰਮਤ ਅਤੇ ਹੌਂਸਲਾ ਨਹੀਂ ਦਿਖਾ ਪਾਂਦਾ ਕਿ ਮੈਨੂੰ ਪਤਾ ਨਹੀਂ ਹੈ। ਇਹ ਕਮਜ਼ੋਰੀ ਬਹੁਤ ਘਾਤਕ ਸਿੱਧ ਹੁੰਦੀ ਹੈ। ਸਾਰਾ ਜੀਵਨ ਵਿਅਰਥ ਹੋ ਜਾਂਦਾ ਹੈ।

ਅਤੇ ਕਿਉਂਕਿ ਅਸੀਂ ਇਹ ਮੰਨ ਕੇ ਬੈਠ ਜਾਂਦੇ ਹਾਂ ਕਿ ਅਸੀਂ ਜਾਣਦੇ ਹਾਂ, ਇਸ ਲਈ ਜੋ ਜਵਾਬ ਅਸੀਂ ਦਿੰਦੇ ਹਾਂ, ਉਹ ਇੰਨੇ ਹੀ ਮੂਰਖਤਾਪੂਰਨ ਹੁੰਦੇ ਹਨ, ਜਿੰਨੇ ਉਸ ਸਕੂਲ ਵਿਚ ਦਿੱਤੇ ਗਏ ਸਨ—ਬੱਚਿਆਂ ਤੋਂ ਲੈ ਕੇ ਚੇਅਰਮੈਨ ਤੱਕ। ਜਿਸਦਾ ਸਾਨੂੰ ਪਤਾ ਨਹੀਂ ਹੈ, ਉਸਦਾ ਜਵਾਬ ਦੇਣ ਦੀ ਕੋਸ਼ਿਸ਼ ਸਿਵਾਇ ਮੂੜ੍ਹਤਾ ਦੇ ਹੋਰ ਕਿਤੇ ਵੀ ਨਹੀਂ ਲੈ ਜਾਏਗੀ। ਫਿਰ ਇਹ ਤਾਂ ਹੋ ਵੀ ਸਕਦਾ ਹੈ ਕਿ ਸ਼ਿਵ ਦਾ ਧਨੁਸ਼ ਕਿਸਨੇ ਤੋੜਿਆ ਜਾਂ ਨਹੀਂ ਤੋੜਿਆ, ਇਸਦਾ ਜੀਵਨ ਨਾਲ ਕੋਈ ਗੂਹੜਾ ਸਬੰਧ ਨਹੀਂ ਹੈ। ਐਪਰ ਜਿਨ੍ਹਾਂ ਸਵਾਲਾਂ ਦੇ ਜੀਵਨ ਨਾਲ ਬਹੁਤ ਗੂਹੜੇ ਸਬੰਧ ਹਨ, ਜਿਨ੍ਹਾਂ ਦੇ ਅਧਾਰ 'ਤੇ ਸਾਰਾ ਜੀਵਨ ਸੁੰਦਰ ਬਣੇਗਾ ਜਾਂ ਕੋਝਾ ਹੋ ਜਾਏਗਾ, ਨਰੋਆ ਬਣੇਗਾ ਜਾਂ ਸ਼ੁਦਾਈ ਹੋ ਜਾਏਗਾ; ਜਿਨ੍ਹਾਂ ਦੇ ਅਧਾਰ 'ਤੇ ਜੀਵਨ ਦੀ ਸਾਰੀ ਗਤੀ ਅਤੇ ਦਿਸ਼ਾ ਨਿਰਭਰ ਹੈ, ਉਹਨਾਂ ਸਵਾਲਾਂ ਦੇ ਸਬੰਧ ਵਿਚ ਵੀ ਅਸੀਂ ਇਹ ਭਾਵ ਦਿਖਾਉਣ ਦੀ ਕੋਸ਼ਿਸ਼ ਕਰਦੇ ਹਾਂ ਕਿ ਅਸੀਂ ਜਾਣਦੇ ਹਾਂ ! ਅਤੇ ਫਿਰ ਜੋ ਜੀਵਨ ਵਿਚ ਅਸੀਂ ਜਵਾਬ ਦਿੰਦੇ ਹਾਂ, ਉਹ ਦੱਸ ਦਿੰਦੇ ਹਨ ਕਿ ਅਸੀਂ ਕਿੰਨਾ ਜਾਣਦੇ ਹਾਂ।

ਇਕ-ਇਕ ਆਦਮੀ ਦੀ ਜ਼ਿੰਦਗੀ ਦੱਸ ਰਹੀ ਹੈ ਕਿ ਅਸੀਂ ਜ਼ਿੰਦਗੀ ਦੇ ਸਬੰਧ ਵਿਚ ਕੁਝ ਵੀ ਨਹੀਂ ਜਾਣਦੇ ਹਾਂ—ਨਹੀਂ ਤਾਂ ਇੰਨੀ ਅਸਫਲਤਾ, ਇੰਨੀ ਨਿਰਾਸ਼ਾ, ਇੰਨਾ ਦੁੱਖ, ਇੰਨੀ ਚਿੰਤਾ !

ਇਹੀ ਗੱਲ ਮੈਂ ਸੈਕਸ ਦੇ ਸਬੰਧ ਵਿਚ ਵੀ ਤੁਹਾਨੂੰ ਕਹਿਣੀ ਚਾਹੁੰਦਾ ਹਾਂ ਕਿ ਅਸੀਂ ਕੁਝ ਵੀ ਨਹੀਂ ਜਾਣਦੇ ਹਾਂ।

ਤੁਸੀਂ ਬਹੁਤ ਹੈਰਾਨ ਹੋਵੋਗੇ। ਤੁਸੀਂ ਕਹੋਗੇ ਕਿ ਅਸੀਂ ਇਹ ਮੰਨ ਸਕਦੇ ਹਾਂ ਕਿ ਈਸ਼ਵਰ ਦੇ ਸਬੰਧ ਵਿਚ ਕੁਝ ਨਹੀਂ ਜਾਣਦੇ, ਆਤਮਾ ਦੇ ਸਬੰਧ ਵਿਚ ਕੁਝ ਨਹੀਂ ਜਾਣਦੇ; ਪਰ ਅਸੀਂ ਇਹ ਕਿਵੇਂ ਮੰਨ ਸਕਦੇ ਹਾਂ ਕਿ ਅਸੀਂ ਕਾਮ ਦੇ, ਯੌਨ ਦੇ ਅਤੇ ਸੈਕਸ ਦੇ ਸਬੰਧ ਵਿਚ ਕੁਝ ਨਹੀਂ ਜਾਣਦੇ ? ਸਬੂਤ ਹੈ—ਸਾਡੇ ਬੱਚੇ ਪੈਦਾ ਹੋਏ ਹਨ, ਪਤਨੀ ਹੈ—ਅਸੀਂ ਸੈਕਸ ਦੇ ਸਬੰਧ ਵਿਚ ਨਹੀਂ ਜਾਣਦੇ ਹਾਂ ?

ਲੇਕਿਨ ਮੈਂ ਤੁਹਾਨੂੰ ਅਰਜ਼ ਕਰਨਾ ਚਾਹੁੰਦਾ ਹਾਂ ਕਿ ਇਹ ਬਹੁਤ ਕਠਨ ਹੋਵੇਗਾ, ਪਰ ਇਸਨੂੰ ਸਮਝ ਲੈਣਾ ਜ਼ਰੂਰੀ ਹੈ। ਤੁਸੀਂ ਸੈਕਸ ਦੇ ਅਨੁਭਵ ਵਿਚੋਂ ਗੁਜ਼ਰੇ ਹੋਵੋਗੇ, ਐਪਰ ਸੈਕਸ ਦੇ ਸਬੰਧ ਵਿਚ ਤੁਸੀਂ ਇੰਨਾ ਹੀ ਜਾਣਦੇ ਹੋ, ਜਿੰਨਾ ਛੋਟਾ ਜਿਹਾ ਬੱਚਾ ਜਾਣਦਾ ਹੈ। ਉਸ ਤੋਂ ਜ਼ਿਆਦਾ ਕੁਝ ਵੀ ਨਹੀਂ ਜਾਣਦੇ ਹੋ। ਅਨੁਭਵ ਵਿਚੋਂ ਗੁਜ਼ਰ ਜਾਣਾ ਜਾਣ ਲੈਣ ਦੇ ਲਈ ਕਾਫ਼ੀ ਨਹੀਂ ਹੈ।

ਇਕ ਆਦਮੀ ਕਾਰ ਚਲਾਉਂਦਾ ਹੈ, ਉਹ ਕਾਰ ਚਲਾਉਣੀ ਜਾਣਦਾ ਹੈ ਅਤੇ ਹੋ ਸਕਦਾ ਹੈ ਹਜ਼ਾਰ ਮੀਲ ਕਾਰ ਚਲਾ ਕੇ ਉਹ ਆ ਗਿਆ ਹੋਵੇ, ਲੇਕਿਨ ਇਸ ਤੋਂ ਕੋਈ ਇਹ ਮਤਲਬ ਨਹੀਂ ਹੁੰਦਾ ਕਿ ਉਹ ਕਾਰ ਦੇ ਅੰਦਰ ਦੇ ਪੁਰਜ਼ੇ ਅਤੇ ਮਸ਼ੀਨ ਅਤੇ ਉਸਦੀ ਵਿਵਸਥਾ, ਉਸਦੇ ਕੰਮ ਕਰਨ ਦੇ ਢੰਗ ਦੇ ਸਬੰਧ ਵਿਚ ਕੁਝ ਵੀ ਜਾਣਦਾ ਹੋਵੇ। ਉਹ ਕਹਿ ਸਕਦਾ ਹੈ ਕਿ ਮੈਂ ਹਜ਼ਾਰ ਮੀਲ ਚੱਲ ਕੇ ਆਇਆ ਹਾਂ ਕਾਰ ਨਾਲ—ਮੈਂ ਨਹੀਂ ਜਾਣਦਾ ਹਾਂ ਕਾਰ ਦੇ ਸੰਬੰਧ ਵਿਚ ? ਐਪਰ ਕਾਰ ਚਲਾਉਣਾ ਇਕ ਉਪਰਲੀ ਗੱਲ ਹੈ ਅਤੇ ਕਾਰ ਦੀ ਪੂਰੀ ਅੰਦਰਲੀ ਵਿਵਸਥਾ ਨੂੰ ਜਾਣਨਾ ਬਿਲਕੁਲ ਵੱਖਰੀ ਗੱਲ ਹੈ।

ਇਕ ਆਦਮੀ ਬਟਨ ਦਬਾਉਂਦਾ ਹੈ ਅਤੇ ਬਿਜਲੀ ਜਗ ਜਾਂਦੀ ਹੈ। ਉਹ ਆਦਮੀ ਇਹ ਕਹਿ ਸਕਦਾ ਹੈ ਕਿ ਮੈਂ ਬਿਜਲੀ ਦੀ ਸਬੰਧ ਵਿਚ ਸਭ ਜਾਦਦਾ ਹਾਂ। ਕਿਉਂਕਿ ਮੈਂ ਬਟਨ ਦਬਾਉਂਦਾ ਹਾਂ ਅਤੇ ਬਿਜਲੀ ਜਗ ਜਾਂਦੀ ਹੈ, ਬਟਨ ਦਬਾਉਂਦਾ ਹਾਂ ਬਿਜਲੀ ਬੁਝ ਜਾਂਦੀ ਹੈ। ਮੈਂ ਹਜ਼ਾਰ ਦਫ਼ਾ ਬਿਜਲੀ ਜਗਾਈ ਅਤੇ ਬੁਝਾਈ, ਇਸ ਲਈ ਮੈਂ ਬਿਜਲੀ ਦੀ ਸਬੰਧ ਵਿਚ ਸਭ ਜਾਣਦਾ ਹਾਂ। ਅਸੀਂ ਕਹਾਂਗੇ ਕਿ ਉਹ ਪਾਗਲ ਹੈ। ਬਟਨ ਦਬਾਉਣਾ ਅਤੇ ਬਿਜਲੀ ਜਗਾ ਲੈਣਾ ਤੇ ਬੁਝਾ ਲੈਣਾ ਬੱਚੇ ਵੀ ਕਰ ਸਕਦੇ ਹਾਂ। ਇਸਦੇ ਲਈ ਬਿਜਲੀ ਦੇ ਗਿਆਨ ਦੀ ਕੋਈ ਜ਼ਰੂਰਤ ਨਹੀਂ ਹੈ।

ਬੱਚੇ ਕੋਈ ਵੀ ਪੈਦਾ ਕਰ ਸਕਦਾ ਹੈ। ਸੈਕਸ ਨੂੰ ਜਾਣਨ ਨਾਲ ਇਸਦਾ ਕੋਈ ਸਬੰਧ ਨਹੀਂ। ਵਿਆਹ ਕੋਈ ਵੀ ਕਰ ਸਕਦਾ ਹੈ। ਪਸ਼ੂ ਵੀ ਬੱਚੇ ਪੈਦਾ ਕਰ ਰਹੇ ਹਨ, ਪਰ ਉਹ ਸੈਕਸ ਦੇ ਸਬੰਧ ਵਿਚ ਕੁਝ ਜਾਣਦੇ ਹਨ, ਇਹ ਭਰਮ ਵਿਚ ਪੈਣ ਦਾ ਕੋਈ ਕਾਰਨ ਨਹੀਂ। ਸੱਚ ਤਾਂ ਇਹ ਹੈ ਕਿ ਸੈਕਸ ਦਾ ਕੋਈ ਵਿਗਿਆਨ ਹੀ ਵਿਕਸਤ ਨਹੀਂ ਹੋ ਸਕਿਆ; ਸੈਕਸ ਦਾ ਕੋਈ ਸ਼ਾਸਤਰ ਠੀਕ ਤਰ੍ਹਾਂ ਨਾਲ ਵਿਕਸਤ ਨਹੀਂ ਹੋ ਸਕਿਆ, ਕਿਉਂਕਿ ਹਰ ਆਦਮੀ ਇਹ ਮੰਨਦਾ ਹੈ ਕਿ ਅਸੀਂ ਜਾਣਦੇ ਹਾਂ। ਸ਼ਾਸਤਰ ਦੀ ਲੋੜ ਕੀ ਹੈ ? ਵਿਗਿਆਨ ਦੀ ਲੋੜ ਕੀ ਹੈ ?

ਅਤੇ ਮੈਂ ਤੁਹਾਨੂੰ ਕਹਿੰਦਾ ਹਾਂ ਕਿ ਇਸ ਤੋਂ ਵੱਡੇ ਦੁਰਭਾਗ ਦੀ ਹੋਰ ਕੋਈ ਗੱਲ ਨਹੀਂ ਹੈ, ਕਿਉਂਕਿ ਜਿਸ ਦਿਨ ਸੈਕਸ ਦਾ ਪੂਰਾ ਸ਼ਾਸਤਰ ਅਤੇ ਪੂਰਾ ਵਿਚਾਰ ਅਤੇ ਪੂਰਾ ਵਿਗਿਆਨ ਵਿਕਸਤ ਹੋਵੇਗਾ, ਉਸ ਦਿਨ ਅਸੀਂ ਬਿਲਕੁਲ ਨਵੇਂ ਤਰ੍ਹਾਂ ਦੇ ਆਦਮੀ

ਨੂੰ ਪੈਦਾ ਕਰਨ ਵਿਚ ਸਮਰੱਥ ਹੋ ਸਕਦੇ ਹਾਂ। ਫਿਰ ਇਹ ਕੋਝੀ ਅਤੇ ਇਹ ਨਕਾਰਾ ਮਨੁੱਖਤਾ ਪੈਦਾ ਕਰਨ ਦੀ ਜ਼ਰੂਰਤ ਨਹੀਂ ਹੈ। ਇਹ ਰੋਗੀ ਅਤੇ ਰੋਂਦੇ ਅਤੇ ਉਦਾਸ ਆਦਮੀ ਪੈਦਾ ਕਰਨ ਦੀ ਕੋਈ ਜ਼ਰੂਰਤ ਨਹੀਂ ਹੈ। ਇਹ ਪਾਪ ਅਤੇ ਅਪਰਾਧ ਨਾਲ ਭਰੀ ਹੋਈ ਸੰਤਾਨ ਨੂੰ ਜਨਮ ਦੇਣ ਦੀ ਜ਼ਰੂਰਤ ਨਹੀਂ ਹੈ।

ਲੇਕਿਨ ਸਾਨੂੰ ਕੁਝ ਵੀ ਪਤਾ ਨਹੀਂ ਹੈ ! ਅਸੀਂ ਸਿਰਫ਼ ਬਟਨ ਦਬਾਉਣਾ ਅਤੇ ਬੁਝਾਉਣਾ ਜਾਣਦੇ ਹਾਂ ਅਤੇ ਉਸੇ ਤੋਂ ਅਸੀਂ ਸਮਝ ਲਿਆ ਹੈ ਕਿ ਅਸੀਂ ਬਿਜਲੀ ਦੇ ਜਾਣਕਾਰ ਹੋ ਗਏ ਹਾਂ। ਸੈਕਸ ਦੇ ਸਬੰਧ ਵਿਚ ਪੂਰੀ ਜ਼ਿੰਦਗੀ ਬੀਤ ਜਾਣ ਦੇ ਬਾਅਦ ਵੀ ਆਦਮੀ ਇੰਨਾ ਹੀ ਜਾਣਦਾ ਹੈ ਕਿ ਬਟਨ ਦਬਾਉਣਾ ਅਤੇ ਬੁਝਾਉਣਾ, ਇਸ ਤੋਂ ਜ਼ਿਆਦਾ ਕੁਝ ਵੀ ਨਹੀਂ। ਐਪਰ ਕਿਉਂਕਿ ਇਹ ਭਰਮ ਹੈ ਕਿ ਅਸੀਂ ਸਭ ਜਾਣਦੇ ਹਾਂ, ਇਸ ਲਈ ਇਸ ਸਬੰਧ ਵਿਚ ਕੋਈ ਸੋਧ, ਕੋਈ ਖੋਜ, ਕੋਈ ਵਿਚਾਰ, ਕੋਈ ਸੋਚ ਕਰਨ ਦਾ ਕੋਈ ਉਪਾਅ ਨਹੀਂ ਹੈ ਅਤੇ ਇਸੇ ਭਰਮ ਦੇ ਕਾਰਨ ਕਿ ਅਸੀਂ ਸਭ ਜਾਣਦੇ ਹਾਂ, ਅਸੀਂ ਕਿਸੇ ਨਾਲ ਨਾ ਕੋਈ ਗੱਲ ਕਰਦੇ ਹਾਂ, ਨਾ ਵਿਚਾਰ ਕਰਦੇ ਹਾਂ, ਨਾ ਸੋਚਦੇ ਹਾਂ ! ਕਿਉਂਕਿ ਜਦ ਸਭ ਨੂੰ ਪਤਾ ਹੈ ਤਾਂ ਜ਼ਰੂਰਤ ਕੀ ਹੈ ?

ਅਤੇ ਮੈਂ ਤੁਹਾਨੂੰ ਕਹਿਣਾ ਚਾਹੁੰਦਾ ਹਾਂ ਕਿ ਜੀਵਨ ਵਿਚ ਅਤੇ ਜਗਤ ਵਿਚ ਸੈਕਸ ਤੋਂ ਵੱਡਾ ਨਾ ਕੋਈ ਰਹੱਸ ਹੈ ਅਤੇ ਨਾ ਕੋਈ ਗੁਪਤ ਅਤੇ ਗਹਿਰੀ ਗੱਲ ਹੈ।

ਹੁਣੇ ਅਸੀਂ ਅਣੂੰ ਨੂੰ ਖੋਜ ਲਿਆ ਹੈ। ਜਿਸ ਦਿਨ ਅਸੀਂ ਸੈਕਸ ਦੇ ਅਣੂੰ ਨੂੰ ਵੀ ਪੂਰੀ ਤਰ੍ਹਾਂ ਜਾਣ ਸਕਾਂਗੇ, ਉਸ ਦਿਨ ਮਨੁੱਖ ਜਾਤੀ ਗਿਆਨ ਦੇ ਇਕ ਬਿਲਕੁਲ ਨਵੇਂ ਜਗਤ ਵਿਚ ਦਾਖ਼ਲ ਹੋ ਜਾਏਗੀ। ਅਜੇ ਅਸੀਂ ਪਦਾਰਥ ਦੀ ਥੋੜ੍ਹੀ-ਬਹੁਤੀ ਖੋਜਬੀਣ ਕੀਤੀ ਹੈ ਅਤੇ ਦੁਨੀਆਂ ਕਿਥੋਂ ਤੇ ਕਿੱਥੇ ਪਹੁੰਚ ਗਈ। ਜਿਸ ਦਿਨ ਅਸੀਂ ਚੇਤਨਾ ਦੇ ਜਨਮ ਦੀ ਪ੍ਰਕਿਰਿਆ ਅਤੇ ਕੀਮੀਆਂ ਨੂੰ ਸਮਝ ਲਵਾਂਗੇ, ਉਸ ਦਿਨ ਅਸੀਂ ਮਨੁੱਖ ਨੂੰ ਕਿੱਥੋਂ ਤੋਂ ਕਿੱਥੇ ਪੁਜਾ ਦੇਵਾਂਗੇ, ਇਸਨੂੰ ਅੱਜ ਕਹਿਣਾ ਮੁਹਾਲ ਹੈ ਪਰ ਇਕ ਗੱਲ ਨਿਸ਼ਚਿਤ ਕਹੀ ਜਾ ਸਕਦੀ ਹੈ ਕਿ ਕਾਮ ਦੀ ਸ਼ਕਤੀ ਅਤੇ ਕਾਮ ਦੀ ਪ੍ਰਕਿਰਿਆ ਜੀਵਨ ਅਤੇ ਜਗਤ ਵਿਚ ਸਭ ਤੋਂ ਵੱਧ ਰਹੱਸਪੂਰਨ, ਸਭ ਤੋਂ ਵੱਧ ਗਹਿਰੀ, ਸਭ ਤੋਂ ਜ਼ਿਆਦਾ ਮੁੱਲਵਾਨ ਗੱਲ ਹੈ ਅਤੇ ਉਸਦੇ ਸਬੰਧ ਵਿਚ ਅਸੀਂ ਚੁੱਪ ਹਾਂ ! ਜੋ ਸਭ ਤੋਂ ਵੱਧ ਮੁੱਲਵਾਨ ਹੈ, ਉਸਦੇ ਸਬੰਧ ਵਿਚ ਕੋਈ ਗੱਲ ਵੀ ਨਹੀਂ ਕੀਤੀ ਜਾਂਦੀ। ਆਦਮੀ ਜ਼ਿੰਦਗੀ ਭਰ ਸੰਭੋਗ ਵਿਚੋਂ ਗੁਜ਼ਰਦਾ ਹੈ ਅਤੇ ਅੰਤ ਤੱਕ ਵੀ ਨਹੀਂ ਜਾਣ ਪਾਂਦਾ ਕਿ ਕੀ ਸੀ ਸੰਭੋਗ।

ਤਾਂ ਜਦ ਮੈਂ ਪਹਿਲੇ ਦਿਨ ਤੁਹਾਨੂੰ ਕਿਹਾ ਕਿ ਸ਼ੂਨਯ ਦਾ—ਹੰਕਾਰ-ਸ਼ੂਨਯਤਾ ਦਾ, ਵਿਚਾਰ-ਸ਼ੂਨਯਤਾ ਦਾ ਅਨੁਭਵ ਹੋਵੇਗਾ, ਤਾਂ ਅਨੇਕ ਮਿੱਤਰਾਂ ਨੂੰ ਇਹ ਗੱਲ ਅਣਹੋਣੀ, ਹੈਰਾਨੀਜਨਕ ਲੱਗੀ ਹੈ। ਇਕ ਮਿੱਤਰ ਨੇ ਮੁੜਦੇ ਹੀ ਮੈਨੂੰ ਕਿਹਾ, ਕਿ ਇਹ ਤਾਂ ਮੇਰੇ ਖ਼ਿਆਲ ਵਿਚ ਵੀ ਨਹੀਂ ਸੀ। ਐਪਰ ਅਜਿਹਾ ਹੋਇਆ ਹੈ। ਇਕ ਭੈਣ ਨੇ ਅੱਜ ਮੈਨੂੰ ਆ ਕੇ ਕਿਹਾ, ਲੇਕਿਨ ਮੈਨੂੰ ਤਾਂ ਇਸਦਾ ਕੋਈ ਅਨੁਭਵ ਨਹੀਂ ਹੈ। ਤੁਸੀਂ ਕਹਿੰਦੇ ਹੋ ਤਾਂ ਇੰਨਾ ਮੈਨੂੰ ਖ਼ਿਆਲ ਆਉਂਦਾ ਹੈ ਕਿ ਮਨ ਜ਼ਰਾ ਸ਼ਾਂਤ ਅਤੇ ਮੌਨ ਹੁੰਦਾ ਹੈ, ਪਰ ਮੈਨੂੰ ਹੰਕਾਰ-ਸ਼ੂਨਯਤਾ ਦਾ ਜਾਂ ਕਿਸੇ ਹੋਰ ਗਹਿਰੇ ਅਨੁਭਵ ਦਾ ਕੋਈ ਵੀ ਪਤਾ ਨਹੀਂ।

ਹੋ ਸਕਦਾ ਹੈ ਬਹੁਤਿਆਂ ਦੇ ਮਨ ਵਿਚ ਇਸ ਬਾਬਤ ਵਿਚਾਰ ਉਠਿਆ ਹੋਵੇ। ਉਸ ਸਬੰਧ ਵਿਚ ਥੋੜ੍ਹੀਆਂ-ਜਿਹੀਆਂ ਗੱਲਾਂ ਹੋਰ ਗਹਿਰਾਈ ਵਿਚ ਸਪੱਸ਼ਟ ਕਰ ਲੈਣੀਆਂ ਜ਼ਰੂਰੀ ਹਨ।

ਪਹਿਲੀ ਗੱਲ, ਮਨੁੱਖ ਜਨਮ ਦੇ ਨਾਲ ਹੀ ਸੰਭੋਗ ਦੇ ਪੂਰੇ ਵਿਗਿਆਨ ਨੂੰ ਜਾਣਦਾ ਹੋਇਆ ਪੈਦਾ ਨਹੀਂ ਹੁੰਦਾ ਹੈ। ਸ਼ਾਇਦ ਪ੍ਰਿਥਵੀ ਉੱਤੇ ਬਹੁਤ ਥੋੜ੍ਹੇ ਜਿਹੇ ਲੋਕ ਅਨੇਕਾਂ ਜੀਵਨ ਦੇ ਅਨੁਭਵ ਤੋਂ ਬਾਅਦ ਸੰਭੋਗ ਦੀ ਪੂਰੀ ਦੀ ਪੂਰੀ ਕਲਾ ਅਤੇ ਪੂਰੀ ਦੀ ਪੂਰੀ ਵਿਧੀ ਅਤੇ ਪੂਰਾ ਸ਼ਾਸਤਰ ਜਾਣਨ ਵਿਚ ਸਮਰੱਥ ਹੋ ਪਾਂਦੇ ਹਨ। ਅਤੇ ਇਹ ਹੀ ਉਹ ਲੋਕ ਹਨ, ਜੋ ਬ੍ਰਹਮਚਰਜ ਨੂੰ ਉਪਲੱਬਧ ਹੋ ਜਾਂਦੇ ਹਨ। ਕਿਉਂਕਿ ਜੋ ਵਿਅਕਤੀ ਸੰਭੋਗ ਦੀ ਪੂਰੀ ਗੱਲ ਨੂੰ ਜਾਣਨ ਵਿਚ ਸਮਰੱਥ ਹੋ ਜਾਂਦਾ ਹੈ, ਉਹਦੇ ਲਈ ਸੰਭੋਗ ਵਿਅਰਥ ਹੋ ਜਾਂਦਾ ਹੈ। ਉਹ ਉਸਦੇ ਪਾਰ ਨਿਕਲ ਜਾਂਦਾ ਹੈ। ਉਲਾਂਘ ਜਾਂਦਾ ਹੈ। ਪਰ ਇਸ ਸਬੰਧ ਵਿਚ ਕੁਝ ਬਹੁਤ ਸਪੱਸ਼ਟ ਗੱਲਾਂ ਨਹੀਂ ਕਹੀਆਂ ਗਈਆਂ ਹਨ।

ਇਕ ਗੱਲ, ਪਹਿਲੀ ਗੱਲ ਸਪੱਸ਼ਟ ਕਰ ਲੈਣੀ ਜ਼ਰੂਰੀ ਹੈ, ਉਹ ਇਹ ਕਿ ਇਹ ਭਰਮ ਛੱਡ ਦੇਣਾ ਚਾਹੀਦਾ ਹੈ ਕਿ ਅਸੀਂ ਪੈਦਾ ਹੋ ਗਏ ਹਾਂ ਇਸ ਲਈ ਸਾਨੂੰ ਪਤਾ ਹੈ—ਕੀ ਹੈ ਕਾਮ, ਕੀ ਹੈ ਸੰਭੋਗ। ਨਹੀਂ, ਪਤਾ ਨਹੀਂ ਹੈ। ਅਤੇ ਨਹੀਂ ਪਤਾ ਹੋਣ ਦੇ ਕਾਰਨ ਜੀਵਨ ਪੂਰਾ ਸਮਾਂ ਕਾਮ ਅਤੇ ਸੈਕਸ ਵਿਚ ਉਲਝਿਆ ਰਹਿੰਦਾ ਹੈ ਅਤੇ ਬਤੀਤ ਹੁੰਦਾ ਹੈ।

ਮੈਂ ਤੁਹਾਨੂੰ ਕਿਹਾ, ਪਸ਼ੂਆਂ ਦਾ ਬੰਨ੍ਹਿਆ ਹੋਇਆ ਸਮਾਂ ਹੈ। ਉਹਨਾਂ ਦੀ ਰੁੱਤ ਹੈ। ਉਹਨਾਂ ਦੇ ਮੌਸਮ ਹਨ। ਆਦਮੀ ਦਾ ਕੋਈ ਬੰਨ੍ਹਿਆ ਹੋਇਆ ਸਮਾਂ ਨਹੀਂ ਹੈ। ਕਿਉਂ ? ਪਸ਼ੂ ਸ਼ਾਇਦ ਮਨੁੱਖ ਨਾਲੋਂ ਜ਼ਿਆਦਾ ਸੰਭੋਗ ਦੀ ਗਹਿਰਾਈ ਵਿਚ ਉਤਰਨ ਦੇ ਸਮਰੱਥ ਹੈ ਅਤੇ ਮਨੁੱਖ ਉਨਾ ਸਮਰੱਥ ਨਹੀਂ ਰਹਿ ਗਿਆ ਹੈ।

ਜਿਨ੍ਹਾਂ ਲੋਕਾਂ ਨੇ ਜੀਵਨ ਦੇ ਇਹਨਾਂ ਤਲਾਂ 'ਤੇ ਬਹੁਤ ਖੋਜ ਕੀਤੀ ਹੈ ਅਤੇ ਗਹਿਰਾਈਆਂ ਵਿਚ ਗਏ ਹਨ ਅਤੇ ਜਿਨ੍ਹਾਂ ਲੋਕਾਂ ਨੇ ਜੀਵਨ ਦੇ ਬਹੁਤ ਸਾਰੇ ਅਨੁਭਵ ਇਕੱਠੇ ਕੀਤੇ ਹਨ ਉਹਨਾਂ ਨੂੰ ਇਹ ਜਾਣਨਾ, ਇਹ ਸੂਰਤ ਉਪਲੱਬਧ ਹੋਇਆ ਹੈ ਕਿ ਜੇ ਸੰਭੋਗ ਇਕ ਮਿੰਟ ਤਕ ਰੁਕੇਗਾ, ਤਾਂ ਆਦਮੀ ਦੂਜੇ ਦਿਨ ਫਿਰ ਸੰਭੋਗ ਦੇ ਲਈ ਲਲਚਾ ਜਾਏਗਾ। ਜੇ ਤਿੰਨ ਮਿੰਟ ਤੱਕ ਰੁਕ ਸਕੇ ਤਾਂ ਇਕ ਹਫ਼ਤੇ ਤਕ ਉਸ ਨੂੰ ਸੈਕਸ ਦੀ ਉਹ ਯਾਦ ਵੀ ਨਹੀਂ ਆਏਗੀ। ਅਤੇ ਜੇ ਸੱਤ ਮਿੰਟ ਤੱਕ ਰੁਕ ਜਾਕੇ ਤਾਂ ਤਿੰਨ ਮਹੀਨੇ ਦੇ ਲਈ ਸੈਕਸ ਤੋਂ ਇਸ ਤਰ੍ਹਾਂ ਮੁਕਤ ਹੋ ਜਾਏਗਾ ਕਿ ਉਸਦੀ ਕਲਪਨਾ ਵਿਚ ਵੀ ਵਿਚਾਰ ਦਾਖ਼ਲ ਨਹੀਂ ਹੋਵੇਗਾ। ਅਤੇ ਜੇਕਰ ਤਿੰਨ ਘੰਟੇ ਤੱਕ ਰੁਕ ਸਕੇ ਤਾਂ ਜੀਵਨ ਭਰ ਦੇ ਲਈ ਮੁਕਤ ਹੋ ਜਾਏਗਾ। ਜੀਵਨ ਵਿਚ ਉਸਦੀ ਕਲਪਨਾ ਵੀ ਨਹੀਂ ਉਠੇਗੀ।

ਲੇਕਿਨ ਆਮ ਤੌਰ ਤੇ ਛਿਨ-ਭਰ ਦਾ ਅਨੁਭਵ ਹੈ ਮਨੁੱਖ ਦਾ। ਤਿੰਨ ਘੰਟੇ ਦੀ ਕਲਪਨਾ ਸ਼ਕਤੀ ਵੀ ਮੁਸ਼ਕਲ ਹੈ। ਪਰ ਮੈਂ ਤੁਹਾਨੂੰ ਕਹਿੰਦਾ ਹਾਂ ਕਿ ਤਿੰਨ ਘੰਟੇ ਜੇ ਕਰ ਸੰਭੋਗ ਕਰਨ ਦੀ ਹਾਲਤ ਵਿਚ, ਉਹ ਸਮਾਧੀ ਦੀ ਦਸ਼ਾ ਵਿਚ, ਵਿਅਕਤੀ ਰੁਕ ਜਾਵੇ ਤਾਂ ਇਕ ਸੰਭੋਗ ਪੂਰੇ ਜੀਵਨ ਦੇ ਲਈ ਸੈਕਸ ਤੋਂ ਮੁਕਤ ਕਰਨ ਲਈ ਕਾਫ਼ੀ ਹੈ, ਇੰਨੀ ਤ੍ਰਿਪਤੀ ਪਿੱਛੇ ਛੱਡ ਜਾਂਦਾ ਹੈ—ਇੰਨਾ ਅਨੁਭਵ, ਇੰਨਾ ਬੋਧ ਛੱਡ ਜਾਂਦਾ ਹੈ ਕਿ ਜੀਵਨ-ਭਰ ਦੇ ਲਈ ਕਾਫ਼ੀ ਹੋ ਜਾਂਦਾ ਹੈ। ਇਕ ਸੰਭੋਗ ਦੇ ਬਾਅਦ ਵਿਅਕਤੀ ਬ੍ਰਹਮਚਰਜ ਨੂੰ ਉਪਲੱਬਧ ਹੋ ਸਕਦਾ ਹੈ।

ਐਪਰ ਅਸੀਂ ਤਾਂ ਜੀਵਨ-ਭਰ ਸੰਭੋਗ ਦੇ ਬਾਅਦ ਵੀ ਉਪਲੱਬਧ ਨਹੀਂ ਹੁੰਦੇ। ਕੀ ਹੈ ? ਬੁੱਢਾ ਹੋ ਜਾਂਦਾ ਹੈ ਆਦਮੀ, ਮਰਨ ਦੇ ਕਰੀਬ ਪਹੁੰਚ ਜਾਂਦਾ ਹੈ ਅਤੇ ਸੰਭੋਗ ਦੀ ਕਾਮਨਾ ਤੋਂ ਮੁਕਤ ਨਹੀਂ ਹੁੰਦਾ। ਸੰਭੋਗ ਦੀ ਕਲਾ ਅਤੇ ਸੰਭੋਗ ਦੇ ਸ਼ਾਸਤਰ ਨੂੰ ਉਸਨੇ ਸਮਝਿਆ ਨਹੀਂ ਹੈ। ਅਤੇ ਨਾ ਕਦੇ ਕਿਸੇ ਨੇ ਸਮਝਾਇਆ ਹੈ, ਨਾ ਵਿਚਾਰ ਕੀਤਾ ਹੈ।

ਨਾ ਸੋਚਿਆ ਹੈ, ਨਾ ਗੱਲ ਕੀਤੀ ਹੈ। ਕੋਈ ਸੰਵਾਦ ਵੀ ਨਹੀਂ ਹੋਇਆ ਜੀਵਨ ਵਿਚ—ਕਿ ਅਨੁਭਵੀ ਲੋਕ ਉਸ ਉਤੇ ਸੰਵਾਦ ਕਰਦੇ ਅਤੇ ਵਿਚਾਰ ਕਰਦੇ। ਅਸੀਂ ਬਿਲਕੁਲ ਪਸ਼ੂਆਂ ਨਾਲੋਂ ਵੀ ਬਦਤਰ ਹਾਲਤ 'ਤੇ ਹਾਂ, ਉਸ ਸਥਿਤੀ ਵਿਚ ਹਾਂ। ਤੁਸੀਂ ਕਹੋਗੇ ਕਿ ਇਕ ਛਿਨ ਤੋਂ ਤਿੰਨ ਘੰਟੇ ਤਕ ਸੰਭੋਗ ਦੀ ਦਸ਼ਾ ਠਹਿਰ ਸਕਦੀ ਹੈ, ਲੇਕਿਨ ਕਿਵੇਂ ?

ਕੁਝ ਥੋੜ੍ਹੇ ਜਿਹੇ ਸੂਤਰ ਤੁਹਾਨੂੰ ਦੱਸਦਾ ਹਾਂ। ਉਹਨਾਂ ਨੂੰ ਜ਼ਰਾ ਖ਼ਿਆਲ ਵਿਚ ਰਖੋਗੇ ਤਾਂ ਬ੍ਰਹਮਚਰਜ ਦੀ ਤਰਫ਼ ਜਾਣ ਵਿਚ ਯਾਤਰਾ ਬੜੀ ਸਰਲ ਹੋ ਜਾਏਗੀ। ਸੰਭੋਗ ਕਰਦੇ ਛਿਨਾਂ ਵਿਚ ਸਾਹ ਜਿੰਨਾ ਤੇਜ਼ ਹੋਵੇਗਾ, ਸੰਭੋਗ ਦਾ ਦਾ ਸਮਾਂ ਉਨਾਂ ਹੀ ਛੋਟਾ ਹੋਵੇਗਾ। ਸਾਹ ਜਿੰਨਾ ਸ਼ਾਂਤ ਅਤੇ ਢਿੱਲਾ ਹੋਵੇਗਾ, ਸੰਭੋਗ ਦਾ ਅਰਸਾ ਉਨਾਂ ਹੀ ਲੰਮਾ ਹੋ ਜਾਵੇਗਾ। ਜੇਕਰ ਸਾਹ ਨੂੰ ਬਿਲਕੁਲ ਢਿੱਲਾ ਰਹਿਣ ਦਾ ਥੋੜ੍ਹਾ ਜਿਹਾ ਅਭਿਆਸ ਕੀਤਾ ਜਾਵੇ, ਤਾਂ ਸੰਭੋਗ ਦੇ ਛਿਨਾਂ ਨੂੰ ਕਿੰਨਾ ਹੀ ਲੰਮਾ ਕੀਤਾ ਜਾ ਸਕਦਾ ਹੈ। ਅਤੇ ਸੱਭੋਗ ਦੇ ਛਿਨ ਜਿੰਨੇ ਲੰਮੇ ਹੋਣਗੇ, ਉਨੇ ਹੀ ਸੰਭੋਗ ਦੇ ਅੰਦਰ ਤੋਂ ਸਮਾਧੀ ਦਾ ਜੋ ਸੂਤਰ ਮੈਂ ਤੁਹਾਨੂੰ ਦੱਸਿਆ ਹੈ—ਨਿਰਹੰਕਾਰ ਭਾਵ, ਈਗੋਲੈੱਸਨੈੱਸ ਤੇ ਟਾਈਮਲੈੱਸਨੈੱਸ ਦਾ ਅਨੁਭਵ ਸ਼ੁਰੂ ਹੋ ਜਾਏਗਾ। ਸਾਹ ਬਹੁਤ ਹੀ ਢਿੱਲਾ ਹੋਣਾ ਚਾਹੀਦਾ ਹੈ। ਸਾਹ ਦੇ ਢਿੱਲਾ ਹੁੰਦਿਆਂ ਹੀ ਸੰਭੋਗ ਦੀ ਗਹਿਰਾਈ, ਅਰਥ ਅਤੇ ਨਵੇਂ ਉਤਘਾਟਨ ਸ਼ੁਰੂ ਹੋ ਜਾਣਗੇ।

ਅਤੇ ਦੂਜੀ ਗੱਲ, ਸੰਭੋਗ ਦੇ ਛਿਨ ਵਿਚ ਧਿਆਨ ਦੋਹਾਂ ਅੱਖਾਂ ਦੇ ਵਿਚਕਾਰ, ਜਿੱਥੇ ਯੋਗ ਆਗਿਆਚੱਕਰ ਨੂੰ ਦੱਸਦਾ ਹੈ, ਉਥੇ ਜੇਕਰ ਧਿਆਨ ਹੋਵੇ ਤਾਂ ਸੰਭੋਗ ਦੀ ਸੀਮਾ ਅਤੇ ਸਮਾਂ ਤਿੰਨ ਘੰਟੇ ਤੱਕ ਵਧਾਇਆ ਜਾ ਸਕਦਾ ਹੈ। ਅਤੇ ਇਕ ਸੰਭੋਗ ਵਿਅਕਤੀ ਨੂੰ ਹਮੇਸ਼ਾ ਦੇ ਲਈ ਬ੍ਰਹਮਚਰਜ ਵਿਚ ਸਥਾਪਤ ਕਰ ਦੇਵੇਗਾ—ਨਾ ਸਿਰਫ਼ ਇਸ ਜਨਮ ਦੇ ਲਈ, ਬਲਕਿ ਅਗਲੇ ਜਨਮ ਦੇ ਲਈ ਵੀ।

ਕਿਸੇ ਇਕ ਭੈਣ ਨੇ ਪੱਤਰ ਲਿਖਿਆ ਹੈ ਅਤੇ ਮੈਨੂੰ ਪੁੱਛਿਆ ਹੈ ਕਿ ਵਿਨੋਬਾ ਤਾਂ ਬਾਲ-ਬ੍ਰਹਮਚਾਰੀ ਹਨ, ਕੀ ਉਹਨਾਂ ਨੂੰ ਸਮਾਧੀ ਦਾ ਅਨੁਭਵ ਨਹੀਂ ਹੋਇਆ ਹੋਵੇਗਾ ? ਮੇਰੇ ਬਾਬਤ ਪੁੱਛਿਆ ਹੈ ਕਿ ਮੈਂ ਤਾਂ ਵਿਆਹ ਨਹੀਂ ਕਰਵਾਇਆ, ਮੈਂ ਤਾਂ ਬਾਲ-ਬ੍ਰਹਮਚਾਰੀ ਹਾਂ, ਮੈਨੂੰ ਸਮਾਧੀ ਦਾ ਅਨੁਭਵ ਨਹੀਂ ਹੋਇਆ ਹੋਵੇਗਾ ?

ਉਸ ਭੈਣ ਨੂੰ ਜੇ ਉਹ ਇੱਥੇ ਮੌਜੂਦ ਹੋਵੇ ਤਾਂ ਮੈਂ ਕਹਿਣਾ ਚਾਹੁੰਦਾ ਹਾਂ, ਵਿਨੋਬਾ ਨੂੰ ਜਾਂ ਮੈਨੂੰ ਜਾਂ ਕਿਸੇ ਨੂੰ ਵੀ ਬਿਨਾਂ ਅਨੁਭਵ ਦੇ ਬ੍ਰਹਮਚਰਜ ਉਪਲੱਬਧ ਨਹੀਂ ਹੁੰਦਾ। ਉਹ ਅਨੁਭਵ ਭਾਵੇਂ ਇਸ ਜਨਮ ਦਾ ਹੋਵੇ, ਭਾਵੇਂ ਪਿਛਲੇ ਜਨਮ ਦਾ ਹੋਵੇ—ਜੋ ਇਸ ਜਨਮ ਵਿਚ ਬ੍ਰਹਮਚਰਜ ਨੂੰ ਉਪਲੱਬਧ ਹੁੰਦਾ ਹੈ, ਉਹ ਪਿਛਲੇ ਜਨਮਾਂ ਦੇ ਗਹਿਰੇ ਸੰਭੋਗ ਦੇ ਅਨੁਭਵ ਦੇ ਅਧਾਰ ਉਤੇ, ਹੋਰ ਕਿਸੇ ਅਧਾਰ ਉਤੇ ਨਹੀਂ। ਹੋਰ ਕੋਈ ਰਾਹ ਨਹੀਂ ਹੈ।

ਲੇਕਿਨ ਜੇਕਰ ਪਿਛਲੇ ਜਨਮ ਵਿਚ ਕਿਸੇ ਨੂੰ ਗਹਿਰੇ ਸੰਭੋਗ ਦਾ ਅਹਿਸਾਸ ਹੋਇਆ ਹੋਵੇ ਤਾਂ ਇਸ ਜਨਮ ਦੇ ਨਾਲ ਹੀ ਉਹ ਸੈਕਸ ਤੋਂ ਮੁਕਤ ਪੈਦਾ ਹੋਵੇਗਾ। ਉਸਦੀ ਕਲਪਨਾ ਦੇ ਰਾਹ 'ਤੇ ਸੈਕਸ ਕਦੇ ਵੀ ਖੜ੍ਹਾ ਨਹੀਂ ਹੋਵੇਗਾ ਅਤੇ ਉਸਨੂੰ ਹੈਰਾਨੀ ਹੋਵੇਗੀ ਦੂਜੇ ਲੋਕਾਂ ਨੂੰ ਦੇਖ ਕੇ ਇਹ ਕੀ ਗੱਲ ਹੈ। ਲੋਕ ਕਿਉਂ ਪਾਗਲ ਹਨ, ਕਿਉਂ ਦੀਵਾਨੇ ਹਨ ? ਉਸ ਨੂੰ ਕਠਿਨਾਈ ਹੋਵੇਗੀ ਅਤੇ ਜਾਂਚ ਕਰਨ ਵਿਚ ਕਿ ਕੌਣ ਇਸਤ੍ਰੀ ਹੈ, ਕੌਣ ਪੁਰਸ਼ ਹੈ ? ਇਸਦਾ ਵੀ ਹਿਸਾਬ ਰੱਖਣ ਵਿਚ ਅਤੇ ਫ਼ਾਸਲਾ ਕਰਨ ਵਿਚ ਕਠਿਨਾਈ ਹੋਵੇਗੀ।

ਐਪਰ ਕੋਈ ਜੇ ਸੋਚਦਾ ਹੋਵੇ ਕਿ ਬਿਨਾਂ ਗਹਿਰੇ ਅਨੁਭਵ ਦੇ ਕੋਈ ਬਾਲ-ਬ੍ਰਹਮਚਾਰੀ

ਹੋ ਸਕਦਾ ਹੈ ਤਾਂ ਬਾਲ-ਬ੍ਰਹਮਚਾਰੀ ਨਹੀਂ ਹੋਵੇਗਾ। ਸਿਰਫ਼ ਪਾਗਲ ਹੋ ਜਾਏਗਾ। ਜਿਹੜੇ ਲੋਕ ਜ਼ਬਰਦਸਤੀ ਬ੍ਰਹਮਚਰਜ ਥੋਪਣ ਦੀ ਕੋਸ਼ਿਸ਼ ਕਰਦੇ ਹਨ ਉਹ ਸਿਰਫ਼ ਸ਼ੁਦਾਈ ਹੁੰਦੇ ਹਨ ਅਤੇ ਕਿਤੇ ਵੀ ਨਹੀਂ ਪਹੁੰਚਦੇ।

ਬ੍ਰਹਮਚਰਜ ਥੋਪਿਆ ਨਹੀਂ ਜਾਂਦਾ। ਉਹ ਅਨੁਭਵ ਦਾ ਸਿੱਟਾ ਹੈ। ਉਹ ਕਿਸੇ ਗਹਿਰੇ ਅਨੁਭਵ ਦਾ ਫਲ ਹੈ। ਅਤੇ ਉਹ ਅਨੁਭਵ ਸੰਭੋਗ ਦਾ ਹੀ ਅਨੁਭਵ ਹੈ। ਜੇ ਉਹ ਅਨੁਭਵ ਇਕ ਵਾਰ ਵੀ ਹੋ ਜਾਵੇ ਤਾਂ ਅਨੰਤ ਜੀਵਨ ਦੀ ਯਾਤਰਾ ਦੇ ਲਈ ਸੈਕਸ ਤੋਂ ਮੁਕਤੀ ਹੋ ਜਾਂਦੀ ਹੈ।

ਸੋ, ਦੋ ਗੱਲਾਂ ਮੈਂ ਆਖੀਆਂ, ਉਸ ਗਹਿਰਾਈ ਦੇ ਲਈ—ਸਾਹ ਢਿੱਲਾ ਹੋਵੇ, ਇੰਨਾ ਢਿੱਲਾ ਹੋਵੇ ਕਿ ਜਿਵੇਂ ਵਗਦਾ ਹੀ ਨਹੀਂ ਅਤੇ ਧਿਆਨ, ਸਾਰੀ ਅਟੈਂਸ਼ਨ ਆਗਿਆਚੱਕਰ ਦੇ ਕੋਲ ਹੋਵੇ। ਦੋਹਾਂ ਅੱਖਾਂ ਦੇ ਵਿਚਕਾਰਲੇ ਬਿੰਦੂ ਉਤੇ ਹੋਵੇ। ਜਿੰਨਾ ਧਿਆਨ ਦਿਮਾਗ ਦੇ ਕੋਲ ਹੋਵੇਗਾ, ਉਨੀ ਹੀ ਸੰਭੋਗ ਦੀ ਗਹਿਰਾਈ ਆਪਣੇ-ਆਪ ਵੱਧ ਜਾਏਗੀ। ਅਤੇ ਜਿੰਨਾ ਸਾਹ ਢਿੱਲਾ ਹੋਵੇਗਾ, ਉਨੀ ਲੰਬਾਈ ਵਧ ਜਾਏਗੀ। ਅਤੇ ਤੁਹਾਨੂੰ ਪਹਿਲੀ ਦਫ਼ਾ ਅਨੁਭਵ ਹੋਵੇਗਾ ਕਿ ਸੰਭੋਗ ਦਾ ਆਕਰਸ਼ਣ ਨਹੀਂ ਹੈ ਮਨੁੱਖ ਦੇ ਮਨ ਵਿੱਚ। ਮਨੁੱਖ ਦੇ ਮਨ ਵਿੱਚ ਸਮਾਧੀ ਦਾ ਆਕਰਸ਼ਣ ਹੈ ਅਤੇ ਇਕ ਵਾਰ ਉਸਦੀ ਝਲਕ ਮਿਲ ਜਾਵੇ, ਇਕ ਵਾਰ ਬਿਜਲੀ ਚਮਕ ਜਾਵੇ ਅਤੇ ਸਾਨੂੰ ਦਿਖਾਈ ਪੈ ਜਾਵੇ ਹਨੇਰੇ ਵਿਚ ਕਿ ਰਾਹ ਕੀ ਹੈ ਫਿਰ ਅਸੀਂ ਰਾਹ 'ਤੇ ਅੱਗੇ ਨਿਕਲ ਸਕਦੇ ਹਾਂ।

ਇਕ ਆਦਮੀ ਇਕ ਗੰਦੇ ਘਰ ਵਿਚ ਬੈਠਾ ਹੈ। ਕੰਧਾਂ ਧੁਆਂਖੀਆਂ ਹਨ ਅਤੇ ਧੂੰਏਂ ਨਾਲ ਲਿੱਪੀਆਂ ਹੋਈਆਂ ਹਨ। ਘਰ ਬਦਬੋ ਨਾਲ ਭਰਿਆ ਹੋਇਆ ਹੈ, ਲੇਕਿਨ ਖਿੜਕੀ ਖੋਲ੍ਹ ਸਕਦਾ ਹੈ। ਉਸ ਗੰਦੇ ਘਰ ਦੀ ਖਿੜਕੀ ਵਿਚ ਖੜ੍ਹਾ ਹੋ ਕੇ ਉਹ ਦੇਖ ਸਕਦਾ ਹੈ ਦੂਰ ਅਸਮਾਨ ਨੂੰ, ਤਾਰਿਆਂ ਨੂੰ, ਸੂਰਜ ਨੂੰ, ਉਡਦੇ ਹੋਏ ਪੰਛੀਆਂ ਨੂੰ। ਅਤੇ ਤਦ ਉਸ ਨੂੰ ਉਸ ਘਰ ਦੇ ਬਾਹਰ ਨਿਕਲਣ ਵਿਚ ਕਠਿਨਾਈ ਨਹੀਂ ਰਹਿ ਜਾਵੇਗੀ।

ਜਿਸ ਦਿਨ ਆਦਮੀ ਸੰਭੋਗ ਦੇ ਅੰਦਰ ਸਮਾਧੀ ਦਾ ਪਹਿਲਾ, ਥੋੜ੍ਹਾ-ਜਿਹਾ ਵੀ ਅਹਿਸਾਸ ਹੁੰਦਾ ਹੈ, ਉਸੇ ਦਿਨ ਸੈਕਸ ਦਾ ਗੰਦਾ ਮਕਾਨ, ਸੈਕਸ ਦੀਆਂ ਕੰਧਾਂ, ਹਨੇਰੇ ਵਿਚ ਭਰੀਆਂ ਹੋਈਆਂ ਵਿਅਰਥ ਹੋ ਜਾਦੀਆਂ ਹਨ ਅਤੇ ਆਦਮੀ ਬਾਹਰ ਨਿਕਲ ਜਾਂਦਾ ਹੈ।

ਲੇਕਿਨ ਇਹ ਜਾਣਨਾ ਜ਼ਰੂਰੀ ਹੈ ਕਿ ਆਮ ਤੌਰ 'ਤੇ ਅਸੀਂ ਮਕਾਨ ਦੇ ਅੰਦਰ ਪੈਦਾ ਹੁੰਦੇ ਹਾਂ, ਜਿਸ ਦੀਆਂ ਕੰਧਾਂ ਬੰਦ ਹਨ, ਜੋ ਹਨੇਰੇ ਨਾਲ ਲਿੱਪੀਆਂ ਹਨ, ਜਿੱਥੇ ਬਦਬੋ ਹੈ, ਜਿੱਥੇ ਦੁਰਗੰਧ ਹੈ ਅਤੇ ਇਸ ਮਕਾਨ ਦੇ ਅੰਦਰ ਹੀ ਪਹਿਲੀ ਦਫ਼ਾ ਮਕਾਨ ਦੇ ਬਾਹਰ ਦਾ ਅਨੁਭਵ ਕਰਨਾ ਜ਼ਰੂਰੀ ਹਨ, ਤਦੇ ਅਸੀਂ ਬਾਹਰ ਜਾ ਸਕਦੇ ਹਾਂ ਅਤੇ ਇਸ ਮਕਾਨ ਨੂੰ ਛੱਡ ਸਕਦੇ ਹਾਂ। ਜਿਸ ਆਦਮੀ ਨੇ ਖਿੜਕੀ ਨਹੀਂ ਖੋਲ੍ਹੀ ਉਸ ਮਕਾਨ ਦੀ ਅਤੇ ਉਸੇ ਮਕਾਨ ਦੇ ਖੂੰਝੇ ਵਿਚ ਅੱਖਾਂ ਮੀਟ ਕੇ ਬੈਠ ਗਿਆ ਹੈ ਕਿ ਮੈਂ ਇਸ ਗੰਦੇ ਮਕਾਨ ਨੂੰ ਨਹੀਂ ਦੇਖਾਂਗਾ, ਉਹ ਭਾਵੇਂ ਦੇਖੇ ਅਤੇ ਭਾਵੇਂ ਨਾ ਦੇਖੇ, ਉਹ ਗੰਦੇ ਮਕਾਨ ਦੇ ਅੰਦਰ ਹੀ ਹੈ ਅਤੇ ਅੰਦਰ ਹੀ ਰਹੇਗਾ।

ਜਿਨ੍ਹਾਂ ਨੂੰ ਤੁਸੀਂ ਬ੍ਰਹਮਚਾਰੀ ਆਖਦੇ ਹੋ, ਅਖੌਤੀ ਜ਼ਬਰਦਸਤੀ ਥੋਪੇ ਹੋਏ ਬ੍ਰਹਮਚਾਰੀ, ਉਹ ਸੈਕਸ ਦੇ ਮਕਾਨ ਦੇ ਅੰਦਰ ਉਨੇ ਹੀ ਹਨ, ਜਿੰਨਾ ਕਿ ਕੋਈ ਵੀ ਸਧਾਰਨ ਆਦਮੀ ਹੈ। ਅੱਖਾਂ ਮੀਟੀ ਬੈਠੇ ਹਨ, ਤੁਸੀਂ ਅੱਖਾਂ ਖੋਲ੍ਹ ਕੇ ਬੈਠੇ ਹੋ, ਇੰਨਾ ਹੀ ਫ਼ਰਕ ਹੈ। ਜੋ

ਤੁਸੀਂ ਅੱਖ ਖੋਲ੍ਹ ਕੇ ਕਰ ਰਹੇ ਹੋ, ਉਹ ਅੱਖਾਂ ਬੰਦ ਕਰਕੇ ਅੰਦਰ ਕਰ ਰਹੇ ਹਨ। ਜੋ ਤੁਸੀਂ ਸਰੀਰ ਨਾਲ ਕਰ ਰਹੇ ਹੋ, ਉਹ ਮਨ ਨਾਲ ਕਰ ਰਹੇ ਹਨ। ਹੋਰ ਕੋਈ ਵੀ ਫ਼ਰਕ ਨਹੀਂ ਹੈ।

ਇਸ ਲਈ ਮੈਂ ਕਹਿੰਦਾ ਹਾਂ ਕਿ ਸੰਭੋਗ ਦੇ ਪ੍ਰਤੀ ਦੁਰਭਾਗ ਛੱਡ ਦਿਉ। ਸਮਝਣ ਦੀ ਚੇਸ਼ਟਾ, ਪ੍ਰਯੋਗ ਕਰਨ ਦੀ ਚੇਸ਼ਟਾ ਕਰੋ ਅਤੇ ਸੰਭੋਗ ਨੂੰ ਇਕ ਪਵਿੱਤਰਤਾ ਦੀ ਸਥਿਤੀ ਦਿਉ।

ਮੈਂ ਦੋ ਸੂਤਰ ਦੱਸੇ। ਤੀਜੀ ਇਕ ਭਾਵਦਸ਼ਾ ਚਾਹੀਦੀ ਹੈ ਸੰਭੋਗ ਦੇ ਕੋਲ ਜਾਣ ਸਮੇਂ। ਉਹੋ ਜਿਹੀ ਭਾਵਦਸ਼ਾ ਜਿਵੇਂ ਕੋਈ ਮੰਦਰ ਦੇ ਕੋਲ ਜਾਂਦਾ ਹੈ, ਕਿਉਂਕਿ ਸੰਭੋਗ ਦੇ ਛਿਨ ਵਿਚ ਅਸੀਂ ਪ੍ਰਮਾਤਮਾ ਦੇ ਨੇੜੇ ਤੋਂ ਨੇੜੇ ਹੁੰਦੇ ਹਾਂ, ਇਸੇ ਲਈ ਤਾਂ ਸੰਭੋਗ ਵਿਚ ਪ੍ਰਮਾਤਮਾ ਸਿਰਜਣਾ ਦਾ ਕੰਮ ਕਰਦਾ ਹੈ ਅਤੇ ਨਵੇਂ ਜੀਵਨ ਨੂੰ ਜਨਮ ਦਿੰਦਾ ਹੈ। ਅਸੀਂ ਕ੍ਰਿਏਟਰ ਦੇ ਨੇੜੇ ਤੋਂ ਨੇੜੇ ਹੁੰਦੇ ਹਾਂ।

ਸੰਭੋਗ ਦੇ ਅਹਿਸਾਸ ਵਿਚ ਅਸੀਂ ਸ੍ਰਸ਼ਟਾ ਦੇ ਨੇੜੇ ਤੋਂ ਨੇੜੇ ਹੁੰਦੇ ਹਾਂ।

ਇਸੇ ਲਈ ਤਾਂ ਰਾਹ ਬਣ ਜਾਂਦੇ ਹਾਂ ਅਤੇ ਇਕ ਨਵਾਂ ਜੀਵਨ ਸਾਡੇ ਵਿਚ ਉਤਰਦਾ ਹੈ ਅਤੇ ਗਤੀਮਾਨ ਹੋ ਜਾਂਦਾ ਹੈ। ਅਸੀਂ ਜਨਮਦਾਤਾ ਬਣ ਜਾਂਦੇ ਹਨ।

ਕਿਉਂ ?

ਸ੍ਰਸ਼ਟਾ ਦੇ ਨੇੜੇ ਤੋਂ ਨੇੜੇ ਹੈ ਉਹ ਸਥਿਤੀ। ਜੇਕਰ ਅਸੀਂ ਪਵਿੱਤਰਤਾ ਨਾਲ, ਪ੍ਰਾਰਥਨਾ ਨਾਲ ਸੈਕਸ ਦੇ ਕੋਲ ਜਾਈਏ ਤਾਂ ਅਸੀਂ ਪ੍ਰਮਾਤਮਾ ਦੀ ਝਲਕ ਅਨੁਭਵ ਕਰ ਸਕਦੇ ਹਾਂ, ਪਰ ਅਸੀਂ ਤਾਂ ਸੈਕਸ ਦੇ ਕੋਲ ਇਕ ਘਿਰਣਾ, ਇਕ ਦੁਰਭਾਵ, ਇਕ ਕੰਡਮਨੇਸ਼ਨ ਦੇ ਨਾਲ ਜਾਂਦੇ ਹਾਂ। ਇਸ ਲਹੀ ਕੰਧ ਖੜ੍ਹੀ ਹੋ ਜਾਂਦੀ ਹੈ ਅਤੇ ਪ੍ਰਮਾਤਮਾ ਦਾ ਉਥੇ ਕੋਈ ਅਨੁਭਵ ਨਹੀਂ ਹੋ ਪਾਂਦਾ।

ਸੈਕਸ ਦੇ ਕੋਲ ਇਉਂ ਜਾਉ, ਜਿਵੇਂ ਮੰਦਰ ਦੇ ਕੋਲ। ਪਤਨੀ ਨੂੰ ਅਜਿਹਾ ਸਮਝੋ, ਜਿਵੇਂ ਕਿ ਉਹ ਪ੍ਰਭੂ ਹੈ। ਪਤੀ ਨੂੰ ਅਜਿਹਾ ਸਮਝੋ ਜਿਵੇਂ ਕਿ ਉਹ ਪ੍ਰਮਾਤਮਾ ਹੈ। ਅਤੇ ਗੰਦਗੀ ਵਿਚ, ਕ੍ਰੋਧ ਵਿਚ, ਕਠੋਰਤਾ ਵਿਚ, ਵੈਰ-ਵਿਰੋਧ ਵਿਚ, ਈਰਖਾ ਵਿਚ, ਸਾੜੇ ਵਿਚ, ਚਿੰਤਾ ਦੇ ਛਿਨਾਂ ਵਿਚ ਕਦੇ ਵੀ ਸੈਕਸ ਦੇ ਕੋਲ ਨਾ ਜਾਉ। ਹੁੰਦਾ ਉਲਟਾ ਹੈ। ਆਦਮੀ ਜਿੰਨਾ ਚਿੰਤਤ ਹੁੰਦਾ ਹੈ, ਜਿੰਨਾ ਪ੍ਰੇਸ਼ਾਨ ਹੁੰਦਾ ਹੈ, ਜਿੰਨਾ ਕ੍ਰੋਧ ਨਾਲ ਭਰਿਆ ਹੁੰਦਾ ਹੈ, ਜਿੰਨਾ ਘਬਰਾਇਆ ਹੁੰਦਾ ਹੈ, ਜਿੰਨਾ ਏਂਗੁਇਸ਼ ਵਿਚ ਹੁੰਦਾ ਹੈ, ਉਨਾ ਹੀ ਜ਼ਿਆਦਾ ਉਹ ਸੈਕਸ ਦੇ ਕੋਲ ਜਾਂਦਾ ਹੈ।

ਅਨੰਦਤ ਆਦਮੀ ਸੈਕਸ ਦੇ ਕੋਲ ਨਹੀਂ ਜਾਂਦਾ। ਦੁੱਖੀ ਆਦਮੀ ਸੈਕਸ ਦੇ ਤਰਫ਼ ਜਾਂਦਾ ਹੈ। ਕਿਉਂਕਿ ਦੁੱਖ ਨੂੰ ਭੁਲਾਉਣ ਦੇ ਲਈ ਇਸਨੂੰ ਇਕ ਮੌਕਾ ਦਿਖਾਈ ਪੈਂਦਾ ਹੈ।

ਲੇਕਿਨ ਚੇਤੇ ਰੱਖਣਾ ਕਿ ਜਦ ਤੁਸੀਂ ਦੁੱਖ ਵਿਚ ਜਾਉਗੇ, ਚਿੰਤਾ ਵਿਚ ਜਾਉਗੇ, ਉਦਾਸ, ਹਾਰੇ ਹੋਏ, ਕ੍ਰੋਧ ਵਿਚ, ਲੜੇ ਹੋਏ ਜਾਉਗੇ, ਤਦ ਤੁਸੀਂ ਹਰਗਿਜ਼ ਵੀ ਸੈਕਸ ਦੇ ਉਸ ਗਹਿਰੇ ਅਹਿਸਾਸ ਨੂੰ ਹਾਸਲ ਨਹੀਂ ਕਰ ਪਾਉਗੇ, ਜਿਸਦੀ ਕਿ ਪ੍ਰਾਣਾਂ ਵਿਚ ਪਿਆਸ ਹੈ। ਉਹ ਸਮਾਧੀ ਦੀ ਝਲਕ ਉਥੇ ਨਹੀਂ ਮਿਲੇਗੀ। ਪਰ ਇਥੇ ਹੀ ਉਲਟਾ ਹੁੰਦਾ ਹੈ।

ਮੇਰੀ ਬੇਨਤੀ ਹੈ, ਜਦ ਅਨੰਦ ਵਿਚ ਹੋਵੋ, ਜਦ ਪ੍ਰੇਮ ਵਿਚ ਹੋਵੋ, ਜਦ ਖੇੜੇ ਵਿਚ ਹੋਵੋ

ਅਤੇ ਜਦ ਪ੍ਰਾਣ 'ਪ੍ਰੇਅਰਫੁਲ' ਹੋਣ। ਜਦ ਅਜਿਹਾ ਜਾਪੇ ਕਿ ਅੱਜ ਹਿਰਦਾ ਸ਼ਾਂਤੀ ਨਾਲ ਅਤੇ ਅਨੰਦ ਨਾਲ, ਸ਼ੁਕਰਾਨੇ ਨਾਲ ਭਰਿਆ ਹੈ, ਤਦੇ ਛਿਨ ਹੈ—ਤਦੇ ਛਿਨ ਹੈ ਸੰਭੋਗ ਦੇ ਨੇੜੇ ਜਾਣ ਦਾ। ਅਤੇ ਉਹੋ ਜਿਹਾ ਵਿਅਕਤੀ ਸੰਭੋਗ ਵਿਚ ਸਮਾਧੀ ਨੂੰ ਉਪਲੱਬਧ ਹੁੰਦਾ ਹੈ। ਅਤੇ ਇਕ ਵਾਰ ਵੀ ਸਮਾਧੀ ਦੀ ਇਕ ਕਿਰਨ ਮਿਲ ਜਾਵੇ, ਤਾਂ ਸੰਭੋਗ ਤੋਂ ਹਮੇਸ਼ਾ ਦੇ ਲਈ ਮੁਕਤ ਹੋ ਜਾਂਦਾ ਹੈ ਅਤੇ ਸਮਾਧੀ ਵਿਚ ਗਤੀਮਾਨ ਹੋ ਜਾਂਦਾ ਹੈ।

ਇਸਤ੍ਰੀ ਅਤੇ ਪੁਰਸ਼ ਦਾ ਮਿਲਾਪ ਇੱਕ ਬਹੁਤ ਗਹਿਰਾ ਅਰਥ ਰੱਖਦਾ ਹੈ। ਇਸਤ੍ਰੀ ਅਤੇ ਪੁਰਸ਼ ਦੇ ਮਿਲਾਪ ਵਿਚ ਪਹਿਲੀ ਵਾਰ ਹੰਕਾਰ ਟੁੱਟਦਾ ਹੈ ਅਤੇ ਅਸੀਂ ਕਿਸੇ ਨਾਲ ਮਿਲਦੇ ਹਾਂ।

ਮਾਂ ਦੇ ਪੇਟ ਤੋਂ ਬੱਚਾ ਨਿਕਲਦਾ ਹੈ ਅਤੇ ਦਿਨ-ਰਾਤ ਉਸਦੇ ਪ੍ਰਾਣਾਂ ਵਿਚ ਇਕ ਹੀ ਗੱਲ ਲੱਗੀ ਰਹਿੰਦੀ ਹੈ, ਜਿਵੇਂ ਕਿ ਅਸੀਂ ਕਿਸੇ ਬਿਰਛ ਨੂੰ ਪੁੱਟ ਲਿਆ ਜ਼ਮੀਨ ਵਿਚੋਂ। ਉਸ ਪੂਰੇ ਬਿਰਛ ਦੇ ਪ੍ਰਾਣ ਤੜਫ਼ਦੇ ਹਨ ਕਿ ਜ਼ਮੀਨ ਨਾਲ ਕਿਵੇਂ ਵਾਪਸ ਜੁੜ ਜਾਵੇ। ਕਿਉਂਕਿ ਜ਼ਮੀਨ ਨਾਲ ਜੁੜਿਆ ਹੋਇਆ ਹੋ ਕੇ ਹੀ ਉਸਨੂੰ ਪ੍ਰਾਣ ਮਿਲਦਾ ਸੀ, ਰਸ ਮਿਲਦਾ ਸੀ, ਜੀਵਨ ਮਿਲਦਾ ਸੀ, ਵ੍ਹਾਇਟਾਲਿਟੀ ਮਿਲਦੀ ਸੀ। ਜ਼ਮੀਨ ਵਿਚੋਂ ਪੁੱਟਿਆ ਗਿਆ ਤਾਂ ਉਸ ਦੀਆਂ ਸਾਰੀਆਂ ਜੜ੍ਹ ਚਿੱਲਾਉਣਗੀਆਂ ਕਿ ਮੈਨੂੰ ਜ਼ਮੀਨ ਵਿਚ ਵਾਪਸ ਭੇਜ ਦਿਉ। ਉਸਦਾ ਸਾਰਾ ਪ੍ਰਾਣ ਚਿੱਲਾਏਗਾ ਕਿ ਮੈਨੂੰ ਜ਼ਮੀਨ ਵਿਚ ਵਾਪਸ ਭੇਜ ਦਿਉ। ਉਹ ਪੁੱਟਿਆ ਗਿਆ, ਟੁੱਟ ਗਿਆ, ਅਪਰੂਟੈੱਡ ਹੋ ਗਿਆ।

ਆਦਮੀ ਜਿਵੇਂ ਹੀ ਮਾਂ ਦੇ ਪੇਟ ਤੋਂ ਬਾਹਰ ਨਿਕਲਦਾ ਹੈ, ਅਪਰੂਟੈੱਡ ਹੋ ਜਾਂਦਾ ਹੈ। ਉਹ ਸਾਰੇ ਜੀਵਨ ਅਤੇ ਜਗਤ ਤੋਂ ਇਕ ਅਰਥ ਵਿਚ ਟੁੱਟ ਗਿਆ, ਅਲੱਗ ਹੋ ਗਿਆ। ਹੁਣ ਉਸਦੀ ਸਾਰੀ ਪੁਕਾਰ ਅਤੇ ਸਾਰੇ ਪ੍ਰਾਣਾਂ ਦੀ ਚਾਹਨਾ ਜਗਤ ਅਤੇ ਜੀਵਨ ਅਤੇ ਵਜੂਦ ਨਾਲ ਏਗਜ਼ਿਸਟੇਂਸ ਨਾਲ ਵਾਪਸ ਜੁੜ ਜਾਣ ਦੀ ਹੈ। ਉਸੇ ਪੁਕਾਰ ਦਾ ਨਾਂ ਪ੍ਰੇਮ ਦੀ ਪਿਆਸ ਹੈ।

ਪ੍ਰੇਮ ਦਾ ਹੋਰ ਅਰਥ ਕੀ ਹੈ ? ਹਰ ਆਦਮੀ ਚਾਹ ਰਿਹਾ ਹੈ ਕਿ ਮੈਂ ਪ੍ਰੇਮ ਪਾਵਾਂ ਅਤੇ ਪ੍ਰੇਮ ਕਰਾਂ ! ਪ੍ਰੇਮ ਦਾ ਮਤਲਬ ਕੀ ਹੈ ?

ਪ੍ਰੇਮ ਦਾ ਮਤਲਬ ਹੈ ਕਿ ਮੈਂ ਟੁੱਟ ਗਿਆ ਹਾਂ, ਆਈਸੋਲੇਟ ਹੋ ਗਿਆ ਹਾਂ, ਅਲੱਗ ਹੋ ਗਿਆ ਹਾਂ, ਮੈਂ ਵਾਪਸ ਜੁੜ ਜਾਵਾਂ ਜੀਵਨ ਨਾਲ। ਐਪਰ ਇਸ ਜੁੜਨ ਦਾ ਗਹਿਰੇ ਤੋਂ ਗਹਿਰਾ ਅਨੁਭਵ ਮਨੁੱਖ ਨੂੰ ਸੈਕਸ ਦੇ ਅਨੁਭਵ ਵਿਚ ਹੁੰਦਾ ਹੈ, ਇਸਤ੍ਰੀ ਅਤੇ ਪੁਰਸ਼ ਨੂੰ ਹੁੰਦਾ ਹੈ। ਉਹ ਪਹਿਲਾ ਅਨੁਭਵ ਹੈ ਜੁੜ ਜਾਣ ਦਾ। ਅਤੇ ਜੋ ਵਿਅਕਤੀ ਇਸ ਜੁੜ ਜਾਣ ਦੇ ਅਨੁਭਵ ਨੂੰ—ਪ੍ਰੇਮ ਦੀ ਪਿਆਸ, ਜੁੜਨ ਦੀ ਚਾਹਨਾ ਦੇ ਅਰਥ ਵਿਚ ਸਮਝੇਗਾ, ਉਹ ਆਦਮੀ ਇਕ ਦੂਸਰੇ ਅਨੁਭਵ ਨੂੰ ਛੇਤੀ ਹੀ ਉਪਲੱਬਧ ਹੋ ਸਕਦਾ ਹੈ।

ਯੋਗੀ ਵੀ ਜੁੜਦਾ ਹੈ, ਸਾਧੂ ਵੀ ਜੁੜਦਾ ਹੈ, ਸੰਤ ਵੀ ਜੁੜਦਾ ਹੈ, ਸਮਾਧੀ-ਸਥਿਤ ਵਿਅਕਤੀ ਵੀ ਜੁੜਦਾ ਹੈ, ਸੰਭੋਗੀ ਵਿਅਕਤੀ ਵੀ ਜੁੜਦਾ ਹੈ।

ਸੰਭੋਗ ਕਰਨ ਵਿਚ ਦੋ ਵਿਅਕਤੀ ਜੁੜਦੇ ਹਨ। ਇਕ ਵਿਅਕਤੀ ਦੂਜੇ ਵਿਅਕਤੀ ਨਾਲ ਜੁੜਦਾ ਹੈ ਅਤੇ ਇਕ ਹੋ ਜਾਂਦਾ ਹੈ।

ਸਮਾਧੀ ਵਿਚ ਇਕ ਵਿਅਕਤੀ ਸਮੱਗ੍ਰ ਨਾਲ ਜੁੜਦਾ ਹੈ ਅਤੇ ਇਕ ਹੋ ਜਾਂਦਾ ਹੈ।

ਸੰਭੋਗ ਦੋ ਵਿਅਕਤੀਆਂ ਦੇ ਦਰਮਿਆਨ ਮਿਲਾਪ ਹੈ।

ਸਮਾਧੀ ਇਕ ਵਿਅਕਤੀ ਅਤੇ ਅਨੰਤ ਦੇ ਵਿਚਾਲੇ ਮਿਲਾਪ ਹੈ।

ਸੁਭਾਵਕ ਤੌਰ ’ਤੇ ਦੋ ਵਿਅਕਤੀਆਂ ਦਾ ਮਿਲਾਪ ਛਿਨ ਭਰ ਲਈ ਹੋ ਸਕਦਾ ਹੈ। ਇਕ ਵਿਅਕਤੀ ਅਤੇ ਅਨੰਤ ਦਾ ਮਿਲਾਪ ਅਨੰਤ ਦੇ ਲਈ ਹੋ ਸਕਦਾ ਹੈ। ਦੋਵੇਂ ਵਿਅਕਤੀ ਸੀਮਿਤ ਹਨ। ਉਹਨਾਂ ਦਾ ਮਿਲਾਪ ਅਸੀਮ ਨਹੀਂ ਹੋ ਸਕਦਾ। ਇਹੀ ਪੀੜ ਹੈ, ਇਹੀ ਕਸ਼ਟ ਹੈ, ਸਾਰੇ ਵਿਆਹੁਤਾ-ਜੀਵਨ ਦਾ, ਸਾਰੇ ਪ੍ਰੇਮ ਦਾ ਕਿ ਜਿਸ ਨਾਲ ਅਸੀਂ ਜੁੜਨਾ ਚਾਹੁੰਦੇ ਹਾਂ, ਉਸ ਨਾਲ ਵੀ ਹਮੇਸ਼ਾ ਦੇ ਲਈ ਨਹੀਂ ਜੁੜ ਪਾਂਦੇ। ਛਿਨ-ਭਰ ਨੂੰ ਜੁੜਦੇ ਹਾਂ ਅਤੇ ਫਿਰ ਫ਼ਾਸਲੇ ਹੋ ਜਾਂਦੇ ਹਨ। ਫ਼ਾਸਲੇ ਪੀੜ ਦਿੰਦੇ ਹਨ, ਫ਼ਾਸਲੇ ਕਸ਼ਟ ਦਿੰਦੇ ਹਨ। ਅਤੇ ਲਗਾਤਾਰ ਦੋ ਪ੍ਰੇਮੀ ਇਸੇ ਪੀੜ ਵਿਚ ਪਰੇਸ਼ਾਨ ਰਹਿੰਦੇ ਹਨ ਕਿ ਫ਼ਾਸਲਾ ਕਿਉਂ ਹੈ ? ਅਤੇ ਫਿਰ ਹਰ ਚੀਜ਼ ਹੌਲੀ-ਹੌਲੀ ਅਜਿਹੀ ਮਲੂਮ ਪੈਣ ਲੱਗਦੀ ਹੈ ਕਿ ਦੂਜਾ ਫ਼ਾਸਲਾ ਬਣ ਰਿਹਾ ਹੈ। ਇਸੇ ਲਈ ਦੂਜੇ ਉਤੇ ਕ੍ਰੋਧ ਪੈਦਾ ਹੋਣਾ ਸ਼ੁਰੂ ਹੋ ਜਾਂਦਾ ਹੈ।

ਲੇਕਿਨ ਜਿਹੜੇ ਜਾਣਦੇ ਹਨ, ਉਹ ਇਹ ਕਹਿਣਗੇ, ਦੋ ਵਿਅਕਤੀ ਲਾਜ਼ਮੀ ਤੌਰ ’ਤੇ ਦੋ ਅਲੱਗ-ਅਲੱਗ ਵਿਅਕਤੀ ਹਨ। ਉਹ ਜ਼ਬਰਦਸਤੀ ਛਿਨ-ਭਰ ਲਈ ਮਿਲ ਸਕਦੇ ਹਨ, ਪਰ ਹਮੇਸ਼ਾ ਲਈ ਨਹੀਂ ਮਿਲ ਸਕਦੇ। ਇਹੀ ਪ੍ਰੇਮੀਆਂ ਦੀ ਪੀੜ ਅਤੇ ਕਸ਼ਟ ਹੈ ਕਿ ਲਗਾਤਾਰ ਇਕ ਸੰਘਰਸ਼ ਖੜ੍ਹਾ ਹੋ ਜਾਂਦਾ ਹੈ। ਜਿਸਨੂੰ ਪ੍ਰੇਮ ਕਰਦੇ ਹਨ, ਉਸੇ ਨਾਲ ਸੰਘਰਸ਼ ਖੜ੍ਹਾ ਹੋ ਜਾਂਦਾ ਹੈ, ਉਸੇ ਨਾਲ ਤਣਾਉ, ਅਸ਼ਾਂਤੀ ਅਤੇ ਵੈਰ-ਵਿਰੋਧ ਖੜ੍ਹਾ ਹੋ ਜਾਂਦਾ ਹੈ ! ਕਿਉਂਕਿ ਅਜਿਹਾ ਪ੍ਰਤੀਤ ਹੋਣ ਲੱਗਦਾ ਹੈ, ਜਿਸ ਨਾਲ ਮੈਂ ਮਿਲਣਾ ਚਾਹੁੰਦਾ ਹਾਂ, ਉਹ ਸ਼ਾਇਦ ਮਿਲਣ ਨੂੰ ਤਿਆਰ ਨਹੀਂ। ਇਸ ਲਈ ਮਿਲਣਾ ਪੂਰਾ ਨਹੀਂ ਹੋ ਪਾਂਦਾ।

ਪਰ ਇਸ ਵਿਚ ਵਿਅਕਤੀਆਂ ਦਾ ਕਸੂਰ ਨਹੀਂ ਹੈ। ਦੋ ਵਿਅਕਤੀ ਅਨੰਤਕਾਲੀ ਤਲ ’ਤੇ ਨਹੀਂ ਮਿਲ ਸਕਦੇ। ਅਸੀਂ ਛਿਨ ਦੇ ਲਈ ਮਿਲ ਸਕਦੇ ਹਾਂ। ਕਿਉਂਕਿ ਵਿਅਕਤੀ ਸੀਮਤ ਹੈ। ਉਸਦੇ ਮਿਲਣ ਦਾ ਛਿਨ ਵੀ ਸੀਮਿਤ ਹੋਵੇਗਾ। ਜੋ ਅਨੰਦ ਮਿਲਾਪ ਚਾਹੀਦਾ ਹੈ ਤਾਂ ਉਹ ਪ੍ਰਮਾਤਮਾ ਨਾਲ ਹੋ ਸਕਦਾ ਹੈ। ਉਹ ਕੁੱਲ ਵਜੂਦ ਨਾਲ ਹੋ ਸਕਦਾ ਹੈ।

ਜਿਹੜੇ ਲੋਕ ਸੰਭੋਗ ਦੀ ਗਹਿਰਾਈ ਵਿਚ ਉਤਰਦੇ ਹਨ, ਉਹਨਾਂ ਨੂੰ ਪਤਾ ਲੱਗਦਾ ਹੈ, ਇਕ ਛਿਨ ਦੇ ਮਿਲਾਪ ਦਾ ਇੰਨਾ ਅਨੰਦ ਹੈ, ਤਾਂ ਅਨੰਤ ਕਾਲ ਦੇ ਲਈ ਮਿਲ ਜਾਣ ਦਾ ਕਿੰਨਾ ਅਨੰਦ ਹੋਵੇਗਾ। ਉਸਦਾ ਤਾਂ ਹਿਸਾਬ ਲਾਉਣਾ ਮੁਸ਼ਕਲ ਹੈ। ਇਕ ਛਿਨ ਦੇ ਮਿਲਾਪ ਦੀ ਇੰਨੀ ਅਨੋਖੀ ਪ੍ਰਤੀਤਿ ਹੈ ਤਾਂ ਅਨੰਤ ਨਾਲ ਮਿਲ ਜਾਣ ਦੀ ਕਿੰਨੀ ਪ੍ਰਤੀਤਿ ਹੋਵੇਗੀ, ਕਿਹੋ-ਜਿਹੀ ਪ੍ਰਤੀਤਿ ਹੋਵੇਗੀ।

ਜਿਵੇਂ ਇਕ ਘਰ ਵਿਚ ਦੀਵਾ ਜਗ ਰਿਹਾ ਹੋਵੇ ਅਤੇ ਉਸ ਦੀਵੇ ਤੋਂ ਸਾਨੂੰ ਹਿਸਾਬ ਲਾਉਣਾ ਚਾਹੀਏ ਕਿ ਸੂਰਜ ਦੀ ਰੌਸ਼ਨੀ ਵਿਚ ਕਿੰਨੇ ਦੀਵੇ ਜਗ ਰਹੇ ਹਨ, ਹਿਸਾਬ ਲਾਉਣਾ ਬਹੁਤ ਮੁਸ਼ਕਲ ਹੋ ਜਾਏਗਾ। ਇਕ ਦੀਵਾ ਬਹੁਤ ਛੋਟੀ ਗੱਲ ਹੈ। ਸੂਰਜ ਵੱਡੀ ਗੱਲ ਹੈ। ਸੂਰਜ ਪ੍ਰਿਥਵੀ ਤੋਂ ਸੱਠ ਹਜ਼ਾਰ ਗੁਣਾ ਵੱਡਾ ਹੈ। ਦਸ ਕਰੋੜ ਮੀਲ ਦੂਰ ਹੈ, ਤਦ ਵੀ ਸਾਨੂੰ ਤਪਾਉਂਦਾ ਹੈ, ਤਦ ਵੀ ਸਾਨੂੰ ਝੁਲਸਾ ਦਿੰਦਾ ਹੈ, ਉਨੇ ਵੱਡੇ ਸੂਰਜ ਨੂੰ ਇਕ ਛੋਟੇ-ਜਿਹੇ ਦੀਵੇ ਨਾਲ ਅਸੀਂ ਤੋਲਣ ਜਾਈਏ ਤਾਂ ਕਿਵੇਂ ਤੋਲ ਸਕਾਂਗੇ।

ਲੇਕਿਨ ਨਹੀਂ, ਇਕ ਦੀਵੇ ਨਾਲ ਸੂਰਜ ਨੂੰ ਤੋਲਿਆ ਜਾ ਸਕਦਾ ਹੈ। ਕਿਉਂਕਿ ਦੀਵਾ ਵੀ ਸੀਮਿਤ ਹੈ ਅਤੇ ਸੂਰਜ ਵੀ ਸੀਮਿਤ ਹੈ। ਦੀਵੇ ਵਿਚ ਇਕ ਕੈਂਡਲ ਦੀ ਲਾਈਟ ਹੈ

ਤਾਂ ਅਰਬਾਂ-ਖਰਬਾਂ ਕੈਂਡਲ ਦੀ ਲਾਈਟ ਹੋਵੇਗੀ ਸੂਰਜ ਵਿਚ। ਐਪਰ ਸੀਮਾ ਹਾੜੀ ਜਾ ਸਕਦੀ ਹੈ, ਤੋਲੀ ਜਾ ਸਕਦੀ ਹੈ।

ਪਰ ਸੰਭੋਗ ਵਿਚ ਜੋ ਅਨੰਦ ਹੈ ਅਤੇ ਸਮਾਧੀ ਵਿਚ ਜੋ ਅਨੰਦ ਹੈ, ਉਸਨੂੰ ਫਿਰ ਵੀ ਨਹੀਂ ਤੋਲਿਆ ਜਾ ਸਕਦਾ। ਕਿਉਂਕਿ ਸੰਭੋਗ ਬਹੁਤ ਹੀ ਛਿਨ-ਕੁ ਦਾ ਦੋ ਨਿਗੂਣੇ ਵਿਅਕਤੀਆਂ ਦਾ ਮਿਲਾਪ ਹੈ ਅਤੇ ਸਮਾਧੀ ਬੂੰਦ ਦਾ ਅਨੰਤ ਦੇ ਸਾਗਰ ਨਾਲ ਮਿਲ ਜਾਣਾ ਹੈ। ਉਸਨੂੰ ਕਦੇ ਵੀ ਤੋਲਿਆ ਨਹੀਂ ਜਾ ਸਕਦਾ ਹੈ। ਉਸਨੂੰ ਤੋਲਣ ਦਾ ਕੋਈ ਵੀ ਉਪਾਅ ਨਹੀਂ ਹੈ। ਉਸਨੂੰ...ਕੋਈ ਰਾਹ ਨਹੀਂ ਕਿ ਅਸੀਂ ਜਾਂਚੀਏ ਕਿ ਉਹ ਕਿੰਨਾ ਹੋਵੇਗਾ।

ਇਸ ਲਈ ਜਦ ਉਹ ਉਪਲੱਬਧ ਹੁੰਦਾ ਹੈ, ਜਦ ਉਹ ਉਪਲੱਬਧ ਹੋ ਜਾਂਦਾ ਹੈ ਤਾਂ ਫਿਰ ਕਿਥੇ ਸੈਕਸ, ਫਿਰ ਕਿਥੇ ਸੰਭੋਗ, ਫਿਰ ਕਿਥੇ ਕਾਮਨਾ ? ਜਦ ਇੰਨਾ ਅਨੰਤ ਮਿਲ ਗਿਆ ਤਦ ਕੋਈ ਕਿਵੇਂ ਸੋਚੇਗਾ, ਕਿਵੇਂ ਵਿਚਾਰ ਕਰੇਗਾ ਉਸ ਛਿਨ-ਭਰ ਦੇ ਸੁੱਖ ਨੂੰ ਪਾਣ ਦੇ ਲਈ। ਤਦ ਉਹ ਸੁਖ ਦੁੱਖ ਜਿਹਾ ਪ੍ਰਤੀਤ ਹੁੰਦਾ ਹੈ। ਤਦ ਉਹ ਸੁਖ ਪਾਗਲਪਨ ਜਿਹਾ ਪ੍ਰਤੀਤ ਹੁੰਦਾ ਹੈ। ਤਦ ਉਹ ਸੁਖ ਸ਼ਾਂਤੀ ਦਾ ਫ਼ਜ਼ੂਲ-ਖ਼ਰਚ ਪ੍ਰਤੀਤ ਹੁੰਦਾ ਹੈ ਅਤੇ ਬ੍ਰਹਮਚਰਜ ਸਹਿਜ ਪ੍ਰਗਟ ਹੋ ਜਾਂਦਾ ਹੈ।

ਲੇਕਿਨ ਸੰਭੋਗ ਅਤੇ ਸਮਾਧੀ ਦੇ ਵਿਚਾਲੇ ਇਕ ਪੁਲ ਹੈ, ਇਕ ਬ੍ਰਿਜ ਹੈ, ਇਕ ਯਾਤਰਾ ਹੈ, ਇਕ ਰਾਹ ਹੈ। ਸਮਾਧੀ ਜਿਸਦਾ ਆਖ਼ਰੀ ਸਿਰਾ ਹੈ ਅਕਾਸ਼ ਵਿਚ ਜਾ ਕੇ, ਸੰਭੋਗ ਉਸ ਪੌੜੀ ਦਾ ਪਹਿਲਾ ਡੰਡਾ ਹੈ, ਪਹਿਲਾ ਪਾਵਾ ਹੈ। ਅਤੇ ਜਿਹੜੇ ਇਸ ਪਾਵੇ ਦੇ ਹੀ ਵਿਰੋਧ ਵਿਚ ਜਾਂਦੇ ਹਨ, ਉਹ ਅੱਗੇ ਨਹੀਂ ਵੱਧ ਪਾਂਦੇ। ਇਹ ਮੈਂ ਤੁਹਾਨੂੰ ਕਹਿ ਦੇਣਾ ਚਾਹੁੰਦਾ ਹਾਂ, ਜਿਹੜੇ ਇਸ ਪਹਿਲੇ ਪਾਵੇ ਨੂੰ ਇਨਕਾਰ ਕਰਨ ਲਗਦੇ ਹਨ, ਉਹ ਦੂਜੇ ਪਾਵੇ ਉਤੇ ਪੈਰ ਨਹੀਂ ਰੱਖ ਸਕਦੇ ਹਨ। ਮੈਂ ਤੁਹਾਨੂੰ ਇਹ ਦੱਸ ਦੇਣਾ ਚਾਹੁੰਦਾ ਹਾਂ। ਇਸ ਪਹਿਲੇ ਪਾਵੇ ਉਤੇ ਵੀ ਅਨੁਭਵ ਨਾਲ, ਗਿਆਨ ਨਾਲ, ਬੋਧ ਨਾਲ ਪੈਰ ਰੱਖਣਾ ਜ਼ਰੂਰੀ ਹੈ। ਇਸ ਲਈ ਨਹੀਂ ਕਿ ਅਸੀਂ ਉਸ ਉਤੇ ਰੁਕੇ ਰਹਿ ਜਾਈਏ। ਬਲਕਿ ਇਸ ਲਈ ਕਿ ਅਸੀਂ ਉਸ ਉਤੇ ਪੈਰ ਰੱਖ ਕੇ ਅੱਗੇ ਨਿਕਲ ਜਾ ਸਕੀਏ।

ਐਪਰ ਮਨੁੱਖ-ਜਾਤੀ ਦੇ ਨਾਲ ਇਕ ਅਨੋਖੀ ਦੁਰਘਟਨਾ ਹੋ ਗਈ। ਜਿਵੇਂ ਮੈਂ ਪਹਿਲਾਂ ਕਿਹਾ, ਉਹ ਪਹਿਲੇ ਪਾਵੇ ਦੇ ਵਿਰੋਧ ਵਿਚ ਹੋ ਗਿਆ ਹੈ ਅਤੇ ਅਖ਼ੀਰਲੇ ਪਾਵੇ ਉਤੇ ਪਹੁੰਚਣਾ ਚਾਹੁੰਦਾ ਹੈ। ਉਸਨੂੰ ਪਹਿਲੇ ਪਾਵੇ ਦਾ ਵੀ ਅਨੁਭਵ ਨਹੀਂ, ਉਸਨੂੰ ਦੀਵੇ ਦਾ ਵੀ ਅਨੁਭਵ ਨਹੀਂ ਅਤੇ ਉਹ ਸੂਰਜ ਦੇ ਅਨੁਭਵ ਦੀ ਚਾਹਨਾ ਕਰਦਾ ਹੈ। ਇਹ ਕਦੇ ਵੀ ਨਹੀਂ ਹੋ ਸਕਦਾ। ਜੋ ਦੀਵਾ ਮਿਲਿਆ ਹੈ ਕੁਦਰਤ ਦੀ ਤਰਫ਼ ਤੋਂ, ਪਹਿਲਾਂ ਉਸ ਦੀਵੇ ਦੀ ਰੌਸ਼ਨੀ ਨੂੰ ਸਮਝ ਲੈਣਾ ਜ਼ਰੂਰੀ ਹੈ, ਪਹਿਲਾ ਉਸ ਦੀਵੇ ਦੀ ਮੱਧਮ ਜਿਹੀ ਰੌਸ਼ਨੀ ਨੂੰ, ਜੋ ਛਿਨ-ਭਰ ਵਿਚ ਜੀਂਦੀ ਹੈ ਅਤੇ ਬੁੱਝ ਜਾਂਦੀ ਹੈ, ਜ਼ਰਾ ਕੁ ਹਵਾ ਦਾ ਬੁੱਲਾ ਜਿਸਨੂੰ ਮਿਟਾ ਦਿੰਦਾ ਹੈ, ਉਸ ਰੌਸ਼ਨੀ ਨੂੰ ਵੀ ਜਾਣ ਲੈਣਾ ਜ਼ਰੂਰੀ ਹੈ, ਤਾਂ ਜੋ ਸੂਰਜ ਦੀ ਚਾਹਨਾ ਕੀਤੀ ਜਾ ਸਕੇ, ਤਾਂ ਜੋ ਸੂਰਜ ਤਕ ਪਹੁੰਚਣ ਦੇ ਲਈ ਕਦਮ ਚੁੱਕਿਆ ਜਾ ਸਕੇ, ਤਾਂ ਜੋ ਸੂਰਜ ਦੀ ਪਿਆਸ, ਅਸੰਤੋਸ਼, ਚਾਹਨਾ ਅਤੇ ਸਿੱਕ ਅੰਦਰ ਪੈਦਾ ਹੋ ਸਕੇ।

ਸੰਗੀਤ ਦੇ ਛੋਟੇ ਜਿਹੇ ਅਨੁਭਵ ਨਾਲ ਉਸ ਪਰਮ-ਸੰਗੀਤ ਦੇ ਵਲ ਜਾਇਆ ਜਾ ਸਕਦਾ ਹੈ। ਪ੍ਰਕਾਸ਼ ਦੇ ਛੋਟੇ-ਜਿਹੇ ਅਨੁਭਵ ਨਾਲ ਅਨੰਤ ਪ੍ਰਕਾਸ਼ ਦੇ ਵਲ ਜਾਇਆ ਜਾ ਸਕਦਾ ਹੈ। ਇਕ ਬੂੰਦ ਨੂੰ ਜਾਣ ਲੈਣਾ, ਪੂਰੇ ਸਾਗਰ ਨੂੰ ਜਾਣ ਲੈਣ ਦੇ ਲਈ ਪਹਿਲਾ

ਕਦਮ ਹੈ। ਇਕ ਛੋਟੇ ਜਿਹੇ ਅਣੂੰ ਨੂੰ ਜਾਣ ਕੇ ਅਸੀਂ ਪਦਾਰਥ ਦੀ ਸਾਰੀ ਸ਼ਕਤੀ ਨੂੰ ਜਾਣ ਲੈਂਦੇ ਹਾਂ।

ਸੰਭੋਗ ਦਾ ਇਕ ਛੋਟਾ ਜਿਹਾ ਅਣੂੰ ਹੈ, ਜੋ ਕੁਦਰਤ ਵੱਲੋਂ ਮਨੁੱਖ ਨੂੰ ਮੁਫ਼ਤ ਵਿਚ ਮਿਲਿਆ ਹੋਇਆ ਹੈ, ਪਰ ਅਸੀਂ ਉਸਨੂੰ ਜਾਣ ਨਹੀਂ ਪਾਂਦੇ ਹਾਂ। ਅੱਖਾਂ ਮੀਟ ਕੇ ਜਿਉਂ ਲੈਂਦੇ ਹਾਂ ਕਿਸੇ ਤਰ੍ਹਾਂ, ਪਿੱਠ ਫੇਰ ਕੇ ਜਿਉਂ ਲੈਂਦੇ ਹਾਂ ਕਿਸੇ ਤਰ੍ਹਾਂ ਉਸਦੀ ਮਨਜ਼ੂਰੀ ਨਹੀਂ ਸਾਡੇ ਮਨ ਵਿਚ, ਸਵੀਕਾਰ ਨਹੀਂ ਸਾਡੇ ਮਨ ਵਿਚ। ਅਨੰਦ ਅਤੇ ਸ਼ੁਕਰਾਨੇ ਦੇ ਭਾਵ ਨਾਲ ਉਸਨੂੰ ਜਾਣਨ ਅਤੇ ਜੀਣ ਅਤੇ ਉਸ ਵਿਚ ਪ੍ਰਵੇਸ਼ ਕਰਨ ਦੀ ਕੋਈ ਵਿਧੀ ਨਹੀਂ ਸਾਡੇ ਹੱਥ ਵਿਚ।

ਮੈਂ ਜਿਵੇਂ ਤੁਹਾਨੂੰ ਕਿਹਾ, ਜਿਸ ਦਿਨ ਆਦਮੀ ਇਸ ਵਿਧੀ ਨੂੰ ਜਾਣ ਲਵੇਗਾ, ਉਸ ਦਿਨ ਅਸੀਂ ਦੂਜੀ ਤਰ੍ਹਾਂ ਦੇ ਮਨੁੱਖ ਨੂੰ ਪੈਦਾ ਕਰਨ ਵਿਚ ਸਮਰੱਥ ਹੋ ਜਾਵਾਂਗੇ।

ਮੈਂ ਇਸ ਸੰਦਰਭ ਵਿਚ ਤੁਹਾਨੂੰ ਇਹ ਕਹਿਣਾ ਚਾਹੁੰਦਾ ਹਾਂ ਕਿ ਇਸਤ੍ਰੀ ਅਤੇ ਪੁਰਸ਼ ਦੇ ਨਿਗੇਟਿਵ ਪੋਲਸ ਹਨ, ਬਿਜਲੀ ਦੇ—ਪਾੱਜ਼ਿਟਿਵ ਅਤੇ ਨਿਗੇਟਿਵ, ਵਿਧਾਇਕ ਅਤੇ ਨਕਾਰਾਤਮਕ ਦੋ ਸਿਰੇ ਹਨ। ਉਹਨਾਂ ਦੋਹਾਂ ਦੇ ਮਿਲਾਪ ਨਾਲ ਇਕ ਸੰਗੀਤ ਪੈਦਾ ਹੁੰਦਾ ਹੈ। ਬਿਜਲੀ ਦਾ ਪੂਰਾ ਚੱਕਰ ਪੈਦਾ ਹੁੰਦਾ ਹੈ।

ਮੈਂ ਤੁਹਾਨੂੰ ਇਹ ਵੀ ਕਹਿਣਾ ਚਾਹੁੰਦਾ ਹਾਂ ਕਿ ਜੇਕਰ ਗਹਿਰਾਈ ਅਤੇ ਦੇਰ ਤੱਕ ਸੰਭੋਗ ਸਥਿਰ ਰਹਿ ਜਾਵੇ ਤਾਂ ਜੋੜਾ—ਇਸਤ੍ਰੀ ਅਤੇ ਪੁਰਸ਼ ਦਾ ਇਕ ਜੋੜਾ ਜੇਕਰ ਅੱਧੇ ਘੰਟੇ ਦੇ ਪਾਰ ਤੱਕ ਸੰਭੋਗ ਵਿਚ ਰਹਿ ਜਾਵੇ ਤਾਂ ਦੋਹਾਂ ਦੇ ਕੋਲ ਪ੍ਰਕਾਸ਼ ਦਾ ਇਕ ਦਾਇਰਾ, ਦੋਹਾਂ ਦੇ ਕੋਲ ਪ੍ਰਕਾਸ਼ ਦਾ ਇਕ ਘੇਰਾ ਬਣ ਜਾਂਦਾ ਹੈ। ਦੋਹਾਂ ਦੀ ਬਿਜਲੀ ਜਦ ਪੂਰੀ ਤਰ੍ਹਾਂ ਮਿਲਦੀ ਹੈ ਤਾਂ ਆਸ-ਪਾਸ ਹਨੇਰੇ ਵਿਚ ਵੀ ਇਕ ਰੌਸ਼ਨੀ ਵਿਖਾਈ ਪੈਣ ਲੱਗਦੀ ਹੈ।

ਕੁਝ ਅਨੋਖੇ ਖੋਜੀਆਂ ਨੇ ਉਸ ਦਿਸ਼ਾ ਵਿਚ ਕੰਮ ਕੀਤਾ ਹੈ ਅਤੇ ਫ਼ੋਟੋਗ੍ਰਾਫ਼ ਵੀ ਲਏ ਹਨ। ਜਿਸ ਜੋੜੇ ਨੂੰ ਉਸ ਬਿਜਲੀ ਦਾ ਅਨੁਭਵ ਹਾਸਲ ਹੋ ਜਾਂਦਾ ਹੈ, ਉਹ ਜੋੜਾ ਹਮੇਸ਼ਾ ਦੇ ਲਈ ਸੰਭੋਗ ਤੋਂ ਬਾਹਰ ਹੋ ਜਾਂਦਾ ਹੈ।

ਐਪਰ ਇਹ ਸਾਡਾ ਅਨੁਭਵ ਨਹੀਂ ਹੈ ਅਤੇ ਇਹ ਗੱਲਾਂ ਅਜੀਬ ਲੱਗਣਗੀਆਂ। ਇਹ ਤਾਂ ਸਾਡੇ ਅਨੁਭਵ ਵਿਚ ਨਹੀਂ ਹੈ ਗੱਲ। ਜੋ ਅਨੁਭਵ ਵਿਚ ਨਹੀਂ ਹੈ ਤਾਂ ਉਸਦਾ ਮਤਲਬ ਹੈ ਕਿ ਤੁਸੀਂ ਫਿਰ ਤੋਂ ਸੋਚੋ, ਫਿਰ ਤੋਂ ਦੇਖੋ ਅਤੇ ਜ਼ਿੰਦਗੀ ਨੂੰ, ਘੱਟੋ-ਘੱਟ ਸੈਕਸ ਦੀ ਜ਼ਿੰਦਗੀ ਨੂੰ ੳ, ਅ ਤੋਂ ਫਿਰ ਤੋਂ ਸ਼ੁਰੂ ਕਰੋ।

ਸਮਝਣ ਦੇ ਲਈ; ਬੋਧਪੂਰਵਕ ਜੀਣ ਦੇ ਲਈ—ਮੇਰਾ ਆਪਣਾ ਅਹਿਸਾਸ ਇਹ ਹੈ, ਮੇਰੀ ਆਪਣੀ ਧਾਰਨਾ ਇਹ ਹੈ ਕਿ ਮਹਾਂਵੀਰ ਜਾਂ ਬੁੱਧ ਜਾਂ ਕ੍ਰਾਈਸਟ ਅਤੇ ਕ੍ਰਿਸ਼ਨ ਅੱਚਣਚੇਤੀ ਰੂਪ ਨਾਲ ਪੈਦਾ ਨਹੀਂ ਹੋ ਜਾਂਦੇ ਹਨ। ਇਹ ਉਹਨਾਂ ਦੋ ਵਿਅਕਤੀਆਂ ਦੇ ਮੁਕੰਮਲ ਮਿਲਾਪ ਦਾ ਨਤੀਜਾ ਹੈ।

ਮਿਲਾਪ ਜਿੰਨਾ ਗਹਿਰਾ ਹੋਵੇਗਾ, ਜੋ ਸੰਤਾਨ ਪੈਦਾ ਹੋਵੇਗੀ, ਉਹ ਉਨੀ ਹੀ ਅਨੋਖੀ ਹੋਵੇਗੀ। ਮਿਲਾਪ ਜਿੰਨਾ ਅਧੂਰਾ ਹੋਵੇਗਾ, ਜੋ ਸੰਤਾਨ ਪੈਦਾ ਹੋਵੇਗੀ ਉਹ ਉਨੀ ਹੀ ਕਚਰਾ ਅਤੇ ਲਤਾੜੀ ਹੋਈ ਹੋਵੇਗੀ।

ਅੱਜ ਸਾਰੀ ਦੁਨੀਆਂ ਵਿਚ ਮਨੁੱਖਤਾ ਦਾ ਪੱਧਰ ਨਿੱਤ ਨੀਵਾਂ ਹੁੰਦਾ ਚਲਿਆ ਜਾ ਰਿਹਾ ਹੈ। ਲੋਕ ਕਹਿੰਦੇ ਹਨ ਕਿ ਕਲਜੁਗ ਆ ਗਿਆ ਹੈ, ਇਸ ਲਈ ਪੱਧਰ ਹੇਠਾਂ ਜਾ ਰਿਹਾ ਹੈ। ਲੋਕ ਕਹਿੰਦੇ ਹਨ ਕਿ ਨੀਤੀ ਵਿਗੜ ਗਈ ਹੈ, ਇਸ ਲਈ ਪੱਧਰ ਨੀਵਾਂ ਹੋ

ਰਿਹਾ ਹੈ। ਗਲਤ, ਬੇਕਾਰ ਅਤੇ ਫ਼ਜ਼ੂਲ ਦੀਆਂ ਗੱਲਾਂ ਕਹਿੰਦੇ ਹਨ।

ਸਿਰਫ਼ ਇਕ ਫ਼ਰਕ ਪਿਆ ਹੈ। ਮਨੁੱਖ ਦੇ ਸੰਭੋਗ ਦਾ ਪੱਧਰ ਨੀਵਾਂ ਉਤਰ ਗਿਆ ਹੈ। ਮਨੁੱਖ ਦੇ ਸੰਭੋਗ ਨੇ ਪਵਿੱਤਰਤਾ ਖੋ ਦਿੱਤੀ ਹੈ, ਮਨੁੱਖ ਦੇ ਸੰਭੋਗ ਨੇ ਵਿਗਿਆਨਕਤਾ ਖੋ ਦਿੱਤੀ ਹੈ, ਸਫ਼ਲਤਾ ਅਤੇ ਪ੍ਰਾਕ੍ਰਿਤਿਕਤਾ ਖੋ ਦਿੱਤੀ ਹੈ। ਮਨੁੱਖ ਦਾ ਸੰਭੋਗ ਜ਼ਬਰਦਸਤੀ, ਇਕ ਨਾਈਟ ਮੇਅਰ, ਇਕ ਦੁਖਦਾਈ ਸੁਫ਼ਨੇ ਜਿਹਾ ਹੋ ਗਿਆ ਹੈ। ਮਨੁੱਖ ਦੇ ਸੰਭੋਗ ਨੇ ਹਿੰਸਾਤਮਕ ਸਥਿਤੀ ਲੈ ਲਈ ਹੈ। ਉਹ ਇਕ ਪ੍ਰੇਮਪੂਰਨ ਕਰਮ ਨਹੀਂ ਹੈ, ਉਹ ਇਕ ਪਵਿੱਤਰ ਅਤੇ ਸ਼ਾਂਤ ਕਰਮ ਨਹੀਂ ਹੈ, ਉਹ ਇਕ ਧਿਆਨਪੂਰਨ ਕਰਮ ਨਹੀਂ ਹੈ। ਇਸ ਲਈ ਮਨੁੱਖ ਨੀਵਾਂ ਉਤਰਦਾ ਚਲਿਆ ਜਾਏਗਾ।

ਇਕ ਕਲਾਕਾਰ ਕੋਈ ਚੀਜ਼ ਬਣਾਉਂਦਾ ਹੋਵੇ, ਕੋਈ ਮੂਰਤੀ ਬਣਾਉਂਦਾ ਹੋਵੇ ਅਤੇ ਕਲਾਕਾਰ ਨਸ਼ੇ ਵਿਚ ਹੋਵੇ, ਤਾਂ ਤੁਸੀਂ ਆਸ ਕਰਦੇ ਹੋ ਕਿ ਕੋਈ ਸੁੰਦਰ ਮੂਰਤੀ ਬਣ ਪਾਏਗੀ ? ਇਕ ਨਿਰਤਕਾਰ ਨੱਚ ਰਿਹਾ ਹੋਵੇ, ਕ੍ਰੋਧ ਨਾਲ ਭਰਿਆ ਹੋਵੇ, ਅਸ਼ਾਂਤ ਹੋਵੇ, ਚਿੰਤਤ ਹੋਵੇ, ਤਾਂ ਤੁਸੀਂ ਆਸ ਕਰਦੇ ਹੋ ਕਿ ਨਾਚ ਸੁੰਦਰ ਹੋ ਸਕੇਗਾ ?

ਅਸੀਂ ਜੋ ਵੀ ਕਰਦੇ ਹਾਂ ਉਹ ਅਸੀਂ ਕਿਸ ਹਾਲਤ ਵਿਚ ਹਾਂ, ਇਸ ਉਤੇ ਨਿਰਭਰ ਹੁੰਦਾ ਹੈ। ਅਤੇ ਸਭ ਤੋਂ ਵੱਧ ਅਣਗੌਲਿਆ, ਨਿੱਗਲੇੱਕਟਿੱਵ, ਸੈਕਸ ਹੈ, ਸੰਭੋਗ ਹੈ।

ਅਤੇ ਬੜੀ ਹੈਰਾਨੀ ਦੀ ਗੱਲ ਹੈ, ਉਸੇ ਸੰਭੋਗ ਨਾਲ ਜੀਵਨ ਦੀ ਸਾਰੀ ਯਾਤਰਾ ਚੱਲਦੀ ਹੈ, ਨਵੇਂ ਬੱਚੇ, ਨਵੀਆਂ ਆਤਮਾਵਾਂ ਜਗਤ ਵਿਚ ਪ੍ਰਵੇਸ਼ ਕਰਦੀਆਂ ਹਨ।

ਸ਼ਾਇਦ ਤੁਹਾਨੂੰ ਪਤਾ ਨਾ ਹੋਵੇ, ਸੰਭੋਗ ਤਾਂ ਇਕ ਸਿਚੁਏਸ਼ਨ ਹੈ, ਜਿਸ ਵਿਚ ਇਕ ਅਕਾਸ਼ ਵਿਚ ਉਡਦੀ ਹੋਈ ਆਤਮਾ ਆਪਣੇ ਯੋਗ ਹਾਲਤ ਨੂੰ ਸਮਝ ਕੇ ਦਾਖ਼ਲ ਹੁੰਦੀ ਹੈ। ਤੁਸੀਂ ਸਿਰਫ਼ ਇਕ ਅਵਸਰ ਪੈਦਾ ਕਰਦੇ ਹੋ। ਤੁਸੀਂ ਬੱਚੇ ਦੇ ਜਨਮਦਾਤਾ ਨਹੀਂ ਹੋ, ਸਿਰਫ਼ ਇਕ ਅਵਸਰ ਪੈਦਾ ਕਰਦੇ ਹੋ, ਉਹ ਅਵਸਰ ਜਿਸ ਆਤਮਾ ਦੇ ਲਈ ਜ਼ਰੂਰੀ, ਉਪਯੋਗੀ ਅਤੇ ਸਾਰਥਕ ਮਲੂਮ ਹੁੰਦਾ ਹੈ, ਉਹ ਆਤਮਾ ਦਾਖ਼ਲ ਹੁੰਦੀ ਹੈ।

ਜੇ ਤੁਸੀਂ ਇਕ ਰੋਗੀ ਅਵਸਰ ਪੈਦਾ ਕੀਤਾ ਹੈ, ਜੇ ਤੁਸੀਂ ਕ੍ਰੋਧ ਵਿਚ, ਦੁੱਖ ਵਿਚ, ਪੀੜ ਵਿਚ ਅਤੇ ਚਿੰਤਾ ਵਿਚ ਹੋ ਤਾਂ ਜਿਹੜੀ ਆਤਮਾ ਉਤਰੇਗੀ, ਉਹ ਆਤਮਾ ਇਸੇ ਤਲ ਦੀ ਹੋ ਸਕਦੀ ਹੈ। ਇਸ ਤੋਂ ਉਚੇ ਤਲ ਦੀ ਨਹੀਂ ਹੋ ਸਕਦੀ ਹੈ। ਸ੍ਰੇਸ਼ਠ ਆਤਮਾਵਾਂ ਦੀ ਪੁਕਾਰ ਲਈ ਸ੍ਰੇਸ਼ਠ ਸੰਭੋਗ ਦਾ ਮੌਕਾ ਅਤੇ ਸਹੂਲਤ ਹੋਵੇ ਤਾਂ ਸ੍ਰੇਸ਼ਠ ਆਤਮਾਵਾਂ ਜਨਮਦੀਆਂ ਹਨ ਅਤੇ ਜੀਵਨ ਉਪਰ ਉਠਦਾ ਹੈ।

ਇਸੇ ਲਈ ਮੈਂ ਕਿਹਾ ਕਿ ਜਿਸ ਦਿਨ ਆਦਮੀ ਸੰਭੋਗ ਦੇ ਪੂਰੇ ਸ਼ਾਸਤਰ ਵਿਚ ਨਿਪੁੰਨ ਹੋਵੇਗਾ, ਜਿਸ ਦਿਨ ਅਸੀਂ ਛੋਟੇ-ਛੋਟੇ ਬੱਚਿਆਂ ਤੋਂ ਲੈ ਕੇ ਸਾਰੇ ਜਗਤ ਨੂੰ ਉਸ ਕਲਾ ਅਤੇ ਵਿਗਿਆਨ ਦੇ ਸੰਬੰਧ ਵਿਚ ਸਾਰੀ ਗੱਲ ਕਹਾਂਗੇ ਅਤੇ ਸਮਝਾ ਸਕਾਂਗੇ, ਉਸ ਦਿਨ ਅਸੀਂ ਬਿਲਕੁਲ ਨਵੇਂ ਮਨੁੱਖ ਨੂੰ, ਜਿਸਨੂੰ ਨੀਤਸ਼ੇ ਸੁਪਰਮੈਨ ਕਹਿੰਦਾ ਸੀ, ਜਿਸਨੂੰ ਅਰਵਿੰਦ ਅਤਿਮਾਨਵ ਕਹਿੰਦੇ ਸਨ, ਜਿਸਨੂੰ ਮਹਾਨ ਆਤਮਾ ਕਿਹਾ ਜਾ ਸਕੇ, ਉਹੋ-ਜਿਹਾ ਬੱਚਾ ਉਹੋ-ਜਿਹੀ ਸੰਤਾਨ, ਉਹੋ-ਜਿਹਾ ਜਗਤ ਉਸਾਰਿਆ ਜਾ ਸਕਦਾ ਹੈ। ਅਤੇ ਜਦ ਤਕ ਅਸੀਂ ਅਜਿਹਾ ਜਗਤ ਉਸਾਰ ਨਹੀਂ ਲੈਂਦੇ, ਤਦ ਤੱਕ ਨਾ ਸ਼ਾਂਤੀ ਹੋ ਸਕਦੀ ਹੈ ਵਿਸ਼ਵ ਵਿਚ, ਨਾ ਯੁੱਧ ਰੁਕ ਸਕਦੇ ਹਨ, ਨਾ ਘਿਰਣਾ ਰੁਕੇਗੀ। ਨਾ ਜੀਵਨ ਦਾ ਇਹ ਹਨੇਰਾ ਰੁਕੇਗਾ ਨਾ ਅਨੀਤੀ ਰੁਕੇਗੀ, ਨਾ ਦੁਰਚਰਿਤ੍ਰਤਾ ਰੁਕੇਗੀ, ਨਾ ਵਿਭਚਾਰ ਰੁਕੇਗਾ।

ਲੱਖ ਰਾਜਨੀਤਕ ਚਿੱਲਾਂਦੇ ਰਹਿਣ...ਨਾ ਫਿਕਰ ਕਰੋ, ਇਹ ਪੰਜ ਮਿੰਟ ਦੇ ਮੀਂਹ ਪੈਣ ਨਾਲ ਕੋਈ ਫ਼ਰਕ ਨਹੀਂ ਪਏਗਾ, ਬੰਦ ਕਰ ਲਵੋ ਛਤਰੀਆਂ, ਕਿਉਂਕਿ ਦੂਜੇ ਲੋਕਾਂ ਦੇ ਕੋਲ ਛਤਰੀਆਂ ਨਹੀਂ ਹਨ। ਇਹ ਬਹੁਤ ਅਧਾਰਮਕ ਹੋਵੇਗਾ ਕਿ ਕੁਝ ਲੋਕ ਛਤਰੀਆਂ ਤਾਣ ਲੈਣ। ਉਸਨੂੰ ਬੰਦ ਕਰ ਲਵੋ। ਸਭ ਦੇ ਕੋਲ ਛਤਰੀਆਂ ਹੁੰਦੀਆਂ ਤਾਂ ਠੀਕ ਸੀ। ਹੋਰ ਲੋਕਾਂ ਦੇ ਕੋਲ ਨਹੀਂ ਹਨ ਅਤੇ ਤੁਸੀਂ ਤਾਣ ਕੇ ਬੈਠੋਗੇ ਤਾਂ ਕੇਹਾ ਬੇਹੂਦਾ ਲੱਗੇਗਾ, ਕੇਹਾ ਅਣਸੰਸਕਾਰੀ ਹੋਵੇਗਾ। ਉਸਨੂੰ ਬੰਦ ਕਰ ਲਵੋ। ਮੈਂ ਜ਼ਰੂਰ, ਮੇਰੇ ਉਪਰ ਛੱਪਰ ਹੈ, ਤਾਂ ਜਿੰਨੀ ਦੇਰ ਤੁਸੀਂ ਮੀਂਹ ਪੈਂਦੇ ਵਿਚ ਬੈਠੇ ਰਹੋਗੇ, ਮੀਟਿੰਗ ਦੇ ਬਾਅਦ ਉਨੀ ਦੇਰ ਮੈਂ ਮੀਂਹ ਵਿਚ ਖੜ੍ਹਾ ਹੋ ਜਾਵਾਂਗਾ।

ਨਹੀਂ ਮਿਟਣਗੇ ਯੁੱਧ, ਨਹੀਂ ਮਿਟੇਗੀ ਅਸ਼ਾਂਤੀ, ਨਹੀਂ ਮਿਟੇਗੀ ਹਿੰਸਾ, ਨਹੀਂ ਮਿਟੇਗੀ ਈਰਖਾ। ਕਿੰਨੇ ਦਿਨ ਹੋ ਗਏ। ਦਸ ਹਜ਼ਾਰ ਸਾਲ ਹੋ ਗਏ। ਮਨੁੱਖ-ਜਾਤੀ ਦੇ ਪੈਗੰਬਰ, ਤੀਰਥੰਕਰ, ਅਵਤਾਰ ਸਮਝਾ ਰਹੇ ਹਨ ਕਿ ਨਾ ਲੜੋ, ਨਾ ਕਰੋ ਹਿੰਸਾ, ਨਾ ਕਰੋ ਕ੍ਰੋਧ, ਲੇਕਿਨ ਕਿਸੇ ਨੇ ਕਦੇ ਨਹੀਂ ਸੁਣਿਆ। ਜਿਨ੍ਹਾਂ ਨੇ ਸਾਨੂੰ ਸਮਝਾਇਆ ਕਿ ਨਾ ਕਰੋ ਹਿੰਸਾ, ਨਾ ਕਰੋ ਕ੍ਰੋਧ, ਉਹਨਾਂ ਨੂੰ ਅਸੀਂ ਸੂਲੀ ਉਤੇ ਲਮਕਾ ਦਿੱਤਾ। ਇਹ ਉਹਨਾਂ ਦੀ ਸਿੱਖਿਆ ਦਾ ਫਲ ਹੋਇਆ। ਗਾਂਧੀ ਸਾਨੂੰ ਸਮਝਾਉਂਦੇ ਹਨ ਕਿ ਪ੍ਰੇਮ ਕਰੋ, ਇਕ ਹੋ ਜਾਓ, ਅਸੀਂ ਗੋਲੀ ਮਾਰ ਦਿੱਤੀ। ਇਹ ਕੁੱਲ ਉਹਨਾਂ ਦੀ ਸਿੱਖਿਆ ਦਾ ਫਲ ਹੋਇਆ।

ਦੁਨੀਆਂ ਦੇ ਸਾਰੇ ਮਨੁੱਖ, ਸਾਰੇ ਮਹਾਂਮਾਨਵ ਹਾਰ ਗਏ ਹਨ, ਇਹ ਸਮਝ ਲੈਣਾ ਚਾਹੀਦਾ ਹੈ। ਅਸਫ਼ਲ ਹੋ ਚੁੱਕੇ ਹਨ। ਅੱਜ ਤਕ ਕੋਈ ਵੀ ਮੁੱਲ ਜਿੱਤ ਨਹੀਂ ਸਕਿਆ। ਸਭ ਮੁੱਲ ਹਾਰ ਗਏ। ਸਭ ਮੁੱਲ ਅਸਫ਼ਲ ਹੋ ਗਏ। ਵੱਡੇ ਤੋਂ ਵੱਡੇ ਪੁਕਾਰਨ ਵਾਲੇ ਲੋਕ, ਭਲੇ ਤੋਂ ਭਲੇ ਲੋਕ ਵੀ ਹਾਰ ਗਏ ਅਤੇ ਖ਼ਤਮ ਹੋ ਗਏ। ਅਤੇ ਆਦਮੀ ਰੋਜ਼ ਹਨੇਰੇ ਅਤੇ ਨਰਕ ਵਿਚ ਚਲਿਆ ਜਾਂਦਾ ਰਿਹਾ ਹੈ। ਕੀ ਇਸ ਤੋਂ ਇਹ ਪਤਾ ਨਹੀਂ ਲੱਗਦਾ ਕਿ ਸਾਡੀਆਂ ਸਿੱਖਿਆਵਾਂ ਵਿਚ ਕਿਤੇ ਕੋਈ ਬੁਨਿਆਦੀ ਭੁੱਲ ਹੈ।

ਅਸ਼ਾਂਤ ਆਦਮੀ ਇਸ ਲਈ ਅਸ਼ਾਂਤ ਹੈ ਕਿ ਉਹ ਅਸ਼ਾਂਤੀ ਵਿਚ ਜਨਮਦਾ ਹੈ। ਉਸਦੇ ਕੋਲ ਅਸ਼ਾਂਤੀ ਦੇ ਕੀਟਾਣੂੰ ਹਨ। ਉਸਦੇ ਪ੍ਰਾਣਾਂ ਦੀ ਗਹਿਰਾਈ ਵਿਚ ਅਸ਼ਾਂਤੀ ਦਾ ਰੋਗ ਹੈ। ਜਨਮ ਦੇ ਪਹਿਲੇ ਦਿਨ ਉਹ ਅਸ਼ਾਂਤੀ ਨੂੰ, ਦੁੱਖ ਅਤੇ ਪੀੜ ਨੂੰ ਲੈ ਕੇ ਪੈਦਾ ਹੋਇਆ ਹੈ। ਜਨਮ ਦੇ ਪਹਿਲੇ ਛਿਨ ਵਿਚ ਹੀ ਉਸਦੇ ਜੀਵਨ ਦਾ ਸਾਰਾ ਸਰੂਪ ਤਿਆਰ ਹੋ ਗਿਆ ਹੈ। ਇਸ ਲਈ ਬੁੱਧ ਹਾਰ ਜਾਣਗੇ, ਮਹਾਂਵੀਰ ਹਾਰਨਗੇ, ਕ੍ਰਿਸ਼ਨ ਹਾਰਨਗੇ, ਕ੍ਰਾਈਸਟ ਹਾਰਨਗੇ। ਹਾਰ ਚੁੱਕੇ ਹਨ। ਅਸੀਂ ਸ਼ਿਸ਼ਟਾਚਾਰ ਦੇ ਨਾਤੇ ਇਹ ਨਾ ਕਹਿੰਦੇ ਹੋਈਏ ਕਿ ਉਹ ਨਹੀਂ ਹਾਰੇ ਹਨ ਤਾਂ ਵੱਖਰੀ ਗੱਲ ਹੈ, ਲੇਕਿਨ ਉਹ ਸਭ ਹਾਰ ਚੁੱਕੇ ਹਨ।

ਅਤੇ ਆਦਮੀ ਰੋਜ਼ ਵਿਗੜਦਾ ਚਲਿਆ ਗਿਆ ਹੈ, ਰੋਜ਼ ਵਿਗੜਦਾ ਗਿਆ ਹੈ, ਅਹਿੰਸਾ ਦੀ ਇੰਨੇ ਦਿਨ ਦੀ ਸਿੱਖਿਆ ਅਤੇ ਅਸੀਂ ਛੁਰੀ ਤੋਂ ਐਟਮ ਅਤੇ ਹਾਈਡ੍ਰੋਜਨ ਬੰਬ ਤੱਕ ਪਹੁੰਚ ਗਏ ਹਾਂ। ਇਹ ਅਹਿੰਸਾ ਦੀ ਸਿੱਖਿਆ ਦੀ ਸਫ਼ਲਤਾ ਹੋਵੇਗੀ।

ਪਿਛਲੇ ਪਹਿਲੇ ਮਹਾਂਯੁੱਧ ਵਿਚ ਤਿੰਨ ਕਰੋੜ ਲੋਕਾਂ ਦੀ ਅਸੀਂ ਹੱਤਿਆ ਕੀਤੀ ਸੀ ਅਤੇ ਉਸ ਤੋਂ ਬਾਅਦ ਸ਼ਾਂਤੀ ਅਤੇ ਪ੍ਰੇਮ ਦੀਆਂ ਗੱਲਾਂ ਕਰਨ ਦੇ ਬਾਅਦ ਦੂਜੇ ਮਹਾਂਯੁੱਧ ਵਿਚ ਅਸੀਂ ਸਾਢੇ ਸੱਤ ਕਰੋੜ ਲੋਕਾਂ ਦੀ ਹੱਤਿਆ ਕੀਤੀ। ਅਤੇ ਉਸਦੇ ਬਾਅਦ ਵੀ ਚਿੱਲਾ ਰਹੇ ਹਨ ਬਰਟ੍ਰੈਂਡ ਰਸਲ ਤੋਂ ਲੈ ਕੇ ਵਿਨੋਬਾ ਭਾਵੇ ਤੱਕ ਸਾਰੇ ਲੋਕ ਕਿ 'ਸ਼ਾਂਤੀ

ਚਾਹੀਦੀ ਹੈ, ਸ਼ਾਂਤੀ ਚਾਹੀਦੀ ਹੈ' ਅਤੇ ਅਸੀਂ ਤੀਜੇ ਮਹਾਂਯੁੱਧ ਦੀ ਤਿਆਰੀ ਕਰ ਰਹੇ ਹਾਂ। ਅਤੇ ਤੀਜਾ ਮਹਾਂਯੁੱਧ ਦੂਜੇ ਮਹਾਂਯੁੱਧ ਨੂੰ ਬੱਚਿਆਂ ਦੀ ਖੇਡ ਬਣਾ ਦੇਵੇਗਾ।

ਆਈਨਸਟੀਨ ਤੋਂ ਕਿਸੇ ਨੇ ਪੁੱਛਿਆ ਸੀ ਕਿ ਤੀਜੇ ਮਹਾਂਯੁੱਧ ਵਿਚ ਕੀ ਹੋਵੇਗਾ ? ਆਈਨਸਟੀਨ ਨੇ ਕਿਹਾ, ਤੀਜੇ ਦੇ ਬਾਬਤ ਕੁਝ ਵੀ ਨਹੀਂ ਕਿਹਾ ਜਾ ਸਕਦਾ। ਪਰ ਚੌਥੇ ਦੇ ਸੰਬੰਧ ਵਿਚ ਮੈਂ ਕੁਝ ਕਹਿ ਸਕਦਾ ਹਾਂ। ਪੁੱਛਣ ਵਾਲਿਆਂ ਨੇ ਕਿਹਾ, ਅਸਚਰਜ, ਤੁਸੀਂ ਤੀਜੇ ਦੇ ਸਬੰਧ ਵਿਚ ਨਹੀਂ ਕਹਿ ਸਕਦੇ ! ਤਾਂ ਚੌਥੇ ਦੇ ਸਬੰਧ ਵਿਚ ਕੀ ਕਹੋਗੇ ? ਆਈਨਸਟੀਨ ਨੇ ਕਿਹਾ ਕਿ ਚੌਥੇ ਦੇ ਸਬੰਧ ਵਿਚ ਇਕ ਗੱਲ ਨਿਸ਼ਚਿਤ ਹੈ ਕਿ ਚੌਥਾ ਮਹਾਂਯੁੱਧ ਕਦੇ ਨਹੀਂ ਹੋਵੇਗਾ। ਕਿਉਂਕਿ ਤੀਜੇ ਦੇ ਬਾਅਦ ਕਿਸੇ ਆਦਮੀ ਦੇ ਬਚਣ ਦੀ ਕੋਈ ਉਮੀਦ ਨਹੀਂ।

ਇਹ ਮਨੁੱਖ ਦੀ ਸਾਰੀ ਨੈਤਿਕ ਅਤੇ ਧਾਰਮਿਕ ਸਿੱਖਿਆ ਦਾ ਫਲ ਹੈ। ਮੈਂ ਤੁਹਾਨੂੰ ਕਹਿਣਾ ਚਾਹੁੰਦਾ ਹਾਂ, ਇਸਦੀ ਬੁਨਿਆਦੀ ਵਜ੍ਹਾ ਦੂਸਰੀ ਹੈ। ਜਦ ਤੱਕ ਅਸੀਂ ਮਨੁੱਖ ਦੇ ਸੰਭੋਗ ਨੂੰ ਸਹੀ-ਵਿਵਸਥਤ, ਮਨੁੱਖ ਦੇ ਸੰਭੋਗ ਨੂੰ ਅਧਿਆਤਮਕ, ਜਦ ਤੱਕ ਅਸੀਂ ਮਨੁੱਖ ਦੇ ਸੰਭੋਗ ਨੂੰ ਸਮਾਧੀ ਦਾ ਦੁਆਰ ਬਨਾਉਣ ਵਿਚ ਸਫ਼ਲ ਨਹੀਂ ਹੁੰਦੇ, ਤਦ ਤੱਕ ਚੰਗੀ ਮਨੁੱਖਤਾ ਪੈਦਾ ਨਹੀਂ ਹੋ ਸਕਦੀ। ਰੋਜ਼ ਬਦਤਰ ਤੋਂ ਬਦਤਰ ਮਨੁੱਖਤਾ ਪੈਦਾ ਹੋਵੇ ਗੀ, ਕਿਉਂਕਿ ਅੱਜ ਦੇ ਬਦਤਰ ਬੱਚੇ ਕੱਲ੍ਹ ਸੰਭੋਗ ਕਰਨਗੇ ਅਤੇ ਆਪਣੇ ਨਾਲੋਂ ਬਦਤਰ ਲੋਕਾਂ ਨੂੰ ਜਨਮ ਦੇ ਜਾਣਗੇ। ਹਰ ਪੀੜ੍ਹੀ ਨੀਵੀਂ ਉਤਰਦੀ ਚਲੀ ਜਾਏਗੀ, ਇਹ ਬਿਲਕੁਲ ਹੀ ਨਿਸਚਿਤ ਹੈ। ਇਸਦੀ 'ਪ੍ਰੋਫੇਸੀ' ਕੀਤੀ ਜਾ ਸਕਦੀ ਹੈ। ਇਸਦੀ ਭਵਿੱਖਵਾਣੀ ਕੀਤੀ ਜਾ ਸਕਦੀ ਹੈ।

ਅਤੇ ਹੁਣ ਤਾਂ ਅਸੀਂ ਉਸ ਜਗ੍ਹਾ ਪਹੁੰਚ ਗਏ ਹਾਂ ਕਿ ਸ਼ਾਇਦ ਹੋਰ ਪਤਨ ਦੀ ਗੁੰਜਾਇਸ਼ ਨਹੀਂ ਹੈ। ਕਰੀਬ-ਕਰੀਬ ਸਾਰੀ ਦੁਨੀਆਂ ਵਿਚ ਮੈਡ-ਹਾਊਸ, ਇਕ ਪਾਗਲਖ਼ਾਨਾ ਹੋ ਗਈ ਹੈ।

ਅਮਰੀਕਾ ਦੇ ਮਨੋਵਿਗਿਆਨੀਆਂ ਨੇ ਹਿਸਾਬ ਲਾਇਆ ਹੈ ਕਿ ਨਿਊਯਾਰਕ ਵਰਗੇ ਸ਼ਹਿਰ ਵਿਚ ਸਿਰਫ਼ 18 ਫੀ ਸਦੀ ਲੋਕ ਮਾਨਸਕ ਤੌਰ 'ਤੇ ਤੰਦਰੁਸਤ ਆਖੇ ਜਾ ਸਕਦੇ ਹਨ 18 ਫੀ ਸਦੀ ! 18 ਫੀ ਸਦੀ ਲੋਕ ਮਾਨਸਕ ਤੌਰ 'ਤੇ ਤੰਦਰੁਸਤ ਹਨ, ਤਾਂ 82 ਫੀ ਸਦੀ ਲੋਕਾਂ ਦੀ ਕੀ ਹਾਲਤ ਹੈ ? 82 ਫੀ ਸਦੀ ਲੋਕ ਸ਼ੁਦਾਈ ਹੋਣ ਦੀ ਹਾਲਤ ਵਿਚ ਹਨ।

ਤੁਸੀਂ ਕਦੇ ਆਪਣੇ ਸਬੰਧ ਵਿਚ ਇਕ ਨੁੱਕਰ 'ਚ ਬੈਠ ਕੇ ਵਿਚਾਰ ਕਰਨਾ, ਤਾਂ ਤੁਹਾਨੂੰ ਪਤਾ ਲੱਗੇਗਾ ਕਿ ਪਾਗਲਪਨ ਕਿੰਨਾ ਹੈ ਅੰਦਰ ! ਕਿਸੇ ਤਰ੍ਹਾਂ ਦਬਾਈ ਹੋਏ ਹੋ ਪਾਗਲਪਨ ਨੂੰ, ਕਿਸੇ ਤਰ੍ਹਾਂ ਸੰਭਾਲ ਕੇ ਚਲੇ ਜਾ ਰਹੇ ਹੋ, ਉਹ ਗੱਲ ਵੱਖਰੀ ਹੈ। ਜ਼ਰਾ ਕੁ ਕੋਈ ਧੱਕਾ ਦੇ ਦੇਵੇ ਅਤੇ ਕੋਈ ਵੀ ਆਦਮੀ ਪਾਲਗ ਹੋ ਸਕਦਾ ਹੈ।

ਇਹ ਸੰਭਾਵਨਾ ਹੈ ਕਿ ਸੌ ਸਾਲ ਦੇ ਅੰਦਰ ਸਾਰੀ ਮਨੁੱਖਤਾ ਇਕ ਪਾਗਲਖਾਨਾ ਬਣ ਜਾਵੇ, ਸਾਰੇ ਲੋਕ ਕਰੀਬ-ਕਰੀਬ ਪਾਗਲ ਹੋ ਜਾਣ ! ਫਿਰ ਸਾਨੂੰ ਇਕ ਫ਼ਾਇਦਾ ਹੋਵੇ ਗਾ ਕਿ ਪਾਗਲਾਂ ਦੇ ਇਲਾਜ ਦੀ ਕੋਈ ਜ਼ਰੂਰਤ ਨਹੀਂ ਰਹੇਗੀ। ਇਕ ਫ਼ਾਇਦਾ ਹੋਵੇਗਾ ਕਿ ਪਾਗਲਾਂ ਦੇ ਇਲਾਜ ਕਰਨ ਵਾਲੇ ਨਹੀਂ ਹੋਣਗੇ। ਇਕ ਫ਼ਾਇਦਾ ਹੋਵੇਗਾ ਕਿ ਕੋਈ ਮਹਿਸੂਸ ਨਹੀਂ ਕਰੇਗਾ ਕਿ ਕੋਈ ਪਾਗਲ ਹੈ, ਕਿਉਂਕਿ ਪਾਗਲਾਂ ਦਾ ਪਹਿਲਾ ਲੱਛਣ ਇਹ ਹੈ ਕਿ ਉਹ ਕਦੇ ਨਹੀਂ ਮੰਨਦਾ ਕਿ ਮੈਂ ਪਾਗਲ ਹਾਂ। ਇੰਨਾ ਹੀ ਫ਼ਾਇਦਾ ਹੋਵੇਗਾ।

ਲੇਕਿਨ ਇਹ ਰੋਗ ਵੱਧਦਾ ਚਲਿਆ ਜਾਂਦਾ ਹੈ। ਇਹ ਰੋਗ, ਇਹ ਬੀਮਾਰੀ, ਇਹ ਮਾਨਸਕ ਚਿੰਤਾ ਅਤੇ ਮਾਨਸਕ ਹਨੇਰਾ ਵਧਦਾ ਚਲਿਆ ਜਾਂਦਾ ਹੈ। ਕੀ ਮੈਂ ਤੁਹਾਨੂੰ ਕਹਾਂ ਕਿ ਸੈਕਸ ਨੂੰ 'ਸੱਪ੍ਰੀਚਿਊਲਆਈਜ਼' ਕੀਤੇ ਬਿਨਾਂ, ਸੰਭੋਗ ਨੂੰ ਅਧਿਆਤਮਕ ਬਣਾਏ ਬਿਨਾਂ ਕੋਈ ਨਵੀਂ ਮਨੁੱਖਤਾ ਪੈਦਾ ਨਹੀਂ ਹੋ ਸਕਦੀ ਹੈ।

ਇਹਨਾਂ ਤਿੰਨ ਦਿਨਾਂ ਵਿਚ ਇਹ ਥੋੜ੍ਹੀਆਂ-ਜਿਹੀਆਂ ਗੱਲਾਂ ਮੈਂ ਤੁਹਾਨੂੰ ਆਖੀਆਂ। ਯਕੀਨਨ ਹੀ ਇਕ ਨਵੇਂ ਮਨੁੱਖ ਨੂੰ ਜਨਮ ਦੇਣਾ ਹੈ। ਮਨੁੱਖ ਦੇ ਪ੍ਰਾਣ ਤਾਂਘਦੇ ਹਨ ਉਚਾਈਆਂ ਛੋਹਣ ਲਈ। ਅਕਾਸ਼ ਵਿਚ ਉਠ ਜਾਣ ਦੇ ਲਈ, ਚੰਦ ਤਾਰਿਆਂ ਵਾਂਗ ਰੌਸ਼ਨ ਹੋਣ ਦੇ ਲਈ, ਫੁੱਲਾਂ ਜਿਹੇ ਖਿੜ ਜਾਣ ਦੇ ਲਈ, ਨਾਚ ਦੇ ਲਈ, ਸੰਗੀਤ ਦੇ ਲਈ, ਆਦਮੀ ਦੀ ਆਤਮਾ ਰੋਂਦੀ ਹੈ ਅਤੇ ਪਿਆਸੀ ਹੈ। ਅਤੇ ਆਦਮੀ ਕੋਹਲੂ ਦੇ ਬੈਠ ਦੀ ਤਰ੍ਹਾਂ ਚੱਕਰ ਵਿਚ ਘੁੰਮਦਾ ਹੈ ਅਤੇ ਉਸੇ ਵਿਚ ਖ਼ਤਮ ਹੋ ਜਾਂਦਾ ਹੈ ! ਚੱਕਰ ਦੇ ਬਾਹਰ ਨਹੀਂ ਉਠ ਪਾਂਦਾ ਹੈ। ਕੀ ਹੈ ਕਾਰਨ ?

ਕਾਰਨ ਇਕ ਹੀ ਹੈ। ਮਨੁੱਖ ਦੇ ਜਨਮ ਦੀ ਪਕ੍ਰਿਰਿਆ ਬੇਹੂਦੀ ਹੈ, ਏਂਬਸਰਡ ਹੈ। ਮਨੁੱਖ ਦੇ ਪੈਦਾ ਹੋਣ ਦੀ ਵਿਧੀ ਪਾਗਲਪਣ ਨਾਲ ਭਰੀ ਹੋਈ ਹੈ। ਮਨੁੱਖ ਦੇ ਸੰਭੋਗ ਨੂੰ ਅਸੀਂ ਦੁਆਰ ਨਹੀਂ ਬਣਾ ਸਕੇ ਸਮਾਧੀ ਦਾ ਇਸੇ ਲਈ। ਮਨੁੱਖ ਦਾ ਸੰਭੋਗ ਸਮਾਧੀ ਦਾ ਦੁਆਰ ਬਣ ਸਕਦਾ ਹੈ।

ਇਹਨਾਂ ਤਿੰਨਾਂ ਦਿਨਾਂ ਵਿਚ ਇਸ ਛੋਟੇ-ਜਿਹੇ ਮੰਤਰ ਉਤੇ ਮੈਂ ਸਾਰੀਆਂ ਗੱਲਾਂ ਆਖੀਆਂ ਅਤੇ ਅੰਤ ਵਿਚ ਇਕ ਗੱਲ ਦੁਹਰਾ ਦਿਆਂ ਅਤੇ ਅੱਜ ਦੀ ਚਰਚਾ ਮੈਂ ਪੂਰੀ ਕਰਾਂ।

ਮੈਂ ਇਹ ਕਹਿ ਦੇਣਾ ਚਾਹੁੰਦਾ ਹਾਂ ਕਿ ਜੀਵਨ ਦੇ ਸੱਚ ਕੋਲੋਂ ਅੱਖਾਂ ਚੁਰਾਉਣ ਵਾਲੇ ਲੋਕ ਮਨੁੱਖ ਦੇ ਦੁਸ਼ਮਣ ਹਨ। ਜਿਹੜਾ ਤੁਹਾਨੂੰ ਕਹੇ ਕਿ ਸੰਭੋਗ ਅਤੇ ਸੈਕਸ ਦੀ ਗੱਲ ਦਾ ਵਿਚਾਰ ਵੀ ਨਹੀਂ ਕਰਨਾ ਚਾਹੀਦਾ, ਉਹ ਆਦਮੀ ਮਨੁੱਖ ਦਾ ਦੁਸ਼ਮਣ ਹੈ, ਕਿਉਂਕਿ ਅਜਿਹੇ ਹੀ ਦੁਸ਼ਮਣਾਂ ਨੇ ਸਾਨੂੰ ਸੋਚਣ ਨਹੀਂ ਦਿੱਤਾ। ਨਹੀਂ ਤਾਂ ਇਹ ਕਿਵੇਂ ਸੰਭਵ ਸੀ ਕਿ ਅਸੀਂ ਅੱਜ ਤਕ ਵਿਗਿਆਨਕ ਦ੍ਰਿਸ਼ਟੀ ਨਾ ਖੋਜ ਲੈਂਦੇ ਅਤੇ ਜੀਵਨ ਨੂੰ ਨਵਾਂ ਕਰਨ ਦਾ ਪ੍ਰਯੋਗ ਨਾ ਖੋਜ ਲੈਂਦੇ।

ਜੋ ਤੁਹਾਨੂੰ ਕਹੇ ਕਿ ਸੈਕਸ ਦਾ ਧਰਮ ਨਾਲ ਕੋਈ ਸਬੰਧ ਨਹੀਂ ਹੈ, ਉਹ ਆਦਮੀ ਸੌ ਫੀ ਸਦੀ ਗਲਤ ਗੱਲ ਕਹਿੰਦਾ ਹੈ। ਕਿਉਂਕਿ ਸੈਕਸ ਦੀ ਊਰਜਾ ਹੀ ਤਬਦੀਲ ਹੋ ਕੇ ਅਤੇ ਰੂਪ ਪਰਤਾ ਕੇ ਧਰਮ ਦੇ ਜਗਤ ਵਿਚ ਪ੍ਰਵੇਸ਼ ਕਰ ਪਾਂਦੀ ਹੈ। ਵੀਰਜ ਦੀ ਸ਼ਕਤੀ ਹੀ ਉੱਚੀ ਉਠ ਕੇ ਮਨੁੱਖ ਨੂੰ ਉਹਨਾਂ ਲੋਕਾਂ ਵਿਚ ਲੈ ਜਾਂਦੀ ਹੈ, ਜਿਨ੍ਹਾਂ ਦਾ ਸਾਨੂੰ ਕੋਈ ਵੀ ਪਤਾ ਨਹੀਂ ਹੈ, ਜਿੱਥੇ ਕੋਈ ਮੌਤ ਨਹੀਂ ਹੈ, ਜਿੱਥੇ ਕੋਈ ਦੁੱਖ ਨਹੀਂ ਹੈ, ਜਿੱਥੇ ਅਨੰਦ ਦੇ ਇਲਾਵਾ ਹੋਰ ਕੋਈ ਵਜੂਦ ਨਹੀਂ ਹੈ।

ਉਸ ਸਤ ਚਿਤ ਅਨੰਦ ਵਿਚ ਲੈ ਜਾਣ ਵਾਲੀ ਸ਼ਕਤੀ ਅਤੇ ਊਰਜਾ ਕਿਸਦੇ ਕੋਲ ਹੈ ਅਤੇ ਕਿੱਥੇ ਹੈ ?

ਅਸੀਂ ਉਸਨੂੰ ਖ਼ਰਚ ਕਰ ਰਹੇ ਹਾਂ। ਅਸੀਂ ਉਹਨਾਂ ਪਾਤਰਾਂ ਦੀ ਤਰ੍ਹਾਂ ਹਾਂ, ਜਿਨ੍ਹਾਂ ਵਿਚ ਛੇਕ ਹਨ, ਜਿਨ੍ਹਾਂ ਨੂੰ ਅਸੀਂ ਖੂਹਾਂ ਵਿਚ ਪਾਉਂਦੇ ਹਾਂ ਖਿੱਚਣ ਦੇ ਲਈ। ਉਪਰ ਤਕ ਪਾਤਰ ਤਾਂ ਆ ਜਾਂਦਾ ਹੈ, ਸ਼ੋਰ-ਸ਼ਰਾਬਾ ਵੀ ਦਰਮਿਆਨ ਵਿਚ ਬਹੁਤ ਹੁੰਦਾ ਹੈ ਅਤੇ ਪਾਣੀ ਡੁੱਲ੍ਹਦਾ ਹੈ ਅਤੇ ਲੱਗਦਾ ਹੈ ਕਿ ਪਾਣੀ ਆਉਂਦਾ ਹੋਵੇਗਾ। ਪਰ ਪਾਣੀ ਸਾਰਾ

ਵਿਚ-ਵਿਚਾਲੇ 'ਚ ਡੁੱਲ੍ਹ ਜਾਂਦਾ ਹੈ। ਖ਼ਾਲੀ ਪਾਤਰ ਹੱਥ ਵਿਚ ਵਾਪਸ ਆ ਜਾਂਦੇ ਹਨ।

ਅਸੀਂ ਉਹਨਾਂ ਕਿਸ਼ਤੀਆਂ ਦੀ ਤਰ੍ਹਾਂ ਹਾਂ, ਜਿਨ੍ਹਾਂ ਵਿਚ ਸੁਰਾਖ਼ ਹਨ। ਅਸੀਂ ਕਿਸ਼ਤੀਆਂ ਨੂੰ ਠਿਲ੍ਹਦੇ ਹਾਂ—ਸਿਰਫ਼ ਡੁੱਬਣ ਦੇ ਲਈ, ਕਿਸ਼ਤੀਆਂ ਕਿਸੇ ਕੰਢੇ 'ਤੇ ਨਹੀਂ ਪਹੁੰਚ ਪਾਂਦੀਆਂ ਹਨ, ਸਿਰਫ਼ ਮੰਝਧਾਰ ਵਿਚ ਡੋਬ ਦਿੰਦੀਆਂ ਹਨ, ਅਤੇ ਨਸ਼ਟ ਕਰ ਦਿੰਦੀਆਂ ਹਨ।

ਅਤੇ ਇਹ ਸਾਰੇ ਛੇਕ ਮਨੁੱਖ ਦੀ ਸੈਕਸ-ਊਰਜਾ ਦੇ ਗਲਤ ਰਾਹਾਂ ਤੋਂ ਪ੍ਰਵਾਹਤ ਅਤੇ ਵਹਿ ਜਾਣ ਦੇ ਕਾਰਨ ਹਨ। ਅਤੇ ਉਹਨਾਂ ਗਲਤ ਰਾਹਾਂ 'ਤੇ ਵਹਾਉਣ ਵਾਲੇ ਲੋਕ ਉਹ ਨਹੀਂ ਹਨ, ਜਿਨ੍ਹਾਂ ਨੇ ਨੰਗੀਆਂ ਤਸਵੀਰਾਂ ਲਟਕਾਈਆਂ ਹਨ; ਉਹ ਨਹੀਂ ਹਨ, ਜਿਨ੍ਹਾਂ ਨੇ ਨੰਗੇ ਨਾਵਲ ਲਿਖੇ ਹਨ; ਉਹ ਨਹੀਂ ਹਨ, ਜੋ ਨੰਗੀਆਂ ਫ਼ਿਲਮਾਂ ਬਣਾ ਰਹੇ ਹਨ।

ਮਨੁੱਖ ਦੀ ਊਰਜਾ ਨੂੰ ਵਿਕਾਰੀ ਕਰਨ ਵਾਲੇ ਉਹ ਲੋਕ ਹਨ, ਜਿਨ੍ਹਾਂ ਨੇ ਮਨੁੱਖ ਨੂੰ ਸੈਕਸ ਦੇ ਸੱਚ ਨਾਲ ਵਾਕਫ਼ ਹੋਣ ਵਿਚ ਰੁਕਾਵਟ ਪਾਈ ਹੈ। ਅਤੇ ਉਹਨਾਂ ਹੀ ਲੋਕਾਂ ਦੇ ਕਾਰਨ ਇਹ ਨੰਗੀਆਂ ਤਸਵੀਰਾ ਵਿਕ ਰਹੀਆਂ ਹਨ, ਨੰਗੀਆਂ ਫ਼ਿਲਮਾਂ ਵਿਕ ਰਹੀਆਂ ਹਨ, ਲੋਕ ਨਵੇਂ ਕਲੱਬਾਂ ਦੀ ਈਜਾਦ ਕਰ ਰਹੇ ਹਨ, ਅਤੇ ਗੰਦਗੀ ਦੇ ਨਵੇਂ-ਨਵੇਂ ਅਤੇ ਬੇਹੂਦਗੀ ਦੇ ਨਵੇ-ਨਵੇਂ ਰਾਹ ਨਿਕਲ ਰਹੇ ਹਨ।

ਕਿਰਣਾਂ ਦੇ ਕਾਰਨ ? ਇਹ ਉਹਨਾਂ ਦੇ ਕਾਰਨ ਜਿਨ੍ਹਾਂ ਨੂੰ ਅਸੀਂ ਸਾਧੂ ਅਤੇ ਸੰਨਿਆਸੀ ਕਹਿੰਦੇ ਹਾਂ, ਉਹਨਾਂ ਨੇ ਇਹਨਾਂ ਦੇ ਬਜ਼ਾਰ ਦਾ ਰਾਹ ਤਿਆਰ ਕੀਤਾ ਹੈ। ਜੇ ਗ਼ੌਰ ਨਾਲ ਅਸੀਂ ਦੇਖੀਏ ਤਾਂ ਉਹ ਇਹਨਾਂ ਦੇ ਵਿਗਿਆਪਨਦਾਤਾ ਹਨ, ਉਹ ਇਹਨਾਂ ਦੇ ਏਜੰਟ ਹਨ।

ਇਕ ਛੋਟੀ ਜਿਹੀ ਕਹਾਣੀ, ਮੈਂ ਆਪਣੀ ਗੱਲ ਪੂਰੀ ਕਰ ਦਿਆਂਗਾ।

ਇਕ ਪੁਰੋਹਿਤ ਜਾ ਰਿਹਾ ਸੀ ਆਪਣੇ ਚਰਚ ਦੀ ਤਰਫ਼। ਦੂਰ ਸੀ ਪਿੰਡ, ਦੌੜਦਾ ਹੋਇਆ ਚਲਿਆ ਜਾ ਰਿਹਾ ਸੀ। ਤਦੇ ਉਸਨੂੰ ਲਾਗਲੀ ਖੱਡ ਵਿਚ, ਜੰਗਲ ਵਿਚ ਇਕ ਆਦਮੀ ਪਿਆ ਹੋਇਆ ਨਜ਼ਰ ਆਇਆ ਜ਼ਖ਼ਮਾਂ ਨਾਲ ਭਰਿਆ ਹੋਇਆ। ਖ਼ੂਨ ਵਗ ਰਿਹਾ ਹੈ। ਛੁਰੀ ਉਸਦੀ ਛਾਤੀ ਵਿਚ ਖੁਭੀ ਹੈ।

ਪੁਰੋਹਤ ਨੂੰ ਖ਼ਿਆਲ ਆਇਆ ਕਿ ਜਾਵਾਂ ਮੈਂ ਇਸਨੂੰ ਚੁੱਕ ਲਵਾਂ, ਪਰ ਉਸਨੇ ਦੇਖਿਆ ਕਿ ਚਰਚ ਪਹੁੰਚਣ ਵਿਚ ਦੇਰ ਹੋ ਜਾਏਗੀ ਅਤੇ ਉਥੇ ਉਸ ਨੇ ਵਿਖਿਆਨ ਦੇਣਾ ਹੈ ਅਤੇ ਲੋਕਾਂ ਨੂੰ ਸਮਝਾਉਣਾ ਹੈ। ਅੱਜ ਉਹ ਪ੍ਰੇਮ ਦੇ ਸਬੰਧ ਵਿਚ ਹੀ ਸਮਝਾਉਣ ਜਾਂਦਾ ਸੀ। ਅੱਜ ਉਸਨੇ ਵਿਸ਼ਾ ਚੁਣਿਆ ਸੀ, "ਲਵ ਇਜ਼ ਗਾਡ" ਕ੍ਰਾਈਸਟ ਦੇ ਬਚਨ ਨੂੰ ਚੁਣਿਆ ਸੀ ਕਿ ਈਸ਼ਵਰ, ਪ੍ਰਮਾਤਮਾ ਪ੍ਰੇਮ ਹੈ। ਉਹ ਇਹੀ ਸਮਝਾਉਣ ਜਾ ਰਿਹਾ ਹੈ। ਲੇਕਿਨ ਉਸ ਆਦਮੀ ਨੇ ਅੱਖਾਂ ਖੋਲ੍ਹੀਆਂ ਅਤੇ ਉਹ ਚਿੱਲਾਇਆ, ਪੁਰੋਹਤ ਮੈਨੂੰ ਪਤਾ ਹੈ ਕਿ ਤੂੰ ਪ੍ਰੇਮ ਉਤੇ ਬੋਲਣ ਜਾ ਰਿਹਾ ਹੈਂ। ਮੈਂ ਵੀ ਅੱਜ ਸੁਣਨ ਆਉਣ ਵਾਲਾ ਸੀ, ਪਰ ਦੁਸ਼ਟਾਂ ਨੇ ਮੈਨੂੰ ਛੁਰੀ ਮਾਰਕੇ ਇੱਥੇ ਸੁੱਟ ਦਿੱਤਾ ਹੈ। ਲੇਕਿਨ ਯਾਦ ਰੱਖ, ਜੇ ਮੈਂ ਜਿਉਂਦਾ ਰਹਿ ਗਿਆ ਤਾਂ ਸਾਰੇ ਪਿੰਡ ਵਿਚ ਖ਼ਬਰ ਕਰ ਦਿਆਂਗਾ ਕਿ ਆਦਮੀ ਮਰ ਰਿਹਾ ਸੀ ਅਤੇ ਇਹ ਆਦਮੀ ਪ੍ਰੇਮ ਉਤੇ ਵਿਖਿਆਨ ਦੇਣ ਚਲਿਆ ਗਿਆ ਸੀ ! ਦੇਖ, ਅੱਗੇ ਨਾ ਵਧ।

ਇਸ ਤੋਂ ਪੁਰੋਹਿਤ ਨੂੰ ਕੁਝ ਡਰ ਲਗਿਆ, ਕਿਉਂਕਿ ਜੇ ਇਹ ਆਦਮੀ ਜਿਊਂਦਾ ਰਹਿ ਜਾਵੇ ਅਤੇ ਪਿੰਡ ਵਿਚ ਖ਼ਬਰ ਕਰ ਦੇਵੇ ਤਾਂ ਲੋਕ ਕਹਿਣਗੇ ਕਿ ਪ੍ਰੇਮ ਦਾ ਵਿਖਿਆਨ

ਬੜਾ ਝੂਠਾ ਹੈ। ਤੁਸੀਂ ਇਸ ਆਦਮੀ ਦੀ ਫ਼ਿਕਰ ਨਹੀਂ ਕੀਤੀ, ਜੋ ਮਰਦਾ ਸੀ। ਤਾਂ ਮਜਬੂਰੀ ਵਿਚ ਉਸਨੂੰ ਹੇਠਾਂ ਉਤਰ ਕੇ ਉਸਦੇ ਕੋਲ ਜਾਣਾ ਪਿਆ। ਉਥੇ ਜਾ ਕੇ ਉਸਦਾ ਚਿਹਰਾ ਦੇਖਿਆ ਤਾਂ ਬਹੁਤ ਘਬਰਾਇਆ। ਚਿਹਰਾ ਤਾਂ ਪਛਾਣਿਆ ਹੋਇਆ-ਜਿਹਾ ਜਾਪਦਾ ਹੈ। ਉਸਨੇ ਕਿਹਾ, ਅਜਿਹਾ ਲੱਗਦਾ ਹੈ ਮੈਂ ਤੈਨੂੰ ਕਿਤੇ ਦੇਖਿਆ ਹੈ ? ਅਤੇ ਉਸ ਮਰਨ-ਕੰਢੇ ਪੁੱਜੇ ਹੋਏ ਆਦਮੀ ਨੇ ਕਿਹਾ, ਜ਼ਰੂਰ ਦੇਖਿਆ ਹੋਵੇਗਾ। ਮੈਂ ਸ਼ੈਤਾਨ ਹਾਂ ਅਤੇ ਪਾਦਰੀਆਂ ਨਾਲ ਆਪਣਾ ਪੁਰਾਣਾ ਨਾਤਾ ਹੈ। ਤੂੰ ਨਹੀਂ ਦੇਖਿਆ ਹੋਵੇਗਾ ਤਾਂ ਕਿਸਨੇ ਮੈਨੂੰ ਦੇਖਿਆ ਹੋਵੇਗਾ।

ਤਦ ਉਸਨੂੰ ਖ਼ਿਆਲ ਆਇਆ ਕਿ ਉਹ ਤਾਂ ਸ਼ੈਤਾਨ ਹੈ, ਚਰਚ ਵਿਚ ਉਸਦੀ ਤਸਵੀਰ ਲਟਕੀ ਹੋਈ ਹੈ। ਉਸਨੇ ਆਪਣੇ ਹੱਥ ਪਾਸੇ ਕਰ ਲਏ ਅਤੇ ਕਿਹਾ ਕਿ ਮਰ ਜਾ। ਸ਼ੈਤਾਨ ਨੂੰ ਤਾਂ ਅਸੀਂ ਚਾਹੁੰਦੇ ਹਾਂ ਕਿ ਉਹ ਮਰ ਹੀ ਜਾਵੇ। ਚੰਗਾ ਹੋਇਆ ਕਿ ਤੂੰ ਮਰ ਜਾ, ਮੈਂ ਤੈਨੂੰ ਬਚਾਉਣ ਦਾ ਕਿਉਂ ਉਪਰਾਲਾ ਕਰਾਂ ? ਮੈਂ ਤੇਰਾ ਖ਼ੂਨ ਵੀ ਛੋਹ ਲਿਆ, ਇਹ ਵੀ ਪਾਪ ਹੋਇਆ। ਮੈਂ ਜਾਂਦਾ ਹਾਂ।

ਉਹ ਸ਼ੈਤਾਨ ਜ਼ੋਰ ਨਾਲ ਹੱਸਿਆ, ਉਸਨੇ ਕਿਹਾ, ਯਾਦ ਰੱਖੀਂ, ਜਿਸ ਦਿਨ ਮੈਂ ਮਰ ਜਾਵਾਂਗਾ, ਉਸ ਦਿਨ ਤੇਰਾ ਧੰਦਾ ਵੀ ਮਰ ਜਾਏਗਾ। ਮੇਰੇ ਬਿਨਾਂ ਤੂੰ ਜਿਊਂਦਾ ਵੀ ਨਹੀਂ ਰਹਿ ਸਕਦਾ ਹੈਂ। ਮੈਂ ਹਾਂ, ਇਸ ਲਈ ਤੂੰ ਜਿਊਂਦਾ ਹੈਂ। ਮੈਂ ਤੇਰੇ ਧੰਦੇ ਦਾ ਅਧਾਰ ਹਾਂ। ਮੈਨੂੰ ਬਚਾਉਣ ਦੀ ਕੋਸ਼ਿਸ਼ ਕਰ, ਨਹੀਂ ਤਾਂ ਜਿਸ ਦਿਨ ਸ਼ੈਤਾਨ ਮਰ ਜਾਏਗਾ, ਉਸੇ ਦਿਨ ਪੁਰੋਹਤ, ਪੰਡਾ, ਪੁਜਾਰੀ ਸਭ ਮਰ ਜਾਣਗੇ; ਕਿਉਂਕਿ ਦੁਨੀਆਂ ਚੰਗੀ ਹੋ ਜਾਵੇਗੀ, ਪੰਡੇ, ਪੁਜਾਰੀ, ਪੁਰੋਹਤ ਦੀ ਕੋਈ ਜ਼ਰੂਰਤ ਨਹੀਂ ਰਹਿ ਜਾਵੇਗੀ।

ਪੁਰੋਹਤ ਨੇ ਸੋਚਿਆ ਅਤੇ ਘਬਰਾਇਆ ਕਿ ਇਹ ਤਾਂ ਬਹੁਤ ਬੇਸਿਕ, ਬਹੁਤ ਬੁਨਿਆਦੀ ਗੱਲ ਕਹਿ ਰਿਹਾ ਹੈ ਇਹ ਆਦਮੀ। ਉਸਨੇ ਉਸਨੂੰ ਫੌਰਨ ਮੋਢੇ ਉਤੇ ਚੁੱਕ ਲਿਆ ਅਤੇ ਕਿਹਾ, ਪਿਆਰੇ ਸ਼ੈਤਾਨ ਘਬਰਾ ਨਾ, ਮੈਂ ਲੈ ਚੱਲਦਾ ਹਾਂ। ਹਸਪਤਾਲ ਵਿਚ ਤੇਰਾ ਇਲਾਜ ਕਰਾਵਾਂਗਾ, ਤੂੰ ਛੇਤੀ ਹੀ ਠੀਕ ਹੋ ਜਾਏਂਗਾ। ਲੇਕਿਨ ਦੇਖ, ਮਰ ਨਾ ਜਾਵੀਂ। ਤੂੰ ਠੀਕ ਕਹਿੰਦਾ ਹੈਂ। ਤੂੰ ਮਰ ਗਿਆ ਤਾਂ ਅਸੀਂ ਬਿਲਕੁਲ ਬੇਕਾਰ ਹੋ ਜਾਣ ਵਾਲੇ ਹਾਂ।

ਸਾਨੂੰ ਖ਼ਿਆਲ ਵੀ ਨਹੀਂ ਆ ਸਕਦਾ ਕਿ ਪੁਰੋਹਤ ਦੇ ਧੰਦੇ ਪਿੱਛੇ ਸ਼ੈਤਾਨ ਹੈ। ਸਾਨੂੰ ਇਹ ਵੀ ਖ਼ਿਆਲ ਨਹੀਂ ਆ ਸਕਦਾ ਕਿ ਸ਼ੈਤਾਨ ਦੇ ਧੰਦੇ ਦੇ ਪਿੱਛੇ ਪੁਰੋਹਤ ਹੈ। ਕਿ ਜੋ ਸ਼ੈਤਾਨ ਦਾ ਧੰਦਾ ਚੱਲ ਰਿਹਾ ਹੈ...ਸੈਕਸ ਦਾ ਸ਼ੋਸ਼ਣ ਚੱਲ ਰਿਹਾ ਹੈ ਸਾਰੀ ਦੁਨੀਆਂ ਵਿਚ...ਹਰ ਚੀਜ਼ ਦੇ ਪਿੱਛੇ ਸੈਕਸ ਦਾ ਸ਼ੋਸ਼ਣ ਚੱਲ ਰਿਹਾ ਹੈ, ਸਾਨੂੰ ਖ਼ਿਆਲ ਵੀ ਨਹੀਂ ਆ ਸਕਦਾ ਕਿ ਪੁਰੋਹਤ ਦਾ ਹੱਥ ਹੈ ਇਸਦੇ ਪਿੱਛੇ। ਪੁਰੋਹਤ ਨੇ ਜਿੰਨੀ ਨਿੰਦਿਆ ਕੀਤੀ ਹੈ, ਸੈਕਸ ਉਨਾਂ ਆਕਰਸ਼ਕ ਹੋ ਗਿਆ ਹੈ। ਫਿਰ ਉਸਨੇ ਜਿੰਨੇ ਦਮਨ ਦੇ ਲਈ ਕਿਹਾ ਹੈ, ਆਦਮੀ ਉਨਾਂ ਭੋਗ ਵਿਚ ਗਿਰ ਗਿਆ ਹੈ। ਪੁਰੋਹਤ ਨੇ ਜਿੰਨਾਂ ਇਨਕਾਰ ਕੀਤਾ ਹੈ ਕਿ ਸੈਕਸ ਦੇ ਸਬੰਧ ਵਿਚ ਸੋਚਣਾ ਹੀ ਨਾ, ਸੈਕਸ ਉਨੀ ਹੀ ਅਣਜਾਣ ਬੁਝਾਰਤ ਹੋ ਗਿਆ ਹੈ ਅਤੇ ਅਸੀਂ ਉਸਦੇ ਸਬੰਧ ਵਿਚ ਕੁਝ ਵੀ ਕਰਨ 'ਚ ਅਸਮਰੱਥ ਹੋ ਗਏ ਹਾਂ।

ਨਹੀਂ। ਗਿਆਨ ਚਾਹੀਦਾ ਹੈ। ਗਿਆਨ ਸ਼ਕਤੀ ਹੈ। ਅਤੇ ਸੈਕਸ ਦਾ ਗਿਆਨ ਵੱਡੀ ਸ਼ਕਤੀ ਬਣ ਸਕਦਾ ਹੈ। ਅਗਿਆਨ ਵਿਚ ਜੀਣਾ ਹਿਤਕਾਰੀ ਨਹੀਂ ਹੈ। ਅਤੇ

ਸੈਕਸ ਦੇ ਅਗਿਆਨ ਵਿਚ ਜੀਣਾ ਤਾਂ ਬਿਲਕੁਲ ਹਿਤਕਾਰੀ ਨਹੀਂ ਹੈ।

ਇਹ ਵੀ ਹੋ ਸਕਦਾ ਹੈ ਕਿ ਅਸੀਂ ਨਾ ਜਾਈਏ ਚੰਦ ਉਤੇ। ਕੋਈ ਜ਼ਰੂਰਤ ਨਹੀਂ ਹੈ ਚੰਦ ਉਤੇ ਜਾਣ ਦੀ। ਚੰਦ ਨੂੰ ਜਾਣ ਲੈਣ ਨਾਲ ਕੋਈ ਮਨੁੱਖ-ਜਾਤੀ ਦਾ ਬਹੁਤਾ ਹਿਤ ਨਹੀਂ ਹੋ ਜਾਏਗਾ। ਇਹ ਵੀ ਜ਼ਰੂਰੀ ਨਹੀਂ ਹੈ ਕਿ ਅਸੀਂ ਪੇਸੇਫਿਕ ਮਹਾਂਸਾਗਰ ਦੀਆਂ ਗਹਿਰਾਈਆਂ ਵਿਚ ਉਤਰ ਜਾਈਏ ਪੰਜ ਮੀਲ, ਜਿਥੇ ਕਿ ਸੂਰਜ ਦੀ ਰੋਸ਼ਨੀ ਵੀ ਨਹੀਂ ਪਹੁੰਚਦੀ। ਉਸਨੂੰ ਜਾਣ ਲੈਣ ਨਾਲ ਵੀ ਮਨੁੱਖ-ਜਾਤੀ ਦਾ ਕੋਈ ਬਹੁਤ ਪਰਮ-ਮੰਗਲ ਹੋ ਜਾਣ ਵਾਲਾ ਨਹੀਂ ਹੈ। ਇਹ ਵੀ ਜ਼ਰੂਰੀ ਨਹੀਂ ਹੈ ਕਿ ਅਸੀਂ ਐਟਮ ਨੂੰ ਤੋੜੀਏ ਅਤੇ ਪਛਾਣੀਏ।

ਲੇਕਿਨ ਇਕ ਗੱਲ ਬਿਲਕੁਲ ਜ਼ਰੂਰੀ ਹੈ, ਸਭ ਤੋਂ ਜ਼ਿਆਦਾ ਜ਼ਰੂਰੀ ਹੈ। ਅਲਟੀਮੇਟ ਕਨਸੱਰਨ ਦੀ ਹੈ, ਅਤੇ ਉਹ ਇਹ ਹੈ ਕਿ ਮਨੁੱਖ ਦੇ ਸੈਕਸ ਨੂੰ ਠੀਕ ਤਰ੍ਹਾਂ ਜਾਣ ਲਈਏ ਅਤੇ ਸਮਝ ਲਈਏ, ਤਾਂ ਜੋ ਨਵੇਂ ਮਨੁੱਖ ਨੂੰ ਜਨਮ ਦੇਣ ਵਿਚ ਸਫ਼ਲ ਹੋ ਸਕੀਏ।

ਇਹ ਥੋੜ੍ਹੀਆਂ-ਜਿਹੀਆਂ ਗੱਲਾਂ ਤਿੰਨ ਦਿਨਾਂ ਵਿਚ ਮੈਂ ਤੁਹਾਨੂੰ ਆਖੀਆਂ। ਕੱਲ੍ਹ ਤੁਹਾਡੇ ਸਵਾਲਾਂ ਦੇ ਜਵਾਬ ਦੇਵਾਂਗਾ। ਅਤੇ ਕਿਉਂਕਿ ਕੱਲ੍ਹ ਦਾ ਦਿਨ ਖਾਲੀ ਛੁੱਟ ਗਿਆ, ਕੁਝ ਮਿੱਤਰ ਆਏ ਅਤੇ ਦੇਖ ਕੇ ਮੁੜ ਗਏ ਤਾਂ ਮੇਰੇ ਉਪਰ ਉਹਨਾਂ ਦਾ ਕਰਜ਼ ਹੋ ਗਿਆ ਹੈ ਤਾਂ ਮੈਂ ਕੱਲ੍ਹ ਦੋ ਘੰਟੇ ਜਵਾਬ ਦੇ ਦੇਵਾਂਗਾ, ਤਾਂ ਜੋ ਤੁਹਾਨੂੰ ਕੋਈ ਅੜਿੱਚਣ ਅਤੇ ਤਕਲੀਫ਼ ਨਾ ਹੋਵੇ। ਆਪਣੇ ਸਵਾਲ ਲਿਖ ਕੇ ਦੇ ਦਿਉਗੇ ਈਮਾਨਦਾਰੀ ਨਾਲ, ਕਿਉਂਕਿ ਇਹ ਮਾਮਲਾ ਅਜਿਹਾ ਨਹੀਂ ਹੈ ਕਿ ਤੁਸੀਂ ਪ੍ਰਮਾਤਮਾ, ਆਤਮਾ ਦੇ ਸਬੰਧ ਵਿਚ ਜਿਸ ਤਰ੍ਹਾਂ ਦੀਆਂ ਗੱਲਾਂ ਪੁੱਛਦੇ ਹੋ, ਉਹ ਇੱਥੋਂ ਪੁੱਛੋ। ਇਹ ਮਾਮਲਾ ਜ਼ਿੰਦਗੀ ਦਾ ਹੈ ਅਤੇ ਸਿੱਧੇ ਤੇ ਸੱਚੇ ਜੋ ਤੁਸਾਂ ਨੇ ਸਵਾਲ ਪੁੱਛੇ ਤਾਂ ਅਸੀਂ ਇਹਨਾਂ ਵਿਸ਼ਿਆਂ ਦੀ ਹੋਰ ਗਹਿਰਾਈ ਵਿਚ ਵੀ ਉਤਰਨ ਵਿਚ ਸਮਰੱਥ ਹੋ ਸਕਦੇ ਹਾਂ।

ਮੇਰੀਆਂ ਗੱਲਾਂ ਨੂੰ ਇੰਨੇ ਪ੍ਰੇਮ ਨਾਲ ਸੁਣਿਆ, ਉਹਦੇ ਲਈ ਧੰਨਵਾਦੀ ਹਾਂ। ਅਤੇ ਅੰਤ ਵਿਚ ਸਭ ਦੇ ਅੰਦਰ ਬੈਠੇ ਪ੍ਰਮਾਤਮਾ ਨੂੰ ਪ੍ਰਣਾਮ ਕਰਦਾ ਹਾਂ, ਮੇਰਾ ਪ੍ਰਣਾਮ ਸਵੀਕਾਰ ਕਰੋ।

ਅਧਿਆਇ-5

ਸਮਾਧੀ : ਸੰਭੋਗ ਊਰਜਾ ਦਾ ਅਧਿਆਤਮਕ ਨਿਯੋਜਨ

ਮੇਰੇ ਪਿਆਰੇ ਆਪਣੇ,

ਮਿੱਤਰਾਂ ਨੇ ਬਹੁਤ-ਸਾਰੇ ਸਵਾਲ ਪੁੱਛੇ ਹਨ। ਸਭ ਤੋਂ ਪਹਿਲਾਂ ਇਕ ਮਿੱਤਰ ਨੇ ਪੁੱਛਿਆ ਹੈ ਕਿ ਮੈਂ ਬੋਲਣ ਦੇ ਲਈ ਸੈਕਸ ਜਾਂ ਕਾਮ ਦਾ ਵਿਸ਼ਾ ਕਿਉਂ ਚੁਣਿਆ ?

ਇਸਦੀ ਥੋੜ੍ਹੀ ਜਿਹੀ ਕਹਾਣੀ ਹੈ। ਇਕ ਵੱਡਾ ਬਜ਼ਾਰ ਹੈ। ਉਸ ਵੱਡੇ ਬਜ਼ਾਰ ਵਿਚ ਇਕ ਸਭਾ ਸੀ ਅਤੇ ਉਸ ਸਭਾ ਵਿਚ ਇਕ ਪੰਡਿਤ ਸੀ, ਕਬੀਰ ਕੀ ਕਹਿੰਦੇ ਹਨ, ਇਸ ਸਬੰਧ ਵਿਚ ਬੋਲਦੇ ਹਨ। ਉਹਨਾਂ ਨੇ ਕਬੀਰ ਦੀ ਇਕ ਪੰਗਤੀ ਆਖੀ ਅਤੇ ਉਸਦਾ ਅਰਥ ਸਮਝਾਇਆ। ਉਨ੍ਹਾਂ ਨੇ ਕਿਹਾ, "ਕਬੀਰਾ ਖੜਾ ਬਜਾਰ ਮੇਂ ਲਿਏ ਲੁਕਾਠੀ ਹਾਥ। ਜੋ ਘਰ ਬਾਰੈ ਆਪਨਾ ਚਲੇ ਹਮਾਰੇ ਸਾਥ।" ਉਹਨਾਂ ਨੇ ਇਹ ਕਿਹਾ ਕਿ ਕਬੀਰ ਬਜ਼ਾਰ ਵਿਚ ਖੜ੍ਹਾ ਹੈ ਅਤੇ ਚਿੱਲਾ ਕੇ ਲੋਕਾਂ ਨੂੰ ਆਖਣ ਲੱਗਿਆ ਕਿ ਲਾਠੀ ਚੁੱਕ ਕੇ ਮੈਂ ਸੱਦਦਾ ਹਾਂ ਉਹਨਾਂ ਨੂੰ, ਜਿਹੜੇ ਆਪਣੇ ਘਰ ਨੂੰ ਸਾੜਨ ਦੀ ਹਿੰਮਤ ਰੱਖਦੇ ਹੋਣ ਉਹ ਸਾਡੇ ਨਾਲ ਆ ਜਾਣ।

ਉਸ ਸਭਾ ਵਿਚ ਮੈਂ ਦੇਖਿਆ ਕਿ ਲੋਕ ਇਹ ਗੱਲ ਸੁਣ ਕੇ ਬਹੁਤ ਖ਼ੁਸ਼ ਹੋਏ। ਮੈਨੂੰ ਬੜੀ ਹੈਰਾਨੀ ਹੋਈ—ਮੈਨੂੰ ਹੈਰਾਨੀ ਇਹ ਹੋਈ ਕਿ ਉਹ ਜਿਹੜੇ ਲੋਕ ਖ਼ੁਸ਼ ਹੋ ਰਹੇ ਸਨ, ਉਹਨਾਂ ਵਿਚੋਂ ਕੋਈ ਵੀ ਆਪਣੇ ਘਰ ਨੂੰ ਸਾੜਨ ਲਈ ਕਦੇ ਵੀ ਤਿਆਰ ਨਹੀਂ ਸੀ। ਪਰ ਉਹਨਾਂ ਨੂੰ ਖ਼ੁਸ਼ ਦੇਖ ਕੇ ਸਮਝਿਆ ਕਿ ਵਿਚਾਰਾ ਕਬੀਰ ਅੱਜ ਹੁੰਦਾ ਤਾਂ ਕਿੰਨਾ ਖ਼ੁਸ਼ ਹੁੰਦਾ। ਜਦ ਤਿੰਨ ਸੌ ਸਾਲ ਪਹਿਲਾਂ ਉਹ ਸੀ ਅਤੇ ਕਿਸੇ ਬਜ਼ਾਰ ਵਿਚ ਉਸਨੇ ਚਿੱਲਾ ਕੇ ਕਿਹਾ ਹੋਵੇਗਾ ਤਾਂ ਇਕ ਵੀ ਆਦਮੀ ਖ਼ੁਸ਼ ਨਹੀਂ ਹੋਇਆ ਹੋਵੇਗਾ।

ਆਦਮੀ ਦੀ ਜਾਤ ਬੜੀ ਅਨੋਖੀ ਹੈ। ਜਿਹੜੇ ਮਰ ਜਾਂਦੇ ਹਨ, ਉਹਨਾਂ ਦੀਆਂ ਗੱਲਾਂ ਸੁਣ ਕੇ ਲੋਕ ਖ਼ੁਸ਼ ਹੁੰਦੇ ਹਨ ਅਤੇ ਜਿਹੜੇ ਜਿਉਂਦੇ ਹੁੰਦੇ ਹਨ, ਉਹਨਾਂ ਨੂੰ ਮਾਰ ਸੁੱਟਣ ਦੀ ਧਮਕੀ ਦਿੰਦੇ ਹਨ।

ਮੈਂ ਸੋਚਿਆ ਕਿ ਅੱਜ ਕਬੀਰ ਹੁੰਦੇ, ਇਸ ਬੰਬਈ ਦੇ ਵੱਡੇ ਬਜ਼ਾਰ ਵਿਚ ਤਾਂ ਕਿੰਨੇ ਖ਼ੁਸ਼ ਹੁੰਦੇ ਕਿ ਲੋਕ ਕਿੰਨੇ ਪ੍ਰਸੰਨ ਹੋ ਰਹੇ ਹਨ। ਕਬੀਰ ਜੀ ਕੀ ਕਹਿੰਦੇ ਹਨ, ਇਸਨੂੰ ਸੁਣ ਕੇ ਲੋਕ ਪ੍ਰਸੰਨ ਹੋ ਰਹੇ ਹਨ। ਕਬੀਰ ਜੀ ਨੂੰ ਸੁਣ ਕੇ ਉਹ ਕਦੇ ਵੀ ਪ੍ਰਸੰਨ ਨਹੀਂ ਹੋਏ ਸਨ। ਲੇਕਿਨ ਲੋਕਾਂ ਨੂੰ ਪ੍ਰਸੰਨ ਦੇਖ ਕੇ ਮੈਨੂੰ ਅਜਿਹਾ ਲਗਿਆ ਕਿ ਜੋ ਲੋਕ ਆਪਣੇ

ਘਰ ਨੂੰ ਫੂਕਣ ਦੀ ਹੀ ਹਿੰਮਤ ਰੱਖਦੇ ਹਨ ਅਤੇ ਖ਼ੁਸ਼ ਹੁੰਦੇ ਹਨ, ਉਹਨਾਂ ਨੂੰ ਕੁਝ ਦਿਲ ਦੀਆਂ ਗੱਲਾਂ ਅੱਜ ਆਖੀਆਂ ਜਾਣ, ਤਾਂ ਮੈਂ ਵੀ ਉਸ ਧੋਖੇ ਵਿਚ ਆ ਗਿਆ, ਜਿਸ ਵਿਚ ਕਬੀਰ ਅਤੇ ਕ੍ਰਾਈਸਟ ਅਤੇ ਸਾਰੇ ਲੋਕ ਹਮੇਸ਼ਾ ਆਉਂਦੇ ਰਹੇ ਹਨ।

ਮੈਂ ਲੋਕਾਂ ਨੂੰ ਸੱਚ ਦੀ ਕੁਝ ਗੱਲ ਕਹਿਣੀ ਚਾਹੀ। ਅਤੇ ਸੱਚ ਦੇ ਸਬੰਧ ਵਿਚ ਕੋਈ ਗੱਲ ਕਹਿਣੀ ਹੋਵੇ ਤਾਂ ਉਹਨਾਂ ਕੁਸੱਤਾਂ ਨੂੰ ਸਭ ਤੋਂ ਪਹਿਲਾਂ ਤੋੜ ਦੇਣਾ ਜ਼ਰੂਰੀ ਹੈ, ਜੋ ਆਦਮੀ ਨੇ ਸੱਚ ਸਮਝ ਰੱਖੇ ਹਨ। ਜਿਨ੍ਹਾਂ ਨੂੰ ਅਸੀਂ ਸੱਚ ਸਮਝਦੇ ਹਾਂ ਅਤੇ ਜੋ ਸੱਚ ਨਹੀਂ ਹਨ, ਜਦ ਤਕ ਉਹਨਾਂ ਨੂੰ ਨਾ ਤੋੜ ਦਿਤਾ ਜਾਵੇ, ਤਦ ਤੱਕ ਸੱਚ ਕੀ ਹੈ, ਉਸਨੂੰ ਜਾਣਨ ਵੱਲ ਕੋਈ ਕਦਮ ਨਹੀਂ ਚੁੱਕਿਆ ਜਾ ਸਕਦਾ।

ਮੈਨੂੰ ਕਿਹਾ ਗਿਆ ਸੀ ਉਸ ਸਭਾ ਵਿਚ ਪ੍ਰੇਮ ਦੇ ਸਬੰਧ ਵਿਚ ਮੈਂ ਕੁਝ ਕਹਾਂ ਅਤੇ ਮੈਨੂੰ ਲੱਗਿਆ ਕਿ ਪ੍ਰੇਮ ਦੇ ਸਬੰਧ ਵਿਚ ਤਦ ਤੱਕ ਗੱਲ ਸਮਝ ਵਿਚ ਨਹੀਂ ਆ ਸਕਦੀ, ਜਦ ਤੱਕ ਕਿ ਅਸੀਂ ਕਾਮ ਅਤੇ ਸੈਕਸ ਦੇ ਸਬੰਧ ਵਿਚ ਕੁਝ ਗਲਤ ਧਾਰਨਾਵਾਂ ਲਈ ਹੋਏ ਬੈਠੇ ਹਾਂ। ਜੋ ਗਲਤ ਧਾਰਨਾਵਾਂ ਹਨ ਸੈਕਸ ਦੇ ਸਬੰਧ ਵਿਚ ਤਾਂ ਪ੍ਰੇਮ ਦੇ ਸਬੰਧ ਵਿਚ ਅਸੀਂ ਜੋ ਵੀ ਗੱਲਬਾਤ ਕਰਾਂਗੇ, ਉਹ ਅਧੂਰੀ ਹੋਵੇਗੀ, ਉਹ ਝੂਠੀ ਹੋਵੇਗੀ। ਉਹ ਸੱਚ ਨਹੀਂ ਹੋ ਸਕਦੀ।

ਇਸ ਲਈ ਉਸ ਸਭਾ ਵਿਚ ਮੈਂ ਕਾਮ ਅਤੇ ਸੈਕਸ ਦੇ ਸਬੰਧ ਵਿਚ ਕੁਝ ਕਿਹਾ। ਅਤੇ ਇਹ ਕਿਹਾ ਕਿ ਕਾਮ ਦੀ ਊਰਜਾ ਹੀ ਰੂਪ ਪਰਤਾ ਕੇ ਪ੍ਰੇਮ ਦਾ ਪ੍ਰਗਟਾਅ ਬਣਦੀ ਹੈ। ਇਕ ਆਦਮੀ ਖਾਦ ਖ਼ਰੀਦ ਲਿਆਉਂਦਾ ਹੈ, ਗੰਦੀ ਅਤੇ ਬਦਬੋ ਨਾਲ ਭਰੀ ਹੋਈ ਅਤੇ ਜੇ ਆਪਣੇ ਘਰ ਦੇ ਕੋਲ ਢੇਰ ਲਾ ਲਵੇ ਤਾਂ ਸੜਕ ਤੋਂ ਲੰਘਣਾ ਮੁਸ਼ਕਲ ਹੋ ਜਾਏਗਾ। ਇੰਨੀ ਦੁਰਗੰਧ ਉਥੇ ਫੈਲੇਗੀ। ਲੇਕਿਨ ਇਕ ਦੂਜਾ ਆਦਮੀ ਉਸੇ ਖਾਦ ਨੂੰ ਬਗੀਚੇ ਵਿਚ ਪਾਉਂਦਾ ਹੈ ਅਤੇ ਫੁੱਲਾਂ ਦੇ ਬੀਜ ਪਾਉਂਦਾ ਹੈ। ਫਿਰ ਉਹ ਬੀਜ ਵੱਡੇ ਹੁੰਦੇ ਹਨ, ਪੌਦੇ ਬਣਦੇ ਹਨ ਅਤੇ ਫੁੱਲ ਆਉਂਦੇ ਹਨ ਅਤੇ ਫੁੱਲਾਂ ਦੀ ਸੁਗੰਧ ਆਂਢ-ਗੁਆਂਢ ਦੇ ਘਰਾਂ ਵਿਚ ਨਿਉਂਦਾ ਬਣ ਕੇ ਪਹੁੰਚ ਜਾਂਦੀ ਹੈ। ਰਾਹ 'ਚੋਂ ਲੰਘਦੇ ਲੋਕਾਂ ਨੂੰ ਵੀ ਉਹ ਸੁਗੰਧ ਛੋਂਹਦੀ ਹੈ। ਉਹ ਪੌਦਿਆਂ ਨੂੰ ਲਹਿਰਾਉਂਦਾ ਹੋਇਆ ਸੰਗੀਤ ਮਹਿਸੂਸ ਹੁੰਦਾ ਹੈ। ਪਰ ਸ਼ਾਇਦ ਹੀ ਕਦੇ ਤੁਸੀਂ ਸੋਚਿਆ ਹੋਵੇ ਕਿ ਫੁੱਲਾਂ ਤੋਂ ਜੋ ਸੁਗੰਧ ਬਣ ਕੇ ਪ੍ਰਗਟ ਹੋ ਰਿਹਾ ਹੈ, ਉਹ ਉਹੀ ਦੁਰਗੰਧ ਹੈ, ਜੋ ਖਾਦ ਤੋਂ ਪ੍ਰਗਟ ਹੁੰਦੀ ਸੀ। ਖਾਦ ਦੀ ਦੁਰੰਗਧ ਬੀਜਾਂ ਵਿਚੋਂ ਗੁਜ਼ਰ ਕੇ ਫੁੱਲਾਂ ਦੀ ਸੁਗੰਧ ਬਣ ਜਾਂਦੀ ਹੈ।

ਦੁਰਗੰਧ, ਸੁਗੰਧ ਬਣ ਸਕਦੀ ਹੈ। ਕਾਮ ਪ੍ਰੇਮ ਬਣ ਸਕਦਾ ਹੈ।

ਐਪਰ ਜੋ ਕਾਮ ਦੇ ਵਿਰੋਧ ਵਿਚ ਹੋ ਜਾਇਗਾ, ਉਹ ਉਸਨੂੰ ਪ੍ਰੇਮ ਕਿਵੇਂ ਬਣਾਇਗਾ ? ਜੋ ਕਾਮ ਦਾ ਵੈਰੀ ਹੋ ਜਾਏਗਾ, ਉਹ ਕਿਵੇਂ ਉਸ ਦੇ ਰੂਪ ਨੂੰ ਪਤਾਏਗਾ ? ਇਸ ਲਈ ਕਾਮ ਨੂੰ, ਸੈਕਸ ਨੂੰ ਸਮਝਣਾ ਜ਼ਰੂਰੀ ਹੈ। ਇਹ ਮੈਂ ਉਥੇ ਕਿਹਾ ਅਤੇ ਉਸਦਾ ਰੂਪ ਪਰਤਾਉਣਾ ਜ਼ਰੂਰੀ ਹੈ।

ਮੈਂ ਸੋਚਿਆ, ਜਿਹੜੇ ਲੋਕ ਸਿਰ ਹਿਲਾਉਂਦੇ ਸਨ ਘਰ ਸਾੜ ਜਾਣ 'ਤੇ, ਉਹ ਲੋਕ ਮੇਰੀਆਂ ਗੱਲਾਂ ਸੁਣ ਕੇ ਖ਼ੁਸ਼ ਹੋਣਗੇ। ਪਰ ਮੈਥੋਂ ਗਲਤੀ ਹੋ ਗਈ, ਜਦ ਮੈਂ ਮੰਚ ਤੋਂ ਉਤਰਿਆ ਤਾਂ ਉਸ ਮੰਚ ਉਤੇ ਜਿੰਨੇ ਨੇਤਾ ਸੀ, ਜਿੰਨੇ ਪ੍ਰਬੰਧਕ ਸੀ, ਉਹ ਸਭ ਨੱਸ ਚੁੱਕੇ ਸਨ। ਉਹ ਮੈਨੂੰ ਉਤਰਨ ਵੇਲੇ ਮੰਚ ਉਤੇ ਕੋਈ ਵੀ ਨਾ ਮਿਲੇ। ਉਹ ਸ਼ਾਇਦ ਆਪਣੇ ਘਰ ਚਲੇ ਗਏ ਹੋਣਗੇ ਕਿ ਕਿਤੇ ਘਰ ਵਿਚ ਅੱਗ ਨਾ ਲੱਗ ਜਾਵੇ। ਉਸਨੂੰ ਬੁਝਾਉਣ ਦਾ

ਇੰਤਜ਼ਾਮ ਕਰਨ ਦੌੜ ਗਏ ਸਨ। ਮੈਨੂੰ ਧੰਨਵਾਦ ਦੇਣ ਨੂੰ ਪ੍ਰਬੰਧਕ ਉਥੇ ਨਹੀਂ ਸਨ। ਜਿੰਨੀਆਂ ਵੀ ਸਫ਼ੈਦ ਟੋਪੀਆਂ ਸੀ, ਜਿੰਨੇ ਵੀ ਖੱਦਰ ਵਾਲੇ ਲੋਕ ਸਨ, ਉਹ ਮੰਚ ਉਤੇ ਕੋਈ ਵੀ ਨਹੀਂ ਸੀ। ਉਹ ਜਾ ਚੁੱਕੇ ਸਨ। ਨੇਤਾ ਬੜਾ ਕਮਜ਼ੋਰ ਹੁੰਦਾ ਹੈ। ਉਹ ਆਪਣੇ ਪੈਰੋਕਾਰਾਂ ਤੋਂ ਪਹਿਲਾਂ ਨੱਸ ਜਾਂਦਾ ਹੈ।

ਲੇਕਿਨ ਕੁਝ ਹੌਂਸਲਾਮੰਦ ਲੋਕ ਜ਼ਰੂਰ ਉਪਰ ਆਏ। ਕੁਝ ਬੱਚੇ ਆਏ ਕੁਝ ਬੱਚੀਆਂ ਆਈਆਂ; ਕੁਝ ਬੁੱਢੇ, ਕੁਝ ਜਵਾਨ। ਅਤੇ ਉਹਨਾਂ ਨੇ ਮੈਨੂੰ ਕਿਹਾ ਕਿ ਤੁਸੀਂ ਉਹ ਗੱਲਾਂ ਸਾਨੂੰ ਦੱਸੀਆਂ ਹਨ, ਜੋ ਸਾਨੂੰ ਕਿਸੇ ਨੇ ਵੀ ਕਦੇ ਨਹੀਂ ਦੱਸੀਆਂ ਅਤੇ ਸਾਡੀਆਂ ਅੱਖਾਂ ਖੋਲ੍ਹ ਦਿੱਤੀਆਂ ਹਨ। ਸਾਨੂੰ ਬਹੁਤ ਹੀ ਰੋਸ਼ਨੀ ਮਹਿਸੂਸ ਹੋਈ ਹੈ। ਤਾਂ ਫਿਰ ਮੈਂ ਸੋਚਿਆ ਕਿ ਮੁਨਾਸਬ ਹੋਵੇਗਾ ਕਿ ਇਸ ਗੱਲ ਨੂੰ ਹੋਰ ਠੀਕ ਤਰ੍ਹਾਂ ਪੂਰੀ ਤਰ੍ਹਾਂ ਕਿਹਾ ਜਾਵੇ, ਇਸ ਲਈ ਇਹ ਵਿਸ਼ਾ ਮੈਂ ਅੱਜ ਇਥੇ ਚੁਣਿਆ। ਇਹਨਾਂ ਚਾਰ ਦਿਨਾਂ ਵਿਚ ਉਹ ਕਹਾਣੀ ਜੋ ਉਥੇ ਅਧੂਰੀ ਰਹਿ ਗਈ ਸੀ, ਉਸਨੂੰ ਪੂਰੀ ਕਰਨ ਦਾ ਇਕ ਕਾਰਨ ਇਹ ਸੀ ਕਿ ਲੋਕਾਂ ਨੇ ਮੈਨੂੰ ਕਿਹਾ। ਅਤੇ ਉਹ ਉਹਨਾਂ ਲੋਕਾਂ ਨੇ ਕਿਹਾ, ਜਿਨ੍ਹਾਂ ਦੀ ਜੀਵਨ ਨੂੰ ਸਮਝਣ ਦੀ ਹਾਰਦਿਕ ਚੇਸ਼ਟਾ ਹੈ। ਅਤੇ ਉਹਨਾਂ ਨੇ ਚਾਹਿਆ ਕਿ ਮੈਂ ਪੂਰੀ ਗੱਲ ਆਖਾਂ। ਇਕ ਤਾਂ ਕਾਰਨ ਇਹ ਸੀ।

ਅਤੇ ਦੂਜਾ ਕਾਰਨ ਇਹ ਸੀ ਕਿ ਉਹ ਲੋਕ ਜਿਹੜੇ ਨੱਸ ਗਏ ਸਨ ਮੰਚ ਉਤੋਂ, ਉਹਨਾਂ ਨੇ ਜਗ੍ਹਾ ਜਗ੍ਹਾ ਜਾ ਕੇ ਕਹਿਣਾ ਸ਼ੁਰੂ ਕਰ ਦਿੱਤਾ ਕਿ ਮੈਂ ਤਾਂ ਹੁਣ ਐਸੀਆਂ ਗੱਲਾਂ ਆਖੀਆਂ ਹਨ ਕਿ ਧਰਮ ਦਾ ਵਿਨਾਸ਼ ਹੀ ਹੋ ਜਾਏਗਾ। ਮੈਂ ਤਾਂ ਐਸੀਆਂ ਗੱਲਾਂ ਆਖੀਆਂ ਹਨ, ਜਿਨ੍ਹਾਂ ਤੋਂ ਕਿ ਲੋਕ ਅਧਾਰਮਕ ਹੋ ਜਾਣਗੇ।

ਤਾਂ ਮੈਨੂੰ ਲਗਿਆ ਕਿ ਉਹਨਾਂ ਦਾ ਕਹਿਣਾ ਵੀ ਪੂਰਾ ਸਪੱਸ਼ਟ ਹੋ ਸਕੇ ਉਹਨਾਂ ਨੂੰ ਵੀ ਪਤਾ ਲੱਗ ਸਕੇ ਕਿ ਲੋਕ ਸੈਕਸ ਦੇ ਸਬੰਧ ਵਿਚ ਸਮਝ ਨੂੰ ਅਧਾਰਮਕ ਹੋਣ ਵਾਲੇ ਨਹੀਂ ਹਨ, ਨਹੀਂ ਸਮਝਿਆ ਹੈ ਉਹਨਾਂ ਨੇ ਅੱਜ ਤੱਕ, ਇਸ ਲਈ ਅਧਾਰਮਕ ਹੋ ਗਏ ਹਨ।

ਅਗਿਆਨ ਅਧਾਰਮਕ ਬਣਾ ਸਕਦਾ ਹੈ। ਗਿਆਨ ਕਦੇ ਵੀ ਅਧਾਰਮਕ ਨਹੀਂ ਬਣਾ ਸਕਦਾ।

ਅਤੇ ਜੇ ਗਿਆਨ ਅਧਾਰਮਕ ਬਣਾਉਂਦਾ ਹੋਵੇ ਤਾਂ ਮੈਂ ਕਹਿੰਦਾ ਹਾਂ ਕਿ ਅਜਿਹਾ ਗਿਆਨ ਜਾਇਜ਼ ਹੈ। ਜੋ ਅਧਾਰਮਕ ਬਣਾ ਦੇਵੇ, ਉਸ ਅਗਿਆਨ ਦੀ ਬਜਾਇ ਜੋ ਕਿ ਧਾਰਮਕ ਬਣਾਉਂਦਾ ਹੋਵੇ। ਕਿਉਂਕਿ ਜੋ ਅਗਿਆਨ ਧਾਰਮਕ ਬਣਾਉਂਦਾ ਹੋਵੇ ਤਾਂ ਉਹ ਧਰਮ ਵੀ ਦੋ ਕੌਡੀ ਦਾ ਹੈ, ਜੋ ਅਗਿਆਨ ਦੀ ਬੁਨਿਆਦ ਉਤੇ ਖੜ੍ਹਾ ਹੁੰਦਾ ਹੋਵੇ। ਧਰਮ ਤਾਂ ਉਹੀ ਸੱਚਾ ਹੈ, ਜੋ ਗਿਆਨ ਦੇ ਅਧਾਰ 'ਤੇ ਖੜ੍ਹਾ ਹੁੰਦਾ ਹੈ।

ਅਤੇ ਮੈਨੂੰ ਨਹੀਂ ਦਿਖਾਈ ਪੈਂਦਾ ਕਿ ਗਿਆਨ ਮਨੁੱਖ ਨੂੰ ਕਿਤੇ ਵੀ ਕੋਈ ਹਾਨੀ ਪੁਚਾ ਸਕਦਾ ਹੈ। ਹਾਨੀ ਹਮੇਸ਼ਾ ਹਨੇਰੇ ਨਾਲ ਪੁੱਜਦੀ ਹੈ ਅਤੇ ਅਗਿਆਨ ਨਾਲ।

ਇਸ ਲਈ ਜੋ ਮਨੁੱਖ-ਜਾਤੀ ਭ੍ਰਿਸ਼ਟ ਹੋ ਗਈ; ਯੌਨ ਦੇ ਸਬੰਧ ਵਿਚ ਵਿਕਾਰੀ ਅਤੇ ਸ਼ੁਦਾਈ ਹੋ ਗਈ, ਸੈਕਸ ਦੇ ਸਬੰਧ ਵਿਚ ਪਾਗਲ ਹੋ ਗਈ ਤਾਂ ਉਸਦਾ ਜ਼ਿੰਮਾ ਉਹਨਾਂ ਲੋਕਾਂ ਉਤੇ ਨਹੀਂ ਹੈ, ਜਿਨ੍ਹਾਂ ਨੇ ਸੈਕਸ ਦੇ ਸਬੰਧ ਵਿਚ ਗਿਆਨ ਦੀ ਖੋਜ ਕੀਤੀ ਹੈ। ਉਸਦਾ ਜ਼ਿੰਮਾ ਉਹਨਾਂ ਨੈਤਿਕ, ਧਾਰਮਕ ਅਤੇ ਥੋਥੇ ਸਾਧੂ-ਸੰਤਾਂ ਉਤੇ ਹੈ, ਜਿਨ੍ਹਾਂ ਨੇ ਮਨੁੱਖ ਨੂੰ, ਹਜ਼ਾਰਾਂ ਵਰ੍ਹਿਆਂ ਤੋਂ ਅਗਿਆਨ ਵਿਚ ਰੱਖਣ ਦੀ ਚੇਸ਼ਟਾ ਕੀਤੀ ਹੈ।

ਇਹ ਮਨੁੱਖ-ਜਾਤੀ ਕਦੋਂ ਦੀ ਸੈਕਸ ਤੋਂ ਮੁਕਤ ਹੋ ਗਈ ਹੁੰਦੀ। ਲੇਕਿਨ ਇਹ ਨਹੀਂ ਹੋ ਸਕਿਆ। ਨਹੀਂ ਹੋ ਸਕਿਆ ਉਹਨਾਂ ਦੀ ਵਜ੍ਹਾ ਨਾਲ, ਜੋ ਹਨੇਰਾ ਕਾਇਮ ਰੱਖਣ ਦੀ ਚੇਸ਼ਟਾ ਕਰ ਰਹੇ ਹਨ।

ਤਾਂ ਮੈਂ ਸਮਝਿਆ ਕਿ ਜੋ ਥੋੜ੍ਹੀ-ਜਿਹੀ ਕਿਰਣ ਨਾਲ ਇੰਨੀ ਬੇਚੈਨੀ ਹੋਈ ਹੈ ਤਾਂ ਫਿਰ ਪੂਰੇ ਪ੍ਰਕਾਸ਼ ਦੀ ਚਰਚਾ ਕਰ ਲੈਣੀ ਮੁਨਾਸਬ ਹੈ ਤਾਂ ਜੋ ਸਾਫ਼ ਹੋ ਸਕੇ ਕਿ ਗਿਆਨ ਮਨੁੱਖ ਨੂੰ ਧਾਰਮਕ ਬਣਾਉਂਦਾ ਹੈ ਜਾਂ ਅਧਾਰਮਕ ਬਣਾਉਂਦਾ ਹੈ। ਇਹ ਕਾਰਨ ਸੀ ਇਸ ਲਈ ਇਹ ਵਿਸ਼ਾ ਚੁਣਿਆ। ਅਤੇ ਜੇ ਇਹ ਕਾਰਨ ਨਾ ਹੁੰਦਾ ਤਾਂ ਸ਼ਾਇਦ ਮੈਨੂੰ ਅਚਾਨਕ ਖ਼ਿਆਲ ਨਾ ਆਉਂਦਾ ਇਸਨੂੰ ਚੁਣਨ ਦਾ। ਸ਼ਾਇਦ ਇਸ ਉਤੇ ਮੈਂ ਕੋਈ ਗੱਲ ਨਾ ਕਰਦਾ। ਇਸ ਲਿਹਾਜ਼ ਨਾਲ ਉਹ ਲੋਕ ਧੰਨਵਾਦ ਦੇ ਪਾਤਰ ਹਨ, ਜਿਨ੍ਹਾਂ ਨੇ ਅਵਸਰ ਪੈਦਾ ਕਰ ਦਿੱਤਾ ਅਤੇ ਇਹ ਵਿਸ਼ਾ ਮੈਨੂੰ ਚੁਣਨਾ ਪਿਆ। ਅਤੇ ਜੇ ਤੁਸਾਂ ਨੇ ਧੰਨਵਾਦ ਦੇਣਾ ਹੋਵੇ ਤਾਂ ਮੈਨੂੰ ਨਾ ਦੇਣਾ। ਉਹ ਭਾਰਤੀ ਵਿਦਿਆ ਭਵਨ ਨੇ, ਜਿਨ੍ਹਾਂ ਨੇ ਸਭਾ ਆਯੋਜਤ ਕੀਤੀ ਸੀ, ਉਹਨਾਂ ਨੂੰ ਧੰਨਵਾਦ ਦੇਣਾ। ਉਹਨਾਂ ਨੇ ਹੀ ਇਹ ਵਿਸ਼ਾ ਚੁਣਵਾ ਦਿੱਤਾ। ਮੇਰਾ ਇਸ ਵਿਚ ਕੋਈ ਹੱਥ ਨਹੀਂ ਹੈ।

ਇਕ ਮਿੱਤਰ ਨੇ ਪੁੱਛਿਆ ਕਿ ਮੈਂ ਕਿਹਾ ਕਿ ਕਾਮ ਦਾ ਰੂਪ-ਪਰਤਣ ਹੀ ਪ੍ਰੇਮ ਬਣਦਾ ਹੈ। ਤਾਂ ਉਹਨਾਂ ਨੇ ਪੁੱਛਿਆ ਹੈ ਕਿ ਮਾਂ ਦਾ ਬੇਟੇ ਦੇ ਲਈ ਪ੍ਰੇਮ-ਕੀ ਉਹ ਵੀ ਕਾਮ ਹੈ, ਉਹ ਵੀ ਸੈਕਸ ਹੈ ? ਹੋਰ ਵੀ ਕੁਝ ਲੋਕਾਂ ਨੇ ਇਸ ਤਰ੍ਹਾਂ ਦੇ ਸਵਾਲ ਪੁੱਛੇ ਹਨ।

ਇਸਨੂੰ ਜ਼ਰਾ ਸਮਝ ਲੈਣਾ ਉਪਯੋਗੀ ਹੋਵੇਗਾ।

ਜੇ ਮੇਰੀ ਗੱਲ ਤੁਸੀਂ ਧਿਆਨ ਨਾਲ ਸੁਣੀ ਹੈ ਤਾਂ ਮੈਂ ਕਿਹਾ ਕਿ ਸੈਕਸ ਦੇ ਅਨੁਭਵ ਦੀਆਂ ਬੜੀਆਂ ਗਹਿਰਾਈਆਂ ਹਨ। ਜਿਨ੍ਹਾਂ ਤੱਕ ਆਦਮੀ ਪਹੁੰਚ ਵੀ ਨਹੀਂ ਪਾਂਦਾ ਹੈ। ਤਿੰਨ ਤਲ ਹਨ ਸੈਕਸ ਦੇ ਅਨੁਭਵ ਦੇ, ਸੈਕਸ ਦੇ, ਉਹ ਮੈਂ ਤੁਹਾਨੂੰ ਦੱਸਾਂ।

ਇਕ ਤਲ ਤਾਂ ਸਰੀਰ ਦਾ ਤਲ ਹੈ—ਬਿਲਕੁਲ ਫ਼ਿਜ਼ਿਓਲਾੱਜੀਕਲ। ਇਕ ਆਦਮੀ ਵੇਸਵਾ ਦੇ ਕੋਲ ਜਾਂਦਾ ਹੈ। ਉਸਨੂੰ ਜੋ ਸੈਕਸ ਦਾ ਅਨੁਭਵ ਹੁੰਦਾ ਹੈ, ਉਹ ਸਰੀਰ ਤੋਂ ਗਹਿਰਾ ਨਹੀਂ ਹੋ ਸਕਦਾ। ਵੇਸਵਾ ਸਰੀਰ ਵੇਚ ਸਕਦੀ ਹੈ, ਮਨ ਨਹੀਂ ਵੇਚਿਆ ਜਾ ਸਕਦਾ ਅਤੇ ਆਤਮਾ ਨੂੰ ਵੇਚਣ ਦਾ ਕੋਈ ਉਪਾਅ ਨਹੀਂ ਹੈ। ਸਰੀਰ ਮਿਲ ਸਕਦਾ ਹੈ।

ਇਕ ਆਦਮੀ ਬਲਾਤਕਾਰ ਕਰਦਾ ਹੈ, ਤਾਂ ਬਲਾਤਕਾਰ ਵਿਚ ਕਿਸੇ ਦਾ ਮਨ ਵੀ ਨਹੀਂ ਮਿਲ ਸਕਦਾ ਅਤੇ ਕਿਸੇ ਦੀ ਆਤਮਾ ਵੀ ਨਹੀਂ। ਸਰੀਰ ਉਤੇ ਬਲਾਤਕਾਰ ਕੀਤਾ ਜਾ ਸਕਦਾ ਹੈ। ਆਤਮਾ ਉਤੇ ਬਲਾਤਕਾਰ ਕਰਨ ਦਾ ਨਾ ਕੋਈ ਉਪਾਅ ਹੈ, ਨਾ ਖੋਜਿਆ ਜਾ ਸਕਿਆ ਹੈ, ਨਾ ਖੋਜਿਆ ਜਾ ਸਕਦਾ ਹੈ। ਤਾਂ ਬਲਾਤਕਾਰ ਵਿਚ ਜੋ ਵੀ ਅਨੁਭਵ ਹੋਵੇਗਾ, ਉਹ ਸਰੀਰ ਦਾ ਹੋਵੇਗਾ। ਸੈਕਸ ਦਾ ਮੁੱਢਲਾ ਅਨੁਭਵ ਸਰੀਰ ਤੋਂ ਜ਼ਿਆਦਾ ਗਹਿਰਾ ਨਹੀਂ ਹੁੰਦਾ। ਲੇਕਿਨ ਸਰੀਰ ਦੇ ਅਨੁਭਵ ਉਤੇ ਹੀ ਜੋ ਰੁਕ ਜਾਂਦੇ ਹਨ, ਉਹ ਸੈਕਸ ਦੇ ਪੂਰੇ ਅਨੁਭਵ ਨੂੰ ਉਪਲੱਬਧ ਨਹੀਂ ਹੁੰਦੇ। ਉਹਨਾਂ ਨੂੰ ਮੈਂ ਕਿਹੜੀਆਂ ਗਹਿਰਾਈ ਦੀਆਂ ਗੱਲਾਂ ਆਖੀਆਂ ਹਨ, ਉਸਦਾ ਉਹਨਾਂ ਨੂੰ ਕੋਈ ਪਤਾ ਨਹੀਂ ਲੱਗ ਸਕਦਾ। ਅਤੇ ਬਹੁਤੇ ਲੋਕ ਸਰੀਰ ਦੇ ਤਲ 'ਤੇ ਹੀ ਰੁਕ ਗਏ ਹਨ।

ਇਸ ਸਬੰਧ ਵਿਚ ਇਹ ਵੀ ਜਾਣ ਲੈਣਾ ਜ਼ਰੂਰੀ ਹੈ ਕਿ ਜਿਨ੍ਹਾਂ ਦੇਸ਼ਾਂ ਵਿਚ ਵੀ ਪ੍ਰੇਮ ਦੇ ਬਿਨਾਂ ਵਿਆਹ ਹੁੰਦਾ ਹੈ, ਉਸ ਦੇਸ਼ ਵਿਚ ਸੈਕਸ ਸਰੀਰ ਦੇ ਤਲ 'ਤੇ ਹੀ ਰੁਕ ਜਾਂਦਾ

ਹੈ ਅਤੇ ਉਸ ਤੋਂ ਗਹਿਰਾ ਨਹੀਂ ਜਾ ਸਕਦਾ ਹੈ।

ਵਿਆਹ ਦੋ ਸਰੀਰਾਂ ਦਾ ਹੋ ਸਕਦਾ ਹੈ, ਵਿਆਹ ਦੋ ਆਤਮਾਵਾਂ ਦਾ ਨਹੀਂ, ਦੋ ਆਤਮਾਵਾਂ ਦਾ ਪ੍ਰੇਮ ਹੋ ਸਕਦਾ ਹੈ।

ਇਸ ਲਈ ਜੇਕਰ ਪ੍ਰੇਮ ਤੋਂ ਵਿਆਹ ਨਿਕਲਦਾ ਹੋਵੇ, ਤਦ ਤਾਂ ਵਿਆਹ ਵਿਚ ਗਹਿਰਾ ਅਰਥ ਲੈ ਲੈਂਦਾ ਹੈ ਅਤੇ ਜੇ ਵਿਆਹ ਦੋ ਪੰਡਿਤਾਂ ਅਤੇ ਦੋ ਜੋਤਸ਼ੀਆਂ ਦੇ ਹਿਸਾਬ ਕਿਤਾਬ ਤੋਂ ਨਿਕਲਦਾ ਹੋਵੇ, ਅਤੇ ਜਾਤ ਦੇ ਵਿਚਾਰ ਤੋਂ ਨਿਕਲਦਾ ਹੋਵੇ ਅਤੇ ਧਨ ਦੇ ਵਿਚਾਰ ਤੋਂ ਨਿਕਲਦਾ ਹੋਵੇ ਤਾਂ ਉਸ ਤਰ੍ਹਾਂ ਦਾ ਵਿਆਹ ਕਦੇ ਵੀ ਸਰੀਰ ਨਾਲੋਂ ਜ਼ਿਆਦਾ ਗਹਿਰਾ ਨਹੀਂ ਜਾ ਸਕਦਾ।

ਪਰ ਅਜਿਹੇ ਵਿਆਹ ਦਾ ਇਕ ਫ਼ਾਇਦਾ ਹੈ। ਸਰੀਰ ਮਨ ਦੇ ਮੁਕਾਬਲੇ ਵਧੇਰੇ ਸਥਿਰ ਚੀਜ਼ ਹੈ। ਇਸ ਲਈ ਸਰੀਰ ਜਿਨ੍ਹਾਂ ਸਮਾਜ ਵਿਚ ਵਿਆਹ ਦਾ ਅਧਾਰ ਹੈ, ਉਹਨਾਂ ਸਮਾਜਾਂ ਵਿਚ ਵਿਆਹ ਚੰਗਾ ਸਥਿਰ ਹੋਵੇਗਾ। ਜੀਵਨ ਭਰ ਨਿਭ ਜਾਏਗਾ।

ਸਰੀਰ ਅਸਥਿਰ ਚੀਜ਼ ਨਹੀਂ ਹੈ। ਸਰੀਰ ਬਹੁਤ ਸਥਿਰ ਚੀਜ਼ ਹੈ। ਉਸ ਵਿਚ ਬਦਲਾਅ ਬਹੁਤ ਹੌਲੀ-ਹੌਲੀ ਆਉਂਦਾ ਹੈ ਅਤੇ ਪਤਾ ਵੀ ਨਹੀਂ ਲੱਗਦਾ। ਸਰੀਰ ਜੜ੍ਹਤਾ ਦਾ ਤਲ ਹੈ। ਇਸ ਲਈ ਜਿਨ੍ਹਾਂ ਸਮਾਜਾਂ ਨੇ ਇਹ ਸਮਝਿਆ ਕਿ ਵਿਆਹ ਨੂੰ ਸਥਿਰ ਬਣਾਉਣਾ ਜ਼ਰੂਰੀ ਹੈ—ਇਕ ਹੀ ਵਿਆਹ ਕਾਫ਼ੀ ਹੈ ਬਦਲਾਅ ਦੀ ਜ਼ਰੂਰਤ ਨਾ ਪਵੇ; ਉਹਨਾਂ ਨੂੰ ਪ੍ਰੇਮ ਅਲੱਗ ਕਰ ਦੇਣਾ ਪਿਆ। ਕਿਉਂਕਿ ਪ੍ਰੇਮ ਹੁੰਦਾ ਹੈ ਮਨ ਨਾਲ ਅਤੇ ਮਨ ਚੰਚਲ ਹੈ।

ਜੋ ਸਮਾਜ ਪ੍ਰੇਮ ਦੇ ਅਧਾਰ 'ਤੇ ਵਿਆਹ ਦਾ ਇੰਤਜ਼ਾਮ ਕਰਨਗੇ, ਉਹਨਾਂ ਸਮਾਜਾਂ ਵਿਚ ਤਲਾਕ ਲਾਜ਼ਮੀ ਹੋਵੇਗਾ। ਉਹਨਾਂ ਸਮਾਜਾਂ ਵਿਚ ਵਿਆਹ ਬਦਲੇਗਾ। ਵਿਆਹ ਸਥਾਈ ਇੰਤਜ਼ਾਮ ਨਹੀਂ ਹੋ ਸਕਦਾ। ਕਿਉਂਕਿ ਪ੍ਰੇਮ ਤਰਲ ਹੈ।

ਮਨ ਚੰਚਲ ਹੈ। ਸਰੀਰ ਸਥਿਰ ਅਤੇ ਜੜ੍ਹ ਹੈ।

ਤੁਹਾਡੇ ਘਰ ਵਿਚ ਇਕ ਪੱਥਰ ਪਿਆ ਹੋਇਆ ਹੈ। ਸਵੇਰੇ ਪਿਆ ਹੋਇਆ ਸੀ, ਸ਼ਾਮ ਨੂੰ ਪੱਥਰ ਉਥੇ-ਹੀ ਪਿਆ ਰਹੇਗਾ। ਸਵੇਰੇ ਇਕ ਫੁੱਲ ਖਿੜਿਆ ਸੀ, ਸ਼ਾਮ ਤੱਕ ਮੁਰਝਾ ਜਾਏਗਾ ਅਤੇ ਡਿੱਗ ਪਏਗਾ। ਫੁੱਲ ਜਿਊਂਦਾ ਹੈ, ਜਨਮੇਗਾ, ਜੀਵੇਗਾ, ਮਰੇਗਾ। ਪੱਥਰ ਮੁਰਦਾ ਹੈ, ਉਵੇਂ ਦਾ ਉਵੇਂ ਸਵੇਰੇ ਸੀ। ਉਵੇਂ ਦਾ ਉਵੇਂ ਸ਼ਾਮੀਂ ਪਿਆ ਰਹੇਗਾ। ਪੱਥਰ ਬਹੁਤ ਸਥਿਰ ਹੈ।

ਵਿਆਹ ਇਕ ਪੱਥਰ ਦੀ ਤਰ੍ਹਾਂ ਹੈ। ਸਰੀਰ ਦੇ ਤਲ 'ਤੇ ਜੋ ਵਿਆਹ ਹੈ, ਉਹ ਸਥਿਰਤਾ ਲਿਆਉਂਦਾ ਹੈ, ਸਮਾਜ ਦੇ ਹਿਤ ਵਿਚ ਹੈ। ਐਪਰ ਇਕ-ਇਕ ਵਿਅਕਤੀ ਦੇ ਅਹਿਤ ਵਿਚ ਹੈ। ਕਿਉਂਕਿ ਉਹ ਸਥਿਰਤਾ ਸਰੀਰ ਦੇ ਤਲ 'ਤੇ ਲਿਆਂਦੀ ਗਈ ਹੈ ਅਤੇ ਪ੍ਰੇਮ ਤੋਂ ਬਚਿਆ ਗਿਆ ਹੈ।

ਇਸ ਲਈ ਸਰੀਰ ਦੇ ਤਲ ਤੋਂ ਜ਼ਿਆਦਾ ਪਤੀ ਅਤੇ ਪਤਨੀ ਦਾ ਸੰਭੋਗ ਨਹੀਂ ਪਹੁੰਚ ਪਾਂਦਾ ਗਹਿਰਾਈ ਵਿਚ। ਇਕ ਮਸ਼ੀਨੀ, ਇਕ ਮੈਕੇਨੀਕਲ ਰੂਟੀਨ ਹੋ ਜਾਂਦੀ ਹੈ। ਇਕ ਮਸ਼ੀਨ ਵਰਗਾ ਜੀਵਨ ਹੋ ਜਾਂਦਾ ਹੈ ਸੈਕਸ ਦਾ। ਉਸ ਅਨੁਭਵ ਨੂੰ ਰਿਪੀਟ ਕਰਦੇ ਰਹਿੰਦੇ ਹਨ ਅਤੇ ਜੜ੍ਹ ਹੁੰਦੇ ਚਲੇ ਜਾਂਦੇ ਹਨ ! ਲੇਕਿਨ ਉਸ ਤੋਂ ਜ਼ਿਆਦਾ ਗਹਿਰਾਈ ਕਦੇ ਵੀ ਨਹੀਂ ਮਿਲਦੀ।

ਜਿੱਥੇ ਪ੍ਰੇਮ ਦੇ ਬਿਨਾਂ ਵਿਆਹ ਹੁੰਦਾ ਹੈ ਉਸ ਵਿਆਹ ਵਿਚ ਅਤੇ ਵੇਸਵਾ ਦੇ ਕੋਲ

ਜਾਣ ਵਿਚ ਬੁਨਿਆਦੀ ਫ਼ਰਕ ਨਹੀਂ ਹੈ, ਥੋੜ੍ਹਾ ਜਿਹਾ ਫ਼ਰਕ ਹੈ, ਬੁਨਿਆਦੀ ਨਹੀਂ ਹੈ ਉਹ। ਵੇਸਵਾ ਨੂੰ ਤੁਸੀਂ ਇਕ ਦਿਨ ਖ਼ਾਤਰ ਖ਼ਰੀਦਦੇ ਹੋ ਅਤੇ ਪਤਨੀ ਨੂੰ, ਤੁਸੀਂ ਸਾਰੀ ਉਮਰ ਲਈ ਖ਼ਰੀਦਦੇ ਹੋ। ਇਸ ਨਾਲ ਬਹੁਤਾ ਫ਼ਰਕ ਨਹੀਂ ਪੈਂਦਾ। ਜਿੱਥੇ ਪ੍ਰੇਮ ਨਹੀਂ ਹੈ, ਉਥੇ ਖ਼ਰੀਦਣਾ ਹੀ ਹੈ। ਭਾਵੇਂ ਇਕ ਦਿਨ ਦੀ ਖ਼ਾਤਰ ਖ਼ਰੀਦੋ ਭਾਵੇਂ ਪੂਰੀ ਜ਼ਿੰਦਗੀ ਦੇ ਲਈ ਖ਼ਰੀਦੋ। ਹਾਲਾਂਕਿ ਨਾਲ ਰਹਿਣ ਕਰਕੇ ਨਿੱਤ-ਨਿੱਤ ਇਕ ਤਰ੍ਹਾਂ ਦਾ ਸਬੰਧ ਪੈਦਾ ਹੋ ਜਾਂਦਾ ਹੈ ਐਸੋਸੀਏਸ਼ਨ ਨਾਲ। ਲੋਕ ਉਸੇ ਨੂੰ ਪ੍ਰੇਮ ਸਮਝ ਲੈਂਦੇ ਹਨ। ਉਹ ਪ੍ਰੇਮ ਨਹੀਂ ਹੈ। ਪ੍ਰੇਮ ਹੋਰ ਹੀ ਗੱਲ ਹੈ। ਸਰੀਰ ਦੇ ਤਲ 'ਤੇ ਵਿਆਹ ਹੈ ਇਸ ਲਈ ਸਰੀਰ ਦੇ ਤਲ ਤੋਂ ਗਹਿਰਾ ਸਬੰਧ ਕਦੇ ਵੀ ਨਹੀਂ ਪੈਦਾ ਹੋ ਪਾਂਦਾ ਹੈ। ਇਹ ਇਕ ਤਲ ਹੈ।

ਦੂਜਾ ਤਲ ਹੈ ਸੈਕਸ ਦਾ—ਮਨ ਦਾ ਤਲ, ਸਾਈਕੋਲਾਜੀਕਲ। ਵਾਤਸਿਆਯਨ ਤੋਂ ਲੈ ਕੇ ਪੰਡਤ ਕੋਕ ਤੱਕ ਜਿਨ੍ਹਾਂ ਲੋਕਾਂ ਨੇ ਵੀ ਇਸ ਤਰ੍ਹਾਂ ਦੇ ਸ਼ਾਸਤਰ ਲਿਖੇ ਹਨ ਸੈਕਸ ਦੇ ਬਾਬਤ, ਉਹ ਸਰੀਰ ਦੇ ਤਲ ਤੋਂ ਗਹਿਰੇ ਨਹੀਂ ਜਾਂਦੇ। ਦੂਜਾ ਤਲ ਹੈ ਮਾਨਸਕ। ਜਿਹੜੇ ਲੋਕ ਪ੍ਰੇਮ ਕਰਦੇ ਹਨ ਅਤੇ ਫਿਰ ਵਿਆਹ ਵਿਚ ਬੱਝਦੇ ਹਨ, ਉਹਨਾਂ ਦਾ ਸੈਕਸ ਸਰੀਰ ਦੇ ਤਲ ਤੋਂ ਕੁਝ ਗਹਿਰਾ ਜਾਂਦਾ ਹੈ। ਉਹ ਮਨ ਤਕ ਜਾਂਦਾ ਹੈ। ਉਸਦੀ ਦੀ ਗਹਿਰਾਈ ਸਾਈਕੋਲਾਜੀਕਲ ਹੈ। ਪਰ ਉਹ ਵੀ ਨਿੱਤ-ਨਿੱਤ ਦੁਹਰਾਇਆ ਜਾਣ ਕਰਕੇ ਥੋੜ੍ਹੇ ਹੀ ਦਿਨਾਂ ਵਿਚ ਸਰੀਰ ਦੇ ਤਲ 'ਤੇ ਆ ਜਾਂਦਾ ਹੈ ਅਤੇ ਮਸ਼ੀਨੀ ਹੋ ਜਾਂਦਾ ਹੈ।

ਜੋ ਵਿਵਸਥਾ ਵਿਕਸਤ ਕੀਤੀ ਹੈ ਜਾਂ ਦੋ ਸੌ ਸਾਲਾਂ ਵਿਚ ਪ੍ਰੇਮ-ਵਿਆਹ ਦੀ, ਉਹ ਮਾਨਸਕ ਤਲ ਤਕ ਸੈਕਸ ਨੂੰ ਲੈ ਜਾਂਦੀ ਹੈ ਅਤੇ ਇਸ ਲਈ ਪੱਛਮ ਵਿਚ ਸਮਾਜ ਖਿੰਡ-ਖੱਖ਼ਰ ਹੋ ਗਿਆ ਹੈ। ਕਿਉਂਕਿ ਮਨ ਦਾ ਕੋਈ ਭਰੋਸਾ ਨਹੀਂ ਹੈ, ਉਹ ਅੱਜ ਕਹਿੰਦਾ ਹੈ ਕੁਝ, ਕੱਲ੍ਹ ਕੁਝ ਕਹਿਣ ਲੱਗਦਾ ਹੈ। ਸਵੇਰੇ ਕੁਝ ਕਹਿੰਦਾ ਹੈ, ਸ਼ਾਮੀ ਕੁਝ ਕਹਿਣ ਲੱਗਦਾ ਹੈ। ਘੜੀ ਪਰ ਪਹਿਲਾਂ ਕੁਝ ਕਹਿੰਦਾ ਹੈ ਪਿਛੋਂ ਕਹਿਣ ਲੱਗਦਾ ਹੈ।

ਸ਼ਾਇਦ ਤੁਸੀਂ ਸੁਣਿਆ ਹੋਵੇਗਾ ਕਿ ਬਾਯਰਨ ਨੇ ਜਦ ਵਿਆਹ ਕਰਵਾਇਆ ਤਾਂ ਕਹਿੰਦੇ ਹਨ ਕਿ ਤਦ ਤੱਕ ਉਹ ਕੋਈ ਸੱਠ-ਸੱਤਰ ਇਸਤ੍ਰੀਆਂ ਨਾਲ ਸਬੰਧਤ ਰਹਿ ਚੁਕਿਆ ਸੀ। ਇਕ ਇਸਤ੍ਰੀ ਨੇ ਉਸਨੂੰ ਮਜਬੂਰ ਹੀ ਹਰ ਦਿੱਤਾ ਵਿਆਹ ਦੇ ਲਈ। ਤਾਂ ਉਸਨੇ ਵਿਆਹ ਕਰਵਾਇਆ ਅਤੇ ਜਦ ਉਹ ਚਰਚ ਤੋਂ ਉਤਰ ਰਿਹਾ ਸੀ ਵਿਆਹ ਕਰਵਾ ਕੇ ਆਪਣੀ ਪਤਨੀ ਦਾ ਹੱਥ-ਹੱਥ ਵਿਚ ਫੜਕੇ, ਘੰਟੀਆਂ ਵੱਜ ਰਹੀਆਂ ਹਨ ਚਰਚ ਦੀਆਂ। ਮੋਮਬੱਤੀਆਂ ਹੁਣੇ ਜੋ ਜਗਾਈਆਂ ਗਈਆਂ ਹਨ, ਜਗ ਰਹੀਆਂ ਹਨ, ਹੁਣੇ ਜਿਹੜੇ ਮਿੱਤਰ ਸਵਾਗਤ ਕਰਨ ਆਏ ਸਨ, ਉਹ ਰੁਖ਼ਸਤ ਹੋ ਰਹੇ ਹਨ ਅਤੇ ਉਹ ਆਪਣੀ ਪਤਨੀ ਦਾ ਹੱਥ ਫੜ ਕੇ ਸਾਹਮਣੇ ਖੜ੍ਹੀ ਘੋੜਾ-ਗੱਡੀ ਵਿਚ ਬੈਠਣ ਦੇ ਲਈ ਚਰਚ ਦੀਆਂ ਪੌੜੀਆਂ ਉੱਤਰ ਰਿਹਾ ਹੈ, ਤਦੇ ਉਸਨੂੰ ਚਰਚ ਦੇ ਸਾਹਮਣੇ ਹੀ ਇਕ ਹੋਰ ਇਸਤ੍ਰੀ ਜਾਂਦੀ ਹੋਈ ਦਿਖਾਈ ਪਈ। ਇਕ ਛਿਨ ਲਈ ਉਹ ਭੁੱਲ ਗਿਆ ਆਪਣੀ ਪਤਨੀ ਨੂੰ, ਉਸਦੇ ਹੱਥ ਨੂੰ, ਆਪਣੇ ਵਿਆਹ ਨੂੰ। ਸਾਰਾ ਪ੍ਰਾਣ ਉਸ ਇਸਤ੍ਰੀ ਦਾ ਪਿੱਛਾ ਕਰਨ ਲਗਿਆ। ਜਾ ਕੇ ਉਹ ਗੱਡੀ ਵਿਚ ਬੈਠਿਆ। ਬਹੁਤ ਈਮਾਨਦਾਰ ਆਦਮੀ ਰਿਹਾ ਹੋਵੇਗਾ। ਉਸਨੇ ਆਪਣੀ ਪਤਨੀ ਨੂੰ ਕਿਹਾ, ਤੂੰ ਕੁਝ ਧਿਆਨ ਦਿੱਤਾ ! ਇਕ ਅਜੀਬ ਘਟਨਾ ਵਾਪਰ ਗਈ ! ਕੱਲ੍ਹ ਤਕ ਤੇਰੇ ਨਾਲ ਮੇਰਾ ਵਿਆਹ ਨਹੀਂ ਹੋਇਆ ਸੀ, ਤਾਂ ਮੈਂ ਵਿਚਾਰ ਕਰਦਾ ਸੀ ਕਿ ਤੂੰ ਮੈਨੂੰ ਮਿਲ ਪਾਏਂਗੀ ਜਾਂ ਨਹੀਂ। ਤੇਰੇ ਸਿਵਾਇ ਮੈਨੂੰ ਕੋਈ ਵੀ ਦਿਖਾਈ ਨਹੀਂ ਪੈਂਦਾ ਸੀ ਅਤੇ ਅੱਜ ਜਦ ਵਿਆਹ ਹੋ ਗਿਆ ਹੈ, ਮੈਂ

ਤੇਰਾ ਹੱਥ ਫੜ ਕੇ ਹੇਠਾਂ ਉਤਰ ਰਿਹਾ ਹਾਂ, ਮੈਨੂੰ ਇਕ ਇਸਤ੍ਰੀ ਦਿਖਾਈ ਪਈ ਗੱਡੀ ਦੇ ਉਸ ਪਾਸੇ ਜਾਂਦੀ ਹੋਈ ਅਤੇ ਤੂੰ ਮੈਨੂੰ ਭੁੱਲ ਗਈ ਅਤੇ ਮੇਰਾ ਮਨ ਉਸ ਇਸਤ੍ਰੀ ਦਾ ਪਿੱਛਾ ਕਰਨ ਲੱਗਿਆ। ਇਕ ਛਿਨ ਲਈ ਮੈਨੂੰ ਲਗਿਆ ਕਿ ਕਾਸ਼ ! ਇਹ ਇਸਤ੍ਰੀ ਮੈਨੂੰ ਮਿਲ ਜਾਵੇ !

ਮਨ ਇੰਨਾ ਚੰਚਲ ਹੈ। ਇਸ ਲਈ ਜਿਨ੍ਹਾਂ ਲੋਕਾਂ ਨੇ ਸਮਾਜ ਨੂੰ ਵਿਵਸਥਤ ਰੱਖਣਾ ਸੀ, ਉਹਨਾਂ ਨੇ ਮਨ ਦੇ ਤਲ 'ਤੇ ਸੈਕਸ ਨੂੰ ਨਹੀਂ ਜਾਣ ਦਿੱਤਾ। ਉਹਨਾਂ ਨੇ ਸਰੀਰ ਦੇ ਤਲ 'ਤੇ ਰੋਕ ਲਿਆ। ਵਿਆਹ ਕਰੋ, ਪ੍ਰੇਮ ਨਹੀਂ। ਫਿਰ ਵਿਆਹ 'ਚ ਪ੍ਰੇਮ ਆਉਂਦਾ ਹੋਵੇ ਤਾਂ ਆਵੇ, ਨਾ ਆਉਂਦਾ ਹੋਵੇ ਤਾਂ ਨਾ ਆਵੇ। ਸਰੀਰ ਦੇ ਤਲ 'ਤੇ ਸਥਿਰਤਾ ਹੋ ਸਕਦੀ ਹੈ। ਮਨ ਦੇ ਤਲ 'ਤੇ ਸਥਿਰਤਾ ਬਹੁਤ ਮੁਸ਼ਕਲ ਹੈ। ਐਪਰ ਮਨ ਦੇ ਤਲ 'ਤੇ ਸੈਕਸ ਦਾ ਅਨੁਭਵ ਸਰੀਰ ਨਾਲੋਂ ਵਧੇਰੇ ਗਹਿਰਾ ਹੁੰਦਾ ਹੈ।

ਪੂਰਬ ਦੀ ਬਜਾਇ ਪੱਛਮ ਦਾ ਸੈਕਸ ਦਾ ਅਨੁਭਵ ਵਧੇਰੇ ਗਹਿਰਾ ਹੈ।

ਪੱਛਮ ਦੇ ਜੋ ਮਨੋਵਿਗਿਆਨਕ ਹਨ ਫ੍ਰਾਯਡ ਤੋਂ ਜੁੰਗ ਤਕ, ਉਹਨਾਂ ਸਾਰੇ ਲੋਕਾਂ ਨੇ ਜੋ ਵੀ ਲਿਖਿਆ ਹੈ, ਉਹ ਸੈਕਸ ਦੀ ਦੂਜੀ ਗਹਿਰਾਈ ਹੈ, ਉਹ ਮਨ ਦੀ ਗਹਿਰਾਈ ਹੈ।

ਲੇਕਿਨ ਮੈਂ ਜਿਸ ਸੈਕਸ ਦੀ ਗੱਲ ਕਰ ਰਿਹਾ ਹੈ, ਉਹ ਤੀਜਾ ਤਲ ਹੈ। ਉਹ ਨਾ ਅੱਜ ਤਕ ਪੂਰਬ ਵਿਚ ਪੈਦਾ ਹੋਇਆ ਹੈ, ਨਾ ਪੱਛਮ ਵਿਚ। ਉਹ ਤੀਜਾ ਤਲ ਹੈ ਸੱਪ੍ਰੀਚੁਅਲ, ਉਹ ਤੀਜਾ ਤਲ ਹੈ ਅਧਿਆਤਮਕ। ਸਰੀਰ ਦੇ ਤਲ 'ਤੇ ਵੀ ਇਕ ਸਥਿਰਤਾ ਹੈ, ਕਿਉਂਕਿ ਸਰੀਰ ਜੜ੍ਹ ਹੈ ਅਤੇ ਆਤਮਾ ਦੇ ਤਲ 'ਤੇ ਵੀ ਇਕ ਸਥਿਰਤਾ ਹੈ, ਕਿਉਂਕਿ ਆਤਮਾ ਦੇ ਤਲ 'ਤੇ ਕੋਈ ਬਦਲਾਅ ਕਦੇ ਹੁੰਦਾ ਹੀ ਨਹੀਂ। ਉਥੇ ਸਭ ਸ਼ਾਂਤ ਹੈ। ਉਥੇ ਸਭ ਸਨਾਤਨ ਹੈ। ਵਿਚਕਾਰ ਵਿਚ ਇਕ ਤਲ ਹੈ ਮਨ ਦਾ ਜਿੱਥੇ ਤਰਲਤਾ, ਪਾਰੇ ਦੀ ਤਰ੍ਹਾਂ ਤਰਲ ਹੈ ਮਨ। ਜ਼ਰਾ ਕੁ 'ਚ ਬਦਲ ਜਾਂਦਾ ਹੈ।

ਪੱਛਮ ਮਨ ਦੇ ਨਾਲ ਪ੍ਰਯੋਗ ਕਰ ਰਿਹਾ ਹੈ, ਇਸ ਲਈ ਵਿਆਹ ਟੁੱਟ ਰਿਹਾ ਹੈ ਪਰਿਵਾਰ ਨਸ਼ਟ ਹੋ ਰਿਹਾ ਹੈ। ਮਨ ਦੇ ਨਾਲ ਵਿਆਹ ਅਤੇ ਪਰਿਵਾਰ ਖੜ੍ਹੇ ਨਹੀਂ ਰਹਿ ਸਕਦੇ। ਅਜੇ ਦੋ ਵਰ੍ਹਿਆਂ ਵਿਚ ਤਲਾਕ ਹੈ, ਕੱਲ੍ਹ ਦੋ ਘੰਟੇ ਵਿਚ ਤਲਾਕ ਹੋ ਸਕਦਾ ਹੈ। ਮਨ ਤਾਂ ਘੰਟੇ-ਭਰ ਵਿਚ ਬਦਲ ਜਾਂਦਾ ਹੈ। ਇਸ ਲਈ ਪੱਛਮ ਦਾ ਸਾਡਾ ਸਮਾਜ ਖਿੰਡ-ਖੱਪਰ ਹੋ ਗਿਆ ਹੈ। ਪੂਰਬ ਦਾ ਸਮਾਜ ਵਿਵਸਥਤ ਸੀ। ਐਪਰ ਸੈਕਸ ਦਾ ਜੋ ਗਹਿਰਾ ਅਹਿਸਾਸ ਸੀ, ਉਹ ਪੂਰਬ ਨੂੰ ਹਾਸਲ ਨਹੀਂ ਹੋ ਸਕਿਆ।

ਇਕ ਹੋਰ ਸਥਿਰਤਾ ਹੈ, ਇਕ ਹੋਰ ਘੜੀ ਹੈ ਅਧਿਆਤਮ ਦੀ, ਉਸ ਤਲ 'ਤੇ ਜਦ ਪਤੀ-ਪਤਨੀ ਇਕ ਵਾਰ ਮਿਲ ਜਾਂਦੇ ਹਨ ਤਾਂ ਦੋ ਵਿਅਕਤੀ ਇਕ ਵਾਰ ਮਿਲ ਜਾਂਦੇ ਹਨ, ਉਹਨਾਂ ਨੂੰ ਤਾਂ ਅਜਿਹਾ ਲੱਗਦਾ ਹੈ ਕਿ ਉਹ ਅਨੰਤ ਜਨਮਾਂ ਦੇ ਲਈ ਇਕ ਹੋ ਗਏ ਹਨ। ਉਥੇ ਫਿਰ ਕੋਈ ਬਦਲਾਅ ਨਹੀਂ ਹੈ। ਉਸ ਤਲ 'ਤੇ ਚਾਹੀਦੀ ਹੈ ਸਥਿਰਤਾ। ਉਸ ਤਲ 'ਤੇ ਚਾਹੀਦਾ ਹੈ ਅਨੁਭਵ।

ਤਾਂ ਮੈਂ ਜਿਸ ਅਨੁਭਵ ਦੀ ਗੱਲ ਕਰ ਰਿਹਾ ਹਾਂ, ਜਿਸ ਸੈਕਸ ਦੀ ਗੱਲ ਕਰ ਰਿਹਾ ਹਾਂ, ਉਹ ਸੱਪ੍ਰੀਚੁਅਲ ਸੈਕਸ ਹੈ। ਅਧਿਆਤਮਕ ਅਰਥ ਪਾਉਣੇ ਚਾਹੁੰਦਾ ਹਾਂ ਕਾਮ ਦੀ ਵਾਸਨਾ ਵਿਚ। ਅਤੇ ਜੇ ਮੇਰੀ ਇਹ ਗੱਲ ਸਮਝਗੇ ਤਾਂ ਤੁਹਾਨੂੰ ਪਤਾ ਲੱਗ ਜਾਏਗਾ ਕਿ ਮਾਂ ਦਾ ਬੇਟੇ ਦੇ ਪ੍ਰਤੀ ਜੋ ਪ੍ਰੇਮ ਹੈ, ਉਹ ਅਧਿਆਤਮਕ ਕਾਮ ਹੈ, ਉਹ ਸੱਪ੍ਰੀਚਅਲ ਸੈਕਸ ਦਾ ਹਿੱਸਾ ਹੈ। ਤੁਸੀਂ ਕਹੋਗੇ ਕਿ ਇਹ ਤਾਂ ਬੜੀ ਉਲਟੀ ਗੱਲ ਹੈ...ਮਾਂ ਦਾ ਬੇਟੇ

ਦੇ ਪ੍ਰਤੀ ਕਾਮ ਦਾ ਕੀ ਸਬੰਧ ?

ਲੇਕਿਨ ਜਿਵੇਂ ਮੈਂ ਕਿਹਾ ਕਿ ਪੁਰਸ਼ ਅਤੇ ਇਸਤ੍ਰੀ, ਪਤੀ ਅਤੇ ਪਤਨੀ ਇਕ ਛਿਨ ਦੇ ਲਈ ਮਿਲਦੇ ਹਨ, ਇਕ ਛਿਨ ਦੇ ਲਈ ਦੋਹਾਂ ਦੀਆਂ ਆਤਮਾਵਾਂ ਇਕ ਹੋ ਜਾਂਦੀਆਂ ਹਨ ਅਤੇ ਉਸ ਘੜੀ ਵਿਚ ਜੋ ਉਹਨਾਂ ਨੂੰ ਅਨੰਦ ਦਾ ਅਨੁਭਵ ਹੁੰਦਾ ਹੈ, ਉਹੀ ਉਹਨਾਂ ਨੂੰ ਬੰਨ੍ਹਣ ਵਾਲਾ ਹੋ ਜਾਂਦਾ ਹੈ।

ਕਦੇ ਤੁਸੀਂ ਸੋਚਿਆ ਕਿ ਮਾਂ ਦੇ ਪੇਟ ਵਿਚ ਬੇਟਾ ਨੌਂ ਮਹੀਨੇ ਤੱਕ ਰਹਿੰਦਾ ਹੈ ਅਤੇ ਮਾਂ ਦੇ ਵਜੂਦ ਨਾਲ ਮਿਲਿਆ ਰਹਿੰਦਾ ਹੈ। ਪਤੀ ਇਕ ਛਿਨ ਲਈ ਮਿਲਦਾ ਹੈ। ਬੇਟਾ ਨੌਂ ਮਹੀਨੇ ਦੇ ਲਈ ਇਕ ਹੁੰਦਾ ਹੈ, ਇਕੱਠਾ ਹੁੰਦਾ ਹੈ। ਇਸੇ ਲਈ ਮਾਂ ਦਾ ਬੇਟੇ ਨਾਲ ਜੋ ਗਹਿਰਾ ਸਬੰਧ ਹੈ, ਉਹ ਪਤੀ ਨਾਲ ਕਦੇ ਨਹੀਂ ਹੁੰਦਾ। ਹੋ ਵੀ ਨਹੀਂ ਸਕਦਾ। ਪਤੀ ਇਕ ਛਿਨ ਦੇ ਲਈ ਮਿਲਦਾ ਹੈ ਵਜੂਦ ਦੇ ਤਲ 'ਤੇ, ਜਿਥੇ ਏਗਜ਼ਿੱਸਟੇਂਸ ਹੈ, ਜਿਥੇ ਬੀਇੰਗ ਹੈ, ਉਥੇ ਇਕ ਛਿਨ ਲਈ ਮਿਲਦਾ ਹੈ, ਫਿਰ ਵਿਛੜ ਜਾਂਦਾ ਹੈ। ਇਕ ਛਿਨ ਲਈ ਕਰੀਬ ਆਉਂਦੇ ਹਨ ਅਤੇ ਫਿਰ ਕੋਹਾਂ ਦਾ ਫ਼ਾਸਲਾ ਸ਼ੁਰੂ ਹੋ ਜਾਂਦਾ ਹੈ।

ਐਪਰ ਬੇਟਾ ਨੌਂ ਮਹੀਨੇ ਤਕ ਮਾਂ ਦੇ ਸਾਹ ਨਾਲ ਸਾਹ ਲੈਂਦਾ ਹੈ। ਮਾਂ ਦੇ ਦਿਲ ਨਾਲ ਧੜਕਦਾ ਹੈ। ਮਾਂ ਦੇ ਖ਼ੂਨ ਨਾਲ ਖ਼ੂਨ, ਮਾਂ ਦੇ ਪ੍ਰਾਣ ਨਾਲ ਪ੍ਰਾਣ ਉਸਦਾ ਆਪਣਾ ਕੋਈ ਵਜੂਦ ਨਹੀਂ ਹੁੰਦਾ ਹੈ, ਉਹ ਮਾਂ ਦਾ ਇਕ ਹਿੱਸਾ ਹੁੰਦਾ ਹੈ। ਇਸੇ ਲਈ ਇਸਤ੍ਰੀ ਮਾਂ ਬਣੇ ਬਿਨਾਂ ਕਦੇ ਵੀ ਪੂਰੀ ਤ੍ਰਿਪਤ ਨਹੀਂ ਹੋ ਪਾਂਦੀ। ਕੋਈ ਪਤੀ ਇਸਤ੍ਰੀ ਨੂੰ ਕਦੇ ਤ੍ਰਿਪਤ ਨਹੀਂ ਕਰ ਸਕਦਾ, ਜੋ ਉਸਦਾ ਬੇਟਾ ਉਸਨੂੰ ਕਰ ਦਿੰਦਾ ਹੈ। ਕੋਈ ਪਤੀ ਕਦੇ ਉਨਾ ਗਹਿਰਾ ਕੰਟੈਂਟਮੈਂਟ ਉਸਨੂੰ ਨਹੀਂ ਦੇ ਪਾਂਦਾ, ਜਿੰਨਾ ਉਸਦਾ ਬੇਟਾ ਉਸਨੂੰ ਦੇ ਪਾਂਦਾ ਹੈ।

ਇਸਤ੍ਰੀ ਮਾਂ ਬਣੇ ਬਿਨਾਂ ਪੂਰੀ ਨਹੀਂ ਹੋ ਪਾਂਦੀ। ਉਸਦੀ ਸ਼ਖ਼ਸੀਅਤ ਦਾ ਪੂਰਾ ਨਿਖਾਰ ਅਤੇ ਪੂਰਾ ਸੁਹੱਪਣ ਉਸਦੇ ਮਾਂ ਬਣਨ 'ਤੇ ਪ੍ਰਗਟ ਹੁੰਦਾ ਹੈ। ਉਸ ਨਾਲ ਉਸਦੇ ਬੇਟੇ ਦੇ ਆਤਮਕ ਸਬੰਧ ਬਹੁਤ ਗਹਿਰੇ ਹਨ।

ਅਤੇ ਇਸੇ ਲਈ ਤੁਸੀਂ ਇਹ ਵੀ ਸਮਝ ਲਵੋ ਕਿ ਜਿਵੇਂ ਹੀ ਇਸਤ੍ਰੀ ਮਾਂ ਬਣ ਜਾਂਦੀ ਹੈ, ਉਸਦੀ ਸੈਕਸ ਵਿਚ ਰੁਚੀ ਘੱਟ ਹੋ ਜਾਂਦੀ ਹੈ। ਇਹ ਕਦੇ ਤੁਸੀਂ ਖ਼ਿਆਲ ਕੀਤਾ ਹੈ ? ਜਿਵੇਂ ਹੀ ਇਸਤ੍ਰੀ ਮਾਂ ਬਣ ਜਾਂਦੀ ਹੈ, ਸੈਕਸ ਦੇ ਪ੍ਰਤੀ ਰੁਚੀ ਘੱਟ ਹੋ ਜਾਂਦੀ ਹੈ। ਫਿਰ ਸੈਕਸ ਵਿਚ ਉਸਨੂੰ ਉਨਾ ਰਸ ਨਹੀਂ ਮਲੂਮ ਪੈਂਦਾ। ਉਸਨੇ ਇਕ ਹੋਰ ਗਹਿਰਾ ਰਸ ਲੈ ਲਿਆ ਮਮਤਾ ਦਾ। ਉਹ ਇਕ ਪ੍ਰਾਣ ਦੇ ਨਾਲ ਹੋਰ ਨੌਂ ਮਹੀਨੇ ਤੱਕ ਇਕੱਠੀ ਜਿਉਂ ਲਈ ਹੈ। ਹੁਣ ਉਸਨੂੰ ਸੈਕਸ ਵਿਚ ਰਸ ਨਹੀਂ ਰਹਿ ਜਾਂਦਾ ਹੈ।

ਅਕਸਰ ਪਤੀ ਹੈਰਾਨ ਹੁੰਦੇ ਹਨ। ਕਿਉਂਕਿ ਪਤੀ ਦੇ ਪਿਤਾ ਬਣਨ ਨਾਲ ਪੁਰਸ਼ਾਂ ਵਿਚ ਕੋਈ ਫ਼ਰਕ ਨਹੀਂ ਪੈਂਦਾ। ਪਰ ਮਾਂ ਬਣਨ ਨਾਲ ਇਸਤ੍ਰੀ ਵਿਚ ਬੁਨਿਆਦੀ ਫ਼ਰਕ ਪੈ ਜਾਂਦਾ ਹੈ। ਪਿਤਾ ਬਣਨ ਨਾਲ ਪਤੀ ਵਿਚ ਕੋਈ ਫ਼ਰਕ ਨਹੀਂ ਪੈਂਦਾ। ਕਿਉਂਕਿ ਪਿਤਾ ਕੋਈ ਬਹੁਤਾ ਗਹਿਰਾ ਸਬੰਧ ਨਹੀਂ ਹੈ। ਜੋ ਨਵਾਂ ਵਿਅਕਤੀ ਪੈਦਾ ਹੁੰਦਾ ਹੈ ਉਸਦਾ ਪਿਤਾ ਨਾਲ ਕੋਈ ਗਹਿਰਾ ਸਬੰਧ ਨਹੀਂ ਹੈ।

ਪਿਤਾ ਬਿਲਕੁਲ ਸਮਾਜਕ ਵਿਵਸਥਾ ਹੈ, ਸੋਸ਼ਲ ਇੰਸਟੀਚਿਊਸ਼ਨ ਹੈ।

ਪਿਤਾ ਦੇ ਬਿਨਾਂ ਵੀ ਦੁਨੀਆਂ ਚੱਲ ਸਕਦੀ ਹੈ, ਇਸ ਲਈ ਪਿਤਾ ਨਾਲ ਕੋਈ ਗਹਿਰਾ ਸਬੰਧ ਨਹੀਂ ਹੈ ਬੇਟੇ ਦਾ।

ਮਾਂ ਨਾਲ ਉਸਦੇ ਗਹਿਰੇ ਸਬੰਧ ਹਨ ਅਤੇ ਮਾਂ ਤ੍ਰਿਪਤ ਹੋ ਜਾਂਦੀ ਹੈ ਉਸਦੇ ਬਾਅਦ।

ਅਤੇ ਉਸ ਵਿਚ ਇਕ ਹੋਰ ਹੀ ਤਰ੍ਹਾਂ ਦੀ ਅਧਿਆਤਮਕ ਮਹਿਮਾ ਪ੍ਰਗਟ ਹੁੰਦੀ ਹੈ। ਜਿਹੜੀ ਮਾਂ ਨਹੀਂ ਬਣੀ ਹੈ ਇਸਤ੍ਰੀ, ਉਸਨੂੰ ਦੇਖਣਾ ਅਤੇ ਜਿਹੜੀ ਮਾਂ ਬਣ ਗਈ ਹੈ, ਉਸਨੂੰ ਦੇਖਣਾ। ਅਤੇ ਉਹਨਾਂ ਦੋਹਾਂ ਦੀ ਚਮਕ ਅਤੇ ਉਹਨਾਂ ਦੀ ਊਰਜਾ ਅਤੇ ਉਹਨਾਂ ਦੀ ਸ਼ਖ਼ਸੀਅਤ ਵੱਖਰੀ ਮਲੂਮ ਪਏਗੀ। ਮਾਂ ਵਿਚ ਇਕ ਨੂਰ ਦਿਖਾਈ ਪਏਗਾ—ਸ਼ਾਂਤ। ਜਿਵੇਂ ਨਦੀ ਜਦ ਮੈਦਾਨ ਵਿਚ ਆ ਜਾਂਦੀ ਹੈ, ਤਦ ਸ਼ਾਂਤ ਹੋ ਜਾਂਦੀ ਹੈ। ਜਿਹੜੀ ਅਜੇ ਮਾਂ ਨਹੀਂ ਬਣੀ ਹੈ, ਉਸ ਇਸਤ੍ਰੀ ਵਿਚ ਇਕ ਦੌੜ ਦਿੱਸੇਗੀ, ਜਿਵੇਂ ਪਹਾੜ 'ਤੇ ਨਦੀ ਦੌੜਦੀ ਹੈ। ਝਰਨੇ ਦੀ ਤਰ੍ਹਾਂ ਟੁੱਟਦੀ ਹੈ, ਚਿੱਲਾਂਦੀ ਹੈ : ਗੜਗੜਾਹਟ ਹੈ, ਅਵਾਜ਼ ਹੈ, ਦੌੜ ਹੈ। ਮਾਂ ਬਣ ਕੇ ਉਹ ਇਕ ਦਮ ਸ਼ਾਂਤ ਹੋ ਜਾਂਦੀ ਹੈ।

ਇਸੇ ਲਈ ਮੈਂ ਤੁਹਾਨੂੰ ਇਸ ਸੰਦਰਭ ਵਿਚ ਇਹ ਵੀ ਕਹਿਣਾ ਚਾਹੁੰਦਾ ਹਾਂ ਕਿ ਜਿਨ੍ਹਾਂ ਇਸਤ੍ਰੀਆਂ ਨੂੰ ਸੈਕਸ ਦਾ ਪਾਗਲਪਣ ਸਵਾਰ ਹੋ ਗਿਆ ਹੈ, ਜਿਵੇਂ ਪੱਛਮ ਵਿਚ—ਉਹ ਇਸੇ ਲਈ ਮਾਂ ਨਹੀਂ ਬਣਨਾ ਚਾਹੁੰਦੀਆਂ, ਕਿਉਂਕਿ ਮਾਂ ਬਣਨ ਦੇ ਬਾਅਦ ਸੈਕਸ ਦਾ ਰਸ ਘੱਟ ਹੋ ਜਾਂਦਾ ਹੈ। ਪੱਛਮ ਦੀ ਇਸਤ੍ਰੀ ਮਾਂ ਬਣਨ ਤੋਂ ਇਨਕਾਰ ਕਰਦੀ ਹੈ, ਕਿਉਂਕਿ ਮਾਂ ਬਣੀ ਕਿ ਸੈਕਸ ਦਾ ਰਸ ਗਿਆ। ਸੈਕਸ ਦਾ ਰਸ ਤਦੇ ਤੱਕ ਹੀ ਰਹਿ ਸਕਦਾ ਹੈ, ਜਦ ਤਕ ਉਹ ਮਾਂ ਨਾ ਬਣੇ।

ਇਸ ਲਈ ਪੱਛਮ ਦੀਆਂ ਅਨੇਕਾਂ ਹਕੂਮਤਾਂ ਘਬਰਾ ਗਈਆਂ ਹਨ ਇਸ ਗੱਲੋਂ ਕਿ ਇਹ ਰੋਗ ਜੇਕਰ ਵੱਧਦਾ ਚਲਿਆ ਗਿਆ ਤਾਂ ਉਹਨਾਂ ਦੀ ਅਬਾਦੀ ਦਾ ਕੀ ਬਣੇਗਾ। ਅਸੀਂ ਇਥੇ ਘਬਰਾ ਰਹੇ ਹਾਂ ਕਿ ਸਾਡੀ ਅਬਾਦੀ ਵੱਧ ਨਾ ਹੋ ਜਾਵੇ ! ਪੱਛਮ ਦੇ ਮੁਲਕ ਘਬਰਾ ਰਹੇ ਹਨ ਕਿ ਉਹਨਾਂ ਦੀ ਅਬਾਦੀ ਕਿਤੇ ਘੱਟ ਨਾ ਹੋ ਜਾਵੇ ! ਕਿਉਂਕਿ ਇਸਤ੍ਰੀਆਂ ਨੂੰ ਜੇ ਇੰਨੇ ਤੀਬਰ ਰੂਪ ਨਾਲ ਇਹ ਭਾਵ ਪੈਦਾ ਹੋ ਜਾਵੇ ਕਿ ਮਾਂ ਬਣਨ ਨਾਲ ਸੈਕਸ ਦਾ ਰਸ ਘੱਟ ਹੋ ਜਾਂਦਾ ਹੈ ਅਤੇ ਉਹ ਮਾਂ ਨਾ ਬਣਨਾ ਚਾਹੇ ਤਾਂ ਕੀ ਕੀਤਾ ਜਾ ਸਕਦਾ ਹੈ ! ਕੋਈ ਕਾਨੂੰਨੀ ਜ਼ਬਰਦਸਤੀ ਕੀਤੀ ਜਾ ਸਕਦੀ ਹੈ ?

ਕਿਸੇ ਨੂੰ ਸੰਤਾਨ ਸੰਜਮ ਦੇ ਲਈ ਤਾਂ ਕਾਨੂੰਨੀ ਜ਼ਬਰਦਸਤੀ ਵੀ ਕੀਤੀ ਜਾ ਸਕਦੀ ਹੈ ਕਿ ਅਸੀਂ ਜ਼ਬਰਦਸਤੀ ਬੱਚੇ ਨਹੀਂ ਹੋਣ ਦੇਵਾਂਗੇ। ਪਰ ਕਿਸੇ ਇਸਤ੍ਰੀ ਨੂੰ ਮਜਬੂਰ ਨਹੀਂ ਕੀਤਾ ਜਾ ਸਕਦਾ ਕਿ ਬੱਚੇ ਪੈਦਾ ਕਰਨੇ ਹੀ ਪੈਣਗੇ।

ਪੱਛਮ ਦੇ ਸਾਹਮਣੇ ਸਾਥੋਂ ਵੱਡਾ ਸਵਾਲ ਹੈ। ਸਾਡਾ ਸਵਾਲ ਉਨਾ ਵੱਡਾ ਨਹੀਂ ਹੈ। ਅਸੀਂ ਜਨਸੰਖਿਆ ਨੂੰ ਰੋਕ ਸਕਦੇ ਹਾਂ ਜ਼ਬਰਦਸਤੀ, ਕਾਨੂੰਨੀ ਤੌਰ 'ਤੇ, ਐਪਰ ਜਨਸੰਖਿਆ ਨੂੰ ਕਾਨੂੰਨੀ ਤੌਰ 'ਤੇ ਵਧਾਉਣ ਦਾ ਕੋਈ ਵੀ ਰਾਹ ਨਹੀਂ ਹੈ। ਕਿਸੇ ਵਿਅਕਤੀ ਨਾਲ ਜ਼ਬਰਦਸਤੀ ਨਹੀਂ ਕੀਤੀ ਜਾ ਸਕਦੀ ਕਿ ਤੂੰ ਬੱਚੇ ਪੈਦਾ ਕਰ।

ਅਤੇ ਅੱਜ ਤੋਂ ਦੋ ਸੌ ਸਾਲ ਦੇ ਅੰਦਰ ਪੱਛਮ ਦੇ ਸਾਹਮਣੇ ਇਹ ਸਵਾਲ ਬਹੁਤ ਭਾਰੀ ਹੋ ਜਾਵੇਗਾ, ਕਿਉਂਕਿ ਪੂਰਬ ਦੀ ਜਨਸੰਖਿਆ ਵੱਧਦੀ ਚਲੀ ਜਾਏਗੀ, ਉਹ ਸਾਰੀ ਦੁਨੀਆਂ ਉਤੇ ਜਾ ਸਕਦੀ ਹੈ। ਅਤੇ ਪੱਛਮ ਦੀ ਅਬਾਦੀ ਘੱਟ ਹੁੰਦੀ ਜਾ ਸਕਦੀ ਹੈ। ਇਸਤ੍ਰੀ ਨੂੰ ਮਾਂ ਬਣਨ ਦੇ ਲਈ ਉਹਨਾਂ ਨੂੰ ਫਿਰ ਤੋਂ ਰਜ਼ਾਮੰਦ ਕਰਨਾ ਪਏਗਾ।

ਅਤੇ ਉਹਨਾਂ ਦੇ ਕੁਝ ਮਨੋਵਿਗਿਆਨੀਆਂ ਨੇ ਇਹ ਸਲਾਹ ਦੇਣੀ ਸ਼ੁਰੂ ਕੀਤੀ ਹੈ ਕਿ ਬਾਲ-ਵਿਆਹ ਸ਼ੁਰੂ ਕਰ ਦਿਉ। ਨਹੀਂ ਤਾਂ ਖ਼ਤਰਾ ਹੈ। ਕਿਉਂਕਿ ਇਸਤ੍ਰੀ ਹੋਸ਼ ਵਿਚ ਆ ਜਾਂਦੀ ਹੈ ਤਾਂ ਉਹ ਮਾਂ ਨਹੀਂ ਬਣਨਾ ਚਾਹੁੰਦੀ। ਉਸਨੂੰ ਸੈਕਸ ਦਾ ਰਸ ਲੈਣਾ ਵਧੇਰੇ ਠੀਕ ਜਾਪਦਾ ਹੈ। ਇਸ ਲਈ ਬਚਪਨ ਵਿਚ ਵਿਆਹ ਕਰ ਦਿਉ। ਉਸਨੂੰ ਪਤਾ ਹੀ

ਨਾ ਲੱਗੇ ਕਿ ਉਹ ਕਦ ਮਾਂ ਬਣ ਗਈ।

ਪੂਰਬ ਵਿਚ ਜੋ ਬਾਲ-ਵਿਆਹ ਚੱਲਦਾ ਸੀ, ਉਸਦੇ ਕਾਰਨਾਂ ਵਿਚ ਇਕ ਇਹ ਵੀ ਸੀ। ਇਸਤ੍ਰੀ ਜਿੰਨੀ ਜਵਾਨ ਹੋ ਜਾਏਗੀ ਅਤੇ ਜਿੰਨੀ ਸਮਝਦਾਰ ਹੋ ਜਾਏਗੀ ਅਤੇ ਸੈਕਸ ਦਾ ਰਸ ਲੈਣ ਲੱਗੇਗੀ, ਉਵੇਂ ਹੀ ਉਹ ਮਾਂ ਨਹੀਂ ਬਣਨਾ ਚਾਹੇਗੀ। ਹਾਲਾਂਕਿ ਉਸਨੂੰ ਪਤਾ ਨਹੀਂ ਕਿ ਮਾਂ ਬਣਨ ਨਾਲ ਕੀ ਮਿਲੇਗਾ ? ਇਹ ਤਾਂ ਮਾਂ ਬਣਨ 'ਤੇ ਹੀ ਪਤਾ ਲੱਗ ਸਕਦਾ ਹੈ। ਉਸਦੇ ਪਹਿਲਾਂ ਕੋਈ ਉਪਾਅ ਨਹੀਂ ਹੈ।

ਇਸਤ੍ਰੀ ਤ੍ਰਿਪਤ ਹੋਣ ਲੱਗਦੀ ਹੈ ਮਾਂ ਬਣਕੇ—ਕਿਉਂ ? ਉਸਨੇ ਇਕ ਅਧਿਆਤਮਕ ਤਲ 'ਤੇ ਸੈਕਸ ਦਾ ਅਨੁਭਵ ਕਰ ਲਿਆ ਬੱਚੇ ਦੇ ਨਾਲ। ਅਤੇ ਇਸੇ ਲਈ ਮਾਂ ਅਤੇ ਬੇਟੇ ਦੇ ਕੋਲ ਇਕ ਆਤਮਕਤਾ ਹੈ। ਮਾਂ ਆਪਣੀ ਜਾਨ ਦੇ ਸਕਦੀ ਹੈ ਬੇਟੇ ਦੀ ਖ਼ਾਤਰ, ਮਾਂ ਬੇਟੇ ਦੀ ਜਾਨ ਲੈਣ ਦੀ ਕਲਪਨਾ ਵੀ ਨਹੀਂ ਕਰ ਸਕਦੀ ਹੈ।

ਪਤਨੀ ਪਤੀ ਦੇ ਪ੍ਰਾਣ ਲੈ ਸਕਦੀ ਹੈ। ਲਏ ਹਨ ਅਨੇਕਾਂ ਵਾਰ। ਅਤੇ ਨਹੀਂ ਵੀ ਲਵੇ ਗੀ ਤਾਂ ਪੂਰੀ ਜ਼ਿੰਦਗੀ ਵਿਚ ਪ੍ਰਾਣ ਲੈਣ ਦੀ ਹਾਲਤ ਪੈਦਾ ਕਰ ਦੇਵੇਗੀ। ਲੇਕਿਨ ਬੇਟੇ ਦੇ ਲਈ ਕਲਪਨਾ ਵੀ ਨਹੀਂ ਕਰ ਸਕਦੀ। ਉਹ ਸਬੰਧ ਬਹੁਤ ਗਹਿਰਾ ਹੈ।

ਅਤੇ ਮੈਂ ਤੁਹਾਨੂੰ ਇਹ ਵੀ ਦੱਸ ਦਿਆਂ ਕਿ ਉਸ ਨਾਲ ਆਪਣੇ ਪਤੀ ਦਾ ਸਬੰਧ ਵੀ ਇੰਨਾ ਗਹਿਰਾ ਹੋ ਜਾਂਦਾ ਹੈ—ਤਾਂ ਪਤੀ ਵੀ ਉਸਨੂੰ ਬੇਟੇ ਦੀ ਤਰ੍ਹਾਂ ਦਿਖਾਈ ਪੈਣ ਲੱਗਦਾ ਹੈ, ਪਤੀ ਦੀ ਤਰ੍ਹਾਂ ਨਹੀਂ। ਇਥੇ ਇੰਨੀਆਂ ਇਸਤ੍ਰੀਆਂ ਬੈਠੀਆਂ ਹਨ ਅਤੇ ਇੰਨੇ ਪੁਰਸ਼ ਬੈਠੇ ਹਨ। ਮੈਂ ਉਹਨਾਂ ਤੋਂ ਇਹ ਪੁੱਛਦਾ ਹਾਂ ਕਿ ਜਦ ਉਹਨਾਂ ਨੇ ਆਪਣੀ ਪਤਨੀ ਨੂੰ ਬਹੁਤ ਪ੍ਰੇਮ ਕੀਤਾ ਹੈ ਤਾਂ ਕੀ ਉਹਨਾਂ ਨੇ ਇਸ ਤਰ੍ਹਾਂ ਦਾ ਵਤੀਰਾ ਨਹੀਂ ਕੀਤਾ ਹੈ, ਜਿਵੇਂ ਛੋਟਾ ਬੱਚਾ ਆਪਣੀ ਮਾਂ ਦੇ ਨਾਲ ਕਰਦਾ ਹੈ। ਕੀ ਤੁਹਾਨੂੰ ਇਸ ਗੱਲ ਦਾ ਖ਼ਿਆਲ ਹੈ ਕਿ ਪੁਰਸ਼ ਦੇ ਹੱਥ ਇਸਤ੍ਰੀ ਦੇ ਥਣ ਵਲ ਕਿਉਂ ਪਹੁੰਚ ਜਾਂਦੇ ਹਨ ?

ਉਹ ਛੋਟੇ ਬੱਚੇ ਦੇ ਹੱਥ ਹਨ, ਜੋ ਆਪਣੀ ਮਾਂ ਦੇ ਥਣ ਵਲ ਜਾ ਰਹੇ ਹਨ।

ਜਿਵੇਂ ਹੀ ਪੁਰਸ਼ ਇਸਤ੍ਰੀ ਦੇ ਪ੍ਰਤੀ ਗੂੜ੍ਹੇ ਪ੍ਰੇਮ ਨਾਲ ਭਰਦਾ ਹੈ, ਉਸਦੇ ਹੱਥ ਉਸਦੇ ਥਣ ਵਲ ਵੱਧਦੇ ਹਨ—ਕਿਉਂ ? ਥਣ ਦੇ ਨਾਲ ਕੀ ਸਬੰਧ ਹੈ ਸੈਕਸ ਦਾ ?

ਥਣ ਨਾਲ ਕੋਈ ਸਬੰਧ ਨਹੀਂ ਹੈ। ਥਣ ਨਾਲ ਮਾਂ ਅਤੇ ਬੇਟੇ ਦਾ ਸਬੰਧ ਹੈ। ਬਚਪਨ ਤੋਂ ਉਹ ਜਾਣਦਾ ਰਿਹਾ ਹੈ। ਬੇਟੇ ਦਾ ਸਬੰਧ ਥਣ ਨਾਲ ਹੈ। ਅਤੇ ਜਿਵੇਂ ਹੀ ਪੁਰਸ਼ ਗੂਹੜੇ ਪ੍ਰੇਮ ਨਾਲ ਭਰਦਾ ਹੈ, ਉਹ ਬੇਟਾ ਹੋ ਜਾਂਦਾ ਹੈ। ਅਤੇ ਇਸਤ੍ਰੀ ਦਾ ਹੱਥ ਕਿੱਥੇ ਪਹੁੰਚ ਜਾਂਦਾ ਹੈ ?

ਉਹ ਪੁਰਸ਼ ਦੇ ਸਿਰ 'ਤੇ ਪਹੁੰਚ ਜਾਂਦਾ ਹੈ। ਉਸਦੇ ਵਾਲਾਂ ਵਿਚ ਉਂਗਲਾਂ ਚਲੀਆਂ ਜਾਂਦੀਆਂ ਹਨ। ਉਹ ਪੁਰਾਣੇ ਬੇਟੇ ਦੀ ਯਾਦ ਹੈ। ਉਹ ਪੁਰਾਣੇ ਬੇਟੇ ਦਾ ਸਿਰ ਹੈ, ਜਿਸਨੂੰ ਉਸਨੇ ਪਲੋਸਿਆ ਹੈ।

ਇਸ ਲਈ ਜੇਕਰ ਠੀਕ ਤਰ੍ਹਾਂ ਪ੍ਰੇਮ ਅਧਿਆਤਮਕ ਤਲ ਤਕ ਵਿਕਸਤ ਹੋ ਜਾਵੇ ਤਾਂ ਪਤੀ ਅਖ਼ੀਰ ਵਿਚ ਬੇਟਾ ਹੋ ਜਾਂਦਾ ਹੈ। ਅਤੇ ਬੇਟਾ ਹੋ ਜਾਣਾ ਚਾਹੀਦਾ ਹੈ। ਤਾਂ ਤੁਸੀਂ ਸਮਝੋ ਕਿ ਅਸੀਂ ਤੀਜੇ ਤਲ 'ਤੇ ਸੈਕਸ ਦਾ ਅਨੁਭਵ ਕੀਤਾ। ਅਧਿਆਤਮਕ ਦੇ ਤਲ 'ਤੇ ਸੱਪ੍ਰੀਚੂਅਲਟੀ ਦੇ ਤਲ 'ਤੇ। ਇਸ ਤਲ 'ਤੇ ਇਕ ਸਬੰਧ ਹੈ, ਜਿਸਦਾ ਸਾਨੂੰ ਕੋਈ ਪਤਾ ਵੀ ਨਹੀਂ। ਪਤੀ-ਪਤਨੀ ਦਾ ਸਬੰਧ ਉਸਦੀ ਤਿਆਰੀ ਹੈ, ਉਸਦਾ ਅੰਤ ਨਹੀਂ ਹੈ। ਉਹ ਯਾਤਰਾ ਦਾ ਅਰੰਭ ਹੈ। ਪਹੁੰਚਿਆ ਨਹੀਂ ਹੈ।

ਇਸੇ ਲਈ ਪਤੀ-ਪਤਨੀ ਸਦਾ ਕਸ਼ਟ ਵਿਚ ਰਹਿੰਦੇ ਹਨ, ਕਿਉਂਕਿ ਉਹ ਯਾਤਰਾ ਹੈ। ਯਾਤਰਾ ਸਦਾ ਕਸ਼ਟ ਵਿਚ ਹੁੰਦੀ ਹੈ। ਮੰਜ਼ਲ 'ਤੇ ਸ਼ਾਂਤੀ ਮਿਲਦੀ ਹੈ। ਪਤੀ-ਪਤਨੀ ਕਦੇ ਸ਼ਾਂਤ ਨਹੀਂ ਹੋ ਸਕਦੇ। ਉਹ ਵਿਚਾਰ ਦੀ ਯਾਤਰਾ ਹੈ। ਅਤੇ ਬਹੁਤ ਲੋਕ ਯਾਤਰਾ ਵਿਚ ਹੀ ਖ਼ਤਮ ਹੋ ਜਾਂਦੇ ਹਨ, ਮੁਕਾਮ 'ਤੇ ਕਦੇ ਪਹੁੰਚ ਹੀ ਨਹੀਂ ਪਾਂਦੇ।

ਇਸ ਲਈ ਪਤੀ-ਪਤਨੀ ਦੇ ਵਿਚਾਲੇ ਇਕ ਇਨਰ ਕਾਨਫਲਿੱਕਟ ਚੌਵੀ ਘੰਟੇ ਚੱਲਦੀ ਹੈ। ਚੌਵੀ ਘੰਟੇ ਇਕ ਕਲੇਸ਼ ਚਲਦਾ ਹੈ। ਜਿਸਨੂੰ ਅਸੀਂ ਪ੍ਰੇਮ ਕਰਦੇ ਹਾਂ, ਉਸ ਦੇ ਨਾਲ ਚੌਵੀ ਘੰਟੇ ਕਲੇਸ਼ ਚਲਦਾ ਹੈ ! ਲੇਕਿਨ ਨਾ ਪਤੀ ਸਮਝਦਾ ਹੈ, ਨਾ ਪਤਨੀ ਸਮਝਦੀ ਹੈ ਕਿ ਕਲੇਸ਼ ਦਾ ਕਾਰਨ ਕੀ ਹੈ ! ਪਤੀ ਸੋਚਦਾ ਹੈ ਕਿ ਸ਼ਾਇਦ ਦੂਜੀ ਇਸਤ੍ਰੀ ਹੁੰਦੀ ਤਾਂ ਠੀਕ ਹੋ ਜਾਂਦਾ। ਪਤਨੀ ਸੋਚਦੀ ਹੈ ਕਿ ਸ਼ਾਇਦ ਦੂਜਾ ਪੁਰਸ਼ ਹੁੰਦਾ ਤਾਂ ਸਭ ਠੀਕ ਹੋ ਜਾਂਦਾ। ਇਹ ਜੋੜਾ ਗਲਤ ਹੋ ਗਿਆ ਹੈ।

ਪਰ ਮੈਂ ਤੁਹਾਨੂੰ ਕਹਿੰਦਾ ਹਾਂ ਕਿ ਦੁਨੀਆਂ ਭਰ ਦੇ ਜੋੜਿਆਂ ਦਾ ਇਹੀ ਅਨੁਭਵ ਹੈ। ਅਤੇ ਤੁਹਾਨੂੰ ਜੇਕਰ ਬਦਲਣ ਦਾ ਮੌਕਾ ਦੇ ਦਿੱਤਾ ਜਾਵੇ ਤਾਂ ਇੰਨਾ ਹੀ ਫ਼ਰਕ ਪਏ ਗਾ ਜਿਵੇਂ ਕਿ ਕੁਝ ਲੋਕ ਅਰਥੀ ਨੂੰ ਲੈ ਕੇ ਮੜ੍ਹੀਆਂ ਵਿਚ ਜਾਂਦੇ ਹਨ। ਮੋਢੇ 'ਤੇ ਰੱਖ ਕੇ ਅਰਥੀ ਨੂੰ। ਇਕ ਮੋਢਾ ਦੁਖਣ ਲੱਗਦਾ ਹੈ ਤਾਂ ਚੁੱਕ ਕੇ ਦੂਜੇ ਮੋਢੇ ਉੱਤੇ ਅਰਥੀ ਰੱਖ ਲੈਂਦੇ ਹਨ। ਥੋੜ੍ਹੀ ਦੇਰ ਰਾਹਤ ਮਿਲਦੀ ਹੈ। ਮੋਢਾ ਬਦਲ ਗਿਆ। ਥੋੜ੍ਹੀ ਦੇਰ ਬਾਅਦ ਪਤਾ ਲੱਗਦਾ ਹੈ ਕਿ ਬੋਝ ਉਨੇ ਦਾ ਉਨਾ ਹੀ ਫਿਰ ਸ਼ੁਰੂ ਹੋ ਗਿਆ ਹੈ।

ਪੱਛਮ ਵਿਚ ਇੰਨੇ ਤਲਾਕ ਹੋ ਰਹੇ ਹਨ। ਉਹਨਾਂ ਦਾ ਅਨੁਭਵ ਇਹ ਹੈ ਕਿ ਦੂਜੀ ਇਸਤ੍ਰੀ ਦਸ-ਪੰਜ ਦਿਨ ਦੇ ਬਾਅਦ ਫਿਰ ਪਹਿਲੀ ਇਸਤ੍ਰੀ ਸਾਬਤ ਹੋ ਜਾਂਦੀ ਹੈ। ਦੂਜਾ ਪੁਰਸ਼ 15 ਦਿਨ ਦੇ ਬਾਅਦ ਫਿਰ ਪਹਿਲਾ ਪੁਰਸ਼ ਸਾਬਤ ਹੋ ਜਾਂਦਾ ਹੈ। ਇਸਦੇ ਕਾਰਨ ਗਹਿਰੇ ਹਨ। ਇਸਦੇ ਕਾਰਨ ਇਸੇ ਇਸਤ੍ਰੀ ਅਤੇ ਇਸੇ ਪੁਰਸ਼ ਨਾਲ ਸਬੰਧਤ ਨਹੀਂ ਹਨ। ਇਸਦੇ ਕਾਰਨ ਇਸ ਗੱਲ ਨਾਲ ਸਬੰਧਤ ਹਨ ਕਿ ਇਸਤ੍ਰੀ ਅਤੇ ਪੁਰਸ਼ ਦਾ, ਪਤੀ ਅਤੇ ਪਤਨੀ ਦਾ ਸਬੰਧ ਵਿਚਾਰ ਦੀ ਯਾਤਰਾ ਦਾ ਸਬੰਧ ਹੈ, ਉਹ ਮੁਕਾਮ ਨਹੀਂ ਹੈ। ਉਹ ਅੰਤ ਨਹੀਂ ਹੈ। ਅੰਤ ਤਾਂ ਉਥੇ ਹੀ ਹੋਵੇਗਾ, ਜਿਥੇ ਇਸਤ੍ਰੀ ਮਾਂ ਬਣ ਜਾਏਗੀ ਅਤੇ ਪੁਰਸ਼ ਵਿਚ ਬੇਟਾ ਹੋ ਜਾਏਗਾ।

ਤਾਂ ਮੈਂ ਤੁਹਾਨੂੰ ਕਹਿ ਰਿਹਾ ਹਾਂ ਕਿ ਮਾਂ ਅਤੇ ਬੇਟੇ ਦਾ ਸਬੰਧ ਅਧਿਆਤਮਕ ਕਾਮ ਦਾ ਸਬੰਧ ਹੈ ਅਤੇ ਜਿਸ ਦਿਨ ਇਸਤ੍ਰੀ ਅਤੇ ਪੁਰਸ਼ ਵਿਚ, ਪਤੀ ਅਤੇ ਪਤਨੀ ਵਿਚ ਵੀ ਅਧਿਆਤਮਕ ਕਾਮ ਦਾ ਸਬੰਧ ਪੈਦਾ ਹੋਵੇਗਾ, ਉਸ ਦਿਨ ਫਿਰ ਮਾਂ-ਬੇਟੇ ਦਾ ਸਬੰਧ ਕਾਇਮ ਹੋ ਜਾਏਗਾ। ਅਤੇ ਉਹ ਕਾਇਮ ਹੋ ਜਾਵੇ ਤਾਂ ਇਕ ਤ੍ਰਿਪਤੀ, ਜਿਸਨੂੰ ਮੈਂ ਕਿਹਾ, ਕੰਟੇਟਮੈਂਟ, ਅਨੁਭਵ ਹੋਵੇਗਾ ਅਤੇ ਉਸ ਅਨੁਭਵ ਤੋਂ ਬ੍ਰਹਮਚਰਜ ਪ੍ਰਗਟ ਹੁੰਦਾ ਹੈ। ਇਸ ਲਈ ਇਹ ਨਾ ਸੋਚਣਾ ਕਿ ਮਾਂ ਅਤੇ ਬੇਟੇ ਦੇ ਸੰਬੰਧ ਵਿਚ ਕੋਈ ਕਾਮ ਨਹੀਂ ਹੈ। ਅਧਿਆਤਮਕ ਕਾਮ ਹੈ। ਜੋ ਅਸੀਂ ਠੀਕ ਤਰ੍ਹਾਂ ਆਖੀਏ ਤਾਂ ਅਧਿਆਤਮਕ ਕਾਮ ਨੂੰ ਹੀ ਪ੍ਰੇਮ ਕਹਿ ਸਕਦੇ ਹਾਂ। ਉਹ ਪ੍ਰੇਮ...ਸੱਪ੍ਰੀਚੁਅਲ ਜਿਵੇਂ ਹੀ ਸੈਕਸ ਹੋ ਜਾਂਦਾ ਹੈ, ਉਹ ਪ੍ਰੇਮ ਹੋ ਜਾਂਦਾ ਹੈ।

ਇਕ ਮਿੱਤਰ ਨੇ ਇਸ ਸਬੰਧ ਵਿਚ ਹੋਰ ਇਕ ਗੱਲ ਪੁੱਛੀ ਹੈ। ਉਹਨਾਂ ਨੇ ਪੁੱਛਿਆ ਹੈ ਕਿ ਤੁਹਾਨੂੰ ਅਸੀਂ ਸੈਕਸ ਉਤੇ ਕੋਈ ਅਥਾਰਟੀ, ਕੋਈ ਪ੍ਰਮਾਣਿਕ ਵਿਅਕਤੀ ਨਹੀਂ ਮੰਨ ਸਕਦੇ ਹਾਂ। ਅਸੀਂ ਤਾਂ ਤੁਹਾਥੋਂ ਈਸ਼ਵਰ ਦੇ ਸਬੰਧ ਵਿਚ ਪੁੱਛਣ ਆਏ ਸੀ ਅਤੇ

ਤੁਸੀਂ ਸੈਕਸ ਦੇ ਸਬੰਧ ਵਿਚ ਦੱਸਣ ਲੱਗੇ। ਅਸੀਂ ਤਾਂ ਸੁਣਨ ਆਏ ਸੀ ਈਸ਼ਵਰ ਦੇ ਸਬੰਧ ਵਿਚ, ਸੋ ਤੁਸੀਂ ਸਾਨੂੰ ਈਸ਼ਵਰ ਦੇ ਸਬੰਧ ਵਿਚ ਦੱਸੋ।

ਉਹਨਾਂ ਨੂੰ ਸ਼ਾਇਦ ਪਤਾ ਨਹੀਂ ਕਿ ਜਿਸ ਵਿਅਕਤੀ ਨੂੰ ਅਸੀਂ ਸੈਕਸ ਦੇ ਸਬੰਧ ਵਿਚ ਵੀ ਅਥਾਰਟੀ ਨਹੀਂ ਮੰਨ ਸਕਦੇ, ਉਸ ਤੋਂ ਈਸ਼ਵਰ ਦੇ ਸਬੰਧ ਵਿਚ ਪੁੱਛਣਾ ਫ਼ਜ਼ੂਲ ਹੈ; ਕਿਉਂਕਿ ਜਿਹੜਾ ਪਹਿਲੀ ਪੌੜੀ ਦੇ ਸਬੰਧ ਵਿਚ ਕੁਝ ਨਹੀਂ ਜਾਣਦਾ, ਉਸ ਤੋਂ ਤੁਸੀਂ ਸਿਖਰਲੀ ਪੌੜੀ ਦੇ ਸਬੰਧ ਵਿਚ ਪੁੱਛਣਾ ਚਾਹੁੰਦੇ ਹੋ ? ਜੇਕਰ ਸੈਕਸ ਦੇ ਸਬੰਧ ਵਿਚ ਜੋ ਮੈਂ ਕਿਹਾ ਉਹ ਮੰਨਣਯੋਗ ਹੀ ਨਹੀਂ ਹੈ ਤਾਂ ਫਿਰ ਭੁੱਲ ਕੇ ਵੀ ਈਸ਼ਵਰ ਦੇ ਸਬੰਧ ਵਿਚ ਮੈਥੋਂ ਪੁੱਛਣ ਕਦੇ ਨਾ ਆਉਣਾ, ਕਿਉਂਕਿ ਉਹ ਗੱਲ ਹੀ ਖ਼ਤਮ ਹੋ ਗਈ। ਪਹਿਲੀ ਜਮਾਤ ਦੇ ਯੋਗ ਵੀ ਮੈਂ ਸਿੱਧ ਨਹੀਂ ਹੋਇਆ, ਤਾਂ ਆਖ਼ਰੀ ਜਮਾਤ ਦੇ ਯੋਗ ਕਿਵੇਂ ਸਿੱਧ ਹੋ ਸਕਦਾ ਹਾਂ ? ਲੇਕਿਨ ਉਹਨਾਂ ਦੇ ਪੁੱਛਣ ਦਾ ਕਾਰਨ ਹੈ।

ਹੁਣ ਤਕ ਕਾਮ ਅਤੇ ਰਾਮ ਨੂੰ ਦੁਸ਼ਮਣ ਦੀ ਤਰ੍ਹਾਂ ਦੇਖਿਆ ਜਾਂਦਾ ਰਿਹਾ ਹੈ। ਸੈਕਸ ਨੂੰ ਅਤੇ ਪਰਮਾਤਮਾ ਨੂੰ ਦੁਸ਼ਮਣ ਦੀ ਤਰ੍ਹਾਂ ਦੇਖਿਆ ਜਾਂਦਾ ਰਿਹਾ ਹੈ। ਹੁਣ ਤੱਕ ਅਜਿਹਾ ਸਮਝਿਆ ਜਾਂਦਾ ਰਿਹਾ ਹੈ ਕਿ ਜਿਹੜੇ ਰਾਮ ਦੀ ਖੋਜ ਕਰਦੇ ਹਨ, ਉਹਨਾਂ ਨੇ ਕਾਮ ਨਾਲ ਕੋਈ ਸਬੰਧ ਨਹੀਂ ਹੈ। ਅਤੇ ਜਿਹੜੇ ਲੋਕ ਕਾਮ ਦੀ ਯਾਤਰਾ ਕਰਦੇ ਹਨ, ਉਹਨਾਂ ਨੂੰ ਅਧਿਆਤਮ ਨਾਲ ਕੋਈ ਸਬੰਧ ਨਹੀਂ ਹੈ। ਇਹ ਦੋਵੇਂ ਗੱਲਾਂ ਬੇਵਕੂਫ਼ੀ ਦੀਆਂ ਹਨ।

ਆਦਮੀ ਕਾਮ ਦੀ ਯਾਤਰਾ ਵੀ ਰਾਮ ਦੀ ਖੋਜ ਦੇ ਲਈ ਹੀ ਕਰਦਾ ਹੈ। ਉਹ ਕਾਮ ਦੀ ਇੰਨੀ ਤੀਬਰ ਕਸ਼ਿਸ਼, ਰਾਮ ਦੀ ਹੀ ਖੋਜ ਹੈ ਅਤੇ ਇਸੇ ਲਈ ਕਾਮ ਵਿਚ ਕਦੇ ਤ੍ਰਿਪਤੀ ਨਹੀਂ ਮਿਲਦੀ। ਕਦੇ ਅਜਿਹਾ ਨਹੀਂ ਲੱਗਦਾ ਕਿ ਸਭ ਪੂਰਾ ਹੋ ਗਿਆ ਹੈ। ਉਹ ਜਦ ਤਕ ਰਾਮ ਨਾ ਮਿਲ ਜਾਵੇ, ਤਦ ਤੱਕ ਲੱਗ ਵੀ ਨਹੀਂ ਸਕਦਾ ਹੈ।

ਅਤੇ ਜਿਹੜੇ ਲੋਕ ਕਾਮ ਦੇ ਵੈਰੀ ਹੋ ਕੇ ਰਾਮ ਨੂੰ ਖੋਜਦੇ ਹਨ, ਰਾਮ ਦੀ ਖੋਜ ਨਹੀਂ ਹੈ, ਉਹ। ਉਹ ਸਿਰਫ਼ ਰਾਮ ਦੇ ਨਾਮ ਵਿਚ ਕਾਮ ਤੋਂ ਏੱਸਕੇਪ ਹੈ ਪਿੱਠ ਦੇਣਾ ਹੈ। ਕਾਮ ਤੋਂ ਬਚਣਾ ਹੈ। ਇਧਰ ਪ੍ਰਾਣ ਘਬਰਾਉਂਦੇ ਹਨ, ਡਰ ਲਗਦਾ ਹੈ ਤਾਂ ਰਾਮ ਦੀ ਚਾਦਰ ਓੜ੍ਹ ਕੇ ਉਸ ਵਿਚ ਛੁਪ ਜਾਂਦੇ ਹਨ ਅਤੇ ਰਾਮ ਰਾਮ ਰਾਮ ਰਾਮ ਰਾਮ ਰਾਮ ਜਪਦੇ ਰਹਿੰਦੇ ਹਨ ਕਿ ਕਾਮ ਦੀ ਯਾਦ ਨਾ ਆਵੇ।

ਜਦ ਵੀ ਕੋਈ ਆਦਮੀ ਰਾਮ ਰਾਮ ਰਾਮ ਰਾਮ ਜਪਦਾ ਮਿਲੇ ਤਾਂ ਜ਼ਰਾ ਗੌਰ ਕਰਨਾ। ਉਸਦੇ ਅੰਦਰ ਰਾਮ ਰਾਮ ਦੇ ਜਪ ਦੇ ਪਿੱਛੇ ਕਾਮ ਦਾ ਜਪ ਚੱਲ ਰਿਹਾ ਹੋਵੇਗਾ, ਸੈਕਸ ਦਾ ਜਪ ਚੱਲ ਰਿਹਾ ਹੋਵੇਗਾ। ਇਸ ਨੂੰ ਦੇਖੇਗਾ ਅਤੇ ਮਾਲਾ ਫੇਰਨ ਲਗੇਗਾ, ਕਹੇਗਾ ਰਾਮ ਰਾਮ ਰਾਮ ਰਾਮ ਰਾਮ। ਉਹ ਇਸਤ੍ਰੀ ਦਿਖੀ ਕਿ ਉਹ ਵੱਧ ਜ਼ੋਰ ਨਾਲ ਮਾਲਾ ਫੇਰਦਾ ਹੈ, ਵੱਧ ਜ਼ੋਰ ਨਾਲ ਰਾਮ-ਰਾਮ ਕਹਿੰਦਾ ਹੈ।

ਕਿਉਂ ?

ਉਹ ਅੰਦਰ ਜੋ ਕਾਮ ਬੈਠਾ ਹੈ, ਉਹ ਧੱਕੇ ਮਾਰ ਰਿਹਾ ਹੈ। ਰਾਮ ਦਾ ਨਾਂ ਲੈ-ਲੈ ਕੇ ਉਸਨੂੰ ਭੁਲਾਉਣ ਦੀ ਕੋਸ਼ਿਸ਼ ਕਰਦਾ ਹੈ। ਪਰ ਇੰਨੀਆਂ ਸੌਖੀਆਂ ਤਰਕੀਬਾਂ ਨਾਲ ਜੀਵਨ ਬਦਲਦੇ ਹੁੰਦੇ ਤਾਂ ਦੁਨੀਆਂ ਕਦੋਂ ਦੀ ਬਦਲ ਗਈ ਹੁੰਦੀ। ਉਨਾ ਸੌਖਾ ਰਾਹ ਨਹੀਂ ਹੈ।

ਤਾਂ ਮੈਂ ਤੁਹਾਨੂੰ ਕਹਿਣਾ ਚਾਹੁੰਦਾ ਹਾਂ ਕਿ ਕਾਮ ਨੂੰ ਸਮਝਣਾ ਜ਼ਰੂਰੀ ਹੈ, ਜੋ ਤੁਸੀਂ ਆਪਣੇ ਰਾਮ ਦੀ ਅਤੇ ਪ੍ਰਮਾਤਮਾ ਦੀ ਖੋਜ ਨੂੰ ਵੀ ਸਮਝਣਾ ਚਾਹੁੰਦੇ ਹੋ। ਕਿਉਂ ? ਇਹ

ਇਸ ਲਈ ਮੈਂ ਕਹਿੰਦਾ ਹਾਂ ਕਿ ਇਕ ਆਦਮੀ ਬੰਬਈ ਤੋਂ ਕਲਕੱਤਾ ਦੀ ਯਾਤਰਾ ਕਰਨਾ ਚਾਹੇ, ਉਹ ਕਲਕੱਤੇ ਵਿਚ ਪਤਾ ਲਾਵੇ ਕਿ ਕਲਕੱਤਾ ਕਿਥੇ ਹੈ, ਕਿਸ ਦਿਸ਼ਾ ਵਿਚ ਹੈ ? ਪਰ ਉਸਨੂੰ ਇਹ ਹੀ ਪਤਾ ਨਾ ਹੋਵੇ ਕਿ ਬੰਬਈ ਕਿੱਥੇ ਹੈ ਅਤੇ ਕਿਸ ਦਿਸ਼ਾ ਵਿਚ ਹੈ ਅਤੇ ਕਲਕੱਤੇ ਦੀ ਉਹ ਯਾਤਰਾ ਕਰਨਾ ਚਾਹੇ, ਤਾਂ ਕੀ ਉਹ ਸਫ਼ਲ ਹੋ ਸਕੇਗਾ ? ਕਲਕੱਤੇ ਜਾਣ ਦੇ ਲਈ ਸਭ ਤੋਂ ਪਹਿਲਾਂ ਇਹ ਪਤਾ ਲਾਉਣਾ ਜ਼ਰੂਰੀ ਹੈ ਕਿ ਬੰਬਈ ਕਿਥੇ ਹੈ ਜਿਥੇ ਮੈਂ ਹਾਂ, ਉਹ ਕਿਸ ਦਿਸ਼ਾ ਵਿਚ ਹੈ ? ਫਿਰ ਕਲਕੱਤੇ ਦੀ ਤਰਫ਼ ਦਿਸ਼ਾ ਵਿਚਾਰ ਕੀਤੀ ਜਾ ਸਕਦੀ ਹੈ। ਪਰ ਮੈਨੂੰ ਇਹੀ ਤਾਂ ਪਤਾ ਨਹੀਂ ਕਿ ਬੰਬਈ ਕਿੱਥੇ ਹੈ, ਤਾਂ ਕਲਕੱਤੇ ਦੇ ਬਾਬਤ ਸਾਰੀ ਜਾਣਕਾਰੀ ਫ਼ਜ਼ੂਲ ਹੈ, ਕਿਉਂਕਿ ਯਾਤਰਾ ਮੈਨੂੰ ਬੰਬਈ ਤੋਂ ਸ਼ੁਰੂ ਕਰਨੀ ਪਏਗੀ। ਯਾਤਰਾ ਦਾ ਅਰੰਭ ਬੰਬਈ ਤੋਂ ਕਰਨਾ ਹੈ। ਅਤੇ ਅਰੰਭ ਪਹਿਲਾਂ ਹੈ, ਅੰਤ ਬਾਅਦ ਵਿਚ ਹੈ।

ਤੁਸੀਂ ਕਿਥੇ ਖੜ੍ਹੇ ਹੋ ?

ਰਾਮ ਦੀ ਯਾਤਰਾ ਕਰਨਾ ਚਾਹੁੰਦੇ ਹੋ, ਉਹ ਠੀਕ। ਭਗਵਾਨ ਤਕ ਪਹੁੰਚਣਾ ਚਾਹੁੰਦੇ ਹੋ, ਉਹ ਠੀਕ। ਪਰ ਖੜ੍ਹੇ ਕਿੱਥੋਂ ਹੋ ਤੁਸੀਂ ? ਖੜ੍ਹੇ ਤਾਂ ਕਾਮ ਵਿਚ ਹੋ, ਖੜ੍ਹੇ ਤਾਂ ਵਾਸਨਾ ਵਿਚ ਹੋ, ਖੜ੍ਹੇ ਤਾਂ ਸੈਕਸ ਵਿਚ ਹੋ। ਉਹ ਤੁਹਾਡਾ ਨਿਵਾਸ-ਘਰ ਹੈ, ਜਿਥੋਂ ਤੁਸਾਂ ਨੇ ਕਦਮ ਚੁੱਕਣੇ ਹਨ ਅਤੇ ਯਾਤਰਾ ਕਰਨੀ ਹੈ। ਸੋ ਪਹਿਲਾਂ ਤਾਂ ਉਸ ਥਾਂ ਨੂੰ ਸਮਝ ਲੈਣਾ ਜ਼ਰੂਰੀ ਹੈ, ਜਿਥੇ ਅਸੀਂ ਹਾਂ। ਜੋ ਹੈ ਉਸਨੂੰ, ਜੋ ਐਕਚੁਅਲਿਟੀ, ਪਹਿਲਾਂ ਜੋ ਅਸਲੀ ਹੈ ਉਸਨੂੰ ਪਹਿਲਾਂ ਸਮਝ ਲੈਣਾ ਜ਼ਰੂਰੀ ਹੈ, ਤਦ ਅਸੀਂ ਉਸਨੂੰ ਵੀ ਸਮਝ ਸਕਦੇ ਹਾਂ, ਜੋ ਸੰਭਾਵਨਾ ਹੈ। ਜੋ ਪਾਸਿਬਿਲਟੀ ਹੈ, ਜੋ ਅਸੀਂ ਹੋ ਸਕਦੇ ਹਾਂ ਉਸਨੂੰ ਜਾਣਨ ਦੇ ਲਈ, ਜੋ ਅਸੀਂ ਹਾਂ ਉਸਨੂੰ ਪਹਿਲਾਂ ਜਾਣ ਲੈਣਾ ਜ਼ਰੂਰੀ ਹੈ। ਆਖ਼ਰੀ ਕਦਮ ਨੂੰ ਸਮਝਣ ਤੋਂ ਪਹਿਲਾਂ ਪਹਿਲਾ ਕਦਮ ਸਮਝ ਲੈਣਾ ਜ਼ਰੂਰੀ ਹੈ, ਕਿਉਂਕਿ ਪਹਿਲਾ ਕਦਮ ਹੀ ਆਖ਼ਰੀ ਕਦਮ ਤੱਕ ਪੁਚਾਣ ਦਾ ਰਾਹ ਬਣੇਗਾ, ਅਤੇ ਜੇਕਰ ਪਹਿਲਾ ਕਦਮ ਹੀ ਗਲਤ ਹੋਵੇਗਾ ਤਾਂ ਆਖ਼ਰੀ ਕਦਮ ਕਦੇ ਵੀ ਸਹੀ ਨਹੀਂ ਹੋਣ ਵਾਲਾ ਹੈ।

ਰਾਮ ਤੋਂ ਵੱਧ ਮਹੱਤਵਪੂਰਨ ਕਾਮ ਨੂੰ ਸਮਝਣਾ ਹੈ, ਪ੍ਰਮਾਤਮਾ ਤੋਂ ਵੀ ਵੱਧ ਮਹੱਤਵਪੂਰਨ ਸੈਕਸ ਨੂੰ ਸਮਝਣਾ ਹੈ। ਕਿਉਂ ਇੰਨਾ ਮਹੱਤਵਪੂਰਨ ਹੈ ?

ਇਸੇ ਲਈ ਮਹੱਤਵਪੂਰਨ ਹੈ ਕਿ ਜੇ ਪ੍ਰਮਾਤਮਾ ਤੱਕ ਪਹੁੰਚਣਾ ਹੈ ਤਾਂ ਸੈਕਸ ਨੂੰ ਬਿਨਾਂ ਸਮਝੇ ਤੁਸੀਂ ਨਹੀਂ ਪਹੁੰਚ ਸਕਦੇ। ਇਸ ਲਈ ਇਹ ਨਾ ਪੁੱਛੋ।

ਰਹਿ ਗਈ ਅਥਾਰਟੀ ਦੀ ਗੱਲ ਕਿ ਮੈਂ ਅਥਾਰਟੀ ਹਾਂ ਜਾਂ ਨਹੀਂ—ਇਹ ਕਿਵੇਂ ਨਿਰਣਾ ਹੋਵੇਗਾ। ਜੇ ਮੈਂ ਹੀ ਇਸ ਸਬੰਧ ਵਿਚ ਕੁਝ ਕਹਾਂਗਾ ਤਾਂ ਉਹ ਫੈਸਲਾਕੁੰਨ ਨਹੀਂ ਰਹੇਗਾ, ਕਿਉਂਕਿ ਮੇਰੇ ਸਬੰਧ ਵਿਚ ਹੀ ਨਿਰਣਾ ਹੋਣਾ ਹੈ। ਜੇ ਮੈਂ ਹੀ ਕਹਾਂ ਕਿ ਮੈਂ ਅਥਾਰਟੀ ਹਾਂ ਤਾਂ ਉਸਦਾ ਕੋਈ ਮਤਲਬ ਨਹੀਂ, ਜੇ ਮੈਂ ਕਹਾਂ ਕਿ ਮੈਂ ਅਥਾਰਟੀ ਨਹੀਂ ਹਾਂ ਤਾਂ ਉਸਦਾ ਵੀ ਕੋਈ ਮਤਲਬ ਨਹੀਂ ਹੈ, ਕਿਉਂਕਿ ਮੇਰੇ ਦੋਹਾਂ ਬਿਆਨਾਂ ਦੇ ਸਬੰਧ ਵਿਚ ਸੋਚਣ ਵਾਲੀ ਗੱਲ ਇਹ ਹੈ ਕਿ ਅਥਾਰਟੇਟਿਵ ਆਦਮੀ ਕਹਿ ਰਿਹਾ ਹੈ ਜਾਂ ਗ਼ੈਰ ਅਥਾਰਟੇਟਿਵ। ਮੈਂ ਜੋ ਵੀ ਕਹਾਂਗਾ ਇਸ ਸਬੰਧ ਵਿਚ, ਉਹ ਫ਼ਜ਼ੂਲ ਹੈ। ਮੈਂ ਅਥਾਰਟੀ ਹਾਂ ਜਾਂ ਨਹੀਂ ਇਹ ਤਾਂ ਤੁਸੀਂ ਜ਼ਰਾ ਸੈਕਸ ਦੀ ਦੁਨੀਆਂ ਵਿਚ ਪ੍ਰਯੋਗ ਕਰਕੇ ਦੇਖਣਾ। ਜਦ ਅਨੁਭਵ ਆਏਗਾ ਤਾਂ ਪਤਾ ਲੱਗੇਗਾ ਕਿ ਜੋ ਮੈਂ ਕਿਹਾ ਸੀ, ਉਹ ਅਥਾਰਟੀ ਦੀ ਜਾਂ ਨਹੀਂ, ਉਸਦੇ ਬਿਨਾਂ ਕੋਈ ਰਾਹ ਨਹੀਂ ਹੈ।

ਮੈਂ ਤੁਹਾਨੂੰ ਕਹਿੰਦਾ ਹਾਂ ਕਿ ਤੈਰਨ ਦਾ ਇਹ ਰਾਹ ਹੈ, ਤੁਸੀਂ ਕਹੋ ਪਰ ਅਸੀਂ ਕਿਵੇਂ ਮੰਨੀਏ ਕਿ ਤੁਸੀਂ ਤੈਰਨ ਦੇ ਸਬੰਧ ਵਿਚ ਪ੍ਰਮਾਣਿਕ ਗੱਲ ਕਰਰ ਰਹੇ ਹੋ ? ਤਾਂ ਮੈਂ ਕਹਿੰਦਾ ਹਾਂ ਕਿ ਚਲੋ, ਤੁਹਾਨੂੰ ਨਾਲ ਲੈ ਕੇ ਨਦੀ ਵਿਚ ਉਤਰਿਆ ਜਾ ਸਕਦਾ ਹੈ, ਤੁਹਾਨੂੰ ਨਦੀ ਵਿਚ ਉਤਾਰ ਦਿੰਦਾ ਹਾਂ। ਮੈਂ ਜੋ ਕਿਹਾ ਹੈ ਤੁਹਾਨੂੰ, ਜੇਕਰ ਉਹ ਕਾਰਗਰ ਹੋ ਜਾਵੇ ਪਾਰ ਹੋਣ ਵਿਚ, ਹੱਥ-ਪੈਰ ਮਾਰਨ ਵਿਚ ਅਤੇ ਤੈਰਨ ਵਿਚ ਤਾਂ ਤੁਸੀਂ ਸਮਝਣਾ ਕਿ ਜੋ ਮੈਂ ਕਿਹਾ ਹੈ, ਉਹ ਕੁਝ ਜਾਣ ਕੇ ਕਿਹਾ ਹੈ।

ਉਹਨਾਂ ਨੇ ਇਹ ਵੀ ਕਿਹਾ ਹੈ ਕਿ ਫ਼੍ਰਾਯਡ ਅਥਾਰਟੀ ਹੋ ਸਕਦੇ ਹਨ। ਪਰ ਮੈਂ ਤੁਹਾਨੂੰ ਕਹਿੰਦਾ ਹਾਂ ਕਿ ਜੋ ਮੈਂ ਕਹਿ ਰਿਹਾ ਹਾਂ, ਉਸ ਉਤੇ ਸ਼ਾਇਦ ਫ਼੍ਰਾਯਡ ਦੋ-ਕੌਡੀ ਵੀ ਨਹੀਂ ਜਾਣਦੇ। ਫ਼੍ਰਾਯਡ ਮਾਨਸਕ ਤਲ ਤੋਂ ਕਦੇ ਵੀ ਉਪਰ ਨਹੀਂ ਉਠ ਸਕਿਆ। ਉਸਨੂੰ ਕਲਪਨਾ ਵੀ ਨਹੀਂ ਹੈ ਅਧਿਆਤਮਕ ਸੈਕਸ ਦੀ। ਫ਼੍ਰਾਯਡ ਦੀ ਸਾਰੀ ਜਾਣਕਾਰੀ ਰੋਗੀ ਸੈਕਸ ਦੀ ਹੈ—ਹਿੱਸਟੇਰਿਕ, ਹੋਮੋਸੈਕਸੁਅਲਿਟੀ, ਮਾਸਟਰਬੇਸ਼ਨ—ਇਹ ਸਭ ਦੀਆਂ ਖੋਜ-ਬੀਨਾਂ ਹਨ। ਰੋਗੀ ਸੈਕਸ, ਵਿਕਾਰੀ ਸੈਕਸ ਦੇ ਬਾਬਤ ਖੋਜ-ਬੀਨ ਹੈ, ਪੈਥਾਲਾਜਿਕਲ ਹੈ। ਬੀਮਾਰ ਦੇ ਇਲਾਜ ਦੀ ਉਹ ਖੋਜ ਹੈ। ਫ਼੍ਰਾਯਡ ਇਕ ਡਾਕਟਰ ਹੈ। ਫਿਰ ਪੱਛਮ ਵਿਚ ਜਿਨ੍ਹਾਂ ਲੋਕਾਂ ਦਾ ਉਸਨੇ ਅਧਿਐਨ ਕੀਤਾ, ਉਹ ਮਨ ਦੇ ਤਲ ਦੇ ਸੈਕਸ ਦੇ ਲੋਕ ਹਨ। ਉਸਦੇ ਕੋਲ ਇਕ ਵੀ ਅਧਿਐਨ ਨਹੀਂ ਹੈ, ਇਕ ਵੀ ਕੇਸ-ਹਿਸਟਰੀ ਨਹੀਂ, ਜਿਸਨੂੰ ਸੱਪ੍ਰੀਚੁਅਲ ਸੈਕਸ ਕਿਹਾ ਜਾ ਸਕੇ।

ਇਸ ਲਈ ਜੇਕਰ ਖੋਜ ਕਰਨੀ ਹੈ ਕਿ ਜੋ ਮੈਂ ਕਹਿ ਰਿਹਾ ਹਾਂ, ਉਹ ਕਿਵੇਂ ਤੱਕ ਸੱਚ ਹੈ, ਤਾਂ ਸਿਰਫ ਇਕ ਦਿਸ਼ਾ ਵਿਚ ਖੋਜ ਹੋ ਸਕਦੀ ਹੈ, ਉਹ ਦਿਸ਼ਾ ਹੈ ਤੰਤਰ। ਅਤੇ ਤੰਤਰ ਦੇ ਬਾਬਤ ਅਸੀਂ ਹਜ਼ਾਰਾਂ ਸਾਲ ਤੋਂ ਸੋਚਣਾ ਬੰਦ ਕਰ ਦਿੱਤਾ ਹੈ। ਤੰਤਰ ਨੇ ਸੈਕਸ ਨੂੰ ਸੱਪ੍ਰੀਚੁਅਲ ਬਣਾਉਣ ਦਾ ਦੁਨੀਆਂ ਵਿਚ ਸਮੇਂ ਤੋਂ ਪਹਿਲਾ ਯਤਨ ਕੀਤਾ ਸੀ। ਖਜੁਰਾਹੋ ਵਿਚ ਖੜ੍ਹੇ ਮੰਦਰ, ਪੁਰੀ ਅਤੇ ਕੋਨਾਰਕ ਦੇ ਮੰਦਰ ਸਬੂਤ ਹਨ। ਕਦੇ ਤੁਸੀਂ ਖਜੁਰਾਹੇ ਗਏ ਹੋ ? ਕਦੇ ਤੁਸੀਂ ਜਾ ਕੇ ਖਜੁਰਾਹੋ ਦੀਆਂ ਮੂਰਤੀਆਂ ਦੇਖੀਆਂ ?

ਤਾਂ ਤੁਹਾਨੂੰ ਦੋ ਗੱਲਾਂ ਅਨੋਖੀਆਂ ਅਨੁਭਵ ਹੋਣਗੀਆਂ। ਪਹਿਲੀ ਤਾਂ ਗੱਲ ਇਹ ਹੈ ਕਿ ਨਗਨ ਮੈਥੁਨ ਦੀਆਂ ਮੂਰਤੀਆਂ ਨੂੰ ਦੇਖ ਕੇ ਵੀ ਤੁਹਾਨੂੰ ਅਜਿਹਾ ਨਹੀਂ ਲੱਗੇਗਾ ਕਿ ਉਹਨਾਂ ਵਿਚ ਜ਼ਰਾ ਵੀ ਕੁਝ ਗੰਦਾ ਹੈ, ਜ਼ਰਾ ਵੀ ਕੁਝ ਅਲੱਗ ਹੈ। ਨਗਨ ਮੈਥੁਨ ਦੀਆਂ ਮੂਰਤੀਆਂ ਨੂੰ ਦੇਖ ਕੇ ਕਿਤੇ ਵੀ ਅਜਿਹਾ ਨਹੀਂ ਲੱਗੇਗਾ ਕੁਝ ਕੋਝਾ ਹੈ, ਕੁਝ ਬੁਰਾ ਹੈ। ਬਲਕਿ ਮੈਥੁਨ ਦੀਆਂ ਮੂਰਤੀਆਂ ਨੂੰ ਦੇਖ ਕੇ ਇਕ ਸ਼ਾਂਤੀ, ਇਕ ਪਵਿੱਤਰਤਾ ਦਾ ਅਨੁਭਵ ਹੋਵੇਗਾ ਜੋ ਬੜੀ ਹੈਰਾਨੀ ਦੀ ਗੱਲ ਹੈ। ਉਹ ਮੂਰਤੀਆਂ, ਅਧਿਆਤਮਕ ਸੈਕਸ ਨੂੰ ਜਿਨ੍ਹਾਂ ਲੋਕਾਂ ਨੇ ਮਹਿਸੂਸ ਕੀਤਾ ਸੀ, ਉਹਨਾਂ ਕਾਰੀਗਰਾਂ ਤੋਂ ਬਣਵਾਈਆਂ ਗਈਆਂ ਹਨ।

ਉਹਨਾਂ ਮੂਰਤੀਆਂ ਦੇ ਚਿਹਰਿਆਂ ਉਤੇ...ਤੁਸੀਂ ਇਕ ਸੈਕਸ ਨਾਲ ਭਰੇ ਹੋਏ ਆਦਮੀ ਨੂੰ ਦੇਖਣਾ, ਉਸ ਦੀਆਂ ਅੱਖਾਂ ਦੇਖਣਾ, ਉਸਦਾ ਚਿਹਰਾ ਦੇਖਣਾ, ਉਹ ਘਿਨਾਉਣਾ, ਘਬਰਾ ਦੇਣ ਵਾਲਾ, ਕੋਝਾ ਪ੍ਰਤੀਤ ਹੋਵੇਗਾ। ਉਸ ਦੀਆਂ ਅੱਖਾਂ ਤੋਂ ਇਕ ਝਲਕ ਮਿਲਦੀ ਹੋਈ ਜਾਪੇਗੀ, ਜੋ ਘਬਰਾ ਦੇਣ ਵਾਲੀ ਅਤੇ ਡਰਾਉਣ ਵਾਲੀ ਹੋਵੇਗੀ। ਪਿਆਰੇ ਤੋਂ ਪਿਆਰੇ ਆਦਮੀਆਂ ਨੂੰ, ਆਪਣੇ ਨੇੜੇ ਤੋਂ ਨੇੜੇ ਪਿਆਰੇ ਤੋਂ ਪਿਆਰੇ ਵਿਅਕਤੀ ਨੂੰ ਵੀ ਇਸਤ੍ਰੀ ਜਦ ਸੈਕਸ ਨਾਲ ਭਰਿਆ ਹੋਇਆ ਕੋਲ ਆਉਂਦਾ ਹੋਇਆ ਦੇਖਦੀ ਹੈ,

ਤਾਂ ਉਸਨੂੰ ਦੁਸ਼ਮਣ ਦਿਖਾਈ ਪੈਂਦਾ ਹੈ, ਮਿੱਤਰ ਨਹੀਂ ਦਿਖਾਈ ਪੈਂਦਾ। ਪਿਆਰੀ ਤੋਂ ਪਿਆਰੀ ਇਸਤ੍ਰੀ ਨੂੰ ਜੇਕਰ ਕੋਈ ਪੁਰਸ਼ ਆਪਣੇ ਨੇੜੇ ਸੈਕਸ ਨਾਲ ਭਰਿਆ ਹੋਇਆ ਆਉਂਦਾ ਦਿਖਾਈ ਪਵੇਗਾ ਤਾਂ ਉਸਨੂੰ ਉਸਦੇ ਅੰਦਰ ਨਰਕ ਦਿਖਾਈ ਪਏਗਾ, ਸਵਰਗ ਨਹੀਂ ਦਿਖਾਈ ਪੈ ਸਕਦਾ।

ਲੇਕਿਨ ਖਜੁਰਾਹੋ ਦੀਆਂ ਮੂਰਤੀਆਂ ਨੂੰ ਦੇਖੋ ਤਾਂ ਉਹਨਾਂ ਦੇ ਚਿਹਰੇ ਨੂੰ ਦੇਖ ਕੇ ਇੰਜ ਲਗਦਾ ਹੈ, ਜਿਵੇਂ ਬੁੱਧ ਦਾ ਚਿਹਰਾ ਹੋਵੇ, ਮਹਾਂਵੀਰ ਦਾ ਚਿਹਰਾ ਹੋਵੇ, ਮੈਥੁਨ ਦੀਆਂ ਮੂਰਤੀਆਂ ਅਤੇ ਮੈਥੁਨਰਤ ਜੋੜੇ ਦੇ ਚਿਹਰੇ 'ਤੇ ਜੋ ਭਾਵ ਹਨ, ਉਹ ਸਮਾਧੀ ਦੇ ਹਨ। ਅਤੇ ਸਾਰੀਆਂ ਮੂਰਤੀਆਂ ਨੂੰ ਦੇਖ ਲਵੋ ਅਤੇ ਪਿੱਛੇ ਇਕ ਹਲਕੀ-ਜਿਹੀ ਸ਼ਾਂਤੀ ਦੀ ਝਲਕ ਛੁੱਟ ਜਾਏਗੀ, ਹੋਰ ਕੁਝ ਵੀ ਨਹੀਂ। ਅਤੇ ਇਕ ਅਸਚਰਜ ਤੁਹਾਨੂੰ ਮਹਿਸੂਸ ਹੋਵੇਗਾ।

ਤੁਸੀਂ ਸੋਚਦੇ ਹੋਵੋਗੇ ਕਿ ਨੰਗੀਆਂ ਤਸਵੀਰਾਂ ਅਤੇ ਮੂਰਤੀਆਂ ਦੇਖ ਕੇ ਤੁਹਾਡੇ ਅੰਦਰ ਕਾਮੁਕਤਾ ਪੈਦਾ ਹੋਵੇਗੀ, ਤਾਂ ਮੈਂ ਤੁਹਾਨੂੰ ਕਹਿੰਦਾ ਹਾਂ, ਫਿਰ ਤੁਸੀਂ ਦੇਰ ਨਾ ਕਰੋ ਅਤੇ ਸਿੱਧੇ ਖਜੁਰਾਹੋ ਚਲੇ ਜਾਉ। ਖਜੁਰਾਹੋ ਪ੍ਰਿਥਵੀ ਉਤੇ ਇਸ ਸਮੇਂ ਅਨੋਖੀ ਚੀਜ਼ ਹੈ।

ਐਪਰ ਸਾਡੇ ਕਈ ਨੀਤੀ ਸ਼ਾਸਤਰੀ ਪੁਰਸ਼ੋਤਮ ਦਾਸ ਟੰਡਨ ਅਤੇ ਉਹਨਾਂ ਦੇ ਕੁਝ ਸਾਥੀ ਇਹ ਸੁਝਾਅ ਦੇ ਰਹੇ ਹਨ ਕਿ ਖਜੁਰਾਹੋ ਦੇ ਮੰਦਰ ਉਤੇ ਮਿੱਟੀ ਲਿੱਪ ਕੇ ਕੰਧਾਂ ਢੱਕ ਦੇਣੀਆਂ ਚਾਹੀਦੀਆਂ ਹਨ, ਕਿਉਂਕਿ ਉਹਨਾਂ ਨੂੰ ਦੇਖਣ ਨਾਲ ਵਾਸਨਾ ਪੈਦਾ ਹੋ ਸਕਦੀ ਹੈ। ਮੈਂ ਹੈਰਾਨ ਹੋ ਗਿਆ।

ਖਜੁਰਾਹੋ ਦੇ ਮੰਦਰ ਜਿਨ੍ਹਾਂ ਨੇ ਬਣਾਏ ਸਨ, ਉਹਨਾਂ ਦਾ ਖ਼ਿਆਲ ਇਹ ਸੀ ਕਿ ਇਹਨਾਂ ਮੂਰਤੀਆਂ ਨੂੰ ਜੇਕਰ ਕੋਈ ਬੈਠ ਕੇ ਘੰਟਾ-ਭਰ ਦੇਖੇ ਤਾਂ ਵਾਸਨਾ ਤੋਂ ਸ਼ੂਨਯ ਹੋ ਜਾਵੇਗਾ। ਉਹ ਮੂਰਤੀਆਂ ਆਬਜੈੱਕਟਸ ਫਾੱਰ ਮੇਡਿਟੇਸ਼ਨ ਰਹੀਆਂ ਹਜ਼ਾਰਾਂ ਵਰ੍ਹਿਆਂ ਤਕ। ਉਹ ਮੂਰਤੀਆਂ ਧਿਆਨ ਦੇ ਲਈ ਆਬਜੈੱਕਟ ਦਾ ਕੰਮ ਕਰਦੀਆਂ ਰਹੀਆਂ ਹਨ। ਜਿਹੜੇ ਲੋਕ ਅਤਿ ਕਾਮੁਕ ਸਨ, ਉਹਨਾਂ ਨੂੰ ਖਜੁਰਾਹੋ ਦੇ ਮੰਦਰ ਕੋਲ ਭੇਜ ਕੇ ਉਹਨਾਂ ਉਤੇ ਧਿਆਨ ਕਰਵਾਉਣ ਲਈ ਕਿਹਾ ਜਾਂਦਾ ਸੀ ਕਿ ਤੁਸੀਂ ਧਿਆਨ ਕਰੋ— ਇਹਨਾਂ ਮੂਰਤੀਆਂ ਨੂੰ ਦੇਖੋ ਅਤੇ ਇਹਨਾਂ ਵਿਚ ਲੀਨ ਹੋ ਜਾਉ।

ਅਤੇ ਇਹ ਹੈਰਾਨੀ ਦੀ ਗੱਲ ਹੈ, ਹਾਲਾਂਕਿ ਸਾਡੇ ਅਨੁਭਵ ਵਿਚ ਹੈ, ਪਰ ਸਾਨੂੰ ਖ਼ਿ ਆਲ ਨਹੀਂ। ਤੁਹਾਨੂੰ ਪਤਾ ਹੈ, ਰਾਹ 'ਤੇ ਦੋ ਆਦਮੀ ਲੜ ਰਹੇ ਹੋਣ ਅਤੇ ਤੁਸੀਂ ਰਾਹ ਤੋਂ ਦੀ ਚਲੇ ਜਾ ਰਹੇ ਹੋਵੋ, ਤਾਂ ਤੁਹਾਡਾ ਮਨ ਹੁੰਦਾ ਹੈ ਕਿ ਖੜ੍ਹੇ ਹੋ ਕੇ ਉਹ ਲੜਾਈ ਦੇਖ ਲਈਏ। ਲੇਕਿਨ ਕਿਉਂ ? ਤੁਸੀਂ ਕਦੇ ਖ਼ਿਆਲ ਕੀਤਾ ਕਿ ਲੜਾਈ ਦੇਖਣ ਨਾਲ ਤੁਹਾਨੂੰ ਕੀ ਫ਼ਾਇਦਾ ਹੈ ? ਹਜ਼ਾਰ ਜ਼ਰੂਰੀ ਕੰਮ ਛੱਡ ਕੇ ਤੁਸੀਂ ਅੱਧੇ ਘੰਟੇ ਤੱਕ ਦੋ ਆਦਮੀਆਂ ਦੀ ਘਸੁੰਨ-ਬਾਜ਼ੀ ਦੇਖ ਸਕਦੇ ਹੋ ਖੜ੍ਹੇ ਹੋ ਕੇ—ਫ਼ਾਇਦਾ ਕੀ ਹੈ ?

ਸ਼ਾਇਦ ਤੁਹਾਨੂੰ ਪਤਾ ਨਹੀਂ, ਫ਼ਾਇਦਾ ਇਕ ਹੈ। ਦੋ ਆਦਮੀਆਂ ਨੂੰ ਲੜਦੇ ਦੇਖ ਕੇ ਤੁਹਾਡੇ ਅੰਦਰ ਜੋ ਲੜਨ ਦਾ ਰੁਝਾਨ ਹੈ, ਉਹ ਵਿਸਰਜਤ ਹੁੰਦਾ ਹੈ, ਉਸਦਾ ਨਿਕਾਸ ਹੁੰਦਾ ਹੈ, ਉਹ ਇਵੇਪਰੇਟ ਹੋ ਜਾਂਦਾ ਹੈ।

ਜੇਕਰ ਮੈਥੁਨ ਦੀ ਮੂਰਤ ਨੂੰ ਕੋਈ ਘੰਟੇ-ਭਰ ਤਕ ਸ਼ਾਂਤ ਬੈਠ ਕੇ ਧਿਆਨ-ਮਗਨ ਹੋ ਕੇ ਦੇਖੇ ਤਾਂ ਉਸਦੇ ਅੰਦਰ ਜੋ ਮੈਥੁਨ ਕਰਨ ਦਾ ਪਾਗਲ ਭਾਵ ਹੈ, ਉਹ ਅਲੋਪ ਹੋ ਜਾਂਦਾ ਹੈ।

ਇਕ ਮਨੋਵਿਗਿਆਨਕ ਦੇ ਕੋਲ ਇਕ ਆਦਮੀ ਨੂੰ ਲਿਆਂਦਾ ਗਿਆ ਸੀ। ਉਹ ਇਕ ਦਫ਼ਤਰ ਵਿਚ ਕੰਮ ਕਰਦਾ ਹੈ। ਅਤੇ ਆਪਣੇ ਮਾਲਕ ਨਾਲ, ਆਪਣੇ ਬੌਸ ਨਾਲ ਬਹੁਤ ਖ਼ਫ਼ਾ ਹੈ। ਮਾਲਕ ਉਸਨੂੰ ਕੁਝ ਵੀ ਕਹਿੰਦਾ ਹੈ ਤਾਂ ਉਸਨੂੰ ਬਹੁਤ ਅਪਮਾਨ ਮਲੂਮ ਹੁੰਦਾ ਹੈ। ਅਤੇ ਉਸਦੇ ਮਨ ਵਿਚ ਆਉਂਦਾ ਹੈ ਕਿ ਲਾਹਾਂ ਜੁੱਤੀ ਅਤੇ ਉਸਦੇ ਮਾਰ ਦਿਆਂ।

ਪਰ ਮਾਲਕ ਨੂੰ ਜੁੱਤੀ ਕਿਵੇਂ ਮਾਰੀ ਜਾ ਸਕਦੀ ਹੈ। ਹਾਲਾਂਕਿ ਅਜਿਹੇ ਲੱਛਣ ਘੱਟ ਹੀ ਹੋਣਗੇ, ਜਿਨ੍ਹਾਂ ਦੇ ਮਨ ਵਿਚ ਇਹ ਖ਼ਿਆਲ ਨਾ ਆਉਂਦਾ ਹੋਵੇ ਕਿ ਲਾਹਾਂ ਜੁੱਤੀ ਅਤੇ ਮਾਰ ਦਿਆਂ। ਅਜਿਹਾ ਨੌਕਰ ਭਾਲਣਾ ਮੁਸ਼ਕਲ ਹੈ। ਜੇ ਤੁਸੀਂ ਮਾਲਕ ਹੋ ਤਾਂ ਵੀ ਤੁਹਾਨੂੰ ਪਤਾ ਹੋਵੇਗਾ ਅਤੇ ਜੇ ਤੁਸੀਂ ਨੌਕਰ ਹੋ ਤਾਂ ਵੀ ਤੁਹਾਨੂੰ ਪਤਾ ਹੋਵੇਗਾ।

ਨੌਕਰ ਦੇ ਮਨ ਵਿਚ ਨੌਕਰ ਹੋਣ ਦੀ ਭਾਰੀ ਭੀੜ ਹੈ ਅਤੇ ਮਨ ਹੁੰਦਾ ਹੈ ਕਿ ਇਸਦਾ ਬਦਲਾ ਲੈ ਲਵਾਂ। ਲੇਕਿਨ ਨੌਕਰ ਜੇਕਰ ਬਦਲਾ ਲੈ ਸਕਦਾ ਤਾਂ ਨੌਕਰ ਹੁੰਦਾ ਕਿਉਂ ? ਸੋ ਉਹ ਵਿਚਾਰਾ ਮਜਬੂਰ ਹੈ ਅਤੇ ਦਬਾਈ ਚਲਿਆ ਜਾਂਦਾ ਹੈ, ਦਬਾਈ ਚਲਿਆ ਜਾਂਦਾ ਹੈ।

ਫਿਰ ਵੀ ਹਾਲਤ ਉਸਦੀ ਅਜਿਹੀ ਰੋਗੀ ਹੋ ਗਈ ਹੈ ਕਿ ਉਸਨੂੰ ਡਰ ਪੈਦਾ ਹੋ ਗਿਆ ਹੈ ਕਿਸੇ ਦਿਨ ਤੈਸ਼ ਵਿਚ ਮੈਂ ਜੁੱਤੀ ਮਾਰ ਹੀ ਨਾ ਦਿਆਂ। ਉਹ ਜੁੱਤੀ ਘਰੇ ਹੀ ਛੱਡ ਜਾਂਦਾ ਹੈ, ਲੇਕਿਨ ਦਫ਼ਤਰ ਵਿਚ ਉਸਨੂੰ ਜੁੱਤੀ ਦੀ ਯਾਦ ਦਿਨ-ਭਰ ਆਉਂਦੀ ਹੈ ਅਤੇ ਜਦ ਵੀ ਮਾਲਕ ਦਿਖਾਈ ਪੈਂਦਾ ਹੈ, ਉਹ ਪੈਰ ਟੋਹ ਕੇ ਦੇਖਦਾ ਹੈ ਕਿ ਜੁੱਤੀ—ਐਪਰ ਜੁੱਤੀ ਤਾਂ ਉਹ ਘਰ ਛੱਡ ਆਇਆ ਹੈ, ਅਤੇ ਖ਼ੁਸ਼ ਹੁੰਦਾ ਹੈ ਕਿ ਚੰਗਾ ਹੋਇਆ, ਮੈਂ ਛੱਡ ਆਇਆ। ਕਿਸੇ ਦਿਨ ਤੈਸ਼ ਦੇ ਛਿਨ ਵਿਚ ਲਹਿ ਜਾਵੇ ਜੁੱਤੀ ਤਾਂ ਮੁਸ਼ਕਲ ਹੋਵੇਗੀ।

ਲੇਕਿਨ ਘਰੇ ਜੁੱਤੀ ਛੱਡ ਆਉਣ ਨਾਲ ਜੁੱਤੀ ਤੋਂ ਮੁਕਤੀ ਨਹੀਂ ਹੁੰਦੀ। ਜੁੱਤੀ ਉਸਦਾ ਪਿੱਛਾ ਕਰਨ ਲੱਗੀ। ਉਹ ਕਾਗਜ਼ ਉਤੇ ਕੁਝ ਵੀ ਬਣਾਉਂਦਾ ਹੈ ਤਾਂ ਜੁੱਤੀ ਬਣ ਜਾਂਦੀ ਹੈ। ਉਹ ਰਜਿਸਟਰ ਉਤੇ ਕੁਝ ਉਂਝ ਹੀ ਲਿਖ ਰਿਹਾ ਹੈ ਕਿ ਪਾਂਦਾ ਹੈ ਜੁੱਤੀ ਨੇ ਸ਼ਕਲ ਧਾਰਨੀ ਸ਼ੁਰੂ ਕਰ ਦਿੱਤੀ। ਉਸਦੇ ਪ੍ਰਾਣਾਂ ਵਿਚ ਜੁੱਤੀ ਘਿਰਨ ਲੱਗੀ। ਉਹ ਬਹੁਤ ਘਬਰਾ ਗਿਆ ਹੈ ਅਤੇ ਉਸਨੂੰ ਅਜਿਹਾ ਡਰ ਲੱਗਣ ਲੱਗਿਆ ਹੈ ਹੌਲੀ-ਹੌਲੀ ਕਿ ਮੈਂ ਕਿਸੇ ਵੀ ਦਿਨ ਹਮਲਾ ਕਰ ਸਕਦਾ ਹਾਂ। ਤਾਂ ਉਸਨੇ ਆਪਣੇ ਘਰ ਆ ਕੇ ਕਿਹਾ ਕਿ ਹੁਣ ਮੇਰਾ ਨੌਕਰੀ 'ਤੇ ਜਾਣਾ ਠੀਕ ਨਹੀਂ, ਮੈਂ ਛੁੱਟੀ ਕਰਨਾ ਚਾਹੁੰਦਾ ਹਾਂ, ਕਿਉਂਕਿ ਹੁਣ ਹਾਲਤ ਵੀ ਅਜਿਹੀ ਹੋ ਗਈ ਹੈ ਕਿ ਮੈਂ ਦੂਜੇ ਦੀ ਜੁੱਤੀ ਲਾਹ ਕੇ ਵੀ ਮਾਰ ਸਕਦਾ ਹਾਂ ਅਤੇ ਆਪਣੀ ਜੁੱਤੀ ਦੀ ਜ਼ਰੂਰਤ ਨਹੀਂ ਰਹਿ ਗਈ। ਮੇਰੇ ਹੱਥ ਦੂਜੇ ਲੋਕਾਂ ਦੇ ਪੈਰਾਂ ਦੀ ਤਰਫ਼ ਵੀ ਵੱਧਣ ਦੀ ਕੋਸ਼ਿਸ਼ ਕਰਦੇ ਹਨ।

ਤਾਂ ਘਰ ਦੇ ਲੋਕਾਂ ਨੇ ਸਮਝਿਆ ਕਿ ਉਹ ਪਾਗਲ ਹੋ ਗਿਆ ਹੈ, ਉਸਨੂੰ ਇਕ ਮਨੋਵਿਗਿਆਨਕ ਦੇ ਕੋਲ ਲੈ ਗਏ। ਉਸ ਮਨੋਵਿਗਿਆਨਕ ਨੇ ਕਿਹਾ, ਇਸਦੀ ਬੀਮਾਰੀ ਵੱਡੀ ਨਹੀ, ਛੋਟੀ ਜਿਹੀ ਹੈ। ਇਸਦੇ ਮਾਲਕ ਦੀ ਇਹ ਤਸਵੀਰ ਘਰ ਵਿਚ ਲਾ ਲਵੋ ਅਤੇ ਉਸਨੂੰ ਕਹੋ, ਰੋਜ਼ ਸਵੇਰੇ ਪੰਜ ਜੁੱਤੀਆਂ ਧਾਰਮਕ ਭਾਵ ਨਾਲ ਮਾਰਿਆ ਕਰੇ। ਪੰਜ ਜੁੱਤੀਆਂ ਮਾਰੇ ਤਦ ਦਫ਼ਤਰ ਜਾਵੇ—ਬਿਲਕਲ ਰਿਲੀਜਸਲੀ। ਅਜਿਹਾ ਨਾ ਹੋਵੇ ਕਿ ਕਿਸੇ ਦਿਨ ਖੁੰਝ ਜਾਵੇ ਜਿਵੇਂ ਲੋਕ ਧਿਆਨ, ਜਾਪ ਕਰਦੇ ਹਨ—ਬਿਲਕੁਲ ਵੇਲੇ ਸਿਰ ਪੰਜ ਜੁੱਤੀਆਂ ਮਾਰੇ। ਦਫ਼ਤਰ ਤੋਂ ਵਾਪਿਸ ਆ ਕੇ ਪੰਜ ਜੁੱਤੀਆਂ ਮਾਰੇ। ਉਹ ਆਦਮੀ

ਪਹਿਲਾਂ ਤਾਂ ਬੋਲਿਆ, ਇਹ ਕੀ ਪਾਗਲਪਣ ਦੀ ਗੱਲ ਹੈ ? ਪਰ ਅੰਦਰ ਉਸਨੂੰ ਖ਼ੁਸ਼ੀ ਮਲੂਮ ਹੋਈ। ਉਹ ਹੈਰਾਨ ਹੋਇਆ, ਉਸਨੇ ਕਿਹਾ, ਲੇਕਿਨ ਮੈਨੂੰ ਅੰਦਰ ਖ਼ੁਸ਼ੀ ਮਲੂਮ ਹੋ ਰਹੀ ਹੈ।

ਤਸਵੀਰ ਟੰਗ ਦਿੱਤੀ ਗਈ ਅਤੇ ਉਹ ਰੋਜ਼ ਪੰਜ ਜੁੱਤੀਆਂ ਮਾਰ ਕੇ ਦਫ਼ਤਰ ਗਿਆ। ਪਹਿਲੇ ਦਿਨ ਹੀ ਜਦ ਉਹ ਪੰਜ ਜੁੱਤੀਆਂ ਮਾਰ ਕੇ ਦਫ਼ਤਰ ਗਿਆ ਤਾਂ ਉਸਨੂੰ ਇਕ ਵੱਡਾ ਅਨੁਭਵ ਹੋਇਆ। ਮਾਲਕ ਦੇ ਪ੍ਰਤੀ ਉਸਨੇ ਦਫ਼ਤਰ ਵਿਚ ਉਨਾ ਕ੍ਰੋਧ ਮਹਿਸੂਸ ਕੀਤਾ। ਅਤੇ 15 ਦਿਨ ਦੇ ਅੰਦਰ ਤਾਂ ਉਹ ਮਾਲਕ ਦੇ ਪ੍ਰਤੀ ਬਹੁਤ ਹੀ ਨਿਮਰ ਹੋ ਗਿਆ। ਮਾਲਕ ਨੂੰ ਵੀ ਹੈਰਾਨੀ ਹੋਈ ਉਸਨੂੰ ਤਾਂ ਕੁਝ ਪਤਾ ਨਹੀਂ ਕਿ ਅੰਦਰ ਕੀ ਚੱਲ ਰਿਹਾ ਹੈ। ਉਸਨੇ ਉਸ ਤੋਂ ਪੁੱਛਿਆ ਕਿ ਤੂੰ ਅੱਜ-ਕੱਲ੍ਹ ਬਹੁਤ ਆਗਿਆਕਾਰੀ, ਬਹੁਤ ਨਿਮਰ, ਬਹੁਤ ਸ਼ਾਂਤ-ਦਿਲ ਹੋ ਗਿਆ ਹੈਂ। ਗੱਲ ਕੀ ਹੈ ? ਉਸਨੇ ਕਿਹਾ ਕਿ ਉਹ ਨਾ ਪੁੱਛੋ, ਨਹੀਂ ਤਾਂ ਸਭ ਗੜਬੜ ਹੋ ਜਾਏਗਾ।

ਕੀ ਹੋਇਆ—ਤਸਵੀਰ ਨੂੰ ਜੁੱਤੀਆਂ ਮਾਰਨ ਨਾਲ ਕੁਝ ਹੋ ਸਕਦਾ ਹੈ ? ਲੇਕਿਨ ਤਸਵੀਰ ਨੂੰ ਜੁੱਤੀਆਂ ਮਾਰਨ ਨਾਲ ਉਹ ਜੋ ਜੁੱਤੀਆਂ ਮਾਰਨ ਦਾ ਭਾਵ ਹੈ, ਉਹ ਅਲੋਪ ਹੋਇਆ, ਉਹ ਇਵੋਪਰੇਟ ਹੋਇਆ, ਉਹ ਭਾਫ਼ ਬਣ ਕੇ ਉਡਿਆ।

ਖਜੁਰਾਹੋ ਦੇ ਮੰਦਰ ਜਾਂ ਕੋਨਾਰਕ ਅਤੇ ਪੁਰੀ ਦੇ ਮੰਦਰ ਵਰਗੇ ਮੰਦਰ ਸਾਰੇ ਦੇਸ਼ ਦੇ ਪਿੰਡ-ਪਿੰਡ ਵਿਚ ਹੋਣੇ ਚਾਹੀਦੇ ਹਨ।

ਬਾਕੀ ਮੰਦਰਾਂ ਦੀ ਕੋਈ ਜ਼ਰੂਰਤ ਨਹੀਂ ਹੈ, ਉਹ ਬੇਵਕੂਫ਼ੀ ਦੇ ਸਬੂਤ ਹਨ ਉਹਨਾਂ ਵਿਚ ਕੁਝ ਨਹੀਂ ਹੈ। ਉਹਨਾਂ ਵਿਚ ਨਾ ਕੋਈ ਵਿਗਿਆਨਕਤਾ ਹੈ, ਨਾ ਕੋਈ ਅਰਥ ਹੈ, ਨਾ ਕੋਈ ਮਕਸਦ ਹੈ। ਉਹ ਨਿਰੇ ਗੰਵਾਰੀ ਦੇ ਸਬੂਤ ਹਨ ਲੇਕਿਨ ਖਜੁਰਾਹੋ ਦੇ ਮੰਦਰ ਜ਼ਰੂਰ ਅਰਥਪੂਰਨ ਹਨ।

ਜਿਸ ਆਦਮੀ ਦਾ ਵੀ ਮਨ ਸੈਕਸ ਨਾਲ ਬਹੁਤ ਭਰਿਆ ਹੋਵੇ, ਉਹ ਜਾ ਕੇ ਇਹਨਾਂ ਉਤੇ ਧਿਆਨ ਕਰੇ ਅਤੇ ਉਹ ਹੌਲਾ ਹੋ ਕੇ ਮੁੜੇਗਾ, ਸ਼ਾਂਤ ਪਰਤੇਗਾ। ਤੰਤਰਾਂ ਨੇ ਜ਼ਰੂਰ ਸੈਕਸ ਨੂੰ ਅਧਿਆਤਮਕ ਬਣਾਉਣ ਦੀ ਕੋਸ਼ਿਸ਼ ਕੀਤੀ ਸੀ, ਪਰ ਇਹ ਮੁਲਕ ਦੇ ਨੀਤੀ ਸ਼ਾਸਤਰੀ ਅਤੇ ਜੋ ਮਾੱਰਲ ਪ੍ਰੀਚਰਸ ਹਨ, ਉਹਨਾਂ ਦੁਸ਼ਟਾਂ ਨੇ ਉਹਨਾਂ ਦੀ ਗੱਲ ਨੂੰ ਸਮਾਜ ਤੱਕ ਨਹੀਂ ਪਹੁੰਚਣ ਦਿੱਤਾ। ਉਹ ਮੇਰੀ ਗੱਲ ਵੀ ਨਹੀਂ ਪਹੁੰਚਣ ਦੇਣਾ ਚਾਹੁੰਦੇ।

ਇਥੋਂ ਮੈਂ ਭਾਰਤੀ ਵਿਦਿਆ ਭਵਨ ਤੋਂ ਬੋਲ ਕੇ ਜਬਲਪੁਰ ਵਾਪਸ ਮੁੜਿਆ ਅਤੇ ਤੀਜੇ ਦਿਨ ਮੈਨੂੰ ਇਕ ਚਿੱਠੀ ਮਿਲੀ ਕਿ ਜੇ ਤੁਸੀਂ ਇਸ ਵਜ੍ਹਾ ਦੀਆਂ ਗੱਲਾਂ ਕਹਿਣੀਆਂ ਬੰਦ ਨਹੀਂ ਕਰ ਦਿੰਦੇ ਤਾਂ ਤੁਹਾਨੂੰ ਗੋਲੀ ਕਿਉਂ ਨਾ ਮਾਰ ਦਿੱਤੀ ਜਾਵੇ ? ਮੈਂ ਜਵਾਬ ਦੇਣਾ ਚਾਹਿਆ ਸੀ, ਪਰ ਉਹ ਗੋਲੀ ਮਾਰਨ ਵਾਲੇ ਸੱਜਣ ਬਹੁਤ ਕਾਇਰ ਮਲੂਮ ਪਏ। ਨਾ ਉਹਨਾਂ ਨੇ ਨਾਂ ਲਿਖਿਆ ਸੀ, ਨਾ ਪਤਾ ਲਿਖਿਆ ਸੀ। ਸ਼ਾਇਦ ਉਹ ਡਰ ਗਏ ਹੋਣਗੇ ਕਿ ਮੈਂ ਪੁਲਿਸ ਨੂੰ ਨਾ ਸੌਂਪ ਦਿਆਂ। ਪਰ ਜੇ ਉਹ ਇਥੇ ਕਿਤੇ ਹੋਣ ਤਾਂ ਮੈਂ ਉਹਨਾਂ ਨੂੰ ਕਹਿਣਾ ਚਾਹੁੰਦਾ ਹਾਂ ਕਿ ਪੁਲਿਸ ਨੂੰ ਸੌਂਪਣ ਦੀ ਕੋਈ ਵੀ ਜ਼ਰੂਰਤ ਨਹੀਂ ਹੈ। ਉਹ ਆਪਣਾ ਨਾਂ ਅਤੇ ਪਤਾ ਮੈਨੂੰ ਭੇਜ ਦੇਣ, ਤਾਂ ਜੋ ਮੈਂ ਉਹਨਾਂ ਨੂੰ ਜਵਾਬ ਦੇ ਸਕਾਂ। ਪਰ ਜੇ ਉਹਨਾਂ ਦੀ ਹਿੰਮਤ ਨਾ ਹੋਵੇ ਤਾਂ ਮੈਂ ਜਵਾਬ ਇਥੇ ਈ ਦੇ ਦਿੰਦਾ ਹਾਂ, ਤਾਂ ਜੋ ਉਹ ਸੁਣ ਲੈਣ।

ਪਹਿਲੀ ਤਾਂ ਗੱਲ ਇਹ ਹੈ ਕਿ ਇੰਨੀ ਛੇਤੀ ਗੋਲੀ ਮਾਰਨ ਦੀ ਨਾ ਕਰਨਾ, ਕਿਉਂਕਿ

ਗੋਲੀ ਮਾਰਦਿਆਂ ਹੀ ਜੋ ਗੱਲ ਮੈਂ ਕਹਿ ਰਿਹਾ ਹਾਂ, ਉਹ ਪਰਮ-ਸੱਚ ਹੋ ਜਾਏਗੀ। ਇਸਦਾ ਉਹਨਾਂ ਨੂੰ ਪਤਾ ਹੋਣਾ ਚਾਹੀਦਾ ਹੈ। ਜੀਸਸ ਕ੍ਰਾਈਸਟ ਨੂੰ ਦੁਨੀਆਂ ਕਦੋਂ ਦੀ ਭੁੱਲ ਗਈ ਹੁੰਦੀ, ਜੇ ਉਸਨੂੰ ਸੂਲੀ ਉਤੇ ਨਾ ਲਮਕਾਇਆ ਗਿਆ ਹੁੰਦਾ। ਜੀਸਸ ਕ੍ਰਾਈਸਟ ਨੂੰ ਦੁਨੀਆਂ ਕਦੋਂ ਦੀ ਭੁੱਲ ਗਈ ਹੁੰਦੀ, ਜੇ ਉਸਨੂੰ ਸੂਲੀ ਨਾ ਮਿਲੀ ਹੁੰਦੀ। ਸੂਲੀ ਦੇਣ ਵਾਲੇ ਨੇ ਬੜੀ ਕਿਰਪਾ ਕੀਤੀ।

ਅਤੇ ਮੈਂ ਤਾਂ ਇੱਥੋਂ ਤਕ ਸੁਣਿਆ ਹੈ ਕੁਝ ਇਨਰ ਸਰਕਿਲਸ ਵਿਚ, ਜਿਹੜੇ ਜੀਵਨ ਦੀਆਂ ਗਹਿਰਾਈਆਂ ਦੀ ਖੋਜ ਕਰਦੇ ਹਨ, ਉਹਨਾਂ ਕੋਲੋਂ ਮੈਨੂੰ ਇਹ ਵੀ ਗਿਆਨ ਹੋਇਆ ਹੈ ਕਿ ਜੀਸਸ ਨੇ ਖ਼ੁਦ ਆਪਣੀ ਸੂਲੀ ਲਗਵਾਉਣ ਦੀ ਯੋਜਨਾ ਅਤੇ ਸਾਜ਼ਿਸ਼ ਕੀਤੀ ਸੀ। ਜੀਸਸ ਨੇ ਚਾਹਿਆ ਸੀ ਕਿ ਮੈਨੂੰ ਸੂਲੀ ਲਾ ਦਿੱਤੀ ਜਾਵੇ, ਕਿਉਂਕਿ ਸੂਲੀ ਲਗਦਿਆਂ ਹੀ ਜੋ ਜੀਸਸ ਨੇ ਕਿਹਾ ਹੈ, ਉਹ ਕਰੋੜਾਂ-ਕਰੋੜਾਂ ਵਰ੍ਹਿਆਂ ਦੇ ਲਈ ਅਮਰ ਹੋ ਜਾਏਗਾ ਅਤੇ ਹਜ਼ਾਰਾਂ ਲੋਕਾਂ ਦੇ, ਲੱਖਾਂ ਲੋਕਾਂ ਦੇ ਕੰਮ ਆ ਸਕੇਗਾ।

ਇਸ ਗੱਲ ਦੀ ਬਹੁਤ ਸੰਭਾਵਨਾ ਹੈ, ਕਿਉਂਕਿ ਜੁਦਾਸ, ਜਿਸਨੇ ਈਸਾ ਨੂੰ ਵੇਚਿਆ ਤੀਹ ਰੁਪਏ ਵਿਚ, ਉਹ ਈਸਾ ਦੇ ਪਿਆਰੇ ਤੋਂ ਪਿਆਰੇ ਸ਼ਿਸ਼ਾਂ ਵਿਚੋਂ ਇਕ ਸੀ। ਅਤੇ ਇਹ ਸੰਭਵ ਨਹੀਂ ਕਿ ਜੋ ਵਰ੍ਹਿਆਂ ਤੋਂ ਈਸਾ ਕੋਲ ਰਿਹਾ ਹੋਵੇ, ਉਹ ਸਿਰਫ਼ ਤੀਹ ਰੁਪਏ ਵਿਚ ਈਸਾ ਨੂੰ ਵੇਚ ਦੇਵੇ, ਸਿਵਾਇ ਇਸਦੇ ਕਿ ਈਸਾ ਨੇ ਉਸਨੂੰ ਕਿਹਾ ਹਨ ਕਿ ਤੂੰ ਕਿਰਪਾ ਕਰ, ਦੁਸ਼ਮਣ ਨਾਲ ਮਿਲ ਜਾ ਅਤੇ ਕਿਸੇ ਤਰ੍ਹਾਂ ਮੈਨੂੰ ਉਲਝਾ ਦੇ ਅਤੇ ਸੂਲੀ ਲਗਵਾ ਦੇ। ਤਾਂ ਜੋ ਮੈਂ ਕਹਿ ਰਿਹਾ ਹਾਂ, ਉਹ ਅੰਮ੍ਰਿਤ ਦਾ ਸਥਾਨ ਲੈ ਲਵੇ ਅਤੇ ਕਰੋੜਾਂ ਲੋਕਾਂ ਦਾ ਪਾਰਨਿਤਾਰਾ ਬਣ ਜਾਵੇ।

ਮਹਾਂਵੀਰ ਨੂੰ ਜੇਕਰ ਸੂਲੀ ਲੱਗੀ ਹੁੰਦੀ ਤਾਂ ਦੁਨੀਆਂ ਵਿਚ ਸਿਰਫ਼ ਤੀਹ ਲੱਖ ਜੈਨੀ ਨਾ ਹੁੰਦੇ, ਤੀਹ ਕਰੋੜ ਵੀ ਹੋ ਸਕਦੇ ਸੀ। ਲੇਕਿਨ ਮਹਾਂਵੀਰ ਸ਼ਾਂਤੀ ਨਾਲ ਮਰ ਗਏ, ਸੂਲੀ ਦਾ ਉਹਨਾਂ ਨੂੰ ਪਤਾ ਨਹੀਂ ਸੀ। ਨਾ ਕਿਸੇ ਨੇ ਲਾਈ ਨਾ ਉਹਨਾਂ ਨੇ ਲਗਵਾਉਣ ਦਾ ਇੰਤਜ਼ਾਮ ਕੀਤਾ। ਅੱਜ ਅੱਧੀ ਦੁਨੀਆਂ ਈਸਾਈ ਹੈ। ਉਸਦਾ ਇਸਦੇ ਸਿਵਾਇ ਕੋਈ ਕਾਰਨ ਨਹੀਂ ਹੈ ਕਿ ਈਸਾ ਇਕੱਲਾ ਸੂਲੀ 'ਤੇ ਲਟਕਿਆ ਹੋਇਆ ਹੈ—ਨਾ ਬੁੱਧ, ਨਾ ਮੁਹੰਮਦ, ਨਾ ਮਹਾਂਵੀਰ, ਨਾ ਕ੍ਰਿਸ਼ਨ, ਨਾ ਰਾਮ। ਸਾਰੀ ਦੁਨੀਆਂ ਵੀ ਈਸਾਈ ਹੋ ਸਕਦੀ ਹੈ। ਉਹ ਸੂਲੀ ਉਤੇ ਲਮਕਣ ਨਾਲ ਇਹ ਫ਼ਾਇਦਾ ਹੋ ਗਿਆ। ਤਾਂ ਮੈਂ ਉਹਨਾਂ ਨੂੰ ਕਹਿੰਦਾ ਹਾਂ ਕਿ ਛੇਤੀ ਨਾ ਕਰਨਾ, ਨਹੀਂ ਤਾਂ ਨੁਕਸਾਨ ਵਿਚ ਪੈ ਜਾਓਗੇ।

ਦੂਜੀ ਗੱਲ ਇਹ ਕਹਿਣਾ ਚਾਹੁੰਦਾ ਹਾਂ ਕਿ ਘਬਰਾਉਣ ਨਾ ਉਹ। ਮੇਰੇ ਇਰਾਦੇ ਮੰਜੇ 'ਤੇ ਮਰਨ ਦੇ ਹਨ ਵੀ ਨਹੀਂ। ਮੈਂ ਪੂਰੀ ਕੋਸ਼ਿਸ਼ ਕਰਾਂਗਾ ਕਿ ਕੋਈ ਨਾ ਕੋਈ ਗੋਲੀ ਮਾਰ ਹੀ ਦੇਵੇ। ਮੈਂ ਖ਼ੁਦ ਹੀ ਕੋਸ਼ਿਸ਼ ਕਰਾਂਗਾ, ਕਾਹਲੀ ਉਹਨਾਂ ਨੂੰ ਕਰਨ ਦੀ ਲੋੜ ਨਹੀਂ ਹੈ। ਸਮਾਂ ਆਉਣ 'ਤੇ ਮੈਂ ਚਾਹਾਂਗਾ ਕਿ ਕੋਈ ਗੋਲੀ ਮਾਰ ਹੀ ਦੇਵੇ। ਜ਼ਿੰਦਗੀ ਵੀ ਕੰਮ ਆਉਂਦੀ ਹੈ ਅਤੇ ਗੋਲੀ ਲੱਗ ਜਾਵੇ ਤਾਂ ਮੌਤ ਵੀ ਕੰਮ ਆਉਂਦੀ ਹੈ ਅਤੇ ਜ਼ਿੰਦਗੀ ਨਾਲੋਂ ਜ਼ਿਆਦਾ ਕੰਮ ਆ ਜਾਂਦੀ ਹੈ। ਜ਼ਿੰਦਗੀ ਜੋ ਨਹੀਂ ਕਰ ਪਾਂਦੀ ਹੈ, ਉਹ ਗੋਲੀ ਲੱਗੀ ਹੋਈ ਮੌਤ ਕਰ ਦਿੰਦੀ ਹੈ। ਹੁਣ ਤੱਕ ਹਮੇਸ਼ਾ ਇਹ ਭੁੱਲ ਕੀਤੀ ਹੈ ਦੁਸ਼ਮਣਾਂ ਨੇ, ਨਾਸਮਝੀ ਕੀਤੀ ਹੈ। ਸੁਕਰਾਤ ਨੂੰ ਜਿਨ੍ਹਾਂ ਨੇ ਸੂਲੀ 'ਤੇ ਲਮਕਾ ਦਿੱਤਾ, ਜਿਨ੍ਹਾਂ ਨੇ ਜ਼ਹਿਰ ਪਿਆ ਦਿੱਤਾ ਮਨਸੂਰ ਨੂੰ ਜਿਨ੍ਹਾਂ ਨੇ ਸੂਲੀ 'ਤੇ ਲਮਕਾ ਦਿੱਤਾ ਅਤੇ ਹੁਣ ਗੋਡਸੇ ਨੇ ਗਾਂਧੀ ਨੂੰ ਗੋਲੀ ਮਾਰ ਦਿੱਤੀ ਹੈ। ਗੋਡਸੇ ਨੇ ਪਤਾ ਨਹੀਂ ਕਿ ਗਾਂਧੀ ਦੇ ਭਗਤ ਅਤੇ ਗਾਂਧੀ ਦੇ ਪੈਰੋਕਾਰ

ਗਾਂਧੀ ਨੂੰ ਇੰਨੀ ਦੂਰ ਤੱਕ ਚੇਤੇ ਕਰਾਉਣ ਵਿਚ ਕਦੇ ਸਫ਼ਲ ਨਹੀਂ ਹੋ ਸਕਦੇ ਸੀ, ਜਿੰਨਾ ਇਕੱਲੇ ਗੌਡਸੇ ਨੇ ਕਰ ਦਿੱਤਾ ਹੈ।

ਅਤੇ ਜੇਕਰ ਗਾਂਧੀ ਨੇ ਮਰਦੇ ਵਕਤ, ਜਦ ਉਹਨਾਂ ਨੂੰ ਗੋਲੀ ਲੱਗੀ ਅਤੇ ਹੱਥ ਜੋੜ ਕੇ ਗੋਡਸੇ ਨੂੰ ਨਮਸਕਾਰ ਕੀਤੀ ਹੋਵੇਗੀ ਤਾਂ ਬੜੀ ਅਰਥਪੂਰਨ ਸੀ ਉਹ ਨਸਮਕਾਰ। ਉਹ ਅਰਥਪੂਰਨ ਸੀ ਕਿ ਮੇਰਾ ਅੰਤਮ ਸ਼ਿਸ਼ ਸਾਹਮਣੇ ਆ ਗਿਆ। ਹੁਣ ਇਹ ਮੈਨੂੰ ਅਖ਼ੀਰ ਅਤੇ ਹਮੇਸ਼ਾ ਦੇ ਲਈ ਅਮਰ ਕਰ ਦੇ ਰਿਹਾ ਹੈ। ਭਗਵਾਨ ਨੇ ਆਦਮੀ ਭੇਜ ਦਿੱਤਾ, ਜਿਸਦੀ ਜ਼ਰੂਰਤ ਸੀ।

ਜ਼ਿੰਦਗੀ ਦਾ ਡਰਾਮਾ, ਉਹ ਜੋ ਜ਼ਿੰਦਗੀ ਦੀ ਕਹਾਣੀ ਹੈ, ਉਹ ਬਹੁਤ ਉਲਝੀ ਹੋਈ ਹੈ। ਉਹ ਇੰਨੀ ਅਸਾਨ ਨਹੀਂ ਹੈ। ਮੰਜੇ ਉਤੇ ਮਰਨ ਵਾਲੇ ਹਮੇਸ਼ਾ ਦੇ ਲਈ ਮਰ ਜਾਂਦੇ ਹਨ, ਗੋਲੀ ਖਾ ਕੇ ਮਰਨ ਵਾਲਿਆਂ ਦਾ ਮਰਨਾ ਬਹੁਤ ਮੁਸ਼ਕਲ ਹੋ ਜਾਂਦਾ ਹੈ।

ਸੁਕਰਾਤ ਤੋਂ ਕਿਸੇ ਨੇ ਪੁੱਛਿਆ, ਉਸਦੇ ਮਿੱਤਰਾਂ ਨੇ ਕਿ ਹੁਣ ਤੈਨੂੰ ਜ਼ਹਿਰ ਦੇ ਦਿੱਤਾ ਜਾਏਗਾ, ਹੁਣ ਤੂੰ ਮਰ ਜਾਵੇਂਗਾ ਤਾਂ ਅਸੀਂ ਤੇਰੇ ਕਿਉਂਟਣ ਦਾ ਕਿਹੋ-ਜਿਹਾ ਇੰਤਜ਼ਾਮ ਕਰੀਏ ? ਫੂਕੀਏ, ਕਬਰ ਬਣਾਈਏ, ਕੀ ਕਰੀਏ ? ਤੇ ਸੁਕਰਾਤ ਨੇ ਕਿਹਾ, ਪਾਗਲੋ, ਤੁਹਾਨੂੰ ਪਤਾ ਨਹੀਂ ਹੈ ਕਿ ਤੁਸੀਂ ਮੈਨੂੰ ਨਹੀਂ ਕਿਉਂਟ ਸਕੋਗੇ। ਤੁਸੀਂ ਜਦ ਸਭ ਮਿਟ ਜਾਉਗੇ, ਤਦ ਵੀ ਮੈਂ ਜਿਉਂਦਾ ਰਹਾਂਗਾ। ਮੈਂ ਮਰਨ ਦੀ ਜੋ ਤਰਕੀਬ ਚੁਣੀ ਹੈ, ਉਹ ਹਮੇ ਸ਼ਾ ਜਿਉਂਦਾ ਰਹਿਣ ਵਾਲੀ ਹੈ।

ਸੋ ਉਹ ਮਿੱਤਰ ਜੋ ਕਿਤੇ ਹੋਣ ਤਾਂ ਉਹਨਾਂ ਨੂੰ ਪਤਾ ਹੋਣਾ ਚਾਹੀਦਾ ਹੈ, ਕਾਹਲੀ ਨਾ ਕਰਨ। ਕਾਹਲੀ ਵਿਚ ਨੁਕਸਾਨ ਹੋ ਜਾਏਗਾ ਉਹਨਾਂ ਦਾ। ਮੇਰਾ ਕੁਝ ਹੋਣ ਵਾਲਾ ਨਹੀਂ ਹੈ। ਕਿਉਂਕਿ ਜਿਸਨੂੰ ਗੋਲੀ ਲੱਗ ਸਕਦੀ ਹੈ, ਉਹ ਮੈਂ ਨਹੀਂ ਹਾਂ ਅਤੇ ਜੋ ਗੋਲੀ ਲੱਗਣ ਦੇ ਬਾਅਦ ਵੀ ਪਿੱਛੋਂ ਬਚ ਜਾਂਦਾ ਹੈ, ਉਹੀ ਹਾਂ। ਸੋ ਉਹ ਕਾਹਲੀ ਨਾ ਕਰਨ। ਅਤੇ ਦੂਜੀ ਗੱਲ ਇਹ ਕਿ ਉਹ ਘਬਰਾਉਣ ਵੀ ਨਾ। ਮੈਂ ਹਰ ਤਰ੍ਹਾਂ ਦੀ ਕੋਸ਼ਿਸ਼ ਕਰਾਂਗਾ ਕਿ ਮੰਜੇ ਉਤੇ ਨਾ ਮਰ ਸਕਾਂ। ਉਹ ਮਰਨਾ ਬੜਾ ਗੜਬੜ ਹੈ। ਉਹ ਬੇਕਾਰ ਹੀ ਮਰ ਜਾਂਦਾ ਹੈ। ਉਹ ਬੇਅਰਥਾ ਮਰ ਜਾਣਾ ਹੈ। ਮਰ ਜਾਣ ਦੀ ਵੀ ਸਾਰਥਕਤਾ ਚਾਹੀਦੀ ਹੈ।

ਅਤੇ ਤੀਜੀ ਗੱਲ ਇਹ ਕਿ ਉਹ ਦਸਤਖ਼ਤ ਕਰਨ ਤੋਂ ਨਾ ਘਬਰਾਉਣ। ਨਾ ਪਤਾ ਲਿਖਣ ਤੋਂ ਘਬਰਾਉਣ। ਕਿਉਂਕਿ ਜੇ ਮੈਨੂੰ ਲੱਗੇ ਕਿ ਕੋਈ ਆਦਮੀ ਮਾਰਨ ਨੂੰ ਤਿਆਰ ਹੋ ਗਿਆ ਹੈ ਤਾਂ ਉਹ ਜਿੱਥੇ ਮੈਨੂੰ ਸੱਦੇਗਾ, ਮੈਂ ਚੁੱਪਚਾਪ ਬਿਨਾਂ ਕਿਸੇ ਨੂੰ ਖ਼ਬਰ ਕੀਤੇ, ਉਥੇ ਆਉਣ ਲਈ ਹਮੇਸ਼ਾ ਤਿਆਰ ਹਾਂ, ਤਾਂ ਜੋ ਉਸਦੇ ਪਿੱਛੇ ਕੋਈ ਮੁਸੀਬਤ ਨਾ ਆਵੇ।

ਲੇਕਿਨ ਇਹ ਪਾਗਲਪਨ ਸੁੱਝਦੇ ਹਨ। ਇਸ ਤਰ੍ਹਾਂ ਦੇ ਧਾਰਮਕ ਵਿਚਾਰ ਹੈ ਜਿਸ ਵਿਚਾਰੇ ਨੇ ਲਿਖਿਆ ਹੈ, ਉਸਨੇ ਇਹੀ ਸੋਚ ਕੇ ਲਿਖਿਆ ਹੈ ਕਿ ਉਹ ਧਰਮ ਦੀ ਰੱਖਿਆ ਕਰ ਰਿਹਾ ਹੈ। ਉਸਨੇ ਇਹੀ ਸੋਚ ਕੇ ਲਿਖਿਆ ਹੈ ਕਿ ਮੈਂ ਧਰਮ ਨੂੰ ਮਿਟਾਉਣ ਦੀ ਕੋਸ਼ਿਸ਼ ਕਰ ਰਿਹਾ ਹਾਂ, ਉਹ ਧਰਮ ਦੀ ਰਖਿਆ ਕਰ ਰਿਹਾ ਹੈ ! ਉਸਦੀ ਨੀਅਤ ਵਿਚ ਕਈ ਖ਼ਰਾਬੀ ਨਹੀਂ ਹੈ। ਉਸਦੇ ਭਾਵ ਬੜੇ ਚੰਗੇ ਅਤੇ ਬੜੇ ਧਾਰਮਿਕ ਹਨ। ਅਜਿਹੇ ਹੀ ਧਾਰਮਿਕ ਲੋਕ ਤਾਂ ਦੁਨੀਆਂ ਨੂੰ ਦਿੱਕਤ ਵਿਚ ਪਾਉਂਦੇ ਰਹੇ ਹਨ। ਉਹਨਾਂ ਦੀ ਨੀਅਤ ਬੜੀ ਚੰਗੀ ਹੈ, ਪਰ ਬੁੱਧੀ ਮੂੜ੍ਹਤਾ ਦੀ ਹੈ।

ਇਸ ਲਈ ਹਜ਼ਾਰਾਂ ਸਾਲਾਂ ਤੋਂ ਅਖੌਤੀ ਨੈਤਿਕ ਲੋਕਾਂ ਨੇ ਜੀਵਨ ਦੇ ਸੱਚਾਂ ਨੇ ਪੂਰਾ

ਪੂਰਾ ਪ੍ਰਗਟ ਹੋਣ ਵਿਚ ਰੁਕਾਵਟ ਪਾਈ ਹੈ, ਉਸ ਨੂੰ ਪ੍ਰਗਟ ਨਹੀਂ ਹੋਣ ਦਿੱਤਾ। ਨਹੀਂ ਪ੍ਰਗਟ ਹੋਣ ਦੇ ਕਾਰਨ ਇਕ ਅਗਿਆਨ ਵਿਆਪਕ ਹੋ ਗਿਆ ਅਤੇ ਉਸ ਅਗਿਆਨ-ਹਨੇਰੀ ਰਾਤ ਵਿਚ ਅਸੀਂ ਟੋਹ ਰਹੇ ਹਾਂ, ਭਟਕ ਰਹੇ ਹਾਂ, ਡਿੱਗ ਰਹੇ ਹਾਂ। ਅਤੇ ਉਹ ਮਾੱਰਲ ਟੀਚਰਸ, ਉਹ ਨੀਤੀ ਸ਼ਾਸਤਰ ਦੇ ਉਪਦੇਸ਼ਕ, ਸਾਡੇ ਇਸ ਹਨੇਰੇ ਦੇ ਵਿਚਾਲੇ ਮੰਚ ਬਣਾ ਕੇ ਉਪਦੇਸ਼ ਦੇਣ ਦਾ ਕੰਮ ਕਰਦੇ ਰਹਿੰਦੇ ਹਨ !

ਇਹ ਵੀ ਸੱਚ ਹੈ ਕਿ ਜਿਸ ਦਿਨ ਅਸੀਂ ਚੰਗੇ ਲੋਕ ਹੋ ਜਾਵਾਂਗੇ, ਜਿਸ ਦਿਨ ਸਾਡੇ ਜੀਵਨ ਵਿਚ ਸੱਚ ਦੀ ਕਿਰਨ ਆਏਗੀ, ਸਮਾਧੀ ਦੀ ਕੋਈ ਝਲਕ ਆਏਗੀ; ਉਸ ਦਿਨ ਸਾਡਾ ਆਮ ਜੀਵਨ ਵੀ ਪ੍ਰਮਾਤਮਾ-ਜੀਵਨ ਵਿਚ ਰੂਪ ਵਟਾਉਣ ਲੱਗੇਗਾ, ਉਸ ਦਿਨ ਉਪਦੇਸ਼ਕ ਵਿਅਰਥ ਹੋ ਜਾਣਗੇ। ਉਸਦੀ ਕੋਈ ਜਗ੍ਹਾ ਨਹੀਂ ਰਹਿ ਜਾਣ ਵਾਲੀ ਹੈ। ਉਪਦੇਸ਼ਕ ਤਦ ਤਕ ਸਾਰਥਕ ਹਨ, ਜਦ ਤਕ ਲੋਕ ਹਨੇਰੇ ਵਿਚ ਭਟਕਦੇ ਹਨ।

ਪਿੰਡ ਵਿਚ ਇਲਾਜ-ਕਰਤਾ ਦੀ ਤਦੇ ਤਕ ਜ਼ਰੂਰਤ ਹੈ, ਜਦ ਤਕ ਲੋਕ ਬੀਮਾਰ ਹੁੰਦੇ ਹਨ। ਜਿਸ ਦਿਨ ਆਦਮੀ ਬੀਮਾਰ ਹੋਣਾ ਬੰਦ ਕਰ ਦੇਵੇਗਾ, ਉਸ ਦਿਨ ਇਲਾਜ-ਕਰਤਾ ਨੂੰ ਵਿਦਾ ਕਰ ਦੇਣਾ ਪਏਗਾ। ਇਸ ਲਈ ਹਾਲਾਂਕਿ ਇਲਾਜ-ਕਰਤਾ ਉਪਰ ਤੋਂ ਬੀਮਾਰ ਦਾ ਇਲਾਜ ਹੋਇਆ ਮਲੂਮ ਪੈਂਦਾ ਹੈ, ਲੇਕਿਨ ਅੰਦਰ ਤੋਂ ਉਸਦੇ ਪ੍ਰਾਣਾਂ ਦੀ ਚਾਹਨਾ ਇਹੀ ਹੁੰਦੀ ਹੈ ਕਿ ਲੋਕ ਬੀਮਾਰ ਹੁੰਦੇ ਰਹਿਣ। ਇਹ ਬੜੀ ਉਲਟੀ ਗੱਲ ਹੈ, ਕਿਉਂਕਿ ਇਲਾਜ-ਕਰਤਾ ਜੀਂਦਾ ਹੈ ਲੋਕਾਂ ਦੇ ਬੀਮਾਰ ਹੋਣ 'ਤੇ। ਉਸਦਾ ਪ੍ਰੋਫ਼ੇਸ਼ਨ ਬੜਾ ਕੰਟਾਡਿੱਕਟਰੀ ਹੈ, ਉਸਦਾ ਧੰਦਾ ਬੜਾ ਵਿਰੋਧੀ ਹੈ। ਕੋਸ਼ਿਸ਼ ਤਾਂ ਉਸਦੀ ਇਹ ਹੈ ਕਿ ਲੋਕ ਬੀਮਾਰ ਹੁੰਦੇ ਰਹਿਣ। ਅਤੇ ਜਦ ਮਲੇਰੀਆ ਫੈਲਦਾ ਹੈ ਅਤੇ ਫਲੂ ਦੀਆਂ ਹਵਾਵਾਂ ਆਉਂਦੀਆਂ ਹਨ ਤਾਂ ਉਹ ਭਗਵਾਨ ਨੂੰ ਇਕਾਂਤ ਵਿਚ ਧੰਨਵਾਦ ਦਿੰਦਾ ਹੈ, ਕਿਉਂਕਿ ਇਹ ਧੰਦੇ ਦਾ ਵਕਤ ਆਇਆ—ਸੀਜਨ ਹੈ।

ਮੈਂ ਸਣਿਆ ਹੈ, ਇਕ ਰਾਤ ਇਕ ਮਧੂਸ਼ਾਲਾ ਵਿਚ ਬੜੀ ਦੇਰ ਤਕ ਕੁਝ ਮਿੱਤਰ ਆ ਕੇ ਖਾਣਾ-ਪੀਣਾ ਖਾਂਦੇ ਰਹੇ, ਸ਼ਰਾਬ ਪੀਂਦੇ ਰਹੇ। ਉਹਨਾਂ ਨੇ ਖ਼ੂਬ ਮੌਜ ਕੀਤੀ ਅਤੇ ਜਦ ਉਹ ਚੱਲਣ ਲੱਗੇ ਅੱਧੀ ਰਾਤ ਨੂੰ ਤਾਂ ਸ਼ਰਾਬਖਾਨੇ ਦੇ ਮਾਲਕ ਨੇ ਆਪਣੀ ਪਤਨੀ ਨੂੰ ਕਿਹਾ ਕਿ ਭਗਵਾਨ ਨੂੰ ਧੰਨਵਾਦ, ਬੜੇ ਭਲੇ ਲੋਕ ਆਏ। ਅਜਿਹੇ ਲੋਕ ਰੋਜ਼ ਆਉਂਦੇ ਰਹਿਣ ਤਾਂ ਕੁਝ ਹੀ ਦਿਨਾਂ ਵਿਚ ਅਸੀਂ ਮਾਲਾਮਾਲ ਹੋ ਜਾਈਏ।

ਵਿਦਾ ਹੁੰਦੇ ਮਹਿਮਾਨਾਂ ਨੂੰ ਸੁਣਾਈ ਪੈ ਗਿਆ ਅਤੇ ਜਿਸ ਨੇ ਪੈਸੇ ਦਿੱਤੇ ਸੀ ਉਸਨੇ ਕਿਹਾ, ਦੋਸਤ, ਭਗਵਾਨ ਨੂੰ ਪ੍ਰਾਰਥਨਾ ਕਰ ਕਿ ਸਾਡਾ ਵੀ ਧੰਦਾ ਨਿੱਤ ਚੱਲਦਾ ਰਹੇ ਤਾਂ ਅਸੀਂ ਤਾਂ ਨਿੱਤ ਆਈਏ।

ਚੱਲਦੇ-ਚੱਲਦੇ ਉਸ ਸ਼ਰਾਬਖਾਨੇ ਦੇ ਮਾਲਕ ਨੇ ਪੁੱਛਿਆ ਕਿ ਭਾਈ, ਤੇਰਾ ਧੰਦਾ ਕੀ ਹੈ ?

ਉਸ ਨੇ ਕਿਹਾ, ਮੇਰਾ ਧੰਦਾ ਪੁੱਛਦਾ ਹੈਂ, ਮੈਂ ਮੜ੍ਹੀਆਂ 'ਤੇ ਲੱਕੜਾਂ ਵੇਚਦਾ ਹਾਂ ਮੁਰਦਿਆਂ ਦੇ ਲਈ। ਜਦ ਆਦਮੀ ਜ਼ਿਆਦਾ ਮਰਦੇ ਹਨ, ਤਦ ਮੇਰਾ ਧੰਦਾ ਚੱਲਦਾ ਹੈ, ਤਦ ਅਸੀਂ ਜ਼ਰਾ ਖੁਸ਼ ਹੁੰਦੇ ਹਾਂ। ਸਾਡਾ ਧੰਦਾ ਰੋਜ਼ ਚੱਲਦਾ ਰਹੇ, ਅਸੀਂ ਰੋਜ਼ ਇੱਥੇ ਆਉਂਦੇ ਰਹੀਏ।

ਇਲਾਜ-ਕਰਤਾ ਦਾ ਧੰਦਾ ਹੈ ਕਿ ਲੋਕਾਂ ਨੂੰ ਰਾਜ਼ੀ ਕਰੇ। ਲੇਕਿਨ, ਫ਼ਾਇਦਾ, ਲਾਭ ਅਤੇ ਸ਼ੋਸ਼ਣ ਇਸ ਵਿਚ ਹੈ ਕਿ ਲੋਕ ਬੀਮਾਰ ਹੁੰਦੇ ਰਹਿਣ। ਤਾਂ ਇਕ ਹੱਥ ਨਾਲ

ਇਲਾਜ-ਕਰਤਾ ਰਾਜ਼ੀ ਕਰਦਾ ਹੈ ਅਤੇ ਉਸਦੇ ਪ੍ਰਾਣਾਂ ਦੇ ਪ੍ਰਾਣ ਦੀ ਪ੍ਰਾਰਥਨਾ ਹੁੰਦੀ ਹੈ ਕਿ ਮਰੀਜ਼ ਛੇਤੀ ਰਾਜ਼ੀ ਨਾ ਹੋ ਜਾਵੇ।

ਇਸੇ ਲਈ ਪੈਸੇ ਵਾਲੇ ਮਰੀਜ਼ ਨੂੰ ਰਾਜ਼ੀ ਹੋਣ ਵਿਚ ਬੜੀ ਦੇਰ ਲੱਗਦੀ ਹੈ। ਗਰੀਬ ਮਰੀਜ਼ ਛੇਤੀ ਰਾਜ਼ੀ ਹੋ ਜਾਂਦਾ ਹੈ; ਕਿਉਂਕਿ ਗਰੀਬ ਮਰੀਜ਼ ਨੂੰ ਜ਼ਿਆਦਾ ਦੇਰ ਬੀਮਾਰ ਰਹਿਣ ਨਾਲ ਕੋਈ ਫ਼ਾਇਦਾ ਨਹੀਂ ਹੈ। ਇਲਾਜ-ਕਰਤਾ ਨੂੰ ਕੋਈ ਫ਼ਾਇਦਾ ਨਹੀਂ ਹੈ। ਇਲਾਜ-ਕਰਤਾ ਨੂੰ ਫ਼ਾਇਦਾ ਹੈ ਆਪਣੇ ਅਮੀਰ ਮਰੀਜ਼ ਤੋਂ। ਤਾਂ ਅਮੀਰ ਮਰੀਜ਼ ਲੰਮਾ ਬੀਮਾਰ ਰਹਿੰਦਾ ਹੈ। ਸੱਚ ਤਾਂ ਇਹ ਹੈ ਕਿ ਅਮੀਰ ਅਕਸਰ ਹੀ ਬੀਮਾਰ ਰਹਿੰਦੇ ਹਨ। ਉਹ ਇਲਾਜ-ਕਰਤਾ ਦੀਆਂ ਪ੍ਰਾਰਥਨਾਵਾਂ ਕੰਮ ਕਰ ਰਹੀਆਂ ਹਨ। ਉਸਦੀ ਅੰਦਰੂਨੀ ਇੱਛਿਆ ਵੀ ਉਸਦੇ ਹੱਥ ਨੂੰ ਰੋਕਦੀ ਹੈ ਕਿ ਮਰੀਜ਼ ਇਕਦਮ ਰਾਜ਼ੀ ਨਾ ਹੋ ਜਾਵੇ।

ਉਪਦੇਸ਼ਕ ਦੀ ਹਾਲਤ ਵੀ ਅਜਿਹੀ ਹੀ ਹੈ। ਸਮਾਜ ਜਿੰਨਾ ਨੀਤੀ ਭ੍ਰਿਸ਼ਟ ਹੋਵੇ, ਜਿੰਨਾ ਵਿਭਚਾਰ ਫੈਲੇ, ਜਿੰਨਾ ਅਨਾਚਾਰ ਫੈਲੇ, ਉਨਾ ਹੀ ਉਪਦੇਸ਼ਕ ਮੰਚ ਉਪਰ ਉਠਣ ਲੱਗਦਾ ਹੈ, ਕਿਉਂਕਿ ਜ਼ਰੂਰਤ ਆ ਜਾਂਦੀ ਹੈ ਕਿ ਉਹ ਲੋਕਾਂ ਨੂੰ ਕਹੇ : ਅਹਿੰਸਾ ਦੀ ਪਾਲਣਾ ਕਰੋ, ਸੱਚ ਦੀ ਪਾਲਣਾ ਕਰੋ, ਈਮਾਨਦਾਰੀ ਸਵੀਕਾਰ ਕਰੋ; ਇਸ ਵਰਤ ਦੀ ਪਾਲਣਾ ਕਰੋ; ਉਸ ਵਰਤ ਦੀ ਪਾਲਣਾ ਕਰੋ। ਜੇਕਰ ਲੋਕ ਪਰਤ-ਪਾਲਕ ਹੋਣ, ਜੇ ਕਰ ਲੋਕ ਸੰਜਮੀ ਹੋਣ, ਜੇਕਰ ਲੋਕ ਸ਼ਾਂਤ ਹੋਣ, ਈਮਾਨਦਾਰ ਹੋਣ ਤਾ ਉਪਦੇਸ਼ਕ ਮਰ ਗਿਆ। ਉਸਦੀ ਕੋਈ ਜਗ੍ਹਾ ਨਾ ਰਹੀ।

ਅਤੇ ਹਿੰਦੁਸਤਾਨ ਵਿਚ ਸਾਰੀ ਦੁਨੀਆਂ ਤੋਂ ਜ਼ਿਆਦਾ ਉਪਦੇਸ਼ਕ ਕਿਉਂ ਹਨ ? ਇਹ ਪਿੰਡ-ਪਿੰਡ ਗੁਰੂ ਅਤੇ ਘਰ-ਘਰ ਸੁਆਮੀ ਤੇ ਸੰਨਿਆਸੀ ਕਿਉਂ ਹਨ ? ਇਹ ਮਹਾਤਮਾਵਾਂ ਦੀ ਇੰਨੀ ਭੀੜ ਅਤੇ ਇਹ ਕਤਾਰ ਕਿਉਂ ਹੈ ?

ਇਹ ਇਸ ਲਈ ਨਹੀਂ ਕਿ ਤੁਸੀਂ ਬੜੇ ਧਾਰਮਕ ਦੇਸ਼ ਵਿਚ ਪੈਦਾ ਹੋਏ ਹੋ, ਜਿਥੇ ਕਿ ਸੰਤ-ਮਹਾਤਮਾ ਪੈਦਾ ਹੁੰਦੇ ਹਨ। ਇਹ ਇਸੇ ਲਈ ਹੈ ਕਿ ਤੁਸੀਂ ਇਸ ਸਮੇਂ ਪ੍ਰਿਥਵੀ ਉਤੇ ਸਭ ਤੋਂ ਵੱਧ ਅਧਾਰਮਕ ਅਤੇ ਅਨੈਤਿਕ ਦੇਸ਼ ਵਿਚ ਹੋ। ਇਸੇ ਲਈ ਇਨ੍ਹਾਂ ਉਪਦੇਸ਼ਕਾਂ ਨੂੰ ਪਾਲਣ ਦਾ ਠੇਕਾ ਅਤੇ ਧੰਦਾ ਮਿਲ ਜਾਂਦਾ ਹੈ। ਸਾਡਾ ਤਾਂ ਜਾਤ-ਰੋਗ ਹੋ ਗਿਆ ਹੈ।

ਮੈਂ ਸੁਣਿਆ ਕਿ ਅਮਰੀਕਾ ਵਿਚ ਕਿਸੇ ਨੇ ਇਕ ਲੇਖ ਲਿਖਿਆ ਹੋਇਆ ਸੀ। ਕਿਸੇ ਮਿੱਤਰ ਨੇ ਉਹ ਲੇਖ ਮੇਰੇ ਕੋਲ ਭੇਜ ਦਿੱਤਾ। ਉਸ ਵਿਚ ਇਹ ਕਮੀ ਸੀ। ਉਹਨਾਂ ਨੇ ਮੇਰੀ ਸਲਾਹ ਚਾਹੀ। ਕਿਸੇ ਨੇ ਲੇਖ ਲਿਖਿਆ ਸੀ ਉਥੇ—ਮਜ਼ਾਕ ਦਾ ਕੋਈ ਲੇਖ ਸੀ, ਉਸ ਵਿਚ ਲਿਖਿਆ ਸੀ ਕਿ ਹਰ ਆਦਮੀ ਅਤੇ ਹਰ ਜਾਤ ਦਾ ਲੱਛਣ ਸ਼ਰਾਬ ਪਿਆ ਕੇ ਪਤਾ ਲਾਇਆ ਜਾ ਸਕਦਾ ਹੈ ਕਿ ਬੇਸਿਕ ਕਰੈਕਟਰ ਕੀ ਹੈ ?

ਉਸਨੇ ਲਿਖਿਆ ਸੀ ਕਿ ਜੇਕਰ ਡਚ ਆਦਮੀ ਨੂੰ ਸ਼ਰਾਬ ਪਿਆ ਦਿੱਤੀ ਜਾਵੇ ਤਾਂ ਉਹ ਇਕਦਮ ਖਾਣੇ ਉਤੇ ਟੁੱਟ ਪੈਂਦਾ ਹੈ, ਫਿਰ ਉਹ ਕਿਚਨ ਦੇ ਬਾਹਰ ਹੀ ਨਹੀਂ ਨਿਕਲਦਾ। ਫਿਰ ਉਹ ਇਕਦਮ ਖਾਣੇ ਦੀ ਮੇਜ਼ ਤੋਂ ਉਠਦਾ ਹੀ ਨਹੀਂ। ਬੱਸ ਸ਼ਰਾਬ ਪੀਤੀ ਕਿ ਉਹ ਦੋ-ਦੋ ਤਿੰਨ-ਤਿੰਨ ਘੰਟੇ ਖਾਣ ਵਿਚ ਲੱਗਿਆ ਰਹਿੰਦਾ ਹੈ। ਜੇ ਫ੍ਰੈਂਚ ਨੂੰ ਸ਼ਰਾਬ ਪਿਆ ਦਿੱਤੀ ਜਾਵੇ ਤਾਂ ਸ਼ਰਾਬ ਪੀਣ ਦੇ ਬਾਅਦ ਉਹ ਇਕਦਮ ਨਾਚ-ਗਾਣੇ ਦੇ ਲਈ ਤਤਪਰ ਹੋ ਜਾਂਦਾ ਹੈ ਅਤੇ ਜੇ ਅੰਗ੍ਰੇਜ਼ ਨੂੰ ਸ਼ਰਾਬ ਪਿਆ ਦਿੱਤੀ ਜਾਵੇ ਤਾਂ ਉਹ ਇਕਦਮ ਚੁੱਪ ਹੋ ਕੇ ਨੁੱਕਰ ਵਿਚ ਮੌਨ ਹੋ ਜਾਂਦਾ ਹੈ, ਉਹ ਉਂਜ ਹੀ ਚੁੱਪ ਬੈਠਾ

ਰਹਿੰਦਾ ਹੈ। ਅਤੇ ਸ਼ਰਾਬ ਪੀ ਲਈ ਤਾਂ ਉਸਦਾ ਕਰੈਕਟਰ ਹੈ, ਉਹ ਹੋਰ ਚੁੱਪ ਹੋ ਜਾਂਦਾ ਹੈ। ਇਸ ਤਰ੍ਹਾਂ ਦੁਨੀਆਂ ਦੇ ਸਾਰੇ ਲੋਕਾਂ ਦੇ ਲੱਛਣ ਹਨ। ਲੇਕਿਨ ਗਲਤੀ ਨਾਲ ਜਾਂ ਅਗਿਆਨ ਦੱਸ ਭਾਰਤ ਦੇ ਬਾਬਤ ਕੁਝ ਵੀ ਨਹੀਂ ਲਿਖਿਆ ਸੀ, ਤਾਂ ਕਿਸੇ ਮਿੱਤਰ ਨੇ ਮੈਨੂੰ ਲੇਖ ਭੇਜਿਆ ਅਤੇ ਕਿਹਾ ਕਿ ਤੁਸੀਂ ਭਾਰਤ ਦੇ ਕਰੈਕਟਰ ਦੇ ਬਾਬਤ ਕੀ ਕਹਿੰਦੇ ਹੋ ? ਜੇ ਭਾਰਤੀ ਨੂੰ ਸ਼ਰਾਬ ਪਿਆਈ ਜਾਵੇ ਤਾਂ ਕੀ ਹੋਵੇਗਾ ?

ਤਾਂ ਮੈਂ ਕਿਹਾ ਉਹ ਤਾਂ ਜੱਗ-ਜ਼ਾਹਰ ਗੱਲ ਹੈ। ਭਾਰਤੀ ਸ਼ਰਾਬ ਪੀਵੇਗਾ ਅਤੇ ਉਸੇ ਵੇਲੇ ਉਪਦੇਸ਼ ਦੇਣਾ ਸ਼ੁਰੂ ਕਰ ਦੇਵੇਗਾ। ਇਹ ਉਸਦਾ ਕਰੈਕਟਰਸਾਟਿਕ ਹੈ, ਉਹ ਉਸਦਾ ਜਾਤ-ਗੁਣ ਹੈ।

ਇਹ ਜੋ—ਇਹ ਜੋ ਉਪਦੇਸ਼ਕਾਂ ਦਾ ਸਮਾਜ ਅਤੇ ਸਾਧੂ, ਸੰਤਾਂ ਤੇ ਮਹਾਤਮਾਵਾਂ ਦੀ ਲੰਮੀ ਕਤਾਰ ਹੈ, ਇਹ ਰੋਗ ਦੇ ਲੱਛਣ ਹਨ, ਇਹ ਅਨੀਤੀ ਦੇ ਲੱਛਣ ਹਨ, ਅਤੇ ਮਜ਼ਾ ਇਹ ਹੈ ਕਿ ਇਹਨਾਂ ਵਿਚੋਂ ਕੋਈ ਵੀ ਅੰਦਰਲੇ ਹਿਰਦੇ ਨਾਲ ਕਦੇ ਨਹੀਂ ਚਾਹੁੰਦਾ ਕਿ ਅਨੀਤੀ ਮਿਟ ਜਾਵੇ, ਰੋਗ ਮਿਟ ਜਾਵੇ; ਕਿਉਂਕਿ ਉਹਨਾਂ ਦੇ ਮਿਟਣ ਦੇ ਨਾਲ ਉਹ ਵੀ ਮਿਟ ਜਾਂਦੇ ਹਨ। ਪ੍ਰਾਣਾਂ ਦੀ ਪ੍ਰਕਾਰ ਇਹੀ ਹੁੰਦੀ ਹੈ ਕਿ ਰੋਗ ਬਣਿਆ ਰਹੇ ਅਤੇ ਵਧਦਾ ਚਲਿਆ ਜਾਵੇ।

ਅਤੇ ਉਸ ਰੋਗ ਨੂੰ ਵਧਾਉਣ ਦੇ ਲਈ ਜੋ ਸਭ ਤੋਂ ਸੌਖਾ ਉਪਾਅ ਹੈ, ਉਹ ਇਹ ਹੈ ਕਿ ਜੀਵਨ ਦੇ ਸਬੰਧ ਵਿਚ ਸਰਬਪੱਖੀ ਗਿਆਨ ਪੈਦਾ ਨਾ ਹੋ ਸਕੇ। ਅਤੇ ਜੀਵਨ ਦੇ ਜੋ ਸਭ ਤੋਂ ਗਹਿਰੇ ਕੇਂਦਰ ਹਨ, ਜਿਨ੍ਹਾਂ ਦੇ ਅਗਿਆਨ ਦੇ ਕਾਰਨ, ਅਨੀਤੀ ਅਤੇ ਵਿਭਚਾਰ ਅਤੇ ਭ੍ਰਿਸ਼ਟਾਚਾਰ ਫੈਲਦਾ ਹੈ, ਉਹਨਾਂ ਕੇਂਦਰਾਂ ਨੂੰ ਆਦਮੀ ਕਦੇ ਵੀ ਨਾ ਜਾਣ ਸਕਣ, ਕਿਉਂਕਿ ਉਹਨਾਂ ਕੇਂਦਰਾਂ ਨੂੰ ਜਾਣ ਲੈਣ ਦੇ ਬਾਅਦ ਮਨੁੱਖ ਦੇ ਜੀਵਨ ਤੋਂ ਅਨੀਤੀ ਉਸੇ ਵੇਲੇ ਵਿਦਾ ਹੋ ਸਕਦੀ ਹੈ।

ਅਤੇ ਮੈਂ ਤੁਹਾਨੂੰ ਕਹਿਣਾ ਚਾਹੁੰਦਾ ਹਾਂ ਕਿ ਸੈਕਸ ਮਨੁੱਖ ਦੀ ਅਨੀਤੀ ਦਾ ਸਭ ਤੋਂ ਵੱਧ ਕੇਂਦਰ ਹੈ। ਮਨੁੱਖ ਦੇ ਵਿਭਚਾਰ ਦਾ, ਮਨੁੱਖ ਦੇ ਵਿਕਾਰ ਦਾ ਸਭ ਤੋਂ ਮੌਲਿਕ, ਸਭ ਤੋਂ ਬੁਨਿਆਦੀ ਕੇਂਦਰ ਉਥੇ ਹੈ। ਅਤੇ ਇਸ ਲਈ ਧਰਮ-ਗੁਰੂ ਉਸਦੀ ਗੱਲ ਬਿਲਕੁਲ ਨਹੀਂ ਕਰਨਾ ਚਾਹੁੰਦੇ !

ਇਕ ਮਿੱਤਰ ਨੇ ਮੈਨੂੰ ਖ਼ਬਰ ਘਲਾਈ ਹੈ ਕਿ ਕੋਈ ਸੰਤ-ਮਹਾਤਮਾ ਸੈਕਸ ਦੀ ਗੱਲ ਨਹੀਂ ਕਰਦਾ। ਅਤੇ ਤੁਸੀਂ ਸੈਕਸ ਦੀ ਗੱਲ ਕੀਤੀ ਤਾਂ ਸਾਡੇ ਮਨ ਵਿਚ ਤੁਹਾਡਾ ਆਦਰ ਬਹੁਤ ਘੱਟ ਹੋ ਗਿਆ ਹੈ।

ਮੈਂ ਉਹਨਾਂ ਨੂੰ ਕਿਹਾ, ਇਸ ਵਿਚ ਕੁਝ ਗਲਤੀ ਨਹੀਂ ਹੋਈ। ਪਹਿਲਾਂ ਆਦਰ ਸੀ, ਉਸ ਵਿਚ ਗਲਤੀ ਸੀ। ਇਸ ਵਿਚ ਕੀ ਗਲਤੀ ਹੋਈ ? ਮੇਰੇ ਪ੍ਰਤੀ ਆਦਰ ਹੋਣ ਦੀ ਜ਼ਰੂਰਤ ਕੀ ਹੈ ? ਮੈਨੂੰ ਆਦਰ ਦੇਣ ਦਾ ਸਰੋਕਾਰ ਕੀ ਹੈ ? ਮੈਂ ਕਦ ਮੰਗਿਆ ਹੈ ਕਿ ਮੈਨੂੰ ਆਦਰ ਦਿਉ ? ਦਿੰਦੇ ਸੀ ਤਾਂ ਤੁਹਾਡੀ ਗਲਤੀ ਸੀ, ਨਹੀਂ ਦਿੰਦੇ ਹੋ ਤਾਂ ਤੁਹਾਡੀ ਕਿਰਪਾ ਹੈ। ਮੈਂ ਮਹਾਤਮਾ ਨਹੀਂ ਰਿਹਾ। ਮੈਂ ਕਦੇ ਚਾਹਿਆ ਹੁੰਦਾ ਕਿ ਮੈਂ ਮਹਾਤਮਾ ਹੋਵਾਂ ਤਾਂ ਮੈਨੂੰ ਬੜੀ ਪੀੜ ਹੁੰਦੀ, ਮੈਂ ਕਹਿੰਦਾ, ਮਾਫ਼ ਕਰਨਾ ਗਲਤੀ ਨਾਲ ਇਹ ਗੱਲਾਂ ਮੈਂ ਕਹਿ ਦਿੱਤੀਆਂ।

ਮੈਂ ਮਹਾਤਮਾ ਸੀ ਨਹੀਂ, ਮੈਂ ਮਹਾਤਮਾ ਹਾਂ ਨਹੀਂ, ਮੈਂ ਮਹਾਤਮਾ ਹੋਣਾ ਨਹੀਂ ਚਾਹੁੰਦਾ। ਜਿੱਥੇ ਇੰਨੇ ਵੱਡੇ ਜਗਤ ਵਿਚ ਇੰਨੇ ਦੀਨ-ਹੀਣ ਲੋਕ ਹਨ, ਉਥੇ ਇਕ ਆਦਮੀ ਮਹਾਤਮਾ

ਹੋਣਾ ਚਾਹੇ, ਉਸ ਤੋਂ ਵੱਧ ਨੀਵੇਂ ਰੁਝਾਨ ਅਤੇ ਸਵਾਰਥ ਨਾਲ ਭਰਿਆ ਹੋਇਆ ਆਦਮੀ ਨਹੀਂ ਹੈ। ਜਿਥੇ ਇੰਨੇ ਦੀਨ-ਹੀਣ ਜਨ ਹਨ ਜਿਥੇ ਇੰਨੀਆਂ ਹੀਣ-ਆਤਮਾਵਾਂ ਦਾ ਵਿਸਥਾਰ ਹੈ, ਉਥੇ ਮਹਾਤਮਾ ਹੋਣ ਦੀ ਕਲਪਨਾ ਅਤੇ ਵਿਚਾਰ ਹੀ ਪਾਪ ਹੈ।

ਮਹਾਨ ਮਨੁੱਖਤਾ ਮੈਂ ਚਾਹੁੰਦਾ ਹਾਂ। ਮਹਾਨ ਮਨੁੱਖ ਮੈਂ ਚਾਹੁੰਦਾ ਹਾਂ।

ਮਹਾਤਮਾ ਹੋਣ ਦੀ ਮੇਰੇ ਮਨ ਵਿਚ ਕੋਈ ਵੀ ਇੱਛਿਆ ਅਤੇ ਚਾਹਨਾ ਨਹੀਂ ਹੈ। ਮਹਾਤਮਾਵਾਂ ਦੇ ਦਿਨ ਵਿਦਾ ਹੋ ਜਾਣੇ ਚਾਹੀਦੇ ਹਨ। ਮਹਾਤਮਾਵਾਂ ਦੀ ਕੋਈ ਜ਼ਰੂਰਤ ਨਹੀਂ ਹੈ। ਮਹਾਨ ਮਨੁੱਖ ਦੀ ਜ਼ਰੂਰਤ ਹੈ। ਮਹਾਨ ਮਨੁੱਖਤਾ ਦੀ ਜ਼ਰੂਰਤ ਹੈ। ਗ੍ਰੇਟ-ਮੈਨ ਨਹੀਂ, ਗ੍ਰੇਟ-ਹਿਊਮਿਨਿਟੀ। ਵੱਡੇ ਆਦਮੀ ਬਹੁਤ ਹੋ ਚੁੱਕੇ। ਉਹਨਾਂ ਤੋਂ ਕੀ ਫ਼ਾਇਦਾ ਹੋਇਆ ? ਹੁਣ ਵੱਡੇ ਆਦਮੀਆਂ ਦੀ ਜ਼ਰੂਰਤ ਨਹੀਂ, ਵੱਡੀ ਆਦਮੀਅਤ ਦੀ ਜ਼ਰੂਰਤ ਹੈ।

ਤਾਂ ਮੈਨੂੰ...ਮੈਨੂੰ ਚੰਗਾ ਲਗਿਆ ਕਿ ਘੱਟੋ-ਘੱਟ ਇਕ ਆਦਮੀ ਦਾ ਇੱਲਿਊਜ਼ਨ ਤਾਂ ਟੁੱਟਿਆ। ਇਕ ਆਦਮੀ ਤਾਂ ਡਿਸਇੱਲਿਊਜ਼ੰਡ ਹੋਇਆ। ਇਕ ਆਦਮੀ ਨੂੰ ਤਾਂ ਇਹ ਪਤਾ ਲੱਗ ਗਿਆ ਕਿ ਇਹ ਆਦਮੀ ਮਹਾਤਮਾ ਨਹੀਂ ਹੈ। ਇਕ ਆਦਮੀ ਦਾ ਭਰਮ ਟੁੱਟ ਗਿਆ, ਇਹ ਵੀ ਵੱਡੀ ਗੱਲ ਹੈ। ਉਹਨਾਂ ਨੇ ਸ਼ਾਇਦ ਸੋਚਿਆ ਹੋਣੈ ਕਿ ਇਸ ਤਰ੍ਹਾਂ ਕਹਿ ਕੇ ਉਹ ਸ਼ਾਇਦ ਮੈਨੂੰ ਲਾਲਚ ਦੇ ਰਹੇ ਹਨ ਕਿ ਮੈਨੂੰ ਮਹਾਤਮਾ ਅਤੇ ਮਹਾਂਰਿਸ਼ੀ ਬਣਾਇਆ ਜਾ ਸਕਦਾ ਹੈ, ਜੇ ਮੈਂ ਇਸ ਤਰ੍ਹਾਂ ਦੀਆਂ ਗੱਲਾਂ ਨਾ ਕਰਾਂ।

ਅੱਜ ਤੱਕ ਮਹਾਂਰਿਸ਼ੀਆਂ ਅਤੇ ਮਹਾਤਮਾਵਾਂ ਨੂੰ ਇਸੇ ਤਰ੍ਹਾਂ ਬਣਾਇਆ ਗਿਆ ਹੈ। ਇਸੇ ਲਈ ਉਹਨਾਂ ਕਮਜ਼ੋਰ ਲੋਕਾਂ ਨੇ ਇਸ ਤਰ੍ਹਾਂ ਦੀਆਂ ਗੱਲਾਂ ਨਹੀਂ ਕੀਤੀਆਂ, ਜਿਨ੍ਹਾਂ ਨਾਲ ਮਹਾਤਮਾਪਣ ਖੁੱਸ ਸਕਦਾ ਸੀ। ਆਪਣਾ ਮਹਾਤਮਾਪਣ ਬਚਾਈ ਰੱਖਣ ਦੇ ਲਈ—ਉਸ ਲਾਲਚ ਵਿਚ ਜੀਵਨ ਦਾ ਕਿੰਨਾ ਅਹਿਤ ਹੋ ਸਕਦਾ ਹੈ, ਇਸਦਾ ਉਹਨਾਂ ਨੇ ਕੋਈ ਵੀ ਖ਼ਿਆਲ ਨਹੀਂ ਕੀਤਾ।

ਮੈਨੂੰ ਚਿੰਤਾ ਨਹੀਂ ਹੈ, ਮੈਨੂੰ ਵਿਚਾਰ ਵੀ ਨਹੀਂ ਹੈ, ਮੈਨੂੰ ਖ਼ਿਆਲ ਵੀ ਨਹੀਂ ਹੈ ਅਤੇ ਮੈਨੂੰ ਘਬਰਾਹਟ ਵੀ ਹੁੰਦੀ ਹੈ, ਜਦ ਕੋਈ ਮੈਨੂੰ ਮਹਾਤਮਾ ਮੰਨਣਾ ਚਾਹੇਗਾ।

ਅਤੇ ਅੱਜ ਦੀ ਦੁਨੀਆਂ ਵਿਚ ਮਹਾਤਮਾ ਬਣ ਜਾਣਾ ਅਤੇ ਮਹਾਂਰਿਸ਼ੀ ਬਣ ਜਾਣਾ, ਇੰਨਾ ਅਸਾਨ ਹੈ, ਜਿਸਦਾ ਕੋਈ ਹਿਸਾਬ ਨਹੀਂ ਹੈ। ਹਮੇਸ਼ਾ ਅਸਾਨ ਰਿਹਾ ਹੈ। ਉਹ ਸਵਾਲ ਨਹੀਂ ਹੈ। ਸਵਾਲ ਇਹ ਹੈ ਕਿ ਮਹਾਨ ਮਨੁੱਖ ਕਿਵੇਂ ਪੈਦਾ ਹੋਣ ? ਉਹਦੇ ਲਈ ਅਸੀਂ ਕੀ ਕਰ ਸਕਦੇ ਹਾਂ, ਕੀ ਸੋਚ ਸਕਦੇ ਹਾਂ, ਕੀ ਖੋਜ ਕਰ ਸਕਦੇ ਹਾਂ ? ਅਤੇ ਮੈਨੂੰ ਲੱਗਦਾ ਹੈ ਕਿ ਬੁਨਿਆਦੀ ਸਵਾਲ ਉਤੇ ਜੋ ਗੱਲਾਂ ਤੁਹਾਨੂੰ ਆਖੀਆਂ ਹਨ, ਉਹ ਤੁਹਾਡੇ ਜੀਵਨ ਵਿਚ ਇਕ ਦਿਸ਼ਾ ਤੋੜਨ ਵਿਚ ਸਹਿਯੋਗੀ ਹੋ ਸਕਦੀਆਂ ਹਨ। ਉਹਨਾਂ ਨਾਲ ਇਕ ਰਾਹ ਪ੍ਰਗਟ ਹੋ ਸਕਦਾ ਹੈ। ਅਜੇ ਪੜਾਅ ਵਾਰ ਤੁਹਾਡੀ ਵਾਸਨਾ ਦਾ ਰੂਪ ਪਰਤਣ ਆਤਮਾ ਦੀ ਦਿਸ਼ਾ ਵਿਚ ਹੋ ਸਕਦਾ ਹੈ। ਅਤੇ ਅਸੀਂ ਵਾਸਨਾ ਹਾਂ, ਆਤਮਾ ਨਹੀਂ, ਕੱਲ੍ਹ ਅਸੀਂ ਆਤਮਾ ਵੀ ਹੋ ਸਕਦੇ ਹਾਂ। ਲੇਕਿਨ ਉਹ ਹੋਵਾਂਗੇ ਕਿਵੇਂ ? ਇਸੇ ਵਾਸਨਾ ਦੇ ਸਰਬ-ਪੱਖੀ ਰੂਪ-ਪਰਤਣ ਨਾਲ। ਇਸੇ ਸ਼ਕਤੀ ਨੂੰ ਲਗਾਤਾਰ ਉਪਰ ਤੋਂ ਉਪਰ ਲੈ ਜਾਣ ਨਾਲ।

ਜਿਵੇਂ ਮੈਂ ਕੱਲ੍ਹ ਤੁਹਾਨੂੰ ਕਿਹਾ, ਉਸ ਸਬੰਧ ਵਿਚ ਵੀ ਬਹੁਤ-ਸਾਰੇ ਸਵਾਲ ਹਨ। ਉਸਦੇ ਸਬੰਧ ਵਿਚ ਇਕ ਗੱਲ ਕਹਾਂਗਾ।

ਮੈਂ ਤੁਹਾਨੂੰ ਕਿਹਾ ਕਿ ਸੰਭੋਗ ਵਿਚ ਸਮਾਧੀ ਦੀ ਝਲਕ ਦਾ ਚੇਤਾ ਰੱਖਣਾ, ਰਿਮੇਂਬਰਿੰਗ ਰੱਖਣਾ ਅਤੇ ਉਸ ਬਿੰਦੂ ਨੂੰ ਫੜਨ ਦੀ ਕੋਸ਼ਿਸ਼ ਕਰਨਾ, ਉਸ ਬਿੰਦੂ ਨੂੰ ਜੋ ਬਿਜਲੀ ਦੀ ਤਰ੍ਹਾਂ ਸੰਭੋਗ ਦੇ ਵਿਚ ਚਮਕਦਾ ਹੈ ਸਮਾਧੀ ਦਾ। ਇਕ ਛਿਨ ਲਈ ਜੋ ਚਮਕ ਆਉਂਦੀ ਹੈ ਅਤੇ ਵਿਦਾ ਹੋ ਜਾਂਦੀ ਹੈ, ਉਸ ਬਿੰਦੂ ਨੂੰ ਪਕੜਨ ਦੀ ਕੋਸ਼ਿਸ਼ ਕਰਨਾ ਕਿ ਉਹ ਕੀ ਹੈ ? ਉਸਨੂੰ ਜਾਣਨ ਦੀ ਕੋਸ਼ਿਸ਼ ਕਰਨਾ। ਉਸਨੂੰ ਪਕੜ ਲੈਣਾ ਪੂਰੀ ਤਰ੍ਹਾਂ ਨਾਲ ਕਿ ਉਹ ਕੀ ਹੈ। ਅਤੇ ਇਕ ਦਫ਼ਾ ਉਸਨੂੰ ਤੁਸੀਂ ਪਕੜ ਲਿਆ ਤਾਂ ਉਸ ਪਕੜ ਵਿਚ ਤੁਹਾਨੂੰ ਦਿਖਾਈ ਪਏਗਾ ਕਿ ਉਸ ਛਿਨ ਵਿਚ ਤੁਸੀਂ ਸਰੀਰ ਨਹੀਂ ਰਹਿ ਜਾਂਦੇ ਹੋ—ਬੱਡੀਲੇਂਸਨੈੱਸ, ਉਸ ਛਿਨ ਵਿਚ ਤੁਸੀਂ ਸਰੀਰ ਨਹੀਂ ਹੋ। ਉਸ ਛਿਨ ਵਿਚ ਇਕ ਝਲਕ ਦੀ ਤਰ੍ਹਾਂ ਤੁਸੀਂ ਕੁਝ ਹੋਰ ਹੋ ਗਏ ਹੋ, ਤੁਸੀਂ ਆਤਮਾ ਹੋ ਗਏ ਹੋ।

ਅਤੇ ਉਹ ਝਲਕ ਤੁਹਾਨੂੰ ਦਿਖਾਈ ਪੈ ਜਾਵੇ ਤਾਂ ਫਿਰ ਉਸ ਝਲਕ ਦੇ ਲਈ ਧਿਆਨ ਦੇ ਰਾਹ ਨਾਲ ਮਿਹਨਤ ਕੀਤੀ ਜਾ ਸਕਦੀ ਹੈ। ਉਸ ਝਲਕ ਨੂੰ ਫਿਰ ਧਿਆਨ ਦੀ ਤਰਫ਼ ਤੋਂ ਪਕੜਿਆ ਜਾ ਸਕਦਾ ਹੈ। ਉਸ ਝਲਕ ਨੂੰ ਫਿਰ ਧਿਆਨ ਦੇ ਰਾਹ ਤੋਂ ਦੀ ਜਾ ਕੇ ਮੁਕੰਮਲ ਤੌਰ 'ਤੇ, ਪੂਰੇ ਤੌਰ 'ਤੇ ਜਾਣਿਆ ਅਤੇ ਜੀਵਿਆ ਜਾ ਸਕਦਾ ਹੈ। ਅਤੇ ਜੇ ਉਹ ਗਿਆਨ ਸਾਡੇ ਜਾਣਨ ਅਤੇ ਜੀਵਨ ਦਾ ਹਿੱਸਾ ਬਣ ਜਾਵੇ ਤਾਂ ਫਿਰ ਤੁਹਾਡੇ ਜੀਵਨ ਵਿਚ ਸੈਕਸ ਦੀ ਕੋਈ ਥਾਂ ਨਹੀਂ ਰਹਿ ਜਾਏਗੀ।

ਇਕ ਮਿੱਤਰ ਨੇ ਪੁੱਛਿਆ ਕਿ ਜੇ ਇਸ ਤਰ੍ਹਾਂ ਸੈਕਸ ਵਿਦਾ ਹੋ ਜਾਏਗਾ ਤਾਂ ਦੁਨੀਆਂ ਵਿਚ ਸੰਤਾਨ ਦਾ ਕੀ ਬਣੇਗਾ ? ਜੇ ਇਸ ਤਰ੍ਹਾਂ ਸਾਰੇ ਲੋਕ ਸਮਾਧੀ ਦਾ ਅਨੁਭਵ ਕਰਕੇ ਬ੍ਰਹਮਚਰਜ ਨੂੰ ਉਪਲਬਧ ਹੋ ਜਾਣਗੇ ਤਾਂ ਬੱਚਿਆਂ ਦਾ ਕੀ ਬਣੇਗਾ ?

ਜ਼ਰੂਰ ਇਸ ਤਰ੍ਹਾਂ ਦੇ ਬੱਚੇ ਪੈਦਾ ਨਹੀਂ ਹੋਣਗੇ, ਜਿਸ ਤਰ੍ਹਾਂ ਅੱਜ ਪੈਦਾ ਹੁੰਦੇ ਹਨ। ਇਹ ਢੰਗ ਕੁੱਤੇ ਅਤੇ ਬਿੱਲੀਆਂ ਦਾ ਤਾਂ ਠੀਕ ਹੈ, ਆਦਮੀਆਂ ਦਾ ਠੀਕ ਨਹੀਂ। ਇਹ ਕਈ ਢੰਗ ਹੈ ? ਇਹ ਕਈ ਬੱਚਿਆਂ ਦੀ ਕਤਾਰ ਲਾਈ ਚਲੇ ਜਾਣਾ—ਬੇਮਤਲਬ, ਅਰਥਹੀਣ, ਬਿਨਾਂ ਜਾਣ-ਬੁਝੇ—ਇਹ ਭੀੜ ਪੈਦਾ ਕਰਦੇ ਚਲੇ ਜਾਣਾ। ਇਹ ਭੀੜ ਕਿੰਨੀ ਹੋ ਗਈ ? ਇਹ ਭੀੜ ਇੰਨੀ ਹੋ ਗਈ ਹੈ ਕਿ ਵਿਗਿਆਨਕ ਕਹਿੰਦੇ ਸਨ ਕਿ ਜੇ ਸੌ ਸਾਲ ਤਕ ਇਸੇ ਤਰ੍ਹਾਂ ਬੱਚੇ ਪੈਦਾ ਹੁੰਦੇ ਰਹੇ ਅਤੇ ਕੋਈ ਰੋਕ ਨਾ ਲਾਈ ਜਾ ਸਕੀ, ਤਾਂ ਧਰਤੀ ਉੱਤੇ ਟਹਿਣੀ ਹਿਲਾਉਣ ਦੇ ਲਈ ਵੀ ਜਗ੍ਹਾ ਨਹੀਂ ਬਚੇਗੀ। ਹਮੇਸ਼ਾ ਤੁਸੀਂ ਸਭਾ ਵਿਚ ਹੀ ਖੜ੍ਹੇ ਹੋਏ ਮਲੂਮ ਹੋਵੋਗੇ। ਜਿਥੇ ਜਾਉਗੇ, ਉਥੇ ਹੀ ਸਭਾ ਮਲੂਮ ਹੋਵੇਗੀ। ਸਭਾ ਕਰਨਾ ਬਹੁਤ ਮੁਸ਼ਕਲ ਹੋ ਜਾਏਗਾ। ਟਹਿਣੀ ਹਿਲਾਉਣ ਦੀ ਜਗ੍ਹਾ ਨਹੀਂ ਰਹਿ ਜਾਣ ਵਾਲੀ ਹੈ ਸੌ ਸਾਲ ਦੇ ਅੰਦਰ, ਜੇ ਇਹੀ ਹਾਲਤ ਰਹੀ।

ਉਹ ਮਿੱਤਰ ਠੀਕ ਪੁੱਛਦੇ ਹਨ ਕਿ ਜੇਕਰ ਇੰਨਾ ਬ੍ਰਹਮਚਰਜ ਉਪਲਬਧ ਹੋਵੇਗਾ ਤਾਂ ਬੱਚੇ ਕਿਵੇਂ ਪੈਦਾ ਹੋਣਗੇ ? ਉਹਨਾਂ ਨੂੰ ਵੀ ਮੈਂ ਇਕ ਹੋਰ ਕਹਿਣਾ ਚਾਹੁੰਦਾ ਹਾਂ, ਉਹ ਵੀ ਮਤਲਬ ਦੀ ਹੈ ਅਤੇ ਤੁਹਾਡੇ ਖ਼ਿਆਲ ਵਿਚ ਆ ਜਾਣੀ ਚਾਹੀਦੀ ਹੈ, ਬ੍ਰਹਮਚਰਜ ਨਾਲ ਵੀ ਬੱਚੇ ਪੈਦਾ ਹੋ ਸਕਦੇ ਹਨ, ਲੇਕਿਨ ਬ੍ਰਹਮਚਰਜ ਨਾਲ ਬੱਚਿਆਂ ਨੂੰ ਪੈਦਾ ਕਰਨ ਦਾ ਸਾਰਾ ਮਨੋਰਥ ਅਤੇ ਅਰਥ ਬਦਲ ਜਾਂਦਾ ਹੈ। ਕਾਮ ਨਾਲ ਬੱਚੇ ਪੈਦਾ ਹੁੰਦੇ ਹਨ, ਸੈਕਸ ਨਾਲ ਬੱਚੇ ਪੈਦਾ ਹੁੰਦੇ ਹਨ। ਸੈਕਸ ਨਾਲ ਬੱਚੇ ਪੈਦਾ ਹੋਣਾ—ਬੱਚੇ ਪੈਦਾ ਕਰਨ ਦੇ ਲਈ ਕੋਈ ਸੈਕਸ ਵਿਚ ਨਹੀਂ ਜਾਂਦਾ ਹੈ।

ਬੱਚੇ ਪੈਦਾ ਹੋਣਾ ਅਚਨਚੇਤੀ ਹੈ, ਐਕਸੀਡੈਂਟਲ ਹੈ।

ਸੈਕਸ ਵਿਚ ਤੁਸੀਂ ਜਾਂਦੇ ਹੋ ਕਿਸੇ ਹੋਰ ਕਾਰਨ ਨਾਲ, ਵਿਚਾਲੇ ਬੱਚੇ ਆ ਜਾਂਦੇ ਹਨ। ਬੱਚਿਆਂ ਦੇ ਲਈ ਤੁਸੀਂ ਕਦੇ ਸੈਕਸ ਵਿਚ ਨਹੀਂ ਜਾਂਦੇ। ਅਣਸੱਦੇ ਮਹਿਮਾਨ ਹਨ ਬੱਚੇ ਅਤੇ ਇਸੇ ਲਈ ਬੱਚਿਆਂ ਦੇ ਪ੍ਰਤੀ ਤੁਹਾਡੇ ਮਨ ਵਿਚ ਉਹ ਪ੍ਰੇਮ ਨਹੀਂ ਹੋ ਸਕਦਾ, ਜੋ ਸੱਦੇ ਮਹਿਮਾਨਾਂ ਦੇ ਪ੍ਰਤੀ ਹੁੰਦਾ ਹੈ। ਘਰ ਵਿਚ ਕੋਈ ਆ ਜਾਵੇ ਮਹਿਮਾਨ ਬਿਨਾਂ ਸੱਦੇ ਤਾਂ ਜਿਹੜੀ ਹਾਲਤ ਘਰ ਦੀ ਹੋ ਜਾਂਦੀ ਹੈ—ਬਿਸਤਰਾ ਵੀ ਵਿਛਾਉਂਦੇ ਹੋ ਉਸਨੂੰ ਸੰਵਾਉਣ ਦੇ ਲਈ, ਖਾਣਾ ਵੀ ਖੁਆਉਂਦੇ ਹੋ ਉਸਨੂੰ ਖੁਆਉਣ ਦੇ ਲਈ, ਆਉ-ਭਗਤ ਵੀ ਕਰਦੇ ਹੋ, ਹੱਥ ਵੀ ਜੋੜਦੇ ਹੋ। ਲੇਕਿਨ ਪਤਾ ਹੋਵੇਗਾ ਤੁਹਾਨੂੰ ਕਿ ਅਣਸੱਦੇ ਮਹਿਮਾਨ ਦੇ ਨਾਲ ਕੀ ਘਰ ਦੀ ਹਾਲਤ ਹੋ ਜਾਂਦੀ ਹੈ ? ਇਹ ਸਭ ਉਪਰ-ਉਪਰ ਹੁੰਦਾ ਹੈ, ਅੰਦਰ ਕੁਝ ਵੀ ਨਹੀਂ। ਅਤੇ ਪੂਰੇ ਵਕਤ ਇਹੀ ਇੱਛਿਆ ਹੁੰਦੀ ਹੈ ਕਿ ਕਦ ਤੁਸੀਂ ਜਾਵੇ।

ਅਣਸੱਦੇ ਬੱਚਿਆਂ ਨਾਲ ਵੀ ਦੁਰਵਿਵਹਾਰ ਹੋਵੇਗਾ, ਸਦਵਿਵਹਾਰ ਨਹੀਂ ਹੋ ਸਕਦਾ। ਕਿਉਂਕਿ ਉਹਨਾਂ ਨੂੰ ਅਸੀਂ ਕਦੇ ਚਾਹਿਆ ਨਹੀਂ ਸੀ, ਕਦੇ ਸਾਡੇ ਪਾਣੀ ਵਿਚ ਉਹ ਚਾਹਨਾ ਨਹੀਂ ਹੈ। ਅਸੀਂ ਤਾਂ ਕਿਸੇ ਹੋਰ ਹੀ ਪਾਸੇ ਗਏ ਸੀ, ਉਹ ਬਾਇਪ੍ਰਾਡਕਟ ਹਨ, ਪ੍ਰਾਡੱਕਟ ਨਹੀਂ। ਅੱਜ ਦੇ ਬੱਚੇ ਪ੍ਰਾਡਕਟ ਨਹੀਂ ਹਨ, ਬਾਇਪ੍ਰਾਡਕਟ ਹਨ। ਉਹ ਉਪਜ ਨਹੀਂ ਹਨ। ਉਹ ਉਪਜ ਦੇ ਨਾਲ, ਜਿਵੇਂ ਕਣਕ ਦੇ ਨਾਲ ਫੂਸ ਪੈਦਾ ਹੋ ਜਾਂਦਾ ਹੈ, ਉਹੋ-ਜਿਹੀ ਹਾਲਤ ਹੈ। ਤੁਹਾਡਾ ਵਿਚਾਰ, ਤੁਹਾਡੀ ਕਾਮਨਾ ਹੋਰ ਸੀ, ਬੱਚੇ ਬਿਲਕੁਲ ਅਚਣਚੇਤੀ ਹਨ।

ਅਤੇ ਇਸੇ ਲਈ ਸਾਰੀ ਦੁਨੀਆਂ ਵਿਚ ਹਮੇਸ਼ਾ ਤੋਂ ਇਹ ਕੋਸ਼ਿਸ਼ ਚੱਲੀ ਹੈ ਵਾਤਸਿੱਯਾਯਨ ਤੋਂ ਲੈ ਕੇ ਅੱਜ ਤੱਕ, ਇਹ ਕੋਸ਼ਿਸ਼ ਚੱਲੀ ਹੈ ਕਿ ਸੈਕਸ ਨੂੰ ਬੱਚਿਆਂ ਤੋਂ ਕਿਸ ਤਰ੍ਹਾਂ ਮੁਕਤ ਕਰ ਲਿਆ ਜਾਵੇ। ਉਸੇ ਤੋਂ ਬਰਥ-ਕੰਟਰੋਲ ਵਿਕਸਤ ਹੋਇਆ। ਸੰਤਾਨ-ਸੰਜਮ ਵਿਕਸਤ ਹੋਇਆ, ਬਣਾਉਟੀ ਸਾਧਨ ਵਿਕਸਤ ਹੋਏ ਕਿ ਅਸੀਂ ਬੱਚਿਆਂ ਤੋਂ ਵੀ ਬਚ ਜਾਈਏ ਅਤੇ ਸੈਕਸ ਨੂੰ ਵੀ ਭੋਗ ਲਈਏ। ਬੱਚਿਆਂ ਤੋਂ ਬਚਣ ਦੀ ਚੇਸ਼ਟਾ ਹਜ਼ਾਰਾਂ ਸਾਲ ਤੋਂ ਚੱਲ ਰਹੀ ਹੈ। ਆਯੁਰਵੇਦ ਦੇ ਗ੍ਰੰਥਾਂ ਵਿਚ ਦਵਾਈਆਂ ਦਾ ਜ਼ਿਕਰ ਹੈ, ਜਿਨ੍ਹਾਂ ਨੂੰ ਵਰਤਣ ਨਾਲ ਬੱਚੇ ਨਹੀਂ ਹੋਣਗੇ, ਗਰਭ-ਧਾਰਨ ਨਹੀਂ ਹੋਵੇਗਾ। ਆਯੁਰਵੇਦ ਦੇ ਤਿੰਨ-ਚਾਰ-ਪੰਜ ਹਜ਼ਾਰ ਸਾਲ ਪੁਰਾਣੇ ਗ੍ਰੰਥ ਇਸਦਾ ਵਿਚਾਰ ਕਰਦੇ ਹਨ ਅਤੇ ਹੁਣ ਅੱਜ ਦਾ ਨਵੀਨ ਤੋਂ ਨਵੀਨ ਸਿਹਤ ਦਾ ਮਨਿਸਟਰ ਵੀ ਇਸੇ ਦੀ ਗੱਲ ਕਰਦਾ ਹੈ ! ਕਿਉਂ ? ਆਦਮੀ ਨੇ ਇਹ ਈਜ਼ਾਦ ਕਰਨ ਦੀ ਚੇਸ਼ਟਾ ਕਿਉਂ ਕੀਤੀ ?

ਬੱਚੇ ਬੜੇ ਉਪੱਦਰ ਦਾ ਕਾਰਨ ਹੋ ਗਏ ਹਨ। ਉਹ ਵਿਚਾਲੇ ਆਉਂਦੇ ਹਨ, ਜ਼ਿੰਮੇਵਾਰੀ ਲੈ ਆਉਂਦੇ ਹਨ। ਹੋਰ ਵੀ ਖ਼ਤਰਾ—ਬੱਚਿਆਂ ਦੇ ਆਉਣ ਸਾਰ ਹੀ ਇਸਤ੍ਰੀ ਬਦਲ ਜਾਂਦੀ ਹੈ।

ਪੁਰਸ਼ ਵੀ ਬੱਚੇ ਨਹੀਂ ਚਾਹੁੰਦਾ ਹੈ। ਨਹੀਂ ਹੁੰਦੇ ਹਨ ਤਾਂ ਚਾਹੁੰਦਾ ਹੈ, ਇਸ ਕਾਰਨ ਨਹੀਂ ਕਿ ਬੱਚਿਆਂ ਨਾਲ ਪ੍ਰੇਮ ਹੈ, ਬਲਕਿ ਆਪਣੀ ਜਾਇਦਾਦ ਨਾਲ ਪ੍ਰੇਮ ਹੈ। ਕੱਲ੍ਹ ਮਾਲਕ ਕੌਣ ਹੋਵੇਗਾ ? ਬੱਚਿਆਂ ਨਾਲ ਪ੍ਰੇਮ ਨਹੀਂ ਹੈ। ਬਾਪ ਜਦ ਚਾਹੁੰਦਾ ਹੈ ਕਿ ਬੱਚਾ ਹੋ ਜਾਵੇ ਇਕ ਘਰ ਵਿਚ, ਲੜਕਾ ਨਹੀਂ ਹੈ, ਤਾਂ ਤੁਸੀਂ ਇਹ ਨਾ ਸੋਚਣਾ ਕਿ ਲੜਕੇ ਦੇ ਲਈ ਉਸਦੇ ਪ੍ਰਾਣ ਬੜੇ ਤਾਂਘਵਾਨ ਹੋ ਰਹੇ ਹਨ। ਨਹੀਂ, ਤਾਂਘ ਇਹ ਹੋ ਰਹੀ ਹੈ ਕਿ ਮੈਂ ਰੁਪਏ ਕਮਾ-ਕਮਾ ਕੇ ਮਰਿਆ ਜਾ ਰਿਹਾ ਹੈ, ਪਤਾ ਨਹੀਂ ਕੌਣ ਕਬਜ਼ਾ ਕਰ ਲਵੇਗਾ। ਇਹ ਹੱਕਦਾਰ ਮੇਰੇ ਖ਼ੂਨ ਦਾ ਉਸਨੂੰ ਬਚਾਉਣ ਦੇ ਲਈ ਹੋਣਾ ਚਾਹੀਦਾ ਹੈ।

ਬੱਚਿਆਂ ਦੇ ਲਈ ਕੋਈ ਕਦੇ ਨਹੀਂ ਚਾਹੁੰਦਾ ਕਿ ਬੱਚੇ ਆ ਜਾਣ। ਬੱਚਿਆਂ ਤੋਂ ਅਸੀਂ ਬਚਣ ਦੀ ਕੋਸ਼ਿਸ਼ ਕਰਦੇ ਰਹੇ ਹਾਂ, ਲੇਕਿਨ ਬੱਚੇ ਪੈਦਾ ਚਲ ਗਏ। ਅਸੀਂ ਸੰਭੋਗ ਕੀਤਾ ਅਤੇ ਬੱਚੇ ਵਿਚਾਲੇ ਆ ਗਏ। ਉਹ ਉਸਦੇ ਨਾਲ ਜੁੜਿਆ ਹੋਇਆ ਸਬੰਧ ਸੀ। ਉਹ ਕਾਮ ਤੋਂ ਪੈਦਾ ਹੋਈ ਸੰਤਾਨ ਹੈ। ਇਹ ਬਾਇਪ੍ਰੋਡਕਟ ਹੈ ਸੈਕਸੁਅਲਟੀ ਦੀ ਅਤੇ ਇਸ ਲਈ ਮਨੁੱਖ ਇੰਨਾ ਰੋਗੀ ਦੀਨ-ਹੀਣ, ਇੰਨਾ ਉਦਾਸ, ਇੰਨਾ ਚਿੰਤਤ ਹੈ। ਬ੍ਰਹਮਚਰਜ ਨਾਲ ਵੀ ਬੱਚੇ ਆਉਣਗੇ, ਪਰ ਉਹ ਬੱਚੇ ਸੈਕਸ ਦੀ ਬਾਇਪ੍ਰੋਡਕਟ ਨਹੀਂ ਹੋਣਗੇ। ਉਹਨਾਂ ਬੱਚਿਆਂ ਦੇ ਲਈ ਸੈਕਸ ਇਕ ਵ੍ਹੀਕਲ ਹੋਵੇਗਾ। ਉਹਨਾਂ ਬੱਚਿਆਂ ਨੂੰ ਲਿਆਉਣ ਦੇ ਲਈ ਸੈਕਸ ਇਕ ਜ਼ਰੀਆ ਹੋਵੇਗਾ। ਸੈਕਸ ਨਾਲ ਕੋਈ ਸਬੰਧ ਨਹੀਂ ਹੋਵੇਗਾ।

ਜਿਵੇਂ ਇਕ ਆਦਮੀ ਬੈਲਗੱਡੀ ਵਿਚ ਬੈਠ ਕੇ ਕਿਤੇ ਗਿਆ, ਉਸਨੂੰ ਬੈਲਗੱਡੀ ਨਾਲ ਕੋਈ ਮਤਲਬ ਹੈ ? ਉਹ ਹਵਾਈ ਜਹਾਜ਼ ਵਿਚ ਬੈਠ ਕੇ ਗਿਆ ਉਸਨੂੰ ਹਵਾਈ ਜਹਾਜ਼ ਨਾਲ ਕੋਈ ਮਤਲਬ ਹੈ ? ਤੁਸੀਂ ਇਥੋਂ ਬੈਠ ਕੇ ਦਿੱਲੀ ਗਏ ਹਵਾਈ ਜਹਾਜ਼ ਵਿਚ। ਹਵਾਈ ਜਹਾਜ਼ ਨਾਲ ਤੁਹਾਨੂੰ ਕੀ ਮਤਲਬ ਹੈ ? ਕੋਈ ਵੀ ਸੰਬੰਧ ਹੈ ? ਕੋਈ ਵੀ ਨਾਤਾ ਹੈ ? ਨਾਤਾ ਦਿੱਲੀ ਜਾਣ ਨਾਲ ਹੈ। ਹਵਾਈ ਜਹਾਜ਼ ਸਿਰਫ਼ ਵ੍ਹੀਕਲ ਹੈ, ਸਿਰਫ ਵਸੀਲਾ ਹੈ।

ਬ੍ਰਹਮਚਰਜ ਨੂੰ ਜਦ ਲੋਕ ਉਪਲਬਧ ਹੋਣ ਅਤੇ ਸੰਭੋਗ ਦੀ ਯਾਤਰਾ ਸਮਾਧੀ ਤੱਕ ਹੋ ਜਾਵੇ, ਤਦ ਵੀ ਉਹ ਬੱਚੇ ਚਾਹ ਸਕਦੇ ਹਨ। ਲੇਕਿਨ ਉਹਨਾਂ ਬੱਚਿਆਂ ਦਾ ਜਨਮ, ਉਪਜ ਹੋਵੇਗੀ, ਉਹ ਪ੍ਰੋਡਕਟ ਹੋਣਗੇ, ਉਹ ਕ੍ਰਿਏਸ਼ਨ ਹੋਣਗੇ, ਉਹ ਸਿਰਜਣਾ ਹੋਣਗੇ। ਸੈਕਸ ਸਿਰਫ਼ ਵਸੀਲਾ ਹੋਵੇਗਾ।

ਅਤੇ ਜਿਸ ਤਰ੍ਹਾਂ ਹੁਣ ਤੱਕ ਇਹ ਕੋਸ਼ਿਸ਼ ਕੀਤੀ ਗਈ ਹੈ—ਇਸਨੂੰ ਬਹੁਤ ਗੌਰ ਨਾਲ ਸੁਣ ਲੈਣਾ—ਜਿਸ ਤਰ੍ਹਾਂ ਹੁਣ ਤੱਕ ਇਹ ਕੋਸ਼ਿਸ਼ ਕੀਤੀ ਗਈ ਹੈ ਕਿ ਬੱਚਿਆਂ ਤੋਂ ਬਚ ਕੇ ਸੈਕਸ ਨੂੰ ਭੋਗਿਆ ਜਾ ਸਕੇ, ਉਹ ਨਵੀਂ ਮਨੁੱਖਤਾ ਇਹ ਕੋਸ਼ਿਸ਼ ਕਰ ਸਕਦੀ ਹੈ ਕਿ ਸੈਕਸ ਤੋਂ ਬਚ ਕੇ ਬੱਚੇ ਪੈਦਾ ਕੀਤੇ ਜਾ ਸਕਣ ਮੇਰੀ ਗੱਲ ਤੁਸੀਂ ਸਮਝੇ ?

ਬ੍ਰਹਮਚਰਜ ਜੇਕਰ ਜਗਤ ਵਿਚ ਵਿਆਪਕ ਹੋ ਜਾਵੇ ਤਾਂ ਅਸੀਂ ਇਕ ਨਵੀਂ ਖੋਜ ਕਰਾਂਗੇ, ਜਿਵੇਂ ਪੁਰਾਣੀ ਖੋਜ ਕੀਤੀ ਸੀ ਕਿ ਬੱਚਿਆਂ ਤੋਂ ਬਚਿਆ ਜਾ ਸਕੇ ਅਤੇ ਸੈਕਸ ਦਾ ਅਨੁਭਵ ਪੂਰਾ ਹੋ ਜਾਵੇ। ਇਸ ਨਾਲੋਂ ਉਲਟਾ ਪ੍ਰਯੋਗ ਆਉਣ ਵਾਲੇ ਜਗਤ ਵਿਚ ਹੋ ਸਕਦਾ ਹੈ, ਜਦ ਬ੍ਰਹਮਚਰਜ ਵਿਆਪਕ ਹੋਵੇਗਾ ਕਿ ਸੈਕਸ ਤੋਂ ਬਚਿਆ ਜਾ ਸਕੇ ਅਤੇ ਬੱਚੇ ਹੋ ਜਾਣ।

ਅਤੇ ਇਹ ਹੋ ਸਕਦਾ ਹੈ, ਇਸ ਵਿਚ ਕੋਈ ਕਠਿਨਾਈ ਨਹੀਂ ਹੈ। ਇਸ ਵਿਚ ਜ਼ਰਾ ਵੀ ਕਠਿਨਾਈ ਨਹੀਂ ਹੈ। ਇਹ ਹੋ ਸਕਦਾ ਹੈ। ਬ੍ਰਹਮਚਰਜ ਨਾਲ ਜਗਤ ਦਾ ਅੰਤ ਹੋ ਜਾਣ ਦਾ ਕੋਈ ਸਬੰਧ ਨਹੀਂ ਹੈ।

ਜਗਤ ਦਾ ਅੰਤ ਹੋਣ ਦਾ ਸਬੰਧ ਸੈਕਸੁਅਲਟੀ ਨਾਲ ਪੈਦਾ ਹੋ ਗਿਆ ਹੈ। ਤੁਸੀਂ ਕਰਦੇ ਜਾਉ ਬੱਚੇ ਪੈਦਾ ਅਤੇ ਜਗਤ ਦਾ ਅੰਤ ਹੋ ਜਾਏਗਾ। ਨਾ ਐਟਮ ਬੰਬ ਦੀ ਜ਼ਰੂਰਤ ਹੈ, ਨਾ ਹਾਈਡ੍ਰੋਜਨ ਬੰਬ ਦੀ ਜ਼ਰੂਰਤ ਹੈ। ਇਹ ਬੱਚਿਆਂ ਦੀ ਇੰਨੀ ਵੱਡੀ ਤਦਾਦ, ਇਹ ਕਤਾਰ, ਇਹ ਕਾਮ ਤੋਂ ਪੈਦਾ ਹੋਏ ਕੀੜਿਆਂ-ਮਕੌੜਿਆਂ ਵਰਗੀ ਮਨੁੱਖਤਾ, ਇਹ ਆਪਣੇ-ਆਪ ਨਸ਼ਟ ਹੋ ਜਾਏਗੀ।

ਬ੍ਰਹਮਚਰਜ ਤੋਂ ਤਾਂ ਇਕ ਹੋਰ ਹੀ ਤਰ੍ਹਾਂ ਦਾ ਆਦਮੀ ਪੈਦਾ ਹੋਵੇਗਾ। ਉਸਦੀ ਉਮਰ

ਬਹੁਤ ਲੰਮੀ ਹੋ ਸਕਦੀ ਹੈ। ਉਸਦੀ ਉਮਰ ਇੰਨੀ ਲੰਮੀ ਹੋ ਸਕਦੀ ਹੈ, ਜਿਸਦੀ ਅਸੀਂ ਕੋਈ ਕਲਪਨਾ ਵੀ ਨਹੀਂ ਕਰ ਸਕਦੇ। ਉਸਦੀ ਸਿਹਤ ਅਨੋਖੀ ਹੋ ਸਕਦੀ ਹੈ ਕਿ ਉਸ ਵਿਚ ਬੀਮਾਰੀ ਪੈਦਾ ਨਾ ਹੋਵੇ। ਉਸਦਾ ਦਿਮਾਗ ਉਹੋ ਜਿਹਾ ਹੋਵੇਗਾ, ਜਿਹੋ-ਜਿਹੀ ਕਦੇ-ਕਦਾਈਂ ਕੋਈ ਪ੍ਰਤਿਭਾ ਦਿਖਾਈ ਪੈਂਦੀ ਹੈ। ਉਸਦੀ ਸ਼ਖ਼ਸੀਅਤ ਵਿਚ ਸੁਗੰਧ ਹੀ ਹੋਰ ਹੋਵੇਗੀ, ਬਲ ਹੀ ਹੋਰ ਹੋਵੇਗਾ, ਸੱਚ ਹੀ ਹੋਰ ਹੋਵੇਗਾ, ਧਰਮ ਹੀ ਹੋਰ ਹੋਵੇਗਾ। ਉਹ ਧਰਮ ਨੂੰ ਨਾਲ ਲੈ ਕੇ ਪੈਦਾ ਹੋਵੇਗਾ।

ਅਸੀਂ ਅਧਰਮ ਨੂੰ ਨਾਲ ਲੈ ਕੇ ਪੈਦਾ ਹੁੰਦੇ ਹਾਂ ਅਤੇ ਅਧਰਮ ਵਿਚ ਜੀਂਦੇ ਹਾਂ ਅਤੇ ਅਧਰਮ ਵਿਚ ਮਰਦੇ ਹਾਂ ਅਤੇ ਇਸ ਲਈ ਜ਼ਿੰਦਗੀ-ਭਰ ਧਰਮ ਦੀ ਚਰਚਾ ਕਰਦੇ ਰਹਿੰਦੇ ਹਾਂ। ਸ਼ਾਇਦ ਉਸ ਮਨੁੱਖਤਾ ਵਿਚ ਧਰਮ ਦੀ ਕੋਈ ਚਰਚਾ ਨਹੀਂ ਹੋਵੇਗੀ, ਕਿਉਂਕਿ ਧਰਮ ਲੋਕਾਂ ਦਾ ਜੀਵਨ ਹੋਵੇਗਾ। ਅਸੀਂ ਚਰਚਾ ਉਸੇ ਦੀ ਕਰਦੇ ਹਾਂ, ਜੋ ਸਾਡਾ ਜੀਵਨ ਨਹੀਂ ਹੁੰਦਾ ਹੈ; ਜੋ ਜੀਵਨ ਹੁੰਦਾ ਹੈ ਉਸਦੀ ਅਸੀਂ ਚਰਚਾ ਨਹੀਂ ਕਰਦੇ ਹਾਂ। ਅਸੀਂ ਸੈਕਸ ਦੀ ਚਰਚਾ ਨਹੀਂ ਕਰਦੇ, ਕਿਉਂਕਿ ਉਹ ਸਾਡਾ ਜੀਵਨ ਹੈ। ਅਸੀਂ ਈਸ਼ਵਰ ਦੀ ਚਰਚਾ ਕਰਦੇ ਹਾਂ, ਕਿਉਂਕਿ ਉਹ ਸਾਡੇ ਜੀਵਨ ਨਹੀਂ ਹੈ ! ਅਸਲ ਵਿਚ ਜਿਸ ਚੀਜ਼ ਨੂੰ ਅਸੀਂ ਜ਼ਿੰਦਗੀ ਵਿਚ ਹਾਸਲ ਨਹੀਂ ਕਰ ਪਾਂਦੇ, ਗੱਲਾਂ-ਬਾਤਾਂ ਕਰਕੇ ਉਸਨੂੰ ਪੂਰਾ ਕਰ ਲੈਂਦੇ ਹਾਂ।

ਤੁਸੀਂ ਖ਼ਿਆਲ ਕੀਤਾ ਹੋਵੇਗਾ, ਇਸਤ੍ਰੀਆਂ ਪੁਰਸ਼ਾਂ ਨਾਲੋਂ ਵੱਧ ਲੜਦੀਆਂ ਹਨ। ਇਸਤ੍ਰੀਆਂ ਲੜਦੀਆਂ ਹੀ ਰਹਿੰਦੀਆਂ ਹਨ, ਕੁਝ ਨਾ ਕੁਝ ਇੱਟ-ਖੜੱਕਾ ਆਂਢ-ਗੁਆਂਢ, ਸਭ ਪਾਸੇ ਚੱਲਦਾ ਰਹਿੰਦਾ ਹੈ। ਕਹਿੰਦੇ ਹਨ ਕਿ ਦੋ ਇਸਤ੍ਰੀਆਂ ਨਾਲ-ਨਾਲ ਬਹੁਤ ਦੇਰ ਤਕ ਸ਼ਾਂਤੀ ਨਾਲ ਬੈਠੀਆਂ ਰਹਿਣ, ਇਹ ਬਹੁਤ ਕਠਨ ਹੈ।

ਮੈਂ ਤਾਂ ਸੁਣਿਆ ਹੈ ਕਿ ਚੀਨ ਵਿਚ ਇਕ ਵਾਰ ਵੱਡਾ ਮੁਕਾਬਲਾ ਹੋਇਆ ਅਤੇ ਉਸ ਮੁਕਾਬਲੇ ਵਿਚ ਚੀਨ ਦੇ ਸਭ ਤੋਂ ਵੱਡੇ ਝੂਠ ਬੋਲਣ ਵਾਲੇ ਲੋਕ ਇਕੱਠੇ ਹੋਏ। ਝੂਠ ਬੋਲਣ ਦਾ ਮੁਕਾਬਲਾ ਸੀ ਕਿ ਕੌਣ ਸਭ ਤੋਂ ਵੱਡਾ ਝੂਠ ਬੋਲਦਾ ਹੈ, ਉਸਨੂੰ ਪਹਿਲਾ ਇਨਾਮ ਮਿਲ ਜਾਵੇ।

ਇਕ ਆਦਮੀ ਨੂੰ ਪਹਿਲਾ ਇਨਾਮ ਮਿਲ ਗਿਆ। ਉਸਨੇ ਸਿਰਫ਼ ਇਹ ਗੱਲ ਆਖੀ ਸੀ ਸਿਰਫ਼, ਕਿ ਮੈਂ ਇਕ ਬਗੀਚੇ ਵਿਚ ਗਿਆ। ਦੋ ਔਰਤਾਂ ਇਕ ਹੀ ਬੈਂਚ ਉਤੇ ਪੰਜ ਮਿੰਟ ਤਕ ਚੁੱਪ ਬੈਠੀਆਂ ਰਹੀਆਂ।

ਅਤੇ ਲੋਕਾਂ ਨੇ ਕਿਹਾ ਕਿ ਇਸ ਤੋਂ ਵੱਡਾ ਝੂਠ ਕੋਈ ਵੀ ਨਹੀਂ ਹੋ ਸਕਦਾ। ਇਹ ਤਾਂ ਅਲਟੀਮੇਟ ਅਨਟਰੁੱਥ ਹੋ ਗਿਆ। ਹੋਰ ਵੀ ਵੱਡੇ-ਵੱਡੇ ਝੂਠ ਲੋਕਾਂ ਨੇ ਬੋਲੇ ਸਨ। ਉਹਨਾਂ ਨੇ ਕਿਹਾ, ਉਹ ਸਭ ਬੇਕਾਰ ਹੈ, ਇਨਾਮ ਇਸਨੂੰ ਦੇ ਦਿਉ ਉਹ ਆਦਮੀ ਬਾਜ਼ੀ ਮਾਰ ਲੈ ਗਿਆ।

ਲੇਕਿਨ ਕਦੇ ਤੁਸੀਂ ਸੋਚਿਆ ਹੈ ਕਿ ਇਸਤ੍ਰੀਆਂ ਇੰਨੀਆਂ ਗੱਲਾਂ ਕਿਉਂ ਕਰਦੀਆਂ ਹਨ ? ਪੁਰਸ਼ ਕੰਮ ਕਰਦੇ ਹਨ, ਇਸਤ੍ਰੀਆਂ ਦੇ ਹੱਥ ਵਿਚ ਕੋਈ ਕੰਮ ਨਹੀਂ ਹੈ। ਅਤੇ ਕੰਮ ਨਹੀਂ ਹੁੰਦਾ ਤਾਂ ਗੱਲ ਹੁੰਦੀ ਹੈ।

ਭਾਰਤ ਇੰਨੀ ਗੱਲਬਾਤ ਕਿਉਂ ਕਰਦਾ ਹੈ ? ਉਹੀ ਇਸਤ੍ਰੀਆਂ ਵਾਲਾ ਔਗੁਣ ਹੈ। ਕੰਮ ਕੁਝ ਵੀ ਨਹੀਂ ਹੈ-ਗੱਲਬਾਤ-ਗੱਲਬਾਤ।

ਬ੍ਰਹਮਚਰਜ ਤੋਂ ਇਕ ਨਵੇਂ ਮਨੁੱਖ ਦਾ ਜਨਮ ਹੋਵੇਗਾ, ਜੋ ਗੱਲਬਾਤ ਕਰਨ ਵਾਲਾ ਨਹੀਂ, ਜੀਣ ਵਾਲਾ ਹੋਵੇਗਾ। ਉਹ ਧਰਮ ਦੀ ਗੱਲ ਨਹੀਂ ਕਰੇਗਾ, ਉਹ ਧਰਮ ਨੂੰ ਜੀਵੇ

ਗਾ। ਲੋਕ ਭੁੱਲ ਨਹੀਂ ਜਾਣਗੇ ਕਿ ਧਰਮ ਕੁਝ ਹੈ, ਉਹ ਇੰਨਾ ਸੁਭਾਵਕ ਹੋ ਸਕਦਾ ਹੈ। ਉਸ ਮਨੁੱਖ ਦੇ ਬਾਬਤ ਵਿਚਾਰ ਵੀ ਅਨੋਖਾ ਹੈ। ਉਹੋ ਜਿਹੇ ਕੁਝ ਮਨੁੱਖ ਪੈਦਾ ਹੁੰਦੇ ਰਹੇ ਹਨ। ਅਚਣਚੇਤੀ ਸੀ ਉਹਨਾਂ ਦਾ ਪੈਦਾ ਹੋਣਾ।

ਕਦੇ ਇਕ ਮਹਾਂਵੀਰ ਪੈਦਾ ਹੋ ਜਾਂਦਾ ਹੈ। ਅਜਿਹਾ ਸੋਹਣਾ ਆਦਮੀ ਪੈਦਾ ਹੋ ਜਾਂਦਾ ਹੈ ਕਿ ਜੇ ਉਹ ਕੱਪੜੇ ਪਹਿਨੇ ਤਾਂ ਉੱਨਾ ਸੋਹਣਾ ਨਾ ਜਾਪੇ। ਨਗਨ ਖੜ੍ਹਾ ਹੋ ਜਾਂਦਾ ਹੈ। ਉਸਦੇ ਸੁਹੱਪਣ ਦੀ ਸੁਗੰਧ ਫੈਲ ਜਾਂਦੀ ਹੈ ਸਭ ਪਾਸੇ। ਲੋਕ ਮਹਾਂਵੀਰ ਨੂੰ ਦੇਖਣ ਚਲੇ ਆਉਂਦੇ ਹਨ। ਉਹ ਅਜਿਹਾ ਮਲੂਮ ਹੁੰਦਾ ਹੈ, ਜਿਵੇਂ ਸੰਗਮਰਮਰ ਦੀ ਮੂਰਤੀ ਹੋਵੇ। ਉਸ ਵਿਚ ਇੰਨਾ ਵੀਰਜ ਪ੍ਰਗਟ ਹੁੰਦਾ ਹੈ ਕਿ—ਉਸਦਾ ਨਾਂ ਤਾਂ ਵਰਧਮਾਨ ਸੀ—ਲੋਕ ਉਸਨੂੰ ਮਹਾਂਵੀਰ ਆਖਣ ਲੱਗਦੇ ਹਨ। ਉਸਦੇ ਬ੍ਰਹਮਚਰਜ ਦਾ ਤੇਜ ਇੰਨਾ ਪ੍ਰਗਟ ਹੁੰਦਾ ਹੈ ਕਿ ਲੋਕ ਪ੍ਰਭਾਵਿਤ ਹੋ ਜਾਂਦੇ ਹਨ ਕਿ ਉਹ ਆਦਮੀ ਹੀ ਹੋਰ ਹੈ।

ਕਦੇ ਇਕ ਬੁੱਧ ਪੈਦਾ ਹੁੰਦਾ ਹੈ, ਕਦੇ ਇਕ ਕ੍ਰਾਈਸਟ ਪੈਦਾ ਹੁੰਦਾ ਹੈ, ਕਦੇ ਇਕ ਕਨਫਿਊਸ਼ਿਅਸ ਪੈਦਾ ਹੁੰਦਾ ਹੈ। ਪੂਰੀ ਮਨੁੱਖ-ਜਾਤੀ ਦੇ ਇਤਿਹਾਸ ਵਿਚ ਦਸ-ਪੰਝੀ ਨਾਂ ਅਸੀਂ ਗਿਣ ਸਕਦੇ ਹਾਂ, ਜੋ ਪੈਦਾ ਹੋਏ ਹਨ।

ਜਿਸ ਦਿਨ ਦੁਨੀਆਂ ਵਿਚ ਬ੍ਰਹਮਚਰਜ ਨਾਲ ਬੱਚੇ ਆਉਣਗੇ—ਅਤੇ ਇਹ ਸ਼ਬਦ ਵੀ ਸੁਣਨਾ, ਤੁਹਾਨੂੰ ਲੱਗੇਗਾ ਕਿ ਬ੍ਰਹਮਚਰਜ ਨਾਲ ਬੱਚੇ ! ਮੈਂ ਇਕ ਨਵੇਂ ਹੀ ਕੰਸੇਪਟ ਦੀ ਗੱਲ ਕਰ ਰਿਹਾ ਹਾਂ। ਬ੍ਰਹਮਚਰਜ ਤੋਂ ਜਿਸ ਦਿਨ ਬੱਚੇ ਆਉਣਗੇ, ਉਸ ਦਿਨ ਸਾਰੇ ਜਗਤ ਦੇ ਲੋਕ ਅਜਿਹੇ ਹੋਣਗੇ—ਅਜਿਹੇ ਸੋਹਣੇ, ਅਜਿਹੇ ਸ਼ਕਤੀਸ਼ਾਲੀ, ਅਜਿਹੇ ਸੂਝਵਾਨ, ਅਜਿਹੇ ਵਿਚਾਰਵਾਨ-ਫਿਰ ਕਿੰਨੀ ਦੇਰ ਲਗੇਗੀ ਉਹਨਾ ਨੂੰ ਕਿ ਉਹ ਪ੍ਰਮਾਤਮਾ ਨੂੰ ਨਾ ਜਾਣਨ। ਉਹ ਪ੍ਰਮਾਤਮਾ ਨੂੰ ਇਸੇ ਤਰ੍ਹਾਂ ਜਾਣਨਗੇ, ਜਿਸ ਤਰ੍ਹਾਂ ਅਸੀਂ ਰਾਤ ਨੂੰ ਸੌਂਦੇ ਹਾਂ।

ਐਪਰ ਜਿਸ ਆਦਮੀ ਨੂੰ ਨੀਂਦ ਨਹੀਂ ਆਉਂਦੀ, ਉਸਨੂੰ ਜੇ ਕੋਈ ਆਖੇ ਕਿ ਮੈਂ ਸਿਰਫ਼ ਸਿਰਹਾਣੇ ਉਤੇ ਸਿਰ ਰੱਖਦਾ ਹਾਂ ਅਤੇ ਸੌਂ ਜਾਂਦਾ ਹਾਂ, ਤਾਂ ਉਹ ਆਦਮੀ ਕਹੇਗਾ ਕਿ ਇਹ ਬਿਲਕੁਲ ਗਲਤ, ਝੂਠੀ ਗੱਲ ਹੈ। ਮੈਂ ਤਾਂ ਬਹੁਤ ਪਾਸੇ ਪਰਤਦਾ ਹਾਂ, ਉਠਦਾ ਹਾਂ, ਬੈਠਦਾ ਹਾਂ, ਮਾਲਾ ਫੇਰਦਾ ਹਾਂ, ਗਾਂ-ਮੱਝ ਗਿਣਦਾ ਹਾਂ; ਲੇਕਿਨ ਕੁਝ ਨਹੀਂ—ਨੀਂਦ ਨਹੀਂ ਆਉਂਦੀ। ਤੁਸੀਂ ਝੂਠ ਆਖਦੇ ਹੋ। ਅਜਿਹਾ ਕਿਵੇਂ ਹੋ ਸਕਦਾ ਹੈ ਕਿ ਸਿਰਹਾਣੇ ਉਤੇ ਸਿਰ ਰੱਖਿਆ ਹੈ ਅਤੇ ਨੀਂਦ ਆ ਜਾਵੇ। ਸਿਰਹਾਣੇ ਉਤੇ ਸਿਰ ਰੱਖਿਆ ਹੈ ਅਤੇ ਨੀਂਦ ਆ ਜਾਂਦੀ ਹੈ। ਤੁਸੀਂ ਸਰਾਸਰ ਝੂਠ ਬੋਲਦੇ ਹੋ, ਕਿਉਂਕਿ ਮੈਂ ਤਾਂ ਬਹੁਤ ਤਜਰਬਾ ਕਰਕੇ ਦੇਖ ਲਿਆ; ਨੀਂਦ ਤਾਂ ਕਦੇ ਨਹੀਂ ਆਉਂਦੀ, ਸਾਰੀ-ਸਾਰੀ ਰਾਤ ਲੰਘ ਜਾਂਦੀ ਹੈ।

ਅਮਰੀਕਾ ਵਿਚ ਨਿਊਯਾਰਕ ਵਰਗੇ ਸ਼ਹਿਰਾਂ ਵਿਚ ਤੀਹ ਤੋਂ ਲੈ ਕੇ ਚਾਲੀ ਫੀ ਸਦੀ ਲੋਕ ਨੀਂਦ ਦੀਆਂ ਦਵਾਈਆਂ ਲੈ ਕੇ ਸੌਂ ਰਹੇ ਹਨ ਅਤੇ ਅਮਰੀਕੀ ਵਿਗਿਆਨਕ ਆਖਦੇ ਹਨ ਕਿ ਸੌ ਸਾਲ ਦੇ ਅੰਦਰ ਨਿਊਯਾਰਕ ਵਰਗੇ ਸ਼ਹਿਰ ਵਿਚ ਇਕ ਵੀ ਆਦਮੀ ਸਹਿਜ ਰੂਪ ਵਿਚ ਨਹੀਂ ਸੌਂ ਸਕੇਗਾ, ਦਵਾਈ ਲੈਣੀ ਹੀ ਪਏਗੀ। ਤਾਂ ਇਹ ਹੋ ਸਕਦਾ ਹੈ ਕਿ ਨਿਊਯਾਰਕ ਵਿਚ ਸੌ ਸਾਲ ਬਾਅਦ ਹੋਵੇਗਾ। ਦੋ ਸੌ ਸਾਲ ਬਾਅਦ ਹਿੰਦੁਸਤਾਨ ਵਿਚ ਹੋਵੇਗਾ; ਕਿਉਂਕਿ ਹਿੰਦੁਸਤਾਨ ਦੇ ਨੇਤਾ ਇਸ ਗੱਲ ਦੇ ਪਿੱਛੇ ਪਏ ਹਨ ਕਿ ਅਸੀਂ ਉਹਨਾਂ ਦਾ ਮੁਕਾਬਲਾ ਕਰਕੇ ਰਹਾਂਗੇ। ਅਸੀਂ ਉਹਨਾਂ ਤੋਂ ਪਿੱਛੇ ਨਹੀਂ ਰਹਿ ਸਕਦੇ। ਉਹ ਕਹਿੰਦੇ ਹਨ, ਅਸੀਂ ਉਹਨਾਂ ਤੋਂ ਪਿੱਛੇ ਨਹੀਂ ਰਹਿ ਸਕਦੇ। ਉਹਨਾਂ ਦੀਆਂ ਸਾਰੀਆਂ

ਬੀਮਾਰੀਆਂ ਵਿਚ ਅਸੀਂ ਮੁਕਾਬਲਾ ਕਰਦੇ ਰਹਾਂਗੇ।

ਇਸ ਲਈ ਇਹ ਹੋ ਸਕਦਾ ਹੈ ਪੰਜ ਸੌ ਸਾਲ ਬਾਅਦ ਦੁਨੀਆ ਦੇ ਲੋਕ ਨੀਂਦ ਦੀਆਂ ਦਵਾਈਆਂ ਲੈ ਕੇ ਹੀ ਸੌਣ ਅਤੇ ਜਦ ਬੱਚਾ ਪਹਿਲੀ ਦਫ਼ਾ ਪੈਦਾ ਹੋਵੇ ਮਾਂ ਦੇ ਪੇਟ 'ਚੋਂ ਤਾਂ ਉਹ ਦੁੱਧ ਨਾ ਮੰਗੇ, ਉਹ ਕਹੇ ਟ੍ਰੇਂਕੋਲਾਈਜ਼ਰ। ਨਹੀਂ, ਮੈਂ ਸੌਂ ਨਹੀਂ ਸਕਿਆ ਤੇਰੇ ਪੇਟ ਵਿਚ, ਟ੍ਰੇਂਕੋਲਾਈਜ਼ਰਰ ਕਿਥੇ ਹੈ। ਤਾਂ ਪੰਜ ਸੌ ਸਾਲ ਉਹਨਾਂ ਲੋਕਾਂ ਨੂੰ ਇਹ ਯਕੀਨ ਦਿਵਾਉਣਾ ਕਠਿਨ ਹੋਵੇਗਾ ਕਿ ਅੱਜ ਤੋਂ ਪੰਜ ਸੌ ਸਾਲ ਪਹਿਲਾਂ ਸਾਰੀ ਮਨੁੱਖਤਾ ਅੱਖਾਂ ਮੀਟਦੀ ਸੀ ਅਤੇ ਸੌਂ ਜਾਂਦੀ ਸੀ। ਉਹ ਕਹਿਣਗੇ, ਇੰਪਾਸਿਬਲ, ਅਸੰਭਵ ਹੈ ਇਹ ਗੱਲ। ਇਹ ਨਹੀਂ ਹੋ ਸਕਦਾ ਹੈ; ਕਿਵੇਂ ਹੋ ਸਕਦੀ ਹੈ ਇਹ ਗੱਲ ?

ਮੈਂ ਤੁਹਾਨੂੰ ਕਹਿੰਦਾ ਹਾਂ, ਉਸ ਬ੍ਰਹਮਚਰਜ ਤੋਂ ਜੋ ਜੀਵਨ ਉਪਜੇਗਾ, ਉਸਨੂੰ ਇਹ ਵਿਸ਼ਵਾਸ ਕਰਨਾ ਕਠਿਨ ਹੋ ਜਾਇਗਾ ਕਿ ਲੋਕ ਚੋਰ ਸਨ, ਲੋਕ ਬੇਈਮਾਨ ਸਨ, ਲੋਕ ਹਤਿਆਰੇ ਸਨ, ਲੋਕ ਆਤਮ-ਹੱਤਿਆਵਾਂ ਕਰ ਲੈਂਦੇ ਸਨ, ਲੋਕ ਜ਼ਹਿਰ ਖਾਂਦੇ ਸਨ, ਲੋਕ ਸ਼ਰਾਬ ਪੀਂਦੇ ਸਨ, ਲੋਕ ਛੁਰੇ ਖੋਭਦੇ ਸਨ, ਲੋਕ ਯੁੱਧ ਕਰਦੇ ਸਨ। ਉਹਨਾਂ ਨੂੰ ਇਹ ਵਿਸ਼ਵਾਸ ਕਰਨਾ ਮੁਸ਼ਕਲ ਹੋਵੇਗਾ ਕਿ ਇਹ ਕਿਵੇਂ ਹੋ ਸਕਦਾ ਹੈ ! ਕਾਮ ਤੋਂ ਹੁਣ ਤੱਕ ਪੈਦਾਇਸ਼ ਹੋਈ ਹੈ। ਅਤੇ ਉਹ ਵੀ ਉਸ ਕਾਮ ਤੋਂ ਜੋ ਫਿਜ਼ਿਓਲਾੱਜੀਕਲ ਤੋਂ ਜ਼ਿਆਦਾ ਨਹੀਂ ਹੈ।

ਇਕ ਅਧਿਆਤਮਕ ਕਾਮ ਦਾ ਜਨਮ ਹੋ ਸਕਦਾ ਹੈ ਅਤੇ ਇਕ ਨਵੇਂ ਜੀਵਨ ਦਾ ਅਰੰਭ ਹੋ ਸਕਦਾ ਹੈ। ਉਸ ਨਵੇਂ ਜੀਵਨ ਦੇ ਅਰੰਭ ਦੇ ਲਈ ਇਹ ਥੋੜ੍ਹੀਆਂ-ਜਿਹੀਆਂ ਗੱਲਾਂ, ਇਹਨਾਂ ਚਾਰ ਦਿਨਾਂ ਵਿਚ ਮੈਂ ਤੁਹਾਨੂੰ ਆਖੀਆਂ ਹਨ। ਮੇਰੀਆਂ ਗੱਲਾਂ ਨੂੰ ਇੰਨੇ ਪ੍ਰੇਮ ਨਾਲ ਇੰਨੀ ਸ਼ਾਂਤੀ ਨਾਲ—ਅਤੇ ਅਜਿਹੀਆਂ ਗੱਲਾਂ ਨੂੰ, ਜਿਨ੍ਹਾਂ ਨੂੰ ਪ੍ਰੇਮ ਅਤੇ ਸ਼ਾਂਤੀ ਨਾਲ ਸੁਣਨਾ ਬਹੁਤ ਮੁਸ਼ਕਲ ਹੋ ਗਿਆ ਹੋਵੇਗਾ, ਬੜੀ ਕਠਿਨਾਈ ਮਲੂਮ ਹੋਈ ਹੋਵੇ ਗੀ।

ਇਕ ਮਿੱਤਰ ਤਾਂ ਮੇਰੇ ਕੋਲ ਆਏ ਅਤੇ ਕਹਿਣ ਲੱਗੇ ਕਿ ਮੈਂ ਡਰ ਰਿਹਾ ਸੀ ਕਿ ਕਿਤੇ ਦਸ-ਵੀਹ ਆਦਮੀ ਖੜ੍ਹੇ ਹੋ ਕੇ ਇਹ ਨਾ ਕਹਿਣ ਲੱਗਣ ਕਿ ਬੰਦ ਕਰੋ, ਇਹ ਗੱਲਾਂ ਨਹੀਂ ਹੋਣੀਆਂ ਚਾਹੀਦੀਆਂ। ਮੈਂ ਕਿਹਾ, ਇੰਨੇ ਹੌਂਸਲੇ ਵਾਲੇ ਆਦਮੀ ਵੀ ਹੁੰਦੇ ਤਾਂ ਵੀ ਠੀਕ ਸੀ। ਇੰਨੇ ਹੀ ਹੌਂਸਲੇ ਵਾਲੇ ਆਦਮੀ ਵੀ ਕਿਥੇ ਹਨ ਕਿ ਕਿਸੇ ਨੂੰ ਕਹਿ ਦੇਣ ਕਿ ਬੰਦ ਕਰੋ ਇਹ ਗੱਲ। ਇੰਨੇ ਹੀ ਹੌਂਸਲੇ ਵਾਲੇ ਆਦਮੀ ਇਸ ਮੁਲਕ ਵਿਚ ਹੁੰਦੇ ਤਾਂ ਬੇਵਕੂਫ਼ਾਂ ਦੀ ਕਤਾਰ ਜੋ ਕੁਝ ਵੀ ਕਹਿ ਰਹੀ ਹੈ ਮੁਲਕ ਵਿਚ, ਉਹ ਕਦੋਂ ਦੀ ਬੰਦ ਹੋ ਗਈ ਹੁੰਦੀ। ਪਰ ਉਹ ਬੰਦ ਨਹੀਂ ਹੋ ਪਾ ਰਹੀ।

ਮੈਂ ਕਿਹਾ ਕਿ ਮੈਂ ਤਾਂ ਉਡੀਕ ਕਰਦਾ ਹਾਂ ਕਿ ਕਦੇ ਕੋਈ ਬਹਾਦਰ ਆਦਮੀ ਉਠ ਕੇ ਕਹੇਗਾ ਕਿ ਬੰਦ ਕਰ ਦੇ ਇਹ ਗੱਲ, ਉਂਜ ਨਾਲ ਕੋਈ ਗੱਲ ਕਰਨ ਦਾ ਸੁਆਦ ਆਏ ਗਾ। ਸੋ ਅਜਿਹੀਆਂ ਗੱਲਾਂ ਨੂੰ, ਜਿਨ੍ਹਾਂ ਤੋਂ ਕਿ ਮਿੱਤਰ ਡਰੇ ਹੋਏ ਸਨ ਕਿ ਕਿਤੇ ਕੋਈ ਖੜ੍ਹੇ ਹੋ ਕੇ ਨਾ ਕਹਿ ਦੇਵੇ, ਤੁਸੀਂ ਬੜੇ ਪ੍ਰੇਮ ਨਾਲ ਸੁਣਦੇ ਰਹੇ, ਤੁਸੀਂ ਬੜੇ ਭਲੇ ਲੋਕ ਹੋ। ਅਤੇ ਜਿੰਨਾ ਤੁਹਾਡਾ ਰਿਣ ਮੰਨਾਂ ਉੱਨਾ ਘੱਟ ਹੈ।

ਅੰਤ ਵਿਚ ਇਹੀ ਕਾਮਨਾ ਕਰਦਾ ਹਾਂ ਪ੍ਰਮਾਤਮਾ ਨੂੰ ਕਿ ਹਰੇਕ ਵਿਅਕਤੀ ਦੇ ਅੰਦਰ ਜੋ ਕਾਮ ਹੈ, ਉਹ ਰਾਮ ਦੇ ਮੰਦਰ ਤਕ ਪਹੁੰਚਣ ਦੀ ਪੌੜੀ ਬਣ ਸਕੇ। ਬਹੁਤ-ਬਹੁਤ ਧੰਨਵਾਦ। ਅਤੇ ਅੰਤ ਵਿਚ ਸਭ ਦੇ ਅੰਦਰ ਬੈਠੇ ਹੋਏ ਪ੍ਰਮਾਤਮਾ ਨੂੰ ਪ੍ਰਣਾਮ ਕਰਦਾ ਹਾਂ। ਮੇਰੇ ਪ੍ਰਣਾਮ ਸਵੀਕਾਰ ਕਰੋ।

ਓਸ਼ੋ ਵਰਲਡ ਫ਼ਾਊਂਡੇਸ਼ਨ